‘The Story Of Felanee’ या इंग्रजी पुस्तकाचा अनुवाद

फेलानी

अरूपा पतंगिया कलिता

मराठी अनुवाद

मेघना ढोके

मेहता पब्लिशिंग हाऊस

✆ +91 020-24476924 / 24460313 / Mob. No. 9545000513
Email : production@mehtapublishinghouse.com
Website : www.mehtapublishinghouse.com

◆ *या पुस्तकातील लेखकाची मते, घटना, वर्णने ही त्या लेखकाची असून त्याच्याशी प्रकाशक सहमत असतीलच असे नाही.*

This book is part of the Zubaan-Prabha Khaitan Foundation translation series
Based on the English translation by Dipika Phukan published by Zubaan Publishers Pvt. Ltd

THE STORY OF FELANEE by ARUPA PATANGIA KALITA

Translated into Marathi Language by Meghna Dhoke

फेलानी / अनुवादित कादंबरी

अनुवाद : मेघना ढोके
author@mehtapublishinghouse.com

मराठी अनुवादाचे व प्रकाशनाचे हक्क : मेहता पब्लिशिंग हाऊस प्रा. लि.

संस्थापक : सुनील अनिल मेहता

प्रकाशक : मेहता पब्लिशिंग हाऊस प्रा. लि.
१९४१, सदाशिव पेठ, माडीवाले कॉलनी, पुणे ३०.

मुद्रक : ग्रेस एंटरप्रायझेस

मुखपृष्ठ : सरदार जाधव

प्रथमावृत्ती : नोव्हेंबर, २०२२

किंमत : ₹ ४५०

P Book ISBN 9789394258709
E Book ISBN 9789394258716
E Books available on : amazonkindle Apple Books Google Play Books

मनोगत

फेलानी. आसाममधल्या सत्य घटनांवर आधारित ही गोष्ट. ईशान्य भारतातल्या या राज्यानं घुसखोरी, आंदोलनं, हिंसाचार, जातीय-वांशिक तेढ आणि त्यातून निर्माण झालेले संघर्ष आणि सामान्यांच्या रक्ताचा पडलेला सडा हे सारं सोसलं. १९७० चे दशक सरता सरता सुरू झालेला हा संघर्ष अजूनही धगधगतोच आहे. हे पुस्तक त्या संघर्षाचा मानवी पट मांडते. धगधगतं आसाम आंदोलन, घुसखोर हटाव म्हणून जोर धरलेल्या मागणीने उसळलेला आक्रोश आणि पुढे ते आंदोलन शमल्यावर आसामच्याच विविध जनजातींमध्ये पेटलेल्या संघर्षाचं भीषण आणि भयंकर चित्र या पुस्तकातून वाचकांसमोर उभं राहतं. त्या संघर्षात सामान्य जिवांचं काय झालं याची ही चित्तरकथा.

आसू अर्थात ऑल आसाम स्टुडण्ट्स युनियन यांच्या नेतृत्वाखाली १९७९ मध्ये आसाम आंदोलनाला सुरुवात झाली. आंदोलनाचे नेते आणि भारत सरकार यांच्यामध्ये करार होऊन १९८५ मध्ये आंदोलन संपलं. तोच अत्यंत गाजलेला 'आसाम करार'. आंदोलन संपल्यानंतर आसूचे दोन नेते प्रफुल्ल महंत आणि बृगू फुकन यांनी राजकीय पक्षाची स्थापना केली. पुढे या पक्षाने आसाममध्ये निवडणुका लढवल्या आणि ते सत्तेतही आले. १९८५-१९९० आणि १९९६ ते २००१ या काळात आसाममध्ये त्यांची सत्ता होती.

योगायोगाने या आंदोलनासोबतच आसाममध्येच एका सशस्त्र संघटनेचा उदय झाला. उल्फा. युनायटेड लिबरेशन फ्रण्ट ऑफ आसाम. त्याच काळात अजून एक संघटना जन्माला आली. अब्सू. ऑल बोडो स्टुडण्ट्स युनियन. बोडो आंदोलनही उभे राहिले आणि त्यांनी स्वतंत्र बोडोलॅण्डची, स्वतंत्र राज्याची मागणी केली. त्यातूनही बोडो- बगैर बोडो यांच्यात हिंसाचार उफाळला आणि संघर्ष पेटला. हिंसाचाराच्या घटनांत बळी पडले ते मुख्यत्वे बंगाली हिंदू आणि बंगाली मुस्लीम. त्यांच्या गावांवर हल्ले झाले, घरं पेटवून देण्यात आली, गुरं पळवण्यात आली.

धान्यांच्या गुदामांना आगी लावण्यात आल्या. त्यांच्या संसाराची राखरांगोळी झाली. आसामी हिंदू आणि बोडो गटात मारामाऱ्या, संघर्ष पेटले. जंगल-जमिनींचे जुने दावे निकालीच काढू म्हणत त्यांनी परस्परांवर हल्ले केले. या साऱ्यात बळी पडलेल्यांचा आकडा मोठा होता, कित्येक माणसं मेली. दंगलीनंतरही बऱ्याच दिवसांनी जाळलेल्या घरांत, डोंगरदऱ्यांत, जंगलात प्रेतं सापडत होती.

स्थलांतरित बंगाली कुटुंबांतील शेकडो माणसं मारली गेली. मात्र या साऱ्यात सर्वाधिक सोसलं, सहन केलं ते बायकांनी. भयंकर आयुष्य त्यांच्या वाट्याला आलं. बायका, मुलं आणि म्हातारी माणसं होरपळून निघाली. घरातली तरणीताठी माणसं जिवाच्या भीतीनं जंगलात लपून बसत; पण घरात मागे राहिलेल्या आपल्या बायकापोरांचं, म्हाताऱ्या आईबापाचं काय झालं हे कुणाला कळतही नसे. कुठूनही भयंकर हल्ला होत असे, कोण लोक कुठून येतात, आपल्यावर का हल्ला करतात हे बायकापोरांना कळण्यापलीकडचं होतं. जीव वाचवणंही शक्य नव्हतं, कसेबसे अनेकजण जीव वाचवत पळाले. शेकडो कुटुंब रस्त्यावर आली, बायकापोरांना रिलीफ कॅम्पमध्ये आसरा घ्यावा लागला. त्यांचं पुर्नवसन सुरू व्हायलाही कित्येक महिने जावे लागले.

हे पुस्तक आसामच्या या घटनांकडे समकालीन इतिहास म्हणून पाहते. एका महिलेच्या आयुष्याचा माग काढत काढत हा प्रवास सुरू होतो. फेलानी. तिचा नवरा दंगलीत मारला गेला, पोटातला गर्भ पोटातच मेला आणि आपलं घर डोळ्यासमोर पेटलेलं तिला पाहावं लागलं. रक्तामांसाचा चिखल तुडवत कशीबशी ती आपल्या मुलासह जीव वाचवत पळाली.

अशा कित्येक कहाण्या. आसाममधल्याच ढेमाजी, कोक्राझार यांसह अनेक भागात भयंकर रक्तपात, दंगली झाल्या त्या सर्वाधिक बाधित भागात असे भोग कित्येकांच्या वाट्याला आले. अलीकडेच एक अहवाल प्रसिद्ध झाला. बेअरिंग विटनेस : अ रिपोर्ट ऑन द इम्पॅक्ट ऑफ व्हायलन्स ऑन वुमेन इन नागालॅण्ड ॲण्ड आसाम, असे त्या अहवालाचे नाव. नागालॅण्ड आणि आसाममधल्या संघर्षात बळी पडलेल्या अनेकांच्या कहाण्या तो अहवाल सांगतो. फेलानीच्या या गोष्टीत त्या कहाण्यांचेच प्रतिबिंब सापडते. शुभन मोंडोलसारख्या अनेक महिलांनी याच अहवालात आपल्या कहाण्या सांगितल्या आहेत. ढेमजी, कोक्राझार या आसामी जिल्ह्यांत त्याकाळी राजकीय-वांशिक संघर्षात बायकांनी सोसलेलं भयंकर जगणं वाचून पोटात गोळा येतो. अरूपा पतंगिया कलिता यांचं हे पुस्तक त्यासंदर्भातही पथदर्शी ठरावं.

एक

सारं काही पोटात सामावत निघालेला ब्रह्मपुत्रचा वेगवान प्रवाह ओलांडून 'फेरी' अमीनगावच्या तीरावर पोहचली. फेरी म्हणजे जहाज नावाचं एक चालतंबोलतं शहरच. ब्रह्मपुत्रचं विशाल पात्र ओलांडायचं तर सामानसुमानच नाही, गायी-म्हशींसह माणसंही या फेरीतूनच प्रवासाला निघतात. रत्नमालाही फेरीतूनच निघाली होती. सोबत वडील होते. पांढऱ्याफटक धुवट मेखलात शरीर गुंडाळून निघालेली रत्नमाला, तिचे काळेभोर डोळे रडून रडून खोबणीला चिकटले होते. पण तेवढ्यात तिला वाळूवर शेपटी नाचवत चालणारे धोबी पक्षी दिसले. त्यांच्या पिटुकल्या पायांना चिकटून रूपेरी वाळू हवेत उडत होती, त्या तालावर धोब्यांची शेपटीही हलत होती. रत्नमाला डोळे विस्फारून ती गंमत पाहू लागली. तेवढ्यापुरतं तिच्या डोळ्यांत आणि ओठांवरही एक हसू उमटून गेलं; पण तेवढंच! फेरी किनाऱ्यावर पोहचली आणि बाप-लेक सरळ रेल्वे स्टेशनच्या दिशेनं चालू लागले. रोंगियाला जाणारी ट्रेन त्यांना पकडायची होती. भूतानमध्ये पहाडांच्या कुशीत, राधिका आणि कृष्णा या दोन नद्यांच्या संगमावर वसलेल्या छोट्याशा गावात त्यांचं घर होतं.

गाडी सुटली आणि हळूहळू घनदाट जंगलातून वाट काढत निघाली. डोळे मिटले, तसा एक विचित्र सन्नाटा रत्नमालाला घेरू लागला. ब्रह्मपुत्रची रूपेरी मऊ वाळू मागं पडू लागली. त्या वाळूत जगण्याची चकाकणारी स्वप्नंही हरवून गेली. आता उरली होती फक्त जीवघेणी चढण.

गुवाहाटीत अवतीभोवती किती माणसं होती. त्या गर्दीत फक्त 'तो' नव्हता. महिना झाला तो कुठं तरी गेला होता. 'तो' नाही म्हणून रत्नमाला मनातून खुशीतच होती. तिला 'त्याची' फार भीती वाटायची, पण सांगणार कुणाला; तो नवरा होता तिचा. मात्र गेल्या महिनाभरापासून त्याचा काही पत्ता नव्हता, म्हणजे तिला काही अंदाजच नव्हता, की तो कुठं गेला. त्याला टीबी झालाय आणि जरा हवापाणी बदल म्हणून त्याला कुठं तरी दूर पाठवलंय एवढंच तिला सांगण्यात आलं होतं. कारण काही

का असेना, तो नाही, याचाच तिला आनंद होता. सुख एवढंच, की रोज रात्री निदान शांतपणे एकटीनं झोपता यायचं. तेवढा आनंद तिच्या इवल्याशा जिवाला पुरेसा होता.

पण एक दिवस सकाळी भलतंच घडलं. ती दिराच्या मुलीसाठी चिंध्यांची रंगबिरंगी बाहुली बनवत बसली होती, तेवढ्यात घरात आरडाओरडा सुरू झाला. बायकांचा गळे काढून रडण्याचा आवाज येऊ लागला. काही कळायच्या आत माणसं तिच्या खोलीत शिरली आणि त्यांनी तिला घेरलंच. एकेक करून तिच्या अंगावरचे सगळे दागिने काढून घेण्यात आले. पांढरा मेखला अंगाभोवती गुंडाळायला दिला. यापुढं जमिनीवरच झोपायचं, असा दमही आयाबायांनी दिला. तिनं बनवलेल्या सुंदर रंगबिरंगी बाहुल्याही त्यांनी फेकून दिल्या. त्या बाहुल्या तरी ठेवा, म्हणून तिनं किती आटापिटा केला; पण कुणी काही ऐकून घेतलं नाही.

'त्या' घटनेला महिना होऊन गेला. मग एक दिवस तिचे वडील आले. चंद्रधर मौजादर. ते ब्रिटिशांच्या सेवेत टॅक्स कलेक्टर होते. पांढरं कपाळ घेऊन जगणाऱ्या लेकीला माहेरी परत घेऊन जायला ते आले होते.

गाडी एका निर्जन गावी थांबली. स्टेशनात कुणीच नव्हतं. बाप-लेक उतरले. समोर एक बैलगाडी उभीच होती. रत्नमालानं धावत जाऊन बैलांच्या पाठीवरून हात फिरवला आणि मग गाडीत जाऊन बसली.

झाडांच्या कुशीत त्यांचं मोठं घर होतं. आवतीभोवती दाट झाडी आणि झाडांच्या फांद्यांतून पडणाऱ्या प्रकाशाच्या चकाकत्या तुकड्यांनी उजळलेले मोठमोठे व्हांडे. तिनं व्हांड्यात पाऊल ठेवताच घरातून रडण्याचे आवाज कानी पडू लागले. रत्नमाला शांत उभी होती. कोरडी. तेवढ्यात धाय मोकलून रडणारी आई दिसली आणि रत्नमालाचाही बांध फुटला.

रोज लोकं दारावर येऊ लागले. येणारी प्रत्येक बाई तिला पोटाशी धरून रडायची. हळूहळू रत्नमालाच्या डोळ्यांतलं पाणी आटायला लागलं. डोळे कोरडे झाले. इतके की जशा दोन काळ्या खाचा. ती एकटीच कापडयाच्या बाहुल्या करत बसायची. कधी कधी एखाद्या अंधाऱ्या कोपऱ्यात, गुडघ्यात तोंड खुपसून रडायची. पोरीचं ते दुःख पाहून आई-बापही रडायचे आणि तिच्यासमोर डोळे पुसून उभे राहायचे.

पण किती दिवस चालणार असं? शेवटी घरच्यांनी ठरवलं, की तिला या वातावरणापासून कुठं तरी दूर पाठवायचं. तिचे काका, कुलधर बरूहा. ते पलाशटोळीच्या टी इस्टेटवर काम करायचे. हेड क्लार्क होते. कुलधरकाका म्हणजे तिच्या वडिलांचे धाकटे भाऊ. पलाशटोळी म्हणजे भूतानच्या पहाडी जंगलात वसलेलं अगदी छोटं गाव. सगळे चहाचे मळे आणि त्यात लांबच लांब रांगा लावून उभी लालबुंद

पळसाची झाडं. पळसाची झाडं खूप म्हणून गावाचं नाव पलाशटोळी. फेब्रुवारी महिन्यापासून उन्हाळा सुरू झाला, की पळस अंगार पेटल्यासारखा लालचुटूक दिसायचा. पळसाच्या फुलांच्या गंधाने भारून जायचं वातावरण. रत्नमाला पलाशटोळीत पोहचली ती अशीच ऐन फेब्रुवारीत. रंग उडालेल्या तिच्या जगात अचानकच रंगांना उधाण आलं.

पलाशटोळी गावात जायचं, तर वाहन आणि रस्ते अशी काही सोयच नव्हती. गावात पोहचण्याचे मार्ग दोनच. एकतर बैलगाडी नाहीतर हत्ती. चहाचे मोठमोठे बोजे वाहून नेण्यासाठी टी इस्टेटवाले कायम हत्तीच भाड्यानं घेत. त्या चहा मळ्याचा मॅनेजर होता इंग्रज ऑलिव्हर स्मिथ. बाहेर कुठं जायचं असलं, की तो कायम एका ओळीचा एक चिठ्ठीवजा आदेश काढायचा, 'बुलक कार्ट विथ सॉय' म्हणजेच छत असलेली बैलगाडी पाठवा. बाकी मात्र हत्तींचीच सेवा. बरूहाकाकांनी अशाच मालवाहतुकीसाठी एक हत्तीण भाड्यानं घेतली होती, तिचं नाव रत्नमाला.

रत्नमाला हत्तिणीच्या पाठीवर बसून रत्नमाला टी इस्टेटच्या दिशेनं निघाली. वाटेत एक नदीचं कोरडं पात्र लागलं. नदीला पाणी नव्हतंच, तरी रत्नमाला हत्तीण सरावानं थांबली, अंदाज घेत असावी. तिला माहीत होतं या नदीचा काही भरवसा नाही. एकदम ढग फुटल्यासारखा पाण्याचा लोंढा कुठून तरी येतो आणि आपल्या वेगात आहे-नाही ते वाहून नेतो. पात्रात होतं-नव्हतं सारं काही दिसेनासं होतं. रत्नमाला हत्तीण अंदाज घेत उभी होती तेव्हाही नेमकं तसंच झालं. एकदम पाण्याचा लोंढा आला आणि काही मिनिटांत गायबही झाला. रत्नमाला हत्तिणीला हे नेहमीचं होतं. ती थांबली आणि नदी शांत झाल्यावर पाठीवरच्या रत्नमालाला घेऊन नदीपात्र ओलांडू लागली.

रत्नमालाला चहाचे मळे काही नवे नव्हते. आई आणि आत्याबरोबर ती कितीदा चहाच्या मळ्यात गेली होती; पण यावेळी ती एकटी होती. नाही म्हणायला रंभा होती सोबत. रत्नमालाला सोबत म्हणून कामवाल्या रंभाला पाठवण्यात आलं होतं. दोघी निघाल्या, तर वाटेत हिरवंगार जंगल ठायी ठायी त्यांचं स्वागत करत होतं. कुठं मोर पिसारा फुलवून नाचत होते, तर कुठं हरणं उड्या मारत सैरावैरा धावत होते. दूर उभे निळे डोंगर हिरव्या झाडांमागून डोकावत होते. शांत-नीरव वातावरणात निसर्ग सौंदर्याची मनमुक्त उधळण करत होता.

हत्तींची ये-जा तर सुरूच होती; पण वाघही दिवसा सहज दिसायचा. संध्याकाळी तर वाघांच्या डरकाळ्या आणि हत्तींच्या चित्कारांनी वातावरण दुमदुमुन जायचं. जागोजागी भयानक साप निघायचे. मजदूर त्यांना मारून खांद्यावर टाकून घरी घेऊन जायचे. रत्नमालाला भीती वाटायचीच या वातावरणाची. पण त्यापेक्षा मोठी भीती होती ती 'काला आजार' नावाच्या भयानक तापाची. या आजारानं किती जणांचे बळी

घेतले. बरूहाकाकांचं पहिलं मूलही याच आजारानं दगावलं. रत्नमालाला पलाशटोळीला पाठवायला म्हणूनच बाबा काही तयार नव्हते; पण शेवटी त्यांनी तिला पाठवलं.

काला आजार कशानं होतो आणि अंग इतकं तापानं का फणफणतं, हे काही कुणाला कळत नसे. दरदरून ताप यायचा. पोटदुखीनं माणसं गडबडा लोळायला लागायची. पोटात गोळाच यायचा. लिव्हरला म्हणता म्हणता सूज यायची आणि माणसाचा काही तासांत बळी जायचा. या तापावर 'क्विनाईन' नावाची अत्यंत कडू गोळी हा एवढाच उपाय होता. पण त्या कडूजहर औषधानंही माणसं वाचायची नाहीत. तसा हा सगळा भाग स्वच्छ होता, पाणी शुद्ध होतं; पण जंगलात डासांचं साम्राज्य. त्यातही मलेरिया फैलावणारे डास. मिस्टर स्मिथने आदेशच काढला होता, की सगळ्या मजुरांनी रोज क्विनाईनच्या दोन गोळ्यांचा डोस घेणं सक्तीचं आहे. खुडलेल्या चहाच्या पानांचे बोजे घेऊन मजूर रोज संध्याकाळी वजनकाट्यावर यायचे, तेव्हा या गोळ्यांचा डोस घ्यावाच लागत असे. रत्नमालालाही काकांनी गोळ्या दिल्या. त्या कडूजहर गोळ्या काही तिच्या घशातून उतरेनात. आपल्याला घरच्यांनी या जंगलात का धाडून दिलं, असं वाटून टचकन पाणीच आलं तिच्या डोळ्यांत. एकटेपणा पुन्हा मन पोखरायला लागला.

मनात विचारांचं काहूर माजलं होतं. जगात कुणाला गरज आहे आपली? आहे कोण आपलं? आई-बापानंसुद्धा असं टाकून दिलं आपल्याला. सोडून दिलं जंगलात एकटीनं जगायला. रत्नमाला स्वत:लाच पुन: पुन्हा हे प्रश्न विचारत होती. भल्या मोठ्या घरात रंभाचीच काय ती सोबत; पण रंभा तिच्या जगात खूश होती. खायचं आणि झोपा काढायच्या एवढंच तिचं आयुष्य. काही काम सांगितलं, की ती चिडायची. आदळआपट करायला लागायची. काका दूर मिसामारीच्या मोहिमेवर रवाना झाले होते. युद्धाचं वातावरण होतं. ताबडतोब माणसांची कुमक रवाना करा, असे आदेश होते. काकाही शंभर माणसं घेऊन मिसामारीला निघून गेले. आवतीभोवतीच्या सगळ्याच चहाच्या मळ्यांतून किमान शंभर हट्ट्याकट्ट्या माणसांना मिसामारीला बोलावून घेण्यात आलं होतं. मिसामारीच्या एअरफिल्ड परिसरात ब्रिटिश सरकारनं सैन्यभरती सुरू केली होती. या साऱ्या धावपळीत काकांचं पलाशटोळीला येणंच होत नसे. सुटीच मिळायची नाही आणि मिळालीच तरी ते पलाशटोळीला येण्यापेक्षा त्यांच्या स्वत:च्या कुटुंबाला भेटायला गावी निघून जात.

रत्नमाला एकटीच. नाही म्हणायला रंभा होती. पण तिच्याशी फार काही बोलणं व्हायचं नाही. सोबत होती फक्त हत्तीण रत्नमाला आणि तिचा माहूत असलेला किनाराम. डोंगरउतारावर पडलेली लाकडं बाजूला करून, ती जमीन होता होईतो सपाट करण्याचं काम त्या दोघांकडं होतं. डोंगरउतारावरच्या जमिनीत चहाची लागवड करायची म्हणून ती जमीन साफ करायचं काम ते करायचे. पण सध्या काही

कामही नव्हतं, माणसंच नव्हती. त्यामुळं किनाराम आणि रत्नमाला हत्तीणही घरीच होते.

दिवस उजाडला की सरता सरत नसे. दिवसभराचा सन्नाटा अंगावर यायचा. कामही फार नसे. किनाराम मासे पकडून आणायचा आणि रंभा स्वयंपाक रांधायची. किनारामनं पकडून आणलेल्या टेंगा माशाचं मस्त आंबटगोड कालवण रंभानं शिजवलं होतं. त्या माशावर आडवा हात मारून झाला आणि रंभानं चटईवर पाठ टेकली. काही वेळात ती घोरायलाही लागली. रत्नमाला त्या आवाजाला कंटाळून बाहेर आली, तर किनाराम हत्तिणीला केळीची पाने खाऊ घालत होता. रत्नमाला त्याच्या शेजारी येऊन उभी राहिली. किनाराम वेगळाच दिसायचा. त्याच्या शरीराचा लालसर रंग पिकलेल्या लाल पेरूसारखा दिसायचा. आणि तो हसला, की डोळे चकाकायचे; त्या वेड्यासारख्या वाहणाऱ्या पगलिया नदीतल्या गोट्यांसारखे. कोरड्या पात्रात सूर्यप्रकाश पडला, की ते गोटे जसे चमकायचे तसेच दिसायचे किनारामचे डोळे हसताना.

रत्नमाला मनातल्या मनात असा काही विचार करत होती तेवढ्यात किनाराम तिच्याकडे पाहून हसला. आणि एकदम म्हणाला, 'खा, लवकर रत्नमाला, आटप. किती चेंगटपणा करशील!' आपलं नाव असं ऐकून रत्नमाला हसली. आपलं आणि हत्तिणीचं नाव एकच आहे, याची तिला गंमत वाटली.

किनाराम हत्तिणीला बसायला सांगतोय, असं पाहून तिनं त्याला विचारलंच, 'कुठं बाहेर चाललाय?'

'हो, मी शिकारीला चाललोय!' हत्तिणीच्या पाठीवर स्वार होत तो म्हणाला.

'शिकार? कुणाची शिकार?' तिनं आवंढा गिळत विचारलं, शिकारीचं नाव काढताच कसनुसं झालं तिला.

'मजूर शिकारीला चाललेत, मी त्यांच्या बरोबर जातोय.'

'मी येऊ?' तिनं हळूच विचारलं.

किनारामनं हत्तिणीला खाली बसवलं. रत्नमाला चटकन हत्तिणीच्या पाठीवर बसली आणि ते निघाले. काही वेळातच ते लोखंडी पुलावर पोहचले. या निबिड जंगलात ब्रिटिशांनी तो पूल बांधला होता. किनारामनं हत्तिणीला थांबवलं. पुलाच्या खाली दोन्ही बाजूला त्या कोरड्या, पण कधीही बांध फुटणाऱ्या वेड्या नदीचं पात्र होतं. ओली वाळू आणि चकाकते दगड-गोटे प्रकाशात उजळलेले होते. एका बाजूला माणसांची एक टोळी हातात धनुष्यबाण घेऊन सज्ज होती. दुसऱ्या बाजूनं काही माणसं या माणसांच्या दिशेनं धावताना दिसत होती, आणि त्यांच्या पुढ्यात जिवाच्या आकांतानं धावत होती दोन हरणं. माणसांच्या टोळ्यांनी त्यांना दोन्ही बाजूनं घेरलं होतं. तसंही जंगलात हरणांची कमी नव्हती. त्यांची शिकार सर्रास होत असे.

रत्नमालानंही अनेकदा हरणाचं चविष्ट मांस खाल्लं होतंच. काकांच्या अंगणातही मांस कापण्याचं मोठ्ठं लाकूड होतं. ते वापरून वापरून झिजून गेलं होतं. तेवढ्यात शिकार झाल्याची हाळी आलीच. हरणाचा गतप्राण देह खांद्यावर टाकून मजूर घरांकडं निघालेही होते.

हरणाची शिकार पाहताना दिवस कसा सरला कळलंही नाही. दुसऱ्या दिवशीही भल्या पहाटेच किनाराम आला. उजाडलंही नव्हतं. रंभा घोरतच होती, काकाही घरी नव्हतेच. रत्नमाला हत्तिणीच्या पाठीवर बसली आणि किनारामसह निघाली. जाओरिया मासे कसे पकडायचे, हे तो तिला दाखवणार होता. काळ्या पाठीचे-रूपेरी चमचमते जाओरिया मासे म्हणजे खायची चंगळ. अर्थात कडक पाठीचे हे मासे साफ करणं, कापणं सोपं काम नसायचं; पण रंभा ते खुशीनं करायची. जाओरिया म्हटलं, की तिच्या तोंडाला पाणी सुटायचं.

हे मासे पकडायचे म्हणजे पाण्यात गळ टाकून बसण्याइतकी सोपी गोष्ट नाही. नदीच्या काठावर काही छोटे छोटे डोह तयार होतात. या डोहात हे मासे भल्या सकाळी येतात. थंड हवा, गुलाबी आकाश आणि पाण्याचा उष्मा या माशांना आवडतो. त्यावेळी माशांच्या झुंडी पाण्यात मस्त पोहतात; पण लहानशा आवाजानंही ते बिचकतात. गायब होतात पाण्याच्या पोटात. त्यामुळं एकदम शांत राहिलं, तर काही मासे जाळ्यात सापडतात. पण हे सगळं पहिले सूर्यकिरण पाण्यात पडण्यापूर्वी करावं लागतं. एकदा का सूर्याची किरणं तळ्यात पडली, की हे सगळे मासे अदृश्यच होऊन जातात. ही एवढी सगळी माहिती देऊन किनारामनं रत्नमालाच्या ज्ञानात भर घातली.

हत्तिणीला एका मोठ्या कदंबाच्या झाडाखाली थांबवलं. ती दोघं खाली उतरली. हत्तिणीला झाडाला बांधायचीही गरज नव्हती, ती शहाण्यासारखं वागायची. किनारामनं आदेश दिल्याशिवाय हलायचीसुद्धा नाही. सकाळच्या प्रहरी डोंगरावर सगळीकडं धुकं होतं. हवेत जरासा गारवाही होता. हिरव्या गवताचा गंध सगळीकडे भरून गेला होता. पायाला मऊ ओली माती लागतच होती. ती तुडवत किनाराम पायवाटेनं निघाला. काही अंतर चालून गेल्यावर, थोडी चढण चढून ती दोघं नदीकाठी पोहचली. ओली रेती पायाला चिकटत होती, कुठं कुठं तर रेतीत पायही रुतून बसू लागले. रत्नमाला मागं राहिली. पाय रुतला, की किनाराम पुन्हा माघारी यायचा, तिला हात द्यायचा आणि पुन्हा दोघं चालू लागायचे.

झुंजुमुंजु व्हायला लागलं होतं. भराभर पावलं उचल, असं किनारामनं तिला नजरेनंच सांगितलं. पण ओल्या मातीत भरभर चालणं तिला काही जमत नव्हतं. किनारामनं तिला हात दिल्यानं तिच्या पावलांचा वेग वाढला. दूर कुठंतरी एक पक्षी आनंदानं गात होता. त्याची तान तेवढी ऐकू येत होती.

नदीच्या किनाऱ्यावर पोहचताच तिनं आकाशाकडं पाहिलं. सगळं आकाश लाजल्यासारखं लाल-गुलाबी झालं होतं. गुडघ्याएवढ्या पाण्यात उभ्या रत्नमालाला आकाशाचं पाण्यातलं प्रतिबिंब दिसत होतं. ते पाणीही गुलाबी रंगाचं होऊन वाऱ्यावर नाचत होतं. किनारामनं बोटानंच तिला खुणावलं आणि पाण्यात मस्त पोहत असलेले मासे दाखवले. थोडंसं पाण्यात खोल उतरत त्यानं जाळं टाकलं. ती त्याच्या मागं गेली. तिचे उजळ पाय गुडघ्यापर्यंत पाण्यात भिजले. भल्या सकाळी उजळलेलं हे रूप, पाठीवर पसरलेले वाऱ्यावर भरारा उडणारे लांबसडक मोकळे केस पाहून किनाराम स्तब्ध उभा राहिला. तिच्यावरून त्याची नजर हटेना. तेवढ्यात त्याच्या कानावर तो नेहमीचा आवाज पडला. पगलिया नदीत पुन्हा एकदम पाण्याचा लोंढा वाहत येताना दिसला. रत्नमाला पाण्यातच उभी होती, त्यानं तिला स्वत:कडं खेचलं. छातीशी घट्ट धरलं आणि काठावर उडी मारली.

ती दोघं वाळूत जाऊन पडली. ओल्या अंगाला वाळू चिकटली; पण ती दोघं तसेच एकमेकांना बिलगून पडून राहिले.

जरा हालचाल झाली असती, तर त्या आवाजानं रूपेरी मासे पळून गेले असते.

एकमेकांना चिकटल्यासारखे दोन देह एकमेकांच्या डोळ्यांत हरवून गेले.

काही दिवस उलटले. एक दिवस रत्नमालाचे आई-वडील आणि आत्या तिला घरी परत न्यायला आले. पाहतात, तर त्यांची मुलगी पूर्वीसारखी दिसतच नव्हती. रडून रडून सुकलेली, रंग उडालेली मुलगी एकदम बदलून गेली होती. नुकत्या उमललेल्या कमळाच्या कळीसारखी अंतर्बाह्य देखणी दिसत होती. चहाच्या मळ्यातली शुद्ध हवा आणि पहाडी वातावरणाचा एवढा असर? आश्चर्यच वाटलं त्यांना.

एके रात्री रत्नमाला हत्तिणीच्या जागी एक मोठा दणकट हत्ती बांधलेला त्यांना दिसला. अंधारातही त्याचे पांढरे सुळे चकाकायचे. रात्री तो हत्ती तिथंच असायचा. पण भल्या पहाटे उजाडायच्या आत तो गायब व्हायचा आणि त्याच्या जागी झाडाखाली रत्नमाला हत्तीण शांतपणे उभी असायची.

रत्नमालाच्या आईला काही तरी गडबड असल्याचा संशय यायला लागला होता. धोका नकोच म्हणून ती लेकीला जवळ घेऊनच झोपायची. पण एके दिवशी रात्री तिला जाग आली, तर रत्नमाला शेजारी नव्हतीच. दारही किलकिलं झालेलं होतं. बाहेर येऊन पाहिलं, तर हत्तींची जोडी शांतपणे उभी होती. त्यांच्यापासून थोडंसं दूर 'ते' दोघे, एकमेकांत हरवून गेल्यासारखे. रत्नमालाची आई ते दृश्य पाहून हबकून गेली. पण तोंडावर हात गच्च दाबून तशीच उभी राहिली. तिनं कुणाला काही सांगितलं नाही. दुसऱ्या दिवशी उजाडताच तिनं घरी परतण्याचा धोशा लावला. लेकीवर नजर होतीच. त्या दिवशी किनारामनं रत्नमालाला तिच्या आवडीची फुलं

आणून दिली. तो वास घरभर दरवळला. रत्नमालानंही त्याला पिकलेले, घमघमणारे आवळे वाडगाभरून दिले. एकदम भरून आलं म्हणून रत्नमाला एका कोपऱ्यात गुडघ्यात तोंड खुपसून रडलीही. ते सगळ्यांनी पाहिलं, त्यांना वाटलं हे रडणं पूर्वीसारखंच. पण रत्नमालाच्या आईला कळून चुकलं होतं, आता पूर्वीसारखं काहीच उरलेलं नाही. डोळ्यांतलं हे पाणी 'ते' नाही.

त्या रात्री पुन्हा एकदा हत्तीण आणि रत्नमाला दोघी गायब झाल्या. हत्तीण परत आली; पण रत्नमाला काही परत आली नाही.

कुठं गेली?

रत्नमाला आणि किनाराम पळून गेले. आपल्या नात्याला मौजादर परवानगी देणार नाहीत, याची त्यांना कल्पना होतीच. ते पहाडात दूर निघून गेले. काही दिवसांनी रत्नमालाला दिवस गेले. पण त्या बाळंतपणात ती वाचली नाही. पोटच्या पोरीचा चेहरा पाहताच तिनं डोळे मिटले. किनाराम त्या तान्ह्या बाळाला घेऊन चहाच्या मळ्यात परत आला. काही दिवसांनी त्याचा रक्ताच्या थारोळ्यात पडलेला देह त्या नदीकिनारीच सापडला. तो आणि रत्नमाला जिथं रूपेरी मासे पकडायला गेले होते, तिथंच त्याला कुणी तरी गोळी घातली होती. पण कुणी? विचारणार कोण, कुणाची हिंमत होती?

रत्नमालाच्या वडिलांनी ते छोटं बाळ गरीब नातेवाइकांना सांभाळायला देऊन टाकलं. रत्नमालाची एक जाडसर मोहनमाळही त्यांनी मोबदला म्हणून देऊन टाकली. ही जोखीम घरात कुठं ठेवायची म्हणून त्या लोकांनी ती सोन्याची माळ परसदारी पुरून टाकली. पण एक दिवस जमिनीत प्रकाश दिसतोय असा गावभर बभ्रा झाला. मांत्रिकाला बोलावून ती जागा खोदण्यात आली. त्यातून ती माळ बाहेर निघाली. शुद्धीकरण करून ती पुन्हा मोहरीच्या पोत्यात घालून दुसरीकडे पुरून टाकण्यात आली.

त्या लोकांनी ही मुलगी रत्नमालाची आहे. हे सत्यही दडवून ठेवलं. सगळ्या गावानंच तिचा सांभाळ केला. तिचं नाव ज्युतीमाला. ती मोठी होऊ लागली. तरुण झाली. पण आपण कोण, कुणाचे याचा तिला काही पत्ता नव्हता. पण हळूहळू ती प्रश्न विचारू लागली; माझे आई-बाप कोण सांगा, म्हणून हट्ट करू लागली. पण कुणी काहीच सांगितलं नाही. आपल्यापासून काही तरी कायमचं लपवलं गेलंय, एवढंच तिला कळत होतं.

तेव्हाच तिला 'तो' भेटला. खितीश घोष त्याचं नाव. त्याचं एक छोटंसं मिठाईचं दुकान होतं. ज्युतीमालाच्या गावापासून दूर एका गावात तो राहायचा. मौजादरांचंच ते गाव. त्यांच्या घरी मिठाईही त्याच्याच दुकानातून जायची.

ज्युतीमालाच्या गावात दरवर्षी जत्रा भरायची. या जत्रेतही खितीश मिठाईचा

ठेला लावायचा. पण तो स्वत: कधी त्या जत्रेला येत नसे. त्याची दोन-तीन माणसंच ते काम पाहायची. पण यावर्षी तो स्वत: जत्रेला आला. ठेला तर लावायचा होताच, पण त्याला एक छोटं कुत्र्याचं पिल्लूही विकत घ्यायचं होतं. या जत्रेत भूतानी लोक येतात आणि त्यांच्याकडे चांगल्या जातीची कुत्री विकायला असतात, हे त्याला माहिती होतं. तसंही खितीशचं जगात कुणीच नव्हतं. ना आई-बाप, ना भाऊ-बहीण. त्यानं मोठं घर बांधलं होतं, पण बोलायचं तर घरात कुणी नाही. घराच्या चार भिंती तेवढ्या त्याच्याकडे पाहत उभ्या असायच्या. त्याला वाटलं निदान एक कुत्रा तरी पाळावा, तेवढीच सोबत.

त्याच जत्रेत त्यानं ज्युतीमालाला पाहिलं. तिनं पारंपरिक डोखोना घातलेला होता. पण तरी ती इतर बोडो आदिवासी बायकांपेक्षा वेगळीच दिसत होती. बगळ्यांच्या गर्दीत हंस वेगळा दिसावा, इतकी वेगळी. त्याला ती आवडली.

या मुलीची सगळी माहिती काढायची, असं ठरवून तो तिच्या घरी गेला. पण तिथं कुणीच नव्हतं. पडकं-भकास घर फक्त उभं होतं. मग ज्युतीमाला सध्या जिथं राहत होती तिथं तो पोहोचला. त्याला कशाचीच फिकीर नव्हती. टक्केटोणपे खाऊनच तो मोठा झाला होता. स्वत:च्या पायावर उभा होता. खिशात पुरेसे पैसे होते आणि आली वेळ शिंगावर घेण्यात तो पटाईत होता.

त्यानं रीतसर ज्युतीमालाला मागणी घातली आणि तिच्याशी लग्न करून तो तिला घरी घेऊन गेला. सोबत कुत्र्याचं पिल्लूही घेतलं.

पण ज्युतीमाला आणि खितीशची कहाणीही सुफळ संपूर्ण होणं नियतीला मान्य नव्हतंच. ज्युतीमालाचं नशीबही आईसारखं खडतरच होतं. ते राहत होते त्या भागात चंदनाचं जंगल होतं. घुसखोरांची एक टोळी त्या जंगलात शिरली. चंदनाला आलेला सुगंधी मोहर पेटावा, तसं रान पेटलं. मोर आणि हरणांची वारेमाप शिकार झाली. त्यांनी एक प्राणी जिवंत ठेवला नाही. सगळं जंगल उद्ध्वस्त झालं. भकास भयाण शांतता तेवढी उरली.

खितीश मात्र त्या भयाण संकटातही धीरानं उभा होता. परिस्थितीचा सामना केला तर कुठलंही संकट सहज परतवता येतं, हा त्याचा विश्वास होता. त्याच विश्वासाच्या जोरावर घरात गरोदर बायकोला एकटं सोडून तो घराबाहेर पडला. बाहेर गोळीबार सुरूच होता. लोक सैरावैरा जीव वाचवत धावत होते. लपत होते. पण खितीश कशालाच घाबरत नव्हता. ताठ मानेनं तो त्या घुसखोरांच्या दिशेनं चालत गेला.

पण?

एका गोळीनं त्याचा वेध घेतला. तो जागीच निपचित मरून पडला. कधीही घरी परत आलाच नाही.

नेमक्या तेव्हाच ज्युतीमालाच्या प्रसवकळा सुरू झाल्या. एकटीच वेणा देत तिनं जिवाच्या आकांतानं जोर लावला आणि एका मुलीला जन्म दिला.

ज्युतीमाला दमल्यानं बेशुद्धच झाली होती. नुकतं जन्मलेलं बाळ बाजूला पडलेलं होतं.

आणि तेवढ्यात काही लोकांची टोळी तिच्या घरात शिरली, त्यांनी त्या घरालाच आग लावली. घर पेटलं. धगधगायला लागलं.

लांबून हे सारं रतन पाहत होता. जीव वाचवून तो एका ठिकाणी लपून बसला होता. रतन तसा खितीशचा फार लांबचा नातेवाईक. तो कसाबसा जीव मुठीत घेऊन घरात शिरला. ज्युतीमाला बेशुद्धच होती. तिला वाचवायला जावं तर तिचं बाळ कुठं दिसेना आणि तेवढ्यात रतनच्या कानावर एक आवाज आला,

कुणी तरी तळ्यात काही तरी फेकल्याचा.

तो त्या आवाजाच्या दिशेनं पळाला.

तळ्यात काही तरी फेकून ते लोक निघून जात होते.

त्याच्या लक्षात आलं, त्या माणसांनी ते नुकतंच जन्मलेलं बाळ तळ्यात फेकून दिलं होतं. रतननं लपतछपत जाऊन तळ्यात उडी मारली, पाहिलं तर बाळ पाण्यात नव्हतं, ते लव्हाळ्यांमध्ये अडकलं होतं.

रतन घोषने त्या बाळाला छातीशी घट्ट धरत तळ्यातून बाहेर काढलं. ऊब देत जगवण्याचा प्रयत्न केला.

बाळ जगलं.

तिचंच नाव -फेलानी.

फेलानी म्हणजे फेकून दिलेली.

जन्माला आल्याक्षणी जिला लोकांनी फेकून दिलं, ती आयुष्यभर मग फेलानीच राहिली. फेकून दिलेलं जगणंच आलं तिच्या वाट्याला.

दोन

फेलानी.

पाचवीला सटवाईनं भाळी लिहावं, तसं तिला हे नाव कायमचं चिकटलं. वर्षं उलटून गेली. लंबोदरशी जन्माची गाठ बांधून. लग्न करून त्याच्या घरी आली, तरी नाव मात्र तेच राहिलं– फेलानी.

लग्नालाही बरीच वर्षं झाली. ती एका मुलाची आई झाली, दुसऱ्या गर्भारपणाचाही सातवा महिना लागला. त्या गरोदरपणाची छटा अंगाखांद्यावर दिसू लागली. परसदारी तिनंच फुलवलेल्या बागेत ती उभी होती. एका हातानं केसांना तेल लावत होती आणि दुसरा हात झाडावर फुललेल्या लालचुटूक गुलाबावरून हळुवार फिरत होता. गंधभरल्या शेतात वाऱ्यावर डोलणाऱ्या सोंगणीला आलेल्या भातासारखी ती टंच भरली होती.

ती? रत्नमालाची नात, ज्युतीमालाची मुलगी, लंबोदरची बायको, लहानग्या मोनीची आणि आता पोटात हालचाल करू लागलेल्या बाळाची आई.

एक दिवस सकाळी मात्र लंबोदरनं कामावर जाताना फेलानीला सांगितलं, सामान आवरायला घे. महत्त्वाचं सामान, कपडेलत्ते बांधून ठेव. आपण हे घर सोडून जाणार आहोत; पण फार सामान मात्र घेऊ नको. आवश्यक तेवढं घे. फेलानीला कळेना आवश्यक तेवढं आणि महत्त्वाचं म्हणजे काय घ्यावं बरोबर. नऊ वर्षं झाली लग्नाला. काडी काडी करून संसार मांडला. एकेक गोष्ट जमवली तेव्हा हे घरटं सजलं. आता त्यातलं महत्त्वाचं म्हणजे काय बरोबर घ्यावं? काय इथंच सोडून जावं? बागेतली फळांनी डवरलेली झाडं, केळींच्या वजनानं जमिनीवर मान टाकणारी लेकुरवाळी केळी, बागेतले सुगंधी टप्पोरे गुलाब, त्याला लागून असलेलं परसदारचं छोटं तळं, त्या तळ्यातले मासे. हे सारं महत्त्वाचं नाही? त्यांना कसं नेणार बरोबर? कुठल्या डब्यात, खोक्यात, गाठोड्यात बांधून न्यायचं त्यांना? सात महिन्यांचं पोट घेऊन ती जड पावलांनी घरभर फिरली. तिच्या घरातलं सगळंच तिच्यासाठी महत्त्वाचं होतं. त्यातलं काय बांधून न्यायचं, काय सोडायचं कळेना. सैरभैर झालेली

ती घरभर इकडून तिकडं चकरा मारत होती.

त्या रात्री तीच काय, साऱ्या गावातले लोक, शेजारीपाजारी; कुणीच झोपलं नाही. सगळं गाव अस्वस्थतेनं जागं होतं. त्यात माणसांच्या किंकाळ्या कानावर पडत होत्या. कुणाची घरं जाळली जात होती, कुणाची उभी शेतं पेटत होती. लोक रडत होते. आयाबाया ओरडत होत्या. धुरानं सगळं आभाळ भरून जात होतं. त्या रात्री अशा जाळपोळीच्या किमान सहा तरी घटना घडल्या. आपल्या घरांची अशी राखरांगोळी होऊ नये म्हणून काही माणसं गटागटानं रात्री पहारा देत होते. आपल्या घरादारांची, बायका-पोरांची राखण करत होते. मोनीचे वडीलही पहाऱ्यावर गेले होते. मोनी जेमतेम सात वर्षांचा होता, पण शहाणं होतं पोर. डुलकी लागली, तरी खडबडून जागा व्हायचा. त्याचे वडील त्याला आईची काळजी घे, असं बजावून गेले होते म्हणून टक्क जागं राहण्याचा प्रयत्न करत होता. पण बाहेरचा गोंगाट कमी होत नव्हता. जरा आवाज झाला, काही आरडाओरडा कानावर पडला, की मोनी दचकून जागा व्हायचा. पहाऱ्यावर बाहेर असलेले लोक ओरडायचे मधूनच. त्यांना जवळच ज्यूटच्या शेतात काही माणसं घुसताना दिसली. आगीच्या ज्वाळाही लांबवर दिसत होत्या. काही माणसांनी तर शेतात घुसणाऱ्या लोकांच्या हातात पेट्रोलच्या बाटल्या आणि विष चढवलेले बाणही पाहिले. पेट्रोलचा वास नाकातोंडात जातच होता.

लहानग्या मोनीचा मधूनच डोळा लागायचा. फेलानी झोपलेल्या मोनीजवळ गेली. तिला मायेनं त्याला पोटाशी घ्यायचं होतं; पण तिला वाकवत नव्हतं. चालवत नव्हतं. ती कशीबशी श्वास घेत होती, धाप लागत होतीच. तेवढ्यात पोटात एका बाजूला वजन वाढलं, काही तरी जोरात हललं. हसू आलं तिला, वाटलं पोटातलं बाळ कुशीवर वळलं असणार, त्यानं मारली असेल लाथ जोरात. तो मारही त्याक्षणी किती गोड वाटला तिला.

मोनी झोपेतही अस्वस्थच होता. बरळत होता. दचकत होता. त्याच्या वयाच्या मुलांनी खरं तर बिनघोर झोपायला हवं. जगाची पर्वा न करता सुखाची झोप हेच तर या वयातलं खरं सुख असतं. पण त्या बिचाऱ्याला लहान वयात माणसातलं क्रौर्य पाहावं लागत होतं. फेलानीनं एक दीर्घ सुस्कारा सोडत त्याच्या मानेखालची उशी सरळ केली.

ती जागीच होती. तिचा नवरा जिबानच्या दुकानावर गेला होता. जिबानचं दुकान म्हणजे गावातल्या पुरुषांचा नेहमीचा अड्डा. तिथं गप्पा रंगायच्या. आता जिबानचं दुकानही ओस पडलं होतं, रिकामंच झालं होतं. पण एरवी तो याच दुकानात बिस्किटं, बनपाव ठेवायचा. त्याला सोबत म्हणून 'काला सा' अर्थात काळा चहा असायचाच. त्याच्या दुकानात रोजचं वर्तमानपत्रही यायचं. पण तो पेपर

वाचण्यात फार कमी लोकांना रस असायचा. कधी कधी एखादं बडं गिऱ्हाईक दुकानात येताना रेडिओही घेऊन येत असे, त्यावर गाणी ऐकत अनेक जण रेंगाळत. आता-आतापर्यंत लोकांना त्या वर्तमानपत्राचं आणि रेडिओचं फार काही अप्रूप नव्हतं. पण आता सगळंच बदललं, दंगली पेटल्या. लोकांना वर्तमानपत्र आणि रेडिओ जीव की प्राण वाटू लागले. जिवाचा कान करून लोक बातम्या ऐकायचे. आपल्या आवतीभोवती काय घडतंय, हे समजून घेण्याचा तो एकमेव मार्ग उरला होता.

फेलानी मात्र कधी जिबानच्या दुकानावर जात नसे. नेमकं काय चाललंय, हे तिला माहितीही नव्हतं. तिला कसं कळणार, की काही तरुण मुलं आगामी निवडणुकांचा निषेध म्हणून डोकी भडकवून फिरताहेत. येत्या निवडणुकीवर बहिष्कार टाका, असं आवाहन लोकांना करताहेत. आपल्या मतदारसंघातून महिलांनी निवडणुकीला उभं राहण्यास त्यांचा तीव्र विरोध होता, म्हणून तर नामांकन भरायला आलेल्या एका महिलेला त्यांनी अडवलं. त्यातून पोलिसांशी त्यांची चकमक उडाली. त्यावेळी झालेल्या गोळीबारात दोघांना जीव गमवावा लागला. काही जखमी झाले. त्या चकमकीत ठार झालेल्या तरुणांची अंत्ययात्रा शहरभरातून काढण्यात आली.

फेलानीला हे काहीच माहिती नव्हतं. तशी फारशी माहिती जिबानच्या दुकानावर चहा प्यायला येणाऱ्यांनाही नव्हतीच. पत्रकं वाटली जात होती. त्या पत्रकात लोकांना इशारे दिले जात होते. धमक्यांचे कागद खुलेआम फिरत होते.

'निवडणुकीचे बूथ, चारचाकी गाड्या, घुसखोरांची घरं पेटवून दिली जातील. रेल्वे ट्रॅकच्या फिश प्लेट्स काढून टाकल्या जातील, वीज तोडली जाईल, सरकारी वाहनं पेटवून दिली जातील, फोडली-तोडली जातील. सरकारी बाबूंवर हल्ले होतील, त्यासाठी मिरचीपूर, सुरे, कोयते आणि विष चढवलेले बाणही सर्रास वापरले जातील, ज्यूटच्या मशालींनी घराला आग लावली जाईल.'

अशा थेट आणि स्पष्ट शब्दांत धमक्या दिल्या जात होत्या, खऱ्याही करून दाखवल्या जात होत्या. पण गावात लोकांना हे काही माहिती नव्हतं, कळतही नव्हतं. त्यांना फक्त एकच कळत होतं, की आपल्या आयुष्यालाच चूड लावणारं काही तरी भयंकर घडतंय. पण हे भयंकर म्हणावं, की अजून काही याहून भयाण घडणार आहे, हेच कळत नव्हतं. वादळापूर्वीची शांतता असावी, असा सन्नाटा मात्र सगळीकडं पसरला होता. सगळीकडं दहशत होती. लोक इतके घाबरले होते, की झाडावरून पिकलं पान पडलं तरी लोक भीतीनं गर्भगळीत व्हायचे.

जिबानच्या दुकानावर शहाणीसुरती बरीच माणसं जमायची. त्यांनी सगळ्यांनी चर्चेअंती एक निर्णय घेतला, की निदान बायका-पोरांना तरी सुरक्षित जागी हलवायला

हवं. इथं कधी काय होईल आणि कधी पेटेल उभा संसार सांगता येत नव्हतं. बाकी काही नाही तरी जीव वाचायला हवा, असं सगळ्यांनी ठरवलं. म्हणूनच फेलानीच्या नवऱ्यानं तिला सामानाची बांधाबांध करायला सांगितलं होतं. पण काय बांधून न्यावं आणि काय नाही, हे काही फेलानीला उमजत नव्हतं. तिनं माळ्यावरची सुटकेस काढली. त्यात एका जुन्या कळकट पिवळ्या बरणीत तिने तिचे काही दागिने ठेवले होते. बायकोच्या अंगावर चार दागिने करून घालण्याची तिच्या नवऱ्याची ऐपत नव्हतीच, दागिन्यांची बातच सोडा; एका अनाथ मुलीशी त्यानं लग्न केलं, हेच काय कमी होतं.

लंबोदर कोच जमातीचा. त्याचं कुटुंब तसं खाऊन-पिऊन सुखी होतं. थोडी जमीनही होती पोटापुरती. मंगलडोईपासून पन्नास किलोमीटर अंतरावर लंबोदरचं घर होतं. लंबोदर त्याच्या काकांबरोबर झूम शेती कसायला म्हणून फेलानीच्या मंगलडोई नावाच्या गावात आला आणि तिथंच राहिला. तो हायस्कूलपर्यंत शिकलेला होता, समंजस होता. त्यानं पहिल्यांदा फेलानीला गावच्या जत्रेत पाहिलं. पहिल्याच नजरेत तिचं रूप पाहून तो हरखून गेला. त्यातही तिचे लांबसडक, काळेभोर केस; त्यांनी वेडं केलं त्याला. तिचं नाव फेलानी आहे, हे ऐकूनही त्याला आश्चर्यच वाटलं; पण जन्मत:च पाण्यात फेकून दिलेल्या आणि त्यातून वाचलेल्या या मुलीची गोष्ट ऐकून त्याचं काळीज पाणी पाणी झालं. हिच्याशीच लग्न करायचं, असं त्यानं ठरवून टाकलं.

पण त्याच्या घरच्यांना हे लग्न मंजूर नव्हतं. त्यांना नको होती अशी मुलगी, जिचा काही आगापिछाच माहिती नाही. तिच्या खानदानाची काही माहिती नाही आणि जेवढी माहिती आहे, ते पाहता ती अगदीच खालच्या कुळातली आहे, असा त्यांचा समज झाला. पण लंबोदर काही ऐकेना म्हटल्यावर त्यांनी त्याच्याशी सगळे संबंध तोडून टाकले. पण तरी लंबोदरनं माघार घेतली नाही. त्यानं हट्टानं फेलानीशीच लग्न केलं. तिला घरी आणलं, बायको म्हणून मानानं वागवायला सुरुवात केली. तेव्हा फेलानीचं वय होतं फक्त १५ वर्षं. काळ भराभर पुढे सरकला. फेलानी आता २३ वर्षांची झाली होती. एका मुलाची आई आणि दुसऱ्याची प्रतीक्षा सुरू होती.

तिनं सुटकेसमधली बरणी उघडली. त्यातून एक भरभक्कम सोन्याची मोहनमाळ बाहेर काढली. तिचं मन भरून आलं. ही माळ तिला लग्नातही घालता आली असती, सगळं गाव ती भलीमोठी माळ पाहून चकित झालं असतं; पण त्यावेळीही तिला नाही घालता आली ती माळ. तिच्या गळ्यात माळ पाहून सतरा प्रश्न उपस्थित झाले असते; आणि मुख्य प्रश्न समोर आला असता, की शुद्धीकरण करून पुरलेली ही सोन्याची माळ बाहेर काढली कुणी? फेलानीकडं

कशी आली? तिच्या आईनं ती माळ रतन घोषकडं सोपवली होती. रतननेच फेलानीचा सांभाळ केला होता. फेलानीनं किती वर्षं ती माळ घराच्या अंधाऱ्या कोपऱ्यात लपवून ठेवली होती. कुणाला माहितीही नव्हतं, की तिच्याकडं अशी काही माळ आहे. आता किती वर्षं उलटली त्या साऱ्याला. तिच्या जन्माच्या वेळीही असंच रक्तरंजित वातावरण होतं. आणि आता १९६०चं दशक उजाडलं, तोच रक्ताचा सडा तसाच पडतोय आवतीभोवती. तिला तिच्या जन्माची कहाणी आठवली. त्या दिवशी तिचे वडील तिकडं रक्ताच्या थारोळ्यात मरून पडले होते, घर पेटलं होतं. आई हिला जन्म देऊन ग्लानीतच होती. घरदार राख होत होतं. कशी कोण जाणे हिच्या आईला शुद्ध आली. तिला उठवत नव्हतं, ओली बाळंतीण; पण जीव एकवटून ती सरपटत कशीबशी रतनच्या घरी पोहचली. तिनं आपल्या पोटच्या गोळ्यापाशी एक पुडकं ठेवलं. त्या पुडक्यात होती ही सोन्याची माळ, तिच्या बांगड्या आणि खितीशनं त्याच दिवशी तिच्या बोटात चढवलेली अंगठी. सारं आठवलं, काटाच आला फेलानीच्या अंगावर.

"फेलानी...फेलानी."

कुणीतरी हाका मारत होतं. आवाज घशातून फुटत नसावा इतका व्याकुळ. फेलानी बाहेर गेली तर जानकीची आजी हाका मारत होती. ते सामानसुमान बांधून तयार होते. ज्यूटच्या शेतात जाऊन राहायचं, म्हणून त्यांनी सगळी बांधाबांध केली होती. निघालेच होते जायला. तिला वाटलं, आता फार वेळ नाही हातात. आपणही घाई करायला हवी. तिनं चुलीवर एकीकडं भात आणि दुसरीकडं मसुराचं पातेलं चढवलं. थोड्या वेळात ते रटरटून शिजलंही. चुलीत धगधगणारा विस्तव पाहून तिचं काळीजही तसंच धगधगू लागलं. एकेक गोष्ट डोळ्यांसमोर उभी राहत होती. लंबोदरचं काळजी करणं आठवलं, त्याचं मोठं मन आठवलं, त्याचं प्रेम आठवलं; किती काळजी घेतो तो आपली असं वाटून दाटून आलं. इतकं भयाण वातावरण असतानाही घरात पुरेसं जळण आणि पिण्याचं पाणी आहे ना, याकडं त्याचं लक्ष असे. कमी पडेल असं वाटलं, तर तो स्वत: भरून ठेवत असे. त्याला शक्य होतं तेवढी तो तिची काळजी घेत होता. त्याची ऐपत होती, तेवढी सुखं तिला देण्याचा प्रयत्नही करत होता. असा नवरा लाभला, हे नशीब असं वाटून फेलानीला क्षणभर हेवा वाटला स्वत:चा. तेवढ्यात पोटात हालचाल वाढली.

बाळाला भूक लागली वाटतं, खाऊन घ्यायला हवं. नाहीतर बाळाला त्रास होईल, असं वाटून तिनं डोळ्यांसमोर उभा आठवणींचा पट दूर सारला आणि ती वर्तमानात आली.

तेवढ्यात तिला भिंतीवर कसला तरी प्रकाश पडलेला दिसला. चकाकलं काही तरी. पलंगावर ठेवलेल्या दागिन्यांवर सूर्यप्रकाश पडल्यानं ते उजळत होते. तिनं

पटकन त्या दागिन्यांवर उशी ठेवली.

ती सोन्याची माळ अशी उघडीवाघडी टाकणं धोक्याचं होतं. ती नुसती माळ नव्हती. त्या माळेच्या मण्यांत इतिहासाचे किती पदर गुंतले होते. तिच्या आजीचं, आईचं आयुष्य, त्या आयुष्यातल्या चित्तरकथा त्यात होत्या. मौजादर परिवाराचा असा पूर्वइतिहास होता, जो त्यांना आजही नको होता. आणि तेव्हाही त्याची त्यांना लाजच वाटली होती. फेलानी अगदी तिच्या आजीसारखी दिसते, असं लोक म्हणायचे; पण रतनला मात्र तो धोका नको होता. त्यानं तिला प्रेमानं सांभाळलं, पण तो सहसा तिला बाहेर कुठं जाऊ देत नसे. हातावरच्या फोडासारखं त्यानं आणि त्याच्या परिवारानं तिला सांभाळलं. मौजादर परिवाराची कार त्याच्या दुकानावरून तीनदा फेऱ्या मारून गेली, काहीतरी शोधून गेली, हे रतनला माहिती होतं.

फेलानीनं ती माळ हातात घेतली, गळ्यात घातली. तिच्या अंगावर ती भरजरी माळ उजळून निघाली. गर्भारपणाचं तेज आलेली फेलानी अधिक तेजस्वी दिसू लागली.

'मोनी...मोनी...''

तिचा नवरा मोनीला हाका मारत होता. तिनं पटकन गळ्यातून माळ काढत सुटकेसमध्ये टाकली. ओल्या फडक्यानं गळा पुसला. त्या माळेनं घेतलेले जीव तिला आठवले; आणि रतनचे काका मौजादरांची गाडी चकरा मारत असल्याचे त्याला सांगतानाही तिनं ऐकलं होतंच. भीतीनं थरकाप झाला तिचा.

तेवढ्यात मोनीनं दार उघडलं.

'झाली बांधाबांध. उद्या सकाळी...'

त्याचं वाक्य पुरतं व्हायच्या आत फेलानीनं मोनीला जवळ ओढलं आणि तिला हुंदका अनावर झाला.

'मालती. मालती ऐक माझं. रडू नको.' लंबोदर तिला धीर देत म्हणाला, 'तू एकटी कुठंस, ते तुझं हक्काचं घर आहे. तुझे सासू-सासरे, तुझीच आहेत ती माणसं. त्यांनीच निरोप पाठवलाय की काही दिवस, निदान सगळं शांत होईपर्यंत तू तिकडं येऊन राहावंस. इथलं जरा आवरून मीही येतोच मागोमाग. नको काळजी करू आणि निदान पोटातल्या बाळाचा तरी विचार कर. तब्येत नको का सांभाळायला?'

तो तिला धीर देत होता, तशी ती जरा शांत झाली.

'मालती मी आहे ना, आहे ना मी. मग तू कशाला घाबरतेस एवढी?' तो तिला विचारत होता. आयुष्यात पहिल्यांदा दिवसा उजेडी तो तिला मालती म्हणत होता. एरवी फक्त रात्रीच्या अंधारात, ते दोघं एकत्र असताना तो तिला मालती म्हणायचा. असं पहिल्यांदा त्याच्या तोंडून मालती ऐकताना तिला बरं वाटत होतं. पण तेवढीच

भीतीही होती मनात.

त्याला एकट्याला सोडून कसं जायचं?

तिला प्रश्न पडला होता.

ती एका जागी बसून होती.

एकटक लंबोदरकडेच पाहत होती.

त्याला सोडून उद्या सकाळी जायचं?

तीन

बिछाना घातला, की मोनीला जाम मस्ती चढायची. आत्ताही तो वडिलांच्या अंगावर उड्या मारत बिछान्यात मस्ती करत होता. बाप-बेट्याचा दंगा सुरू झाला. मोनी वडिलांच्या केसांशी खेळू लागला आणि फेलानी अंगणात जाऊन बसली. हातात कंगवा होताच. केसांना तेल लावून गुंता काढायला लागली, पण नजर मात्र समोर फुललेल्या टपोऱ्या गुलाबात अडकलीच. मावळत्या सूर्याच्या किरणांनी न्हाऊन निघालेल्या गुलाबावर लाजेची लाली चढल्यासारखी वाटली. तिच्या आईची आठवण असलेल्या बांगड्या हातात किणकिणल्या तशी गुलाबात हरवलेली ती भानावर आली. पहिला प्रश्न मनात आला, आई दिसत कशी असेल माझी? गोरीच असेल, छोट्याशा नाजूक डोळ्यांची. आई हसली, की ते डोळे मिटून हसरी रेघच दिसत असेल. चांगली भरल्या अंगाची असेल, बांधेसूद. लाल रंगाची सोनेरी काठाची साडी नेसल्यावर कशी दिसत असेल? फेलानीनं मनातच आईचं चित्र रेखाटलं, पण जी काय प्रतिमा डोळ्यांसमोर आली ती काही तिच्या मनात भरेना. मग वाटलं लाल रंगाच्या साडीपेक्षा लाल 'डोखोना'त ती जास्त सुंदर दिसत असेल, हिरव्या-पिवळ्या रंगाच्या काठांचा लाल डोखोना खुलून दिसत असेल तिच्या अंगावर. या बांगड्यांत उतरला असेल का आईच्या शरीराचा गंध? या बांगड्यांच्या स्पर्शात सापडेल का तिच्या हाताची चव? माशाच्या रश्श्यात मसाले घालताना, मोहरीची डाळ वाटताना, भाज्या चिरताना, कपडे धुताना काही तरी उग्र वासाचं राहून गेलं असेल या बांगड्यांत? आजही नाकासमोर बांगड्या धरल्या तर येतील ते सारे वास, आईच्या सोबतीनं जगलेले? आईच्या बांगड्यांत पुन्हा एकदा फेलानी हेच सारं शोधू लागली.

उदास झाली. पुन्हा तोच प्रश्न छळायला लागला. मौजादर कुटुंबाशी नातं हा गुन्हा आहे का? मला तुमच्या कुटुंबात जन्माला घाला, असं काही अक्षत घेऊन विनंती करत गेली होती का? घनदाट जंगलात तिच्या बाबांना मारून टाकलं तेव्हा ही ज्युतीमाला नावाची लहानगी पोर वाऱ्यावर पडली. पण गावात कुणी तिला सांभाळायला तयार होईना, हात लावेना. मौजादरांशी दुश्मनी नको म्हणून त्या

अश्राप जिवाला कुणी उचलून घ्यायला राजी नव्हतं. निदान जीव तरी वाचावा, म्हणून लोकांनी बांबूच्या एका टोकरीत ती पोर लपवून ठेवली हेच काय कमी? पण जगली ती, झाली मोठी, खितीश पाहताक्षणी तिच्या प्रेमात पडला, लग्न करायला राजी झाला. पण माहूत किनारामच्या समाजाच्या प्रथेप्रमाणे त्याला लग्नापूर्वी तिची किंमतच अदा करावी लागली. सगळ्या समाजाला जेवायला घालावं लागलं. आणि मग ज्युतीमाला त्याची झाली. खितीशचे लांबचे चारदोन नातेवाईक तरी या लग्नाला कुठं राजी होते. पण खितीश हटून बसला. त्यानं तिच्यासाठी सुंदर बनारसी लाल साडी, सोन्याच्या बांगड्या घेतल्या आणि लग्न करून घरी घेऊन आला. घर तरी काय... डोक्यावर जेमतेम छप्पर. पण ज्युतीमालाला निदान म्हणायला घर मिळालं. दुसऱ्या दिवशी ज्युतीमालाचा सूनमुख पाहण्याचा कार्यक्रम होता, निळ्याशार रंगाची बनारसी साडी, कपाळावर चंदनाच्या चांदण्यांचा मळवट आणि टपोरं कुंकू, नजर जमिनीवर. ज्युतीमाला अप्रतिम सुंदर दिसत होती. तिचं ते वेडावणारं रूप पाहिल्यावर खितीश तिच्यापाठी का खुळा झाला, हा प्रश्नच उरला नाही.

-ती ज्युतीमाला, म्हणजे फेलानीची आई.

आपली आई अशी आठवत फेलानी हरवून गेली. हातात तेलाची बाटली तशीच. पोटाचा नगारा एवढा, की तिला वाकवेना. हात लांब करून बाटली ठेवता येईना, तेवढ्यात पोटात थोडी कळही उठली. पडू दिली तिनं बाटली मांडीत तशीच.

अंगावर येईल अशी भयाण शांतता. सगळीकडं सामसूम. केळीच्या पानांची सळसळ मधून व्हायची तेवढीच. आजूबाजूची माणसं घरादाराला टाळे ठोकून कधीच निघून गेली होती. शेजारपाजारच्या आसामी, बोडो, बिहारी घरांत एकेकटे पुरुष तेवढे होते. बायका-पोरांना सुरक्षित ठिकाणी रवाना करून घरं राखत मागे थांबले होते. बंगाली घरातले तर कर्ते पुरुषही घरंदारं सोडून आपली माणसं फक्त घेऊन निघून गेली होती. फेलानीनं समोरच्या शिबानीच्या घराकडं पाहिलं. तिचे भाऊ आणि वडील त्यांच्या मेडिकल स्टोअरमध्ये होते; पण बाकीचे मात्र तिच्या आत्याकडे कुचबिहारला निघून गेले. शेजारचे सुभाष नावाचे शिक्षक, त्यांनीही कुटुंबाला अलिपूरदरला रवाना करून टाकलं. रोज या वेळेस त्यांच्या अंगणात मुलांच्या सायकलींची किती गर्दी असायची. आज मात्र सगळंच शांत.

फेलानीच्या समोरच्या घरात रती सहा आणि त्यांची बायको राहायचे. दोघं म्हातारे. आयुष्यभर कष्ट करून त्यांनी हे घर बांधलं. लेकाचं थाटामाटात लग्न केलं; पण सून-मुलगा जिवाच्या भीतीनं 'आता इथून निघा' म्हणू लागले. ही दोघं नाही म्हणाली, आधीच गुडघेदुखीनं पाय गेले, त्यात वय; कुठं जाणार आपलं घर सोडून? जे होईल ते होईल, आता इथंच मरू, असं म्हणत सहा आजी-आजोबा हटून बसले.

मागच्या बाजूचं घर बिरेन बैश्यांचं. त्यांना पाच मुलं. आता त्यांचा सिल्क कापडाचा व्यवसायही फारसा चालत नाही. पाच-पाच पोरांची तोंड भरता भरता त्यांच्या तोंडाला फेस येतोय. बैश्य हातउसनवारीला कायमच फेलानीच्या नवऱ्याकडून पैसे घेत. किती वर्षं झाली बैश्य या भागात राहतात. रती सहांच्या घराइतकंच त्यांचं घर जुनं. पण सहांच्या घरात थोडी सुबत्ता जास्त. बैश्यांचा ठिगळांचा संसार.

कुणाच्या तरी खोकण्याचा आवाज आला. फेलानीनं पाहिलं, तर समोर बिरेन बैश्यच. फेलानीच्या हातात शंखाच्या बांगड्या पाहून ते करवादलेच, 'काढ ना आता तरी त्या बांगड्या हातातून, ते आले तर या बांगड्यांसाठी जीव घेतील तुझा, कळलं?'

फेलानी कानकोंडी झाली. पण काय सांगणार त्यांना, या बांगड्यांना माझ्या आईचा वास आहे, मी नाही त्या काढून ठेवणार!

'काय झालं, काय?' फेलानीच्या नवऱ्यानं बाहेर येत विचारलं. फेलानी चहा करायचा म्हणून आत गेली, पण कान मात्र बाहेरच. त्यांच्या गप्पांकडेच तिचं लक्ष होतं. बैश्य म्हणत होते, रोज उठून सगळीकडं तोच धिंगाणा चाललाय, अवघड झालंय सगळंच. आपल्या दोन्ही घरांवर आपण पांढरा आसामी गमोशा शांततेचं प्रतीक म्हणून फडकवून टाकावा. आपण आसामीच आहोत, हे कळेल त्यांना. पण मोनीच्या वडिलांना ते मान्य नव्हतं.

'असं कसं म्हणता, आपण इथले नाही का, ही माती आपली नाही का? आसामी माणसाशी आपली नाळ किती वर्षं जोडलेली आहे, आता हे असं पिसाट वातावरण झालं म्हणून काय लगेच...' बोलता बोलता त्यांच्या डोळ्यांत पाणी आलं. बैश्यांच्या खांद्यावर हात ठेवत त्यांनी विचारलं, 'आता सांगा मला, या अशा अवस्थेत कसं घेऊन जाऊ हिला? ना रस्ते आहेत, ना पूल. केवढे ते खड्डे, काही करता काही होऊन बसलं तर काय होईल?'

हे ऐकलं आणि फेलानी जागीच गोठली. तिनं चहा कसाबसा आणून त्यांच्या पुढ्यात ठेवला. नवऱ्याकडं पाहायची तिची हिंमत नव्हती. खरं तर तो खमक्या; पण आता पार हादरला होता.

तेवढ्यात रती सहा आणि त्यांची बायको आले. हातात मोठ्ठा केळीचा घड. सहा आजींना फेलानी दीदा म्हणायची. आजींनाही तिचा फार लळा. आजीच्या मायेनं दीदा फेलानीला जीव लावायच्या. वयोमानानं त्यांचं शरीर थकलं होतं. हाडांचा नुसता सांगाडा उरला होता. मात्र स्वभाव एकदम जिंदादिल. दोघी आत गेल्या. चटई घालून बसल्या. त्या दोघी नेहमी बंगालीतच बोलायच्या. फेलानीच्या नवऱ्याला, लंबोदरला नेहमी त्यांच्या फर्ड्या बंगालीचं कौतुक वाटायचं. आत्ताही तो मध्येच त्याच्या मोडक्या-तोडक्या बंगालीत त्यांच्या गप्पांत सहभागी व्हायला आलाच. पण त्याचं

बंगाली ऐकून या दोघी बायकांना हसूच फुटलं. थोड्या वेळानं फेलानीनं पुन्हा दीदांना तेच विचारलं, १९६० ची दंगल. नक्की काय झालं होतं? त्या दंगलीत कशी मेली तिची आई? दंगलीत जन्माला आले मी, जगले कशी?

खरं तर हे सारं फेलानीनं शंभरदा ऐकलं होतं, पण पुनः पुन्हा ऐकत फेलानी आपली आई दिसत कशी असेल, याचं चित्र मनातल्या मनात जुळवून पाहत असे. तेवढ्यात लंबोदर आत आला, त्याला लिंबू हवं होतं ते त्यानं घेतलं आणि या बायकांशी चकार शब्द न बोलता निघून गेला.

फेलानी आईची प्रतिमा शोधत दीदाकडे पाहत राहिली. दीदाचा तो मधोमध पाडलेला भांग. त्या भांगात भरलेलं मोठ्ठं कुंकू. आपलं सौभाग्य डोईवर मिरवण्याचा अभिमान. कानात मोराच्या आकाराचे सोन्याचे झुबे. नाकात ठसठशीत चमकी. हातवारे करत बोलणं. हातातल्या सतत किणकिणणाऱ्या बांगड्या. दीदाचं हे रूप पाहत फेलानीची तंद्रीच लागली. क्षणभर मोनी, लंबोदर, बाहेर उडालेला दंगलीचा भडका हे सारं गायबच झालं.

तेवढ्यात दीदा म्हणाली, 'काय गं, कुठं हरवलीस?'

फेलानी एकदम वर्तमानातच आली. दीदा सांगत होत्या, आवतीभोवती भडकलेल्या दंगलीचे किस्से. बांग्ला-हिंदी विरुद्ध आसामी अशी भाषिक दुफळी कशी झाली आणि कशी बिगरआसामींवर आफत कोसळली.

त्यांच्या शेजारीच राहणारे शिक्षक सुभाष सर, त्यांच्यावरही वाटेत हल्ला झाला आणि ही आग जास्तच भडकली. दीदा सांगत होती, सुभाष सर फुटबॉल टीम घेऊन शहरात गेले होते. बस थांबत थांबत, माणसं भरत चालली होती. एका थांब्यावर बस थांबली आणि एक टोळकं बसमध्ये चढलं. त्यातला एकजण बसमधल्या लोकांकडे पाहून मोठ्यानं म्हणाला, 'अरे फार नाहीयेत, आपल्या वाटेला एकेकसुद्धा येणार नाही. कोण कुठला कापणार ते बोला.' सुभाष सरांनी ऐकून न ऐकल्यासारखंच केलं. पण त्यांच्या लक्षात आलं, की ही पोरं काही बरी नाहीत. त्यांनी ड्रायव्हरला सांगून बस थांबवली आणि आपल्या चारही खेळाडूंसह ते बसमधून खाली उतरले. पण तरुण पोरंच ती! भडकली. गावात परतली, त्यांनी बाकीच्या पोरांना जमवलं. काठ्या-लाठ्या, हॉकी स्टिक, दगड-गोटे जमवले आणि त्या पोरांना बदकवायचंच, असं त्यांनी ठरवून टाकलं. ती पोरंही तशीच, तेही अशीच तयारी करून विळे-कोयते घेऊन यांच्या गावात पोहचले. ठिणगी पडली, भडका उडाला.

एवढंच निमित्त आणि दंगल जी भडकली ती भडकलीच. आसपासची गावंही त्या भडक्यात खाक झाली. आणि आसामी विरुद्ध बंगाली-बिहारी या विखारानं आग ओकायला सुरुवात केली. संसाराची धुळधाण तर झालीच, पण चालतीबोलती माणसं पेटत्या घरात राख व्हायला लागली.

हे सारं सांगता सांगता दीदाचा गळा दाटून आला. तोंडातून शब्द फुटेना. फेलानीच्या डोळ्यांसमोर मात्र तेच चित्र. तिच्या आईचं. आज जसे फेलानीचे दिवस भरत आलेत तशीच अवघडलेली अवस्था. गर्भपिशवीचं तोंड फुटलेलं. पाण्याचे पाट व्हायला लागलेले, बाळाचं डोकं बाहेर पडण्यासाठी धडका मारतंय आणि चहूबाजूने आग लागलेली. काय केलं असेल, अशा अवस्थेत त्या बाईनं. फेलानीच्या काळजात चर्र झालं.

इकडे दीदा मात्र सांगतच होती. आपल्या गावचे सरपंच– हरेन दास. भला माणूस. त्यानं गावातल्या बांग्लाभाषिकांना सांगितलं, की तुम्ही गाव सोडू नका. माझ्या तागाच्या मळ्यात लपा. तिथं तुमची सोय करतो. छोटं तळं आहे, त्यात काही महत्त्वाच्या जिन्नस टाकून द्या. काढू सगळं शांत झालं की. हरेन दासनीच वाताहत झालेल्या माणसांच्या खाण्यापिण्याची सोयही केली. पण गावाबाहेरची भडकलेली माथी काठ्या, पेट्रोल आणि रॉकेलचे गोळे घेऊन आग लावत गावात घुसली आणि त्यांनी ते तागाचं शेतही पेटवून दिलं. हरेन दास आणि गावातली इतर आसामी माणसं ते आगीचे लोळ पाहण्यापलीकडं दुसरं काहीही करू शकले नाहीत.

दीदा ढसढसा रडत सांगत होती. आणि फेलानीचं मन मात्र म्हणत होतं, की अशाच आगीत तर जन्माला आले मी. तिच्या जन्माच्या वेळीही अशाच ज्वाळा पेट घेत होत्या. दिवस भरलेल्या ज्युतीमालाला पलंगाखाली लपून बस, झोप असं सांगून खितीश रतनबरोबर बाहेर गेला. काय परिस्थिती आहे ते पाहू, बायकोचं बाळंतपण कसं निभवायचं याचा अंदाज घेऊ, म्हणून दोघं बाहेर पडले. एका ट्रकमध्ये काही माणसं होती. तोंडावर घट्ट गुंडाळलेले काळे फडके आणि हातात बंदुका. त्यांना पाहताच रतन तागाच्या शेताच्या दिशेनं धावला. तेव्हाही तिथंच माणसं लपून बसली होती. जी माणसं घरात होती ती आपल्याच घरामागच्या छोट्या तळ्यात उड्या मारून लपली. कुणी केळीच्या पानांचा गंज रचला आणि त्यात पोराबाळांना लपवून ठेवलं. काही जंगलाच्या दिशेनं जीव वाचवत पळत सुटली.

पण खितीश?

तो कुठं पळाला असता? आणि एकटा?

ज्युतीमालाला अशा अवस्थेत सोडून कुठं पळणार? तिला सोबत घेऊन तरी कसं जाणार? तिचे दिवस भरत आलेले होते, कळा यायला लागल्या होत्या. तासा-दोन तासांत ती बाळंत होईल, अशी अवस्था. शेवटी त्यानं ठरवलं असावं जे होईल ते होईल, आपण जाऊ घरी. असं म्हणत तो रस्त्यावर आला, ताठ मानेनं निघाला. लपतछपत जाण्यापेक्षा थेटच जाऊ, असं म्हणून चालू लागला असावा.

तो असा चालत निघालेला लोकांनी पाहिला तो शेवटचाच. त्यानंतर तो कुणालाच दिसला नाही.

वेदना असह्य झाल्यावर ज्युतीमाला पलंगाखालून कशीबशी बाहेर आली, त्या तशा अवस्थेत कशीबशी ढुंगणानं सरकत, बसत-उठत शेजारच्या रतनच्या घरी पोहचली...

जे आठवू नये असं कायम वाटायचं, ते सारं फेलानीला परत आठवलं, जन्मतःच आपल्याला कसं तळ्यात फेकून दिलं, हे आठवून तो 'धाप्पकन्' आवाज पुन्हा तिच्या कानठळ्या बसवून गेला.

दीदा रडतच होती. इतक्यात दारावर कुणी तरी फेलानीला 'आम्ही निघतोय गं' म्हणून हाक मारली. पण कोण सांगतंय, हे पाहायला जाण्याइतपतही त्राण फेलानीच्या अंगात उरला नव्हता.

दीदाचा मुलगा तेवढ्यात तिला न्यायला आला. तो सांगत होता, 'तागाच्या शेतात लपून बसायची सोय करताहेत. मागच्या दंगलीत केली होती तशीच. खाण्यापिण्याच्या वस्तूंचा साठा करून ठेवताहेत लोकं.'

मागच्या दंगलीत तागाच्या शेतात लपलेले काही लोक वाचले होते. सगळं शांत झाल्यावर बिचारे आपल्या जळक्या घरांमध्ये परतले. तळ्यात भांडीकुंडी टाकली होती, ती काढून पुन्हा संसाराला लागले. खितीश मात्र कधीच परत आला नाही. त्याचा रक्तानं माखलेला शर्ट गावकऱ्यांना एका कुत्र्याच्या तोंडात सापडला. तो कुत्रा हा शर्ट घेऊन गावभर फिरत होता.

खितीश गेला त्या दंगलीत हे समजायची, तेवढीच एक खूण.

खितीशला मारलं कसं, या विषयी गावभर चर्चा. अफवांना ऊत होता. कुणी म्हणे त्या बंदूकधारी टोळक्यात एक मौजादर कुटुंबातलाही पोरगा होता. त्यांचा म्होरक्याच. एरवीही दंगलीला खतपाणी घालणारे गुवाहाटीहून येणारे सगळे 'नेते' मौजदरांच्याच घरी राहतात. लोकं तर असंही म्हणतात, की त्यांनी खितीशला नेम धरून मारला. तो पुढं पळत होता आणि हे टोळकं मांजर उंदराला झुंजवण्यात जशी मजा करतं, तशी मजा करत त्याचा पाठलाग करत त्यांनी खितीशला उडवला.

या वेळेस तर मौजदरांच्या घरचे 'बाहेरच्या' लोकांना कायमचा धडा शिकवायचा म्हणून टपून बसलेत. लोक तर म्हणत होते, की त्यांच्या घरी कुणी गुवाहाटीचा बडा नेता आलाय, त्याच्याकडं अशी बंदूक आहे की एकदा घोडा ओढला, की शेकडो माणसं टपाटप गोळ्या लागून मरतील. एका वेळेस किती तरी गोळ्या उडतात त्या बंदुकीतून. अजून काहीजण आलेत, त्यांनी परवाच आसामी लोकांना गोळा केलं. एक भाषण ठोकलं. ते सांगत होते, आसामी लोकांनी आता भाईचाऱ्याचा नाद सोडून द्यायला पाहिजे. गुळमुळूपणा सोडला पाहिजे. आपली माती आहे, आपला प्रदेश. या बाहेरच्यांचं आहे काय इथं? आपल्याला काही अस्मिता आहे की नाही, जरा तरी स्वाभिमान जागा करा.

बाहेर काय घडतंय, हे दीदाच्या मुलाकडून ऐकत फेलानी, लंबोदर, रती सहा आणि बाकी सगळे अंगणात येऊन उभे राहिले. मगाशी कुणीतरी आम्ही निघतोय असं सांगायला आले होते, तेच बहुतेक निघत होते. पाहिलं तर गावचे सरपंच, हरेन दासच बायका-पोरांना घेऊन गाव सोडून निघाले होते. अख्ख्या गावाला हिंमत देणारा माणूस स्वत:च हरला होता. पळून जात होता. लंबोदरनं त्यांच्याकडं पाहिलं, तसं त्याची नजर टाळत ते म्हणाले, 'बंदुकीच्या गोळ्यांना कुठं कळतं रे कोण आसामी, कोण बंगाली? आग एकदा भडकली, की सगळ्यांचीच राख होते. त्या आगीत उरतात फक्त माणसांच्या आणि जगण्याच्या अस्थी. कुणाकुणाला समजावशील सांग तू? शहाणा असशील तर जीव वाचव, बाकी जे होईल ते होईल.'

त्यांच्या पायातलं बळच सरलं होतं. उभं राहवत नव्हतं. बोलता बोलता त्यांचा तोल गेला. कसाबसा काठीचा आधार घेत ते उभे राहत म्हणाले, 'माझ्या वाडवडिलांनी बांधलेलं घर, माझ्या बापजाद्यांची जमीन, सारं सोडून निघालोय रे. रस्त्यावरच्या कुत्र्यांच्या हवाली करून चाललोय बाबा सगळं. कुत्र्याच्या मौतीनं मरण्यापेक्षा इथून जाणं बरं. घरंदारं काय रे, पुन्हा बांधता येतील; पण माझी माणसं? आता या वयात माझ्या खांद्यावर कुणाचं ओझं नको बाबा.'

एवढं बोलून तो म्हातारा माणूस रडतच चालायला लागला.

त्याचं बोलणं ऐकलं आणि आपण काय करायचं, हा लंबोदरच्याच नाही तर बाकीच्यांच्याही मनातला प्रश्न निकाली निघाला.

एवढी एक रात्र फक्त. जसं होईल तसं, जमेल तसं नेऊ फेलानीला, पण उजाडलं की इथून निघू असं त्यांनी ठरवून टाकलं.

पण ती रात्र?

रात्रीचा काळाकुट्ट अंधार... तो खरंच सरणार होता?

चार

मोनी झोपला. लंबोदरनं त्याची एक पापी घेतली आणि राखणदारीला निघाला.

उरल्यासुरल्या पुरुषांनी रात्री पहारा देणं भागच होतं. लंबोदर निघाला, पण काय वाटलं कोण जाणे, मागे फिरला. फेलानीला घट्ट मिठी मारली.

'तू धीर सोडू नकोस मालती. आजची एवढी रात्र काढू कशीबशी, उद्या जाऊच. आणि मी आहे ना, माझ्यावर भरवसा ठेव, वाईटसाईट विचार करू नकोस!'

तिचे डोळे डबडबलेच. तसा तिचा चेहरा दोन्ही हातानं धरत तो काहीतरी बोलणार होता, पण स्वत:लाच आवरत गप्प झाला. तिला धीर देत म्हणाला, 'झोप शांत. मी बाहेरून दार लावून घेतो. मी आल्यावर तुला दार उघडायला नको, झोपमोड होईल तुझी.'

बाहेरून इतरांचं हाका मारणं सुरू झालंच होतं. तसा लंबोदर बाहेरून दार लावून निघून गेला. तिच्या चेहऱ्यावर तिला अजूनही त्याचा तो भक्कम स्पर्श जाणवत होता. त्याच्याच भरवशावर ती मोनीजवळ लवंडली आणि चटकन तिचा डोळाही लागला.

मात्र डोळ्यांसमोर काहीतरी चित्र-विचित्र नाचू लागलं. स्वप्न असावं. हाडांचा ढीग पडलाय, त्यावर एक कुत्रं काहीतरी हुंगत फिरतंय. अचानक त्या कुत्र्याचं एका बाळात रूपांतर होतं. ते बाळ मोठ्यानं टॅहॅ.. टॅहॅ.. करायला लागतं. त्याच्या डोळ्यांतून जसे पाण्याचे तुषार उडायला लागतात, तसा पाण्याचा डुबूक डुबूक आवाज वाढतो. तळ्यात कुणीतरी दगडं फेकावेत आणि पाण्याचा आवाज यावा, तसा आवाज यायला लागतो. त्या आवाजानं तिला एकदम जाग येते. पाहते तर शेजारी मोनीही दचकून जागा झालेला. घाबरून त्यानं तिला गच्च मिठी मारली. आणि तिच्या लक्षात आलं आवाज फक्त स्वप्नात नाही खरंच येताहेत. मोठमोठ्यानं ढोल वाजत होते. शंखनाद रात्रीच्या अंधारात घुमत होता. म्हणजे 'तोच' आवाज, 'तेच' आलेत. मोनीनं तिला विचारलं, आई एवढ्या रात्री कोण कसला उत्सव साजरा करतंय? फेलानीला एकदम भरूनच आलं, तोंडातून शब्दच फुटेना. कसाबसा

आवंढा गिळला, पण भीतीनं लटपटलेले हात-पाय, सुन्न डोकं, काही बोलवेचना.

तेवढ्यात ढोलांचे आवाज थांबतात. आणि मोठमोठ्या किंकाळ्यांचे आवाज ऐकू यायला लागतात. फटाके फुटायला लागतात, धडाम-धुडूम सुरू होतं. फटाके कसले, गोळीबार होतोय हे तिच्या लक्षात येतं. विचित्र वास यायला लागतो. ती मोनीला घट्ट धरते आणि हळूहळू दाराकडे जाते. पण दार तर बाहेरून बंद, झोपमोड नको म्हणून लंबोदर दार लावून गेलाय. दाराच्या फटीतून बाहेर पाहिलं, तर बाहेर आगीचा लालभडक उजेड दिसत होता. तिनं मग मागचं दार उघडलं. घराबाहेर जावं, की घरातच लपून बसावं कळायला मार्गच नव्हता. आगीचे भडके दिसतच होते. आजूबाजूची घरं पेटलेली दिसत होती. तिनं मोनीचं तोंड हातानं घट्ट दाबलं. त्याला शांत केलं. घराच्या बाजूलाच असलेल्या त्यांच्या छोट्याशा तळ्याजवळ ती जाऊन लपली. तळं कसलं एक मोठ्ठा खड्डाच होता तो. लंबोदरला नेहमी वाटायचं, की प्रत्येक आसामी घरात मागच्या बाजूला जसं छोटं तळं असतं, तसं एक तळं इथं बांधू. त्यात सुंदर मासे असतील, ताजे मासे मस्त कालवणाला मिळतील. पण तसं तळं काही कधी बांधताच आलं नाही, कारण दरवर्षी पूर आला, की नदीचं पाणी सगळं वाहून न्यायचं. उरायची फक्त दलदल.

त्या खड्ड्यात कचरा टाकण्यापलीकडं दुसरं काहीही करता यायचं नाही. त्या कचऱ्याच्या ढिगाजवळ फेलानी मोनीला घेऊन लपली. मच्छर प्रचंड होते, ते तुटून पडले. दुर्गंधी नाका-तोंडात जायला लागल्यानं तिला मळमळायला लागलं. दोनच दिवसांपूर्वी लंबोदरनं डझनभर केळीचे सोप छाटून तिथं सगळी पानं नेऊन टाकली होती. त्या भल्यामोठ्या केळपानांचाच आधार होता आता लपायला.

पानांच्या आडून तिनं पाहिलं, तर दोन माणसं जीव खाऊन त्यांच्या घराच्या दिशेनं पळत सुटली होती. एक जीप जवळ येतेय, असा आवाजही कानावर येत होता. जरा नीट पाहिलं आणि तिच्या लक्षात आलं, हे तर शिबानीचे वडील आणि भाऊ. शिबानीच्या वडिलांना पळवत नव्हतं, श्वास फुलला होता. धाप लागली होती. कसंबसं घर गाठत त्यांनी मागचं दार उघडलं. त्यांच्या मागं काही माणसंही धावत येत होती. त्यांनी घराला घेरलं, बाहेरून दार लावून घेतलं. काय करणार काय ही माणसं, फेलानीच्या काळजात चरकून गेलं.

पेट्रोलचा वास गेलाच तेवढ्यात नाका-तोंडात. त्यांनी पेट्रोलचे पेटते गोळे घरावर फेकले. ते घर जळायला लागलं. दोन जिवंत माणसं त्या घरात जळून खाक होत होती. ते दृश्य पाहून तिची उरलीसुरली हिंमतही संपली होती. त्यात तोच भडका तिच्या घरालाही लागला. तिचं घरही आगीनं घेरलं. तिनं मोनीला आणखी घट्ट धरलं आणि केळीच्या कचऱ्यात थोडं जास्त रुतून घेतलं. जवळच एक तुटका कोयता दिसला. त्यानं थोडी आणखी पानं कापून तिनं मोनीवर आणि स्वत:वर टाकून

घेतली. तेवढ्यात एका बाईच्या जोरदार किंकाळ्या कानावर पडल्या. पुन्हा डोकावून पाहिलं, तर धावत सुटलेली एक बाई रस्त्यात धाडकन पडली होती. जवळ तिचं लहान लेकरू होतं. तिच्या मागं लागलेल्यांनी तिला घेरलं, कोयत्यांनी भोसकलं आणि तिच्या शरीरावर सपासप वार करत तिचे तुकडे-तुकडे केले. कर्कश आवाजात ओरडणारी ती बाई, तिच्या शरीराचे तुकडे फेलानीला दिसत होते. ते मूलही त्या लोकांनी उचललं आणि पेटलेल्या घरात फेकून दिलं. ढोलाचे-शंखांचे आवाज पुन्हा यायला लागले.

अवघडलेल्या अवस्थेत बसलेल्या फेलानीला त्रास व्हायला लागला. पोटातलं बाळ घुसमटत असावं. तिच्या पोटा-छातीत खूप दुखायला लागलं. एका हातानं पोटावर हात ठेवत दुसऱ्या हातानं मोनीला गच्च धरत तिनं त्या खड्ड्यात आणखी खोल शिरण्याचा प्रयत्न सुरू केला. चिखल होताच, पाय धसत होते. तिचा तोल जात होता. कुठून तरी शिट्ट्या वाजायला लागल्या, तशी ती माणसं त्या दिशेनं गेली. कुणी कुणी तळ्यात टाकलेल्या जिनसा काढू लागली. रिकाम्या घरातल्या चांगल्या वस्तू ट्रकमध्ये भरू लागली. त्यासाठीच तर ते सोबत रिकामे ट्रक घेऊन फिरत होते. तेवढ्यात तिला दिसलं, की काही माणसं रस्त्याच्या कडेला असलेले कचऱ्याचे ढीगही उचकताहेत. काठ्या ढोसून पाहताहेत की कुणी लपलेलं तर नाही. एक जण तर एव्हाना तिच्याजवळ येऊन ठेपला होता. इतरांना हुकूम सोडत तो मोठ्यानं म्हणाला, 'सगळे कचऱ्याचे ढीग नीट उचकटा, सगळ्या खड्ड्यांत ढोसून पाहा. मागच्या वेळेस याच बिळांत लपले होते, ते वाचले.'

तो पुढे गेला, पण बाकीचे काही मात्र तत्परतेने कचऱ्याचे ढीग हुंगू लागले. केळीच्या पानांच्या ढिगामुळे ती आणि मोनी त्यांना दिसणं शक्य नव्हतं. मात्र तेवढ्यात तिच्या लक्षात आलं, कचऱ्यालाच या लोकांनी आग लावून दिली तर? तिनं मोनीला घट्ट धरलं. चिखलानं तो माखला होता, सटकत होता. केळीच्या ढिगात सोलवटलं होतंच. या ढिगात काही तरी आहे असं वाटून एक जण त्यांच्याजवळ आला. फेलानीनं श्वासही क्षणभर रोखून ठेवला. आता हा जळता कोळसा टाकून हा ओला ढीग पेटवणार असंच तिला वाटलं.

पण तो गेला. सगळी माणसं पांगली. जरा हुश्श केलं, आवाज निवले. बाजूच्या सुक्या कचऱ्याला त्यांनी आग लावलेली होतीच. मोनीचा हात धरून ती कशीबशी त्या खड्ड्यातून बाहेर पडली. चढवत नव्हतं, पाऊल टाकवत नव्हतं, पण निघाली बाहेर. आणि समोर पाहिलं, तर तिचं घर जळत होतं. तिचा बांध सुटला. ती घराच्या दिशेनं धावत सुटली, पण मोनीनं तिचा हात घट्ट धरला. त्या लेकरानं अडवलं तिला.

त्यात पुन्हा तो ढोलाचा आवाज कानावर पडायला लागलाच. जवळच एक

मोठी चारी खणलेली होती, त्या चारीत फेलानी मोनीला घेऊन उतरली. पावसाळ्यात नदीला पूर येतो तेव्हा पाण्याला वाट करून द्यायची म्हणून या चाऱ्या खणल्या होत्या. आता त्यात पाणी नव्हतं. फक्त ओल होती. त्या चारीत उतरून वाकता येत नव्हतं. कशीबशी फतकल मारून ती ढुंगणानं सरकत चारीत लपली. तेवढ्यात मोनी तिला म्हणाला, 'आई, तू पाहिलंस, आपण लपलो होतो त्या केळीच्या पानांनाही त्यांनी आग लावलीये, जळतंय सगळं.'

पावलांचा आवाज आला तसा तिनं मोनीच्या तोंडावर हात ठेवला. त्या पावलांनी वाकून पाहिलं असंही वाटलं; पण त्यांना अंधारात काही दिसलं नसावं. या चारीतूनच हळूहळू तागाच्या मळ्याकडं जाता येईल. तिथं बरीच माणसं लपली आहेत, हे तिला माहिती होतं. चारीला पुढं थोडं पाणी आहे, पण तेवढं पार केलं, तर सुरक्षित जागी पोहचू, असं फेलानीला वाटलं.

कसेबसे रांगत, ढुंगणावर सरकत मायलेक चारीतून तागाच्या मळ्याजवळ पोहचले. चिखलात लडबडलेले, घाणीत माखलेले. फेलानी तर गाळातून बाहेर आलेल्या एखाद्या म्हशीसारखी दिसत होती. चारीतून बाहेर पडायचं म्हणून थोडी उठून उभी राहिली. वर डोकावली, तर पुन्हा दिसलाच तो माणसांचा ट्रक. तीच पिसाटलेली माणसं. काही माणसं त्या ट्रकच्या मागं पळत होती, कुणी ढोल वाजवत होतं, कुणी शंखनाद करत होतं. आलेल्या माणसांनी दोन तुकड्या केल्या आणि तागाच्या मळ्यावर तुटून पडले.

फेलानी आणि मोनी पुन्हा चारीत लपले. त्या चारीत जलपर्णी फोफावलेली होती. तिच्यात ते दडून बसले होते. काही सेकंदच गेले असतील आणि गोळीबाराचा आवाज कानावर पडू लागला. माणसांचा आक्रोश, किंकाळ्या घुमायला लागल्या. डोक्यांवरून बाण जाताना त्यांना दिसू लागले. मशीनगन धडधडत असावी इतका मोठा आवाज कानावर पडू लागला.

थोड्या वेळानं सगळं शांत झालं. एकदम सन्नाटा. पहाट व्हायला आली होती, थोडं उजाडायला लागलं होतंच. काळीकुट्ट रात्र, होत्याचं नव्हतं करून जात होती.

अंधुक प्रकाशात एक उंच-जाडा माणूस धावताना दिसला. त्याच्यामागं काही माणसं धावत होती. ही बहुतेक तागाच्या मळ्यात दडलेली, त्यातूनही जीव वाचलेली माणसं असावीत. एकानं त्या माणसाच्या अंगावर जाळं फेकलं, तो अडकला आणि पडला. लोकांनी त्याला धरला आणि लाथा-बुक्क्यांनी, दगडांनी, जे मिळेल त्याने चेचून काढला. तो ओरडत होता, लोक मारत होते. आणि मग लोक शांत झाले आणि तोही, कायमचाच.

फेलानी मोनीला घेऊन चारीच्या बाहेर आली. हिरव्यागार तागाच्या शेतात रक्ताचा सडा पडलेला होता. पिसाळलेल्या हत्तीनं शेतात घुसून धुडगूस घालावा

आणि सगळं उद्ध्वस्त करून टाकावं, इतकं भयाण दिसत होतं सारं. सगळीकडं प्रेतं पडलेली. रक्ताची थारोळीच थारोळी. तिनं मोनीकडं पाहिलं, त्या लेकराच्या सगळ्या अंगाला जळवा चिकटलेल्या होत्या. एकेक जळू ओढून काढायला तिनं सुरुवात केली, तसे तिच्या हाताला त्या चावल्या. हात रक्तबंबाळ झाले.

तितक्यात तिला आठवलं, लंबोदर कुठंय? कुठंय पोराचा बाप? ऐनवेळी तोही या तागमळ्यात तर लपला नसेल? त्याचं काही बरं-वाईट तर...

विचारानंच तिला भोवळ आली. शुद्धच हरपली.

डोळे मिटता मिटता अंधुकसं दिसलं होतं, की काही माणसं तिच्या दिशेनं धावत येताहेत. कुणीतरी तिच्या अंगावर पांघरूण टाकलं.

पण तेवढंच! बाकी सगळाच अंधार...

पाच

डोळे उघडले, तर समोर मोनी भेदरलेल्या नजरेनं आईकडं पाहत होता. त्याच्या चेहऱ्यावर किती ठिकाणी खरचटलं होतं, किती तरी जखमा होत्या. तुझे वडील, ते कुठेत, असं तिला त्याला खरं तर विचारायचं होतं. पण तिचा घसा कोरडा पडला होता. तोंडातून शब्दच फुटत नव्हता. आजूबाजूला पाहिलं, तर बरीच माणसं होती. त्यातले काही चेहरेही परिचयाचेच. काहींना गावात नुसतं कधी तरी पाहिलं होतं. काल रात्रीच्या हत्याकांडात वाचलेली ही सारी माणसं. पण आत्ता ती कुठं होती? चहाच्या मळ्यात? तिथं कशी आली?

कालची रात्रच तिच्या डोळ्यांसमोर पुन्हा उभी राहिली. तो पळणारा माणूस, त्याला लोकांनी चेचून मारणं, ते आगीचे भडके, रक्ताची थारोळी आणि तिची शुद्ध हरवताना डोळ्यांसमोर आलेला अंधार. ती कशीबशी उठून बसली. ऊन चांगलंच तापलं होतं. चटका बसत होता. मोनीनं कुठून तरी तिच्यासाठी एका मोठ्या पानात पाणी आणलं. थोडं पिऊन तिनं उरलेलं डोळ्यांवर शिंपडलं. तोंड धुतलं. जरा बरं वाटलं.

तेवढ्यात एक माणूस जोरजोरात रडत-ओरडत धावत आला. त्याला काही सांगता येत नव्हतं, तो फक्त धाय मोकलून रडत होता. त्याच्या बोलण्यातून कळलं एवढंच, की गावात आपल्या सगळ्यांची घरं आगीत खाक झालीयेत. तिथं कुणी जिवंत असेल, अशी काही शक्यताच नाही. आपण ज्याला चेचून मारला, त्याचं प्रेतही काही लोक शहरातून येऊन घेऊन गेले. मात्र जाताना सकाळपासून पुन्हा त्यांनी गावात तोच हैदोस घातलाय.

'पोलिसांचं काय, आलंय कुणी?' कुणीतरी विचारलं, त्यानं 'नाही' म्हणत मान हलवली. तो रडतच होता. शहरातून काही माणसं आली आहेत ती पुन्हा बदला घेणारेत. कापून काढणारेत आपल्याला. माणूस काय. चिटपाखरू त्यांनी जिवंत सोडलेलं नाही, बकऱ्या-कोंबड्यासुद्धा जाळून टाकल्या.

फेलानीच्या शेजारी बसलेला माणूस थोड्या वेळानं उठला; तसं तिनं विचारलंच,

आता आपण कुठं जाणार आहोत? दुसऱ्या एका माणसांनं तिला खुणेनंच सांगितलं 'शांत बस.' मात्र तेवढ्यात तो रडणारा माणूस म्हणाला, 'स्टेशनवर जाऊ आता.'

चहाच्या मळ्यांकडून स्टेशनला जायचा शॉर्टकट फेलानीला माहिती होता. माणसं चालायला लागली, तशी तीही मोनीला घेऊन निघाली. पोटाला सहज हात लावून पाहिला. बराच वेळ झाला, पोटात काहीच हालचाल झालेली नाही. पोटातलं बाळ आणि मोनी दोघंही भुकावले होते. तिला कसंसंच झालं. तेवढ्यात माणसं थांबली. एक सार्वजनिक नळ दिसला. तिथं पाणी पिऊन, पोटं भरून घेतली. चहामळ्याकडून येणारी पायवाट इथंच मुख्य डांबरी सडकेला येऊन मिळायची. एरवी या ठिकाणी बरीच वर्दळ असते, पण आज मात्र सन्नाटाच होता. दुकानं बंद होती. समोर भाताच्या शेतात हिरवी सळसळ असायची, आज ती शेतंही मागं टाकून लोकं निघून चालली होती. काही कायमचे जगच सोडून गेले होते.

चालत चालत ते एका गावात येऊन पोहोचले. गावात सन्नाटाच होता. कुणी जिवंत माणूस असेल. या गावात असं वाटत नव्हतं. एका जळून खाक झालेल्या घराच्या भिंतीवर केळींचे घड पडलेले होते. भुकेली माणसं त्या घडांवर तुटून पडली. जेवढी मिळतील तेवढी केळी लोकांनी ओरबाडली. फेलानीला काहीच खायची इच्छा नव्हती. आपला नवरा कुठं असेल, कसा असेल, या प्रश्नानीच तिचा जीव पोखरत होता.

संध्याकाळ व्हायला लागली होती. माणसांनी पावलांचा वेग वाढवला. एकानं चालता चालता मोनीला खांद्यावर उचलून घेतला. मात्र मोनीचा हात सोडून चालताना फेलानीला आपला आधारच एकदम गेला, असंच वाटायला लागलं. जरा डळमळलीच तिची पावलं. बाजूलाच उसाची शेतं होती. त्यांची अवस्थाही तागमळ्यांसारखीच झाली होती. माणसं उसात लपून बसली होती म्हणून त्या लोकांनी सगळी शेतं बरबाद केली. एका ठिकाणी तर धडच जागेवर नसलेलं एक प्रेत पडलेलं होतं, त्याच्या अंगावरच रक्तही वाळून गेलं होतं. शंका आली तसं फेलानीनं त्या प्रेताकडं पाहिलंच, पण तो कंबरेभोवतीच्या धोतराच्याही चिंध्या झालेला एखादा गरीब म्हातारा माणूस असावा. फेलानी पुढं निघाली. आपली आई मागं राहिली तसं मोनीनं तिला हाक मारली, 'मां, लवकर चल. चल लवकर.'

माणसांच्या पावलांचा वेग जरा जास्तच वाढला. कुणीतरी पाठलाग करत असावं, तशी माणसं भराभर चालत होती. तिनंही आपला वेग वाढवला, पण वाढलेलं पोट घेऊन किती भरभर चालणार? चालता चालता पायाला काहीतरी मऊ मऊ ठेचकाळलं म्हणून तिनं पाहिलं, तर पायाशी एक बाळ होतं. नाळ कापून तसंच फेकलेलं. बरोबर मधोमध चिरलं होतं. अर्धवट डोकं, धडाची एकच बाजू दिसत होती. फेलानी जोरात किंचाळली. माणसं दचकली, थांबली. पाहिलं तर उसाच्या

शेतात दोन कोल्हे त्या बाळाचा अर्धा भाग ओढून नेत होते.

फेलानी कशीबशी चालत स्टेशनवर पोहचली. पण पोहोचेपर्यंत तिचं शरीर तापानं फणफणायला लागलं होतं. प्लॅटफॉर्म माणसांनी गच्च भरला होता. पाय ठेवायला जागा मिळू नये इतकी गर्दी होती. उरलंसुरलं हाताला लागलेलं सामान गाठोड्यात बांधून माणसं घेऊन आली होती. कुणीतरी तिला थोडी जागा करून दिली आणि गार फरशीवर फेलानीनं अंग टाकलं.

मध्यरात्री पुन्हा तोच कल्लोळ. कुणीतरी ओरडलं, 'ते येताहेत. आता ते कुणाला सोडणार नाहीत, आता संपलंच सगळं.' डोळ्यांत झोप असलेली माणसं झडझडून उठली आणि भीतीनं पार गळपटून गेली.

त्या आवाजानं की कशानं, एक तांबडा कोब्रा नागही प्लॅटफॉर्मवर त्या गर्दीत शिरला. तशी माणसं आणखी घाबरली. काही म्हणाली, 'घाबरू नका. हा नाग म्हणजे मन्सादेवीनं आपल्या रक्षणासाठी पाठवलेला दूत आहे. प्रार्थना करा, हा नागच आता आपला तारक. तोच आपल्याला वाचवेल.' एका क्षणात सगळ्या प्लॅटफॉर्मचं रूपांतर मंदिरात झालं. कुणी डोळे गच्च मिटून प्रार्थना करायला लागलं. कुणी जोरजोरात भजन म्हणायला लागलं. आणि काही माणसं मात्र खुसफुसतच होती. 'ते परत येतील, पुन्हा आपल्यावर अटॅक करतील.' कुणी अटॅक म्हणत होतं, कुणी उटक, कुणी ओटक. पण त्या शब्दांत भीती मात्र तीच होती.

फेलानी अर्धवट शुद्धीत होती. मोनीला आणि त्याच्या वडिलांना या नागानं विळखा घातला आहे, असं काहीबाही तिला वाटत होतं. पण तेवढ्यात पुन्हा तिची शुद्ध गेली. प्लॅटफॉर्मवर बसलेल्या लोकांना समोर पूर्वेला अनेकांच्या घराला लागलेल्या आगी दिसत होत्या. गावं धडधडत पेटलेली होती. अटॅक-अटॅक अशा आरोळ्या कानावर पडतच होत्या. आणि आपल्यावर अजून हल्ला झालेला नाही, कारण ही नागदेवता आपलं रक्षण करतेय असं अनेकांना वाटत होतं. हा नाग निघून गेला, तर ती बंदूकधारी माणसं पुन्हा येतील आणि आपल्याला गोळ्याच घालतील असं त्यांना वाटत होतं. त्या नागाची प्रार्थना करत अनेकजण बसून राहिले. काही आगीचे लोळ पाहत असाहाय्यपणे रडत होते.

नागमहाराजही प्लॅटफॉर्मवर माणसांच्या गर्दीत बिचकत फिरत होते. प्लॅटफॉर्मवर बरोबर मध्यभागी असलेल्या एका खांबाला त्या नागानं विळखा घातला. त्या नागाच्या अंगावरसुद्धा भाजल्याच्या खुणा होत्या. माणसं म्हणाली, 'बघा, त्यांनी मन्सामातेलाही सोडलं नाही. तिलाही चटके दिले. ती शाप देईल आता त्यांना. कुणी वाचणार नाही त्या शापातून. सगळे भोगतील, इथंच भोगतील आपल्या पापाची शिक्षा.'

तांबडं फुटायला लागलं तसा नागानंही त्या खांबाला मारलेली मिठी सोडली.

तसे पुन्हा ते शंखाचे आणि ढोलांचे आवाज कानावर पडायला लागले. स्टेशनवर एकदम सन्नाटा पसरला. कुणी काही बोलेना. तसंही स्टेशनवर स्टेशनमास्तर, रेल्वेगार्ड कुणी नव्हतेच. ते कधीच पळून गेले होते. छोटंसं स्टेशन, फार गाड्याही थांबायच्या नाहीत. आता मात्र खचाखच भरलं होतं, मधूनच कुणीतरी रडतरडत आरोळी ठोकायचं.

एक जखमी बाई झोपलेली होती. नागानं खांब सोडला आणि निघाला. ती बाई आपल्या वाटेत आल्याचं काही त्याला आवडलं नसावं. त्यानं डोकं वर केलं आणि त्या बाईला दंश केला. 'फिस्स्स्स' आवाज करत तो निघून गेला. ती बाई ओरडली, तिच्या तोंडातून फेस यायला लागला. माणसं जमली, गर्दी झाली. पण कुणालाच काही कळेना की करायचं काय.

तेवढ्यात एक तोंडाचं बोळकं झालेले आजोबा पुढे झाले. गर्दीला बाजूला करत म्हणाले, 'एखादं ब्लेड आहे का कुणाकडं? आणि कोंबड्या मिळतील?'

मी वाचवतो या बाईला. ब्लेड तर मिळालं, पण धुळधाण झालेली असताना कोंबड्या कुठून मिळणार? त्या आजोबांनी बाईचा पाय तीन ठिकाणी बांधला. जिथं नाग चावला होता त्या जागेवर एक छेद दिला. काळं झालेलं रक्त वाहायला लागलं. कुणीतरी तेवढ्यात दोन कोंबड्या आणून दिल्या. त्या त्यांनी त्या जखमेवर लावल्या. ते रक्त पिऊन कोंबड्या तडफडायला लागल्या आणि मेल्याच. मग आजोबांनी काहीतरी मंत्र पुटपुटला, जो कुणालाच कळला नाही. पण त्यांची सून मात्र म्हणाली, की अजून ३०-३५ कोंबड्या असत्या ना तर नक्की यांनी त्या बाईचा जीव वाचवला असता. जीव वाचवायचा म्हणून दडून बसलेली माणसं; ती कुठून आणतील कोंबड्या? सगळ्यांच्या नजरेसमोर कालपर्यंत आपल्या अंगणात बागडणाऱ्या कोंबड्या-बकऱ्या-बदकं मात्र येऊन गेली. आता मात्र स्वत:पलीकडं दुसरं काहीच उरलं नव्हतं.

थोड्या वेळानं त्या बाईनंही दम तोडला.

आणि भांबावलेल्या गर्दीला शिट्यांचा आवाज ऐकू यायला लागला. प्रेताभोवती माणसं कशीबशी जमली. ते प्रेतही हळूहळू काळंनिळं पडायला लागलं. त्या बाईचा जीव वाचवण्याचा प्रयत्न करणारे म्हातारबुवाही गुडघ्यात मान घालून बसले. रडू लागले. माणसं जरा जास्तच जवळ सरकली. कुणीतरी फेलानीला त्या आजोबांच्या जवळ ओढलं आणि त्या विषारी रक्ताचे दोन थेंब तिच्या अंगावर शिंपडले. आता गोळीबाराचा आवाज स्पष्टच ऐकायला यायला लागला होता. फेलानी ग्लानीतच काहीतरी बडबडली आणि शांत झाली. त्या गर्दीत दोन बायका जमिनीवर शांत पडलेल्या होत्या. एक मेलीच होती, दुसरी मरणासन्न. फरक एवढाच, की दुसरीच्या पोटात एक जिवंत गर्भ होता.

गाड्यांचे ब्रेक करकचून दाबले गेल्याचा आवाज आला. मधे दोन बायका आणि

त्यांच्या भोवती माणसांची गर्दी. मुंग्यांचं वारुळ असावं तशी माणसं एकमेकांना भीतीनं चिकटली. बुटांचा टॉकटॉक आवाज यायला लागला. सैन्य येऊन दाखल झालं होतं.

आर्मी आली तसा एकदम सन्नाटा झाला.

एक प्रेत, एक बेशुद्ध गरोदर बाई, दोन मेलेल्या कोंबड्या, रक्ताची ओल आणि दहशतीत भिजलेली माणसं. त्यांच्या भोवतीनं हिरव्या-काळ्या वर्दीतली माणसं.

बाकी सगळं शांत. सुन्न!

सहा

प्लॅस्टिकच्या ताडपत्रीतून डोळ्यावर भपकन पडणाऱ्या उजेडानं काहीही दिसत नव्हतं. नाकात फक्त औषधांचा भपकारा शिरत होता. कानावर किंकाळ्या आणि रडण्या-भेकण्याचे आवाज पडत होते. जरा नीट पाहिलं, तेव्हा फेलानीच्या लक्षात आलं, की आपण कुठल्या तरी मेडिकल कॅम्पमध्ये आहोत. तिच्या आवतीभोवती माणसंच माणसं होती. कुणी जमिनीवरच झोपलं होतं, तर कुणाच्या खाली कळकट गोणपाट तरी होतं. कुणाला भयाण जखमा होत्या, तर कुणी पार कोलमडून पडलं होतं. फेलानी जराशी सावरून उठून बसली. 'मोनी.. मोनी..' तिनं हाका मारायला सुरुवात केली. तेवढ्यात एक सिस्टर आली. तिनं विचारलं, 'का ओरडतेस? काय झालं?'

'माझा मुलगा कुठंय? माझा मोनी? कुठंय तो?' असं म्हणत फेलानी उठून उभीच राहिली.

'मां.' तेवढ्यात मोनी धावत आलाच. म्हणाला, 'मी आत्ताच जेवलो मां.'

'जेवलास? कुठं?'

'ते बघ, तिथं समोर.' एका प्लॅस्टिक ताडपत्रीच्या तंबूकडं हात दाखवत मोनी म्हणाला. त्या तंबूसमोर माणसांची प्रचंड गर्दी उसळली होती. आजूबाजूला औषधांचे, स्पिरिटचे वास. तिथंच उघड्यावर हगाय-मुतायला बसलेली माणसं. त्याची ती भयानक दुर्गंधी. आपलं लेकरू अशा ठिकाणी जेऊन आलं हे कळल्यावर तिला कसंसंच झालं. पण जेवलं काहीतरी हे काय कमी, असा विचार करत तिनं पोटावरून हात फिरवला. काहीच हालचाल होत नव्हती. बराच वेळ झाला पोटातल्या बाळानं काहीच हालचाल केलेली नाही, हे तिला जाणवत होतंच. मोनीला पाहून मात्र धीर आला. नकळत तिनं त्याला विचारलंच, 'मोनी, तुझे बाबा?'

पोर एकदम हमसून हमसून रडायलाच लागलं. तिनं पटकन त्याला जवळ ओढून घट्ट धरलं.

अचानक गलका सुरू झाला. एक बाई तावातावानं ओरडून बोलत होत्या.

त्यांच्यासमोर काही तरुण मुलं उभी होती. तिनं प्लेन मुगा मेखला घातलेला होता. त्यावर जांभळ्या काठाची सदोर म्हणजेच ओढणी आणि जांभळ्या रंगाचं मॅचिंग ब्लाऊज. बोलता बोलता त्या फेलानीच्या एकदम अंगावरच आल्या आणि फेलानीचा हात हातात धरून तिनं त्या तरुणांना विचारलं, 'या बाईची अवस्था पाहिली, अजून या बाईला काहीच उपचार कसे काय मिळाले नाहीत?' मोनीनं आईच्या पायाला घट्ट मिठी मारली. त्याला कळेना हा गोंगाट नेमका कशासाठी चाललाय. फेलानीचा हात सोडून सगळ्याच माणसांकडे पाहत ती त्या पोरांना म्हणाली, 'पाहा, या माणसांकडे पाहा, काय दोष काय आहे त्यांचा?'

तेवढ्यात पांढरा कोट घातलेला एक तरुण डॉक्टर त्या बाईजवळ आला. तो डॉक्टर असावा. त्याच्या पाठोपाठ अजूनही काही तरुण मुलं आली. तसा त्या बाईनं परत फेलानीचा हात उंचावून त्यांना तिचं मनगट दाखवत विचारलं, 'हे कारण आहे ना, या बाईवर उपचार न करण्याचं? या बांगड्या? या पांढऱ्या शंखाच्या बांगड्या. लग्न झालेल्या बंगाली बायका घालतात ना अशा बांगड्या? ही बंगाली आहे म्हणून तुम्ही तिला हात लावायला तयार नाही, नाही का?'

'पण मग तुम्हाला तरी या परक्या माणसांविषयी एवढा कळवळा का आहे? तुम्हाला का त्यांचा एवढा पुळका?' एका डॉक्टरनं तिरमिरीत विचारलं.

'छान, काय पण विचारतोस! हे सगळं तुमच्या त्या नेत्यांनी तुमच्या डोक्यात भरलंय ना. सामान्य माणसाच्या छाताडावर बसून त्यांच्यावर हुकूमत गाजवायचीये त्यांना. लोकांची रोजीरोटी तोडून स्वतःच्या तुंबड्या भरायच्या आहेत. सगळ्या राज्यात ब्लॅकआउट करताहात तुम्ही क्रांतीच्या नावाखाली. पण लक्षात घ्या, हा अंधार ही आसाममधली नित्याचीच गोष्ट होऊन जाईल. खाऊन टाकेल हा अंधार, कळलं तुम्हाला?' त्या बाई संतापून म्हणाल्या.

हे ऐकून रागानं एक मुलगा त्या बाईंच्या अंगावर धावून आला. पण तो यायच्या आत त्या बाईच त्याच्या दिशेनं चार पावलं पुढं सरकल्या. म्हणाल्या, 'ये ना ये, काय करशील? मला मारशील? मारून टाकशील? मार ना मार, माझ्यासारख्या एका मुंगीला चिरडून काय होईल, सांग ना? तुम्हाला माणसं मारायची ना, कवट्या फोडून रस्त्यावर प्रेतांचा सडा घालायचाय? घाला. मुळात ज्याला कुणाला आसामचा विकास व्हावा असं वाटेल, जो कुणी तसा प्रयत्न करेल, त्या प्रत्येकाला मारा. तुमच्या याच मूर्खपणाच्या जोरावर तर तुमचे नेते तिकडे ऐश करताहेत, आलिशान सोयीसुविधांमध्ये जगताहेत. आसामी माणसाच्या विकासाची किंमत मोजून, त्याच्या जगण्याचा बळी देऊन तुम्ही ऐका त्यांचं. मारा, कापून काढा सगळ्यांना!'

हे सगळं असं पेटलेलं असताना एक माणूस धावतच आला. 'मोनीची मां.

मोनीची मां.' म्हणत हाका मारत होता. मोनी कुठाय? लंबोदर कुठाय? तो धडाधड प्रश्न विचारत होता. पाहिलं तर फेलानीच्या शेजारीच राहणारे बिरेन बैश्य समोर उभे होते. त्यांना पाहून फेलानीला रडूच कोसळलं. तिलाच खरं तर त्यांना विचारायचं होतं, की मोनीचे बाबा कुठाय? तुमची बायको? मुलं? शेजारचे सहा दीदा-दादू?

पण तिच्याआधी मोनीनेच विचारलं, माझा पापू कुठाय? आणि बाकीचे सगळे?

तेवढ्यात एक पांढऱ्या डगल्यातला तरुण डॉक्टर आला आणि त्यानं विचारलं, 'ही बाई कोण आहे?'

बिरेन बैश्यंनी फेलानीकडं पाहिलं आणि ते ताडकन् म्हणाले, 'मी सांगितलं होतं ना तुला, या बांगड्या एक दिवस जीव घेतील तुझा. तू 'कोच' जमातीची आहेस, आसमीयाच आहेस, हे सांग ना त्यांना. सांग ना या बंगाली बांगड्यांशी तुझा काही संबंध नाही. काढ त्या बांगड्या हातातून.'

फेलानीनं बांगड्या हळूच गालावर घासल्या. त्यांचा वास घेतला. तोच तिच्या आईचा दरवळ. तिकडे बिरेन बैश्य त्या डॉक्टरला कळवळून सांगत होते, ती कोच आहे, शुद्ध आसमीयाच आहे.

दुसऱ्या एका डॉक्टरनं तिला तपासलं. सांगितलं, की पोटातल्या गर्भाची अवस्था ठीक नाही. काहीही होऊ शकतं. आणि मग तिच्याकडे रोखून पाहत त्यानं पुन्हा तोच प्रश्न विचारलं, 'नक्की कोण आहेस तू?'

बिरेन बैश्यना कळेना, की 'मी आसमीयाच आहे,' हे ती पटकन सांगून का टाकत नाही. साध्या प्रश्नाला एवढं अवघड करून का त्रास वाढवतेय. फेलानीनं मग तोच प्रश्न स्वत:लाच मोठ्यानं विचारलं, 'कोण आहेस तू?' आणि उदास हसून म्हणाली, 'माणूस आहे, दुसरं काय?'

बिरेन बैश्य आणि त्या डॉक्टरला 'माणूस आहे' एवढंच कळलं. समजलं काहीच नाही.

तिच्या डोळ्यांसमोर मात्र रक्तरंजित इतिहास उजळून गेला. तो किनाराम, रत्नमाला नावाची ती हत्तीण, मौजदरांची ती रत्नमाला नावाची सुंदर मुलगी, तिच्या गळ्यातली ती चमचमती सोन्याची साखळी. सिलिगुडीचा तो जांबाज तरुण खितीश जिच्यावर भाळला, ती अत्यंत सुंदर ज्युतीमाला, रतनकाका, त्याची प्रेमळ बायको, त्यांनी पोटच्या पोरीची माया देऊन जगवलं फेलानीला. ही सगळी माणसं महत्त्वाची नाहीत? का फक्त ते 'कोच' आसमीया रक्त महत्त्वाचं? पण हे सारं बाजूला ठेवून या पोरांना नवऱ्याविषयी विचारावं का, पाहिलं असेल का कुठं त्यांनी लंबोदरला?

पण ती काही बोलायच्या आत त्या मगाशी चिडलेल्या बाई परत आल्या. पुन्हा त्या डॉक्टरांना उद्देशून म्हणाल्या, 'तुम्हाला डॉक्टर होताना घेतलेली शपथ तरी आठवतेय का? रुग्णाचा जीव वाचवण्यापेक्षा मोठं काही नाही, हे तरी आठवतंय की

नाही? का या बाईच्या हातातल्या शंखाच्या बांगड्या तुमच्यासाठी दुसऱ्या कशापेक्षाही जास्त त्रासदायक आहेत?'

'तुम्ही या आता, फार झालं. तुमचा अपमान करावा, असं आम्हाला वाटत नाही, पण जास्त बोललात. आता आम्हाला काहीबाही बोलायला भाग पाडू नका, निघा आता.'- एक तरुण डॉक्टर अत्यंत तुसड्यासारखा बोलला.

हा गलका सुरूच होता, तेव्हाच फेलानी पुन्हा बेशुद्ध पडली. 'बाई फार अशक्त आहेत', एवढंच काहीतरी तिच्या कानावर पडलं. कुणीतरी तिच्या दंडात इंजेक्शन टोचलं. बैश्य आणि दुसरे दोघे मिळून तिला स्ट्रेचरवर ठेवून एका शेजारच्या कॅम्पमध्ये घेऊन गेले. थोडी शुद्ध आल्यावर फेलानीनं पाहिलं, तर जवळच बैश्यंची बायको बसली होती. दोघी एकमेकींच्या गळ्यात पडून खूप रडल्या. त्या रात्री काय काय आणि कसं घडलं याच्या कहाण्या किती वेळ बोलत बसल्या. बैश्यबाईंनी आपल्याच नशिबाला दोष दिला. देवानं दिलं आणि काढून घेतलं गं बाई, असं म्हणून हमसून हमसून रडू लागल्या.

'पाच पोरं घातली देवानं ओटीत आणि आता माझ्या कुशीत दोनच उरलीयेत. बाकीच्यांचं काय झालं देवाला ठाऊक. माझं काळीज फुटतंय गं. मी काय करू?'

त्यांना कसा नि काय धीर देणार होती फेलानी. तेवढ्यात मोनीनं विचारलं, ''माझे पापू?''

हा प्रश्न ऐकताच दोघीही पुन्हा जोरात रडू लागल्या. फेलानी कशीबशी म्हणाली, 'मोनीचे बाबा..' पुढं तोंडातून आवाजच निघाला नाही.

तेढ्यात बिरेन बैश्य आले. आर्मीवाले काही लोकांना गावात सोबत घेऊन जाणार, असं ऐकतोय. जी माणसं सापडत नाहीयेत, त्या माणसांना शोधायचं काम सुरू होतंय. माझी तीन पोरं कुठं शोधू, मीही जातोय आर्मीवाल्यांसोबत. त्यांनी या दोन बायकांना सांगून टाकलं. पण बोलता बोलता एकदम थांबले.

मग जरा थांबून हळूच म्हणाले,

'या अशा अवस्थेत तुला नाही येता येणार फेलानी.'

'मी येणार, 'त्यांना' शोधायला हवं, मी.'

'पण अगं, पोटातल्या बाळाचा तर विचार कर.'

'काय विचार करू, तसंही किती वेळ झाला बाळाची काहीच हालचाल जाणवत नाहीये. या बाळाची देवाला काळजी. त्यानं जन्म घ्यावा असं वाटत असेल, तर देव जगवेल त्याला. नाही तर होईल जे व्हायचं ते. पण माझा नवरा, त्याला शेधायलाच हवं.'

'मी जातोय ना, मी शोधेन त्याला. तू तब्येत सांभाळ'

बिरेन बैश्य खरं तर तिनं येऊ नये, म्हणून बराच प्रयत्न करत होते. आर्मीवाले

जिवंत माणसांना नाही प्रेताची ओळख पटवायला नेताहेत, गावात प्रेतांचा ढीग पडलाय, त्यातून आपलं माणूस ओळखायचंय, हे फेलानीला सांगण्याचं बळ बैश्य कुठून एकवटणार होते. शेवटी नाइलाजच झाला तेव्हा एवढंच म्हणाले,

'ठीक आहे, चल. जाऊन बघ. निदान त्यानं तरी तुझ्या जिवाला थोडं समाधान वाटेल. स्वत: एकदा पाहिलं, की माणूस मान्यच करतो जे आहे ते. चल तू. जाऊ उद्या सकाळीच.'

सात

दुसऱ्या दिवशी भल्या सकाळी आर्मीचे ट्रक आले. त्यांनी कॅम्पमधून माणसं ट्रकमध्ये भरली. प्रत्येक माणसाचं कुणी ना कुणी माणूस सापडत नव्हतंच. फेलानीही बिरेन बैश्यबरोबर निघाली. अजून काही बायका होत्या, त्यांच्यासोबत तिला ट्रकमध्ये निदान पुढच्या सीटवर तरी बसायला मिळालं.

ट्रकनं वेग घेतला. फेलानीला अशक्तपणा होताच. हलकेच डुलकी लागली. तिला अशी ग्लानी सतत यायची. डोळे मिटले, की भूतकाळातल्या घटना डोळ्यांसमोर फेर धरून नाचू लागायच्या. गेल्या दोन दिवसांत घडलेल्या घटनांनी तर तिचं डोकंच सुन्न झालं होतं. आपण त्या खड्ड्यात रुतत चाललोय, केळीची पानं वरून बदाबद पडताहेत अंगावर, असं वाटू लागलं. जीव गुदमरायला लागतोय, डोळ्यांसमोर गच्च अंधारी येतेय, असं वाटू लागलं. काही केल्या तिचे डोळे उघडेनात.

लंबोदरनं तिच्या गालावर दोन्ही हात ठेवले होते निघताना. तो दणकट स्पर्श तिला पुन्हा जाणवू लागला. ती दलदलीत पडली होती तेव्हा अशाच खरखरीत दणकट हातांनी तिला ओढून बाहेर काढलं होतं. खळखळून हसत मग तिनं त्याला लटक्या घुश्श्यातच विचारलं, 'हात आहेत की सागाची भलीमोठी पानं?'

त्याच्या त्या भल्यामोठ्या हातांमध्ये तिचे नाजूक हात दिसतही नसत. तोही मग हसून म्हणाला, 'माझे हात कसे का असेना ओबडधोबड, सागाच्या पानांसारखे. तुझे हात खूप सुंदर आहेत, देवानं कसलं नाजूक काम केलंय. तुझे हात सोनचाफ्याच्या फुलासारखे नाजूक आहेत.'

भल्यामोठ्या हातांच्या त्या माणसाचा चेहरा स्वप्नात तरी दिसावा, म्हणून ती प्रयत्न करत होती. पण डोळ्यांवर एकदम प्रकाशाची तिरीप आली. स्वप्न तुटलं आणि वास्तवाचा जाळ समोर आलाच लगेच छळायला.

ट्रकही गावात पोहचला. ट्रकमागून ट्रक आणि माणसांचे घोळके गावात येत होते. गावाच्या वेशीवरच जुनं देऊळ होतं. देवळाच्या आवारात मोठमोठी झाडं होती. त्यांच्या घनदाट सावलीत बसायला एरवी निवांत वाटत असे. त्या झाडांवर कबुतरांची

जत्राच भरायची. कबुतरं रात्री मंदिरात राहायची आणि दिवसभर या झाडांवर गुटर्गु सुरू असायचं. आता तर ती कबुतरंही दिसत नव्हती. सगळी कबुतरं कुठं उडून गेली कुणास ठाऊक? चिटपाखरू दिसत नव्हतं. मंदिर कायम स्वच्छ ठेवायचं म्हणून गावकरी सेवा रुजू करायचे. आज मात्र मंदिरालाच अवकळा आली होती. एका बाजूला पडझडही झाली होती. गावात एखादं महाभयंकर वादळ येऊन गेलं असावं, किंवा युद्धात गाव बेचिराख झालं असावं, तसं सारं भयाण चित्र दिसत होतं.

बाकीच्या बायकांबरोबर तीही मंदिराच्या दारापाशी थांबली. मोडून तोडून पडलेलं काहीतरी दिसत होतं. पाहिलं तर मंदिरातलं ढोलकं. 'डोबा' म्हणतात त्याला. कुणीतरी तो डोबाही तोडून टाकला होता. तिला आठवलं, लहान असताना पुजारी कधी तरी मुला-मुलींना हा ढोल वाजवायला द्यायचे, तेव्हा खूप आनंद व्हायचा. तेव्हा कुणाला स्वप्नात तरी वाटलं होतं का, ढोलाचा तोच आवाज तळपायाची आग मस्तकात नेईल? तरुण मुलं-मुलीही मंदिराच्या आवारात गप्पा मारत, खेळत संध्याकाळी. मात्र तिन्ही सांजेला पुजारीबाबांनी ढोल वाजवला, की सगळे हात-पाय धुऊन प्रार्थनेला हजर व्हायचे. तेव्हा कुणाला वाटलं होतं, की एक दिवस आपल्याच जिवावर उठलेली माणसं अशीच ढोल वाजवत या मंदिराच्या आवारात येतील आणि तो आवाज ऐकून प्रार्थनेसाठी नाही, तर जिवाची भीक मागायची म्हणून देवासमोर हात जोडावे लागतील. कुणाला कल्पना तरी होती का, की डोबा नावाचा हा पवित्र ढोल माणुसकीच्या युद्धासाठीचा आवाज म्हणून वाजेल? ढोलाच्या तालावर मृत्यूचं थैमान सुरू होईल, असं कुणाला वाटलं होतं?

मंदिरापाशी थांबलेली माणसं पुढं चालू लागली. फेलानीही निघाली. सगळीकडं अर्धवट जळालेली घरं दिसत होती. घरातल्या धान्यकोठारातून अजून काही ठिकाणी धूर निघत होता. रस्त्यावरची कुत्री रक्ताची थारोळी हुंगत होती. फळांनी झुकलेली झाडं जमिनीवर पडली होती. गावं सुन्न. पाखरांचा किलबिलाट नाही. कुठं जिवंतपणाची काहीच खूण नाही. नाकात भयानक दुर्गंधी गेल्यानं अनेकांनी नाकाला हात लावला. वास कुठून येतोय पाहिलं, तर झाडाकडं लक्ष गेलं. तशी फेलानीनं एक भयानक आरोळी ठोकली. झाडाच्या फांद्यांतून कापलेले हात आणि पाय लटकत होते. दोन लहान मुलांचे नुसते धडच लोंबकळत होते. त्यांची डोकी कुठं कापून टाकली असतील देव जाणे. ते दृश्य पाहण्याची ताकत कुणात नव्हती. माणसं सर्रकन पुढं सरकली.

आर्मीवाले माणसांना सर्वांत आधी तागाच्या मळ्यात घेऊन गेले. एरवी या शेतात माणसांच्या गप्पांचे फड रंगायचे. गरमागरम वाफाळलेला भात, नारळाची आमटी यांचा सुगंध दरवळायचा. आता तिथं येत होता फक्त रक्ताचा उग्र वास. त्या रात्रीच्या हत्याकांडात बायका-मुलांचाच सर्वाधिक बळी गेला.

आपलं माणूस या प्रेतात तरी सापडतंय का याचा शोध घेत माणसं त्या उद्ध्वस्त मळ्यात फिरू लागली. तीन-चार बायका किंचाळत-रडत प्रेतांना छातीशी कवटाळू लागल्या. छाती बडवू लागल्या. मामोनीचे वडील, बैश्य त्यांनीही एक प्रेत घट्ट छातीशी धरलं, त्यांचं एक लेकरू सापडलं होतं; पण त्याचं मृत धडच फक्त, त्याचं मुंडकं काही दिसेना. कोण कुठं, कोण कुठं प्रेताजवळ बसून फक्त आकांत करत होतं. आणि फेलानी? तिच्या पायालाच नाही, तर छातीला कुणीतरी दगड बांधला असावा असं तिला झालं. सुन्न. तिला ना श्वास घेता येत होता, ना मोठ्यानं रडता येत होतं. ती फतकल मारून जमिनीवर बसली. गुडघ्यात डोकं खुपसलं आणि तिला पुन्हा ग्लानीच आली. डोळ्यांसमोर तीच अंधारी, तीच भूतकाळाची नाचरी चित्रं ताल धरू लागली. आर्मीवाल्यांनी थोडा वेळ रडू दिलं माणसांना आणि हुकूम सोडला– चला, ट्रकमध्ये बसा. गावात चला. ट्रक गावात आला. शाळेजवळ पोहोचला. लोक खाली उतरून आपापल्या घरांची काय अवस्था आहे हे पाहायला आपलंच घर शोधू लागली. फेलानीही बैश्यंच्या मागोमाग चालू लागली.

हसतं-खेळतं, मुलाबाळांचं गाव, लोकांचे बहरलेले संसार, दोन दिवसांच्या आगीत सगळं जळून खाक झालं. काही घरांच्या कोठीघरातून अजून धूर येत होता, फेलानीनं तर स्वत:च्या घराला आग लागताना प्रत्यक्ष पाहिलंच होतं. लोकांनी पै-पै करून घरात धान्य भरून ठेवलं होतं, कुणाच्या शेतातली उभी पिकं वर्षभराची बेगमी म्हणून घरात आली होती. आता त्या सगळ्याची राख झाली होती. वाटेत पहिलं सगळ्यात मोठं घर लागलं ते रती सहांचं. त्यांच्या घराचा काही भाग जळालेला होता, अंगणातलं झाड उन्मळून पडलेलं होतं. बैश्य आणि ती त्यांच्या घरासमोर थांबले. घराचं दार उघडंच होतं. आत कोण असेल म्हणून डोकावून पाहिलं, तर एक मध्यमवयीन माणूस बाहेर आला. तो रती सहांचा मुलगा. हातात काहीतरी कागदात गुंडाळून तो घराबाहेर पडत होता. उघडा बंब, जेमतेम लुंगी अंगाला गुंडाळलेली. भयाण नजरेनं तो फेलानीकडं पाहत होता.

'दीदा...दादू?' फेलानी विचारणार, बैश्यही प्रश्न विचारण्यासाठी तोंड उघडणार तेवढ्यात तो माणूस गपकन खाली बसला आणि छाती बडवून घेत मोठमोठ्यानं रडू लागला. ते पाहून फेलानीला गरगरलंच. तिच्या डोळ्यांसमोर दीदाच उभी राहिली. सुरकुतलेल्या मऊ हातांची, फेलानीवर माया करणारी. तिचे पांढरे केस, भांगात भरलेलं लालचुटूक कुंकू. मोराच्या आकारातले कानातले. आणि ढोलाचा तोच आवाज. त्या रात्री लोक जीव वाचवत पळत होते; पण ही म्हातारी माणसं कुठं पळणार? त्यांना धड चालवतही नव्हतं. त्या नराधमांनी म्हाताऱ्या दोघांनाही फरफटत घराबाहेर आणलं आणि त्यांचे तुकडे करून फेकून दिलं.

'त्या तिथं, समोर, त्या मोठ्या झाडाखाली.' त्यांचा मुलगा म्हणाला. आता इथं

काय उरलंय असं ठरवून तो हे घर कायमचं सोडून निघाला होता. 'मी फक्त हे एवढं घ्यायला आलो होतो.' त्याच्या हातात कृष्णाची चांदीची मूर्ती होती. दीदा-दादू रोज सकाळी कान्हाची पूजा करायचे. ती मूर्ती पाहून फेलानीनं हात जोडले, डोळ्यांत पाणी डबडबलं.

घराजवळ पोहोचत नाही तोच एक माणूस धावत आला. रघूच हा, फेलानीनं ओळखलं. रघूशी तिची जुनी ओळख. लंबोदरशी लग्न व्हायच्या आधीपासूनची. तो थोडा गतिमंद होता, तोतरं बोलायचा. चाचरत -अडखळत बोलायचा. त्याच्या पायातही थोडा दोष होता, लंगडत चालायचा. पण कुठलंही काम सांगा, करायचा. लोकांना मदतही करायचा. कोण काय म्हणतंय, हे कळण्याइतपत, सांगितलेलं करण्याइतपत त्याची बुद्धी काम करायची. फेलानीचा नवरा अंगमेहनतीच्या कामासाठी त्याला नेहमी मदतीला घ्यायचा. पैसे द्यायचा. रघूला ना घर होतं ना दार, ना नात्याची माणसं. तो कुठंही राहायचा, गाव तरी त्याचं होतं. आता तर त्या गावात तो एकटाच भुतासारखा फिरत होता. गेले काही दिवस तर सहांच्याच घरात, देवाच्या खोलीत लपून राहत होता.

रघूच्या हातातल्या पुडक्यात सहांच्या घरातल्या काही वस्तू होत्या. हस्तिदंताची एक मूर्ती, देवघरातल्या पितळेच्या घंटा आणि काही चांदीची भांडी. या गोष्टी सांभाळायच्या म्हणून मी तुमच्या देवघरात लपून राहिलो होतो, असं त्यानं दीदाच्या मुलाला सांगितलं आणि त्याला त्या वस्तू देऊन टाकल्या. सहांच्या मुलानं मागं वळूनसुद्धा पाहिलं नाही. उघडंवाघडं घर तसंच सोडून देत तो रडत निघून गेला.

फेलानी तिथंच मटकन बसली. रघूनं तिच्यासाठी दोन-तीन केळी, थोडं पाणी आणलं. ही केळीही तिच्याच अंगणातली, मोनीच्या बाबांनी कलम केलं होतं तिच्यावर. तिला भरून आलं. रघू आणि ती दोघंही रडू लागले. एरवी रघूच्या चेहऱ्यावरचं निरागस हसू पाहून बरं वाटायचं. आज मात्र ते हसूच हरवलं होतं. रघूला 'र'चा उच्चार करता यायचा नाही आणि एका वेळेस अनेक गोष्टी लक्षात ठेवण्याचीही त्याची क्षमता नव्हती. आणि त्या रात्री त्यानं जी जी भयाण दृश्य पाहिली, त्यानंतर तर त्याच्या डोक्याचा चिखल झाला होता. नेहमीपेक्षा जास्त चाचरत होता. बोलताना अडखळत होता.

रघू सांगत होता, 'मी शाळेत होतो, मोनीची मां. तिथं खूप लोकं जमलेले होते, पण त्यांना चेहरेच नव्हते, फक्त धड होते.' खरं तर तो म्हणत होता, की त्या लोकांनी चेहरे कपड्यानं गुंडाळले होते. सगळे सारखेच दिसत होते.

हादरलेल्या बैश्यंना मात्र चटकन कळलंच नाही की तो काय म्हणतोय. चेहरे नसलेली माणसं? म्हणजे खरंच भूतं पाहिलीस की काय तू?-ते त्याच्या अंगावर खेकसले.

'भूतं? नाही. माणसं; त्यांना डोळे नव्हते, त्यांना चेहरे नव्हते. फक्त काळे कपडे होते. देवळात ढोल. ढुम ढुम ढुम आणि हे चेहरे नसलेले. मी चारीत खोल लपलो, जलपर्णीत घुसलो आणि मग त्यांनी शिबानी. शिबानी. शिबानीच्या घराला आग लावली, तिच्या वडिलांना पेटवून दिलं. आणि मग मोनीची मां. तुझ्या घराला आग. मग सकाळी कुत्रे- कोल्हे. ते प्रेतं खात होते. मोनीची मां.' तो हुंदके देत रडत होता. शब्दच येईना तोंडातून.

'दीदा, दादू, त्या झाडाखाली. त्यांचं मुंडके छाटले. बकऱ्यांचेही. बिरेनची टपरीपण. लाल. लाल. लाल रक्त.'

फेलानीला वाटलं यालाच घट्ट जवळ घेत शांत करावं. मनानं निरागस पोर हे, त्यानं काय काय पाहिलं त्या रात्री.

'रघू. आठव. आठव. मोनीचे बाबा?'

रघू गप्पच. काहीच बोलेना.

'मोनीचे बाबा. रघू.' फेलानीनं त्याला परत हलवलं.

'मोलीचे बाबा. मोली. बाबा.' तो मोनीला मोली म्हणायचा. अडखळत पुन्हा हेच म्हणत होता.

'मोलीचे बाबा आणि सुभाष मास्तर, पहारा.'

'हो. हो पहाऱ्यावर होते, तुला दिसले होते.' फेलानी त्याला विचारत होती.

'हो. हो. ते पुलावर पहारा देत होते, तितक्यात ती चेहरा नसलेली माणसं आली.'

'मग?'

'सुभाष मास्तरला म्हणाली, सर तुम्हाला मारणार नाही आम्ही. असं म्हणत त्यांनी मास्तरला उचललं. मंदिरात नेलं. त्यांच्यावर रॉकेल ओतलं आणि पेटवून दिलं. मोलीच्या बाबानं त्यांना अडवलं, आरडाओरडा केला. मग पुलावर, त्यांनी. मोलीच्या बाबाच्या अंगावर रॉकेल ओतून त्याला पेटवून दिला.'

रघूनं असं सांगत जमिनीवर लोळण घेतली. तो खूप मोठमोठ्यानं रडत होता. त्याला सांगायचं बरंच होतं; पण बोलवत नव्हतं. बोलता येत नव्हतं. त्याच्या डोक्यात बिनचेहऱ्याची माणसं, जिवंत जळणारी माणसं, आगीचे डोंब, रक्ताच्या चिळकांड्या, दीदा-दादू, बकऱ्या सगळ्याचा चिखल झाला होता.

फेलानी गप्पच. बैश्यकडे पाहिलं, तर तिला त्यांच्या डोळ्यांत एक विचित्र भीतीच दिसली. ते व्हसकन तिच्या अंगावर ओरडले. म्हणाले, 'चल निघ इथून. हे भुतांचं गाव आहे आता. रघू काय म्हणतोय ऐकलं ना, बिनचेहऱ्याची माणसं. रात्र झाली, की भूतं नाचतील आता इथं, अतृप्त, जिवंत जळालेली माणसं येतील पुन्हा. कितीदा मी मोनीच्या वडिलांना सांगितलं होतं, की एक आसामी गामोशा फडकव

घरावर. जीव तरी वाचेल; पण त्यानं ऐकलं नाही. त्याला बंगाल्यांचा जीव वाचवायचा होता. आता स्वत:च जळाला जिवंत, बायका-पोरं पडली वाऱ्यावर. पण मी? मी तर फडकवला होता ना गामोशा घरावर मग तरी त्यांनी माझ्या लेकरांचा का बळी घ्यावा? आगीला काय कळतं कोण आसामी नि कोण बंगाली? माझी दोन पोरं तर गेली, बाकीच्यांचं कसं होणार देव जाणे. चल आता.'

असं म्हणून बैश्य चालायलाही लागले. त्यांनी मागं वळून पाहिलं तर फेलानी तिथंच बसलेली. लंबोदरनं कष्टानं बांधलेलं, तिनं सजवलेलं घरटं जळून खाक झालं होतं. तिची फुलांची सुंदर बाग भस्मसात झाली होती. तिनं घराचा दरवाजा ढकलला. ती घरात निघाली होती, तेवढ्यात बैश्य परत आले. त्यांनी तिचा हात धरला आणि तिला मागं ओढलं.

'आत जाऊ नकोस. मी सांगितलं ना तुला. आत जाऊ नकोस. दोन माणसं जिवंत जळाली आहेत त्या घरात. त्यांचे आत्मे फिरत असतील तिथं. त्यांच्या वासना फिरताहेत तिथं. त्यांना मुक्त व्हायचंय. आत गेलीस तर ते तुला चिकटतील, तुला धरतील. कळलं, चल आता.'

बैश्यंनी हात धरून तिला खेचत चालायलाच सुरुवात केली. ती पुन: पुन्हा वळून वळून घराकडं पाहत होती. ते पुन्हा तिच्या अंगावर खेकसले– मागं वळून पाहू नकोस. ते मागे येतील आपल्या. चल पुढं बघ, चल पटकन.

बैश्य रघूसारखंच बोलत होते, चाचरत. काय बोलत होते त्यांचं त्यांनाही कळत नव्हतं.

आठ

दंगलग्रस्तांच्या वेदनांवर फुंकर घालायला म्हणून स्वतः मुख्यमंत्री कॅम्पमध्ये येणार होते. दंगलग्रस्तांच्या कॅम्पमध्ये एकदम दिवाळीच आली. सगळीकडे चकाचक स्वच्छता, रस्त्याच्या कडेचे हगणदारी, मुतारीचे पाट गायब झाले. लोकांना मिळणाऱ्या जेवणाचा दर्जा एकदम सुधारला. डॉक्टर आले. ते लोकांवर उपचारही करू लागले. सगळीकडे नुसता उत्साह आणि कामाला उधाण.

मोनीला चांगले कपडे मिळाले. मुख्यमंत्री येणार म्हणून तोही इतर मुलांबरोबर बागडत आनंदात फिरत होता. मुख्यमंत्री स्वतःच्या निधीतून लोकांना आयुष्य उभं करण्यासाठी पैसा देणार होते. प्रत्येक निर्वासित कुटुंबाला पाच हजार रुपये रोख आणि छपरासाठी पत्रे मिळणार होते. लोकांच्या डोक्यावर छप्पर यावं आणि त्यांनी पुन्हा आपापल्या गावी जाऊन आपलं आयुष्य शून्यापासून सुरू करावं, म्हणून प्रयत्न सुरू झाले होते. लोकांनी मात्र मुख्यमंत्र्यांचं हेलिकॉप्टर कसं येतं, कसं उतरतं, हे पाहण्यासाठी चिक्कार गर्दी केली होती.

फेलानी तंबूत एका बांबूला टेकून बसली होती. पोटात जोरात दुखायला लागलं होतं. कळा यायला लागल्या होत्या. कितीतरी दिवस झाले तिच्या पोटातल्या बाळानं काहीच हालचाल केली नव्हती. तिनं पोटावर हात ठेवून पुन्हा एकदा पाहिलं; पण बाळ हालचाल करत नव्हतं. तेवढ्यात तिला खूपच जास्त दुखू लागलं. डोळ्यांसमोर अंधारी आली. तिला वाटलं कुणीतरी ओरडून म्हणतंय, 'मालती, पुरे आता. मोकळी हो, नको वाहूस हा भार.' कुणीतरी तिच्या डोक्यावरून मायेनं हात फिरवतंय. मोराचे कानातले, शंखाच्या पांढऱ्या बांगड्या, खोबऱ्याच्या तेलाचा वास आणि ढोलाचे तेच आवाज. काही कळत नव्हतं. कुणीतरी आपल्याला कुठं तरी नेतंय, एवढंच तिला कळत होतं.

शुद्ध आली तीच नाकात औषधांचा वास गेल्यानं. ती एका तात्पुरत्या दवाखान्यात दाखल होती. तिला मुलगी झाली होती, पण ते बाळ पोटातच दगावलेलं होतं. ती उठून बसल्यावर नर्सनं तिला विचारलं, 'बाळाला पाहणारेस? पण ते बाळ जन्मापूर्वीच...'

फेलानीनं चाचरत विचारलं, ‘मुलगा की मुलगी?’

‘मुलगी. पूर्ण दिवसांची होती...पण’ सिस्टर म्हणाली.

‘मला एकदा दाखवाल?’

नर्स गेली आणि एका छोट्याशा टबमध्ये त्या मुलीला घेऊन आली. तिच्या डोक्यावर सुरेख जावळ होतं. छोटे छोटे, गोरे-गोरे हात-पाय. पण शरीर निळं पडायला लागलं होतं, सुरकुतलं होतं. थंडगार देह. दगडच जसा. फेलानी तिच्याकडे फक्त पाहत राहिली. मग एक माणूस आला आणि तिला घेऊन गेला. रडण्यापलीकडं फेलानी दुसरं काही करू शकत होती?

तीन दिवसांनंतर फेलानी त्या दवाखान्यातून बाहेर पडली. तिनं आंघोळ केली. डोक्यावरून पाणी घेतलं. किती दिवसांत तिनं आंघोळच केलेली नव्हती. जरा स्वच्छ, थोडं फ्रेश वाटलं. केस विंचरून झाल्यावर तिला वाटलं, की मामोनीच्या आईकडून थोडा सिंदूर आणावा भांगात भरायला. पण मग आठवलं, की रघू तर म्हणाला, की लंबोदरला पुलावर पेटवून दिलं. ती थांबली. ‘आता कसलं सौभाग्य नि कसला सिंदूर’ म्हणत तिनं केसांचा भांगही पाडला नाही. केस घट्ट मागे वळवले आणि आंबाडा बांधून टाकला. लांबसडक सुंदर केस होते तिचे. आता त्यांची कायमची गाठ मारून वळचणीला ठेवावेत, तसं तिनं तो पिळा मानेवर ठेवून दिला. डोळे रडरडून लाल झाले होते, पण डोळ्यांत साबण गेला असेल म्हणत तिनं त्या लालीकडंही दुर्लक्षच केलं.

तिच्यासारखीच कॅम्पमध्ये राहणारी आणखी काही माणसं मनाची समजूत घालून जगायला लागली होती. एका कुटुंबात तर रूणू नावाची वयात आलेली मुलगी आणि तिची आजी दोघीच उरल्या होत्या. राणूचं वय वेडं, ती रोज संध्याकाळी मस्त नट्टापट्टा करून त्यांच्या तंबूच्या दारात उभी राहायची. कॅम्पमध्ये खाण्याचे वांधेच होते, पण रूणू मात्र दिवसेंदिवस फुलत होती, टंच दिसत होती. एके रात्री तंबूत आजीशेजारी रूणू झोपलेली असताना दोन तरुण मुलं आली. त्यांनी रूणूला उचलून न्यायचा प्रयत्न केला. रूणूनं बरीच झटापट केली, आरडाओरडा सुरू केला. म्हणून ते तिला वाटेतच टाकून पळून गेले. कोण मुलं होती, हे काही रूणूनं ओळखलं नाही; पण त्यानंतर कॅम्पमध्ये या विषयाच्या चर्चेला नुसता ऊत आला.

सुरुवातीला कॅम्पमध्ये एकाच ठिकाणी स्वयंपाक व्हायचा. लोकांना एकत्र जेवण मिळायचं. आता तेही बंद झालं. प्रत्येकाला कुटुंबात किती माणसं, हे पाहून आठवडाभराचं धान्य देऊन टाकलं जायचं. डाळ-तांदुळ-कणीक आणि तेल मिळायचं. ते वापरा कसंही. मोनीला मांच्या हातची गव्हाची लापशी फार आवडायची. तो ती आवडीनं खायचा. मात्र हळूहळू प्रत्येकाला रेशन मिळणंही मुश्कील होऊ लागलं.

प्रचंड गर्दी उसळायची. कुणाला मिळायचं, कुणाला नाही. कधी लवकर संपायचं. कॅम्पमधली तात्पुरती शौचालंयही गायब झाली. ज्याला जिथं कुठं मोकळी जागा मिळेल तिथं तो शौचाला बसू लागला. अत्यंत गलिच्छ वातावरण, घाणेरडे वास यात जीव गुदमरायला लागला. सगळीकडं घाणीचे पांढरे किडे वळवळायला लागले. पाऊस आल्यावर तर ही स्थिती आणखी बिघडेल, हे दिसतच होतं. अनेक लोकं या अवस्थेला कंटाळून कॅम्प सोडून निघून गेले.

बैश्य कुटुंब त्यांच्या गावी सोलकुचीला रवाना झालं. दीदा-दादू गेल्यावर सहा कुटुंब कायमचं बंगालला निघून गेलं. सुभाष मास्तरचं कुटुंब कुचबिहारला राहायला गेलं. शिबानीच्या घरचे सिलिगुडीला जाऊन राहिले. तिथं त्यांनी नव्यानं व्यवसाय सुरू केला. गावातही कुणी आता ओळखीचं उरलेलं नव्हतं. एकटा रघू तेवढा होता. फेलानीच्या कानावर गावात काय घडतंय याच्या बातम्या पडत होत्या. पण गावात जाऊन तरी करणार काय, तिथं कोण होतं आता? मग जावं तरी कुठं? लंबोदरच्या घरी जावं का? पण कसं जाणार? त्यांना ती सून म्हणून पसंत नव्हती. भलत्याच जातीची. आता तर त्यांचा मुलगाही नाही. आजवर ती कधी त्यांच्या घरी गेली नव्हती, आता पांढरं कपाळ घेऊन कसं जायचं? ते स्वीकारतील आपल्याला? बैश्य नवरा-बायको तिला म्हणत होते, की आमच्याबरोबर चल. पण त्यांचे स्वत:चेच वांधे, ना डोक्यावर छप्पर, त्यात आपलं ओझं नको म्हणून फेलानी गेली नाही. मौजादरांच्या घरी जावं का? तिला एखादा कोपरा आणि दोन वेळचं जेवणं त्यांना काही महाग नाही. पण काय सांगणार त्यांना? कोण ती? कुणाची कोण? आणि ते करतील मान्य तिच्याशी असलेला संबंध?

मोनीला भात भरवून ती एका कोपऱ्यात जाऊन पडली. अजूनही तिला ग्लानी यायचीच. मन थाऱ्यावर नव्हतंच. तिला कधी हत्ती दिसायचा, कधी डोखोना घातलेली सुंदर मुलगी. बायकोला एकटीला सोडून दाई आणायला दंगलीत गेलेला एक निडर तरुण, काळंनिळं पडलेलं ते लहानगं शरीर. रस्त्यात पडलेलं बाळाचं ते अर्धवट शरीर. आपली पोटची पोर अशी निस्तेज. तिला वाटलं उचलावं ते शरीर त्या टबातून अन् हलवावं गदागदा. करावं जिवंत. पळावं त्या बाळाला घेऊन इथून. आणि तोच आवाज, 'मालती... पुरे आता, नको वाहूस हे ओझं, हो मोकळी.'

मोनीनं तिला गदागदा हलवून जागं केलं. तेव्हा ती भानावर आली.

'का ओरडतीयेस, का रडतीयेस एवढ्या जोरजोरात, काय झालं?'

आपण काय बोलतोय, काय ओरडतोय, रडतोय याचं तिला काही भानच नव्हतं. ती तिच्याच तंद्रीत बोलत-हमसून हमसून रडत होती. पण मोनीला कळून चुकलं होतं. तसंही आता कॅम्पमधले लोकं त्याला म्हणायलाच लागले होते, की तुझ्या आईच्या डोक्यावर परिणाम झालाय.

बाहेर खेळायला जाणं तसंही मोनीनं बंद करून टाकलं होतं. तो सतत आईच्या जवळ राहायचा, तिची काळजी घ्यायचा.

मोनीची भूक जाम खवळली होती. भुकेनं जीव कासावीस झाला होता. रेशनच्या रांगेत बराच वेळ उभी राहिली फेलानी, पण काहीच मिळालं नाही. मोनी बाहेर गेला होता. काही लाकूडफाटा मिळतोय का रानावनात, तो गोळा करून ती सरपणाची मोळी करून विकायचा. त्यातून एखादा रुपया सुटायचा. छोटीमोठी कामं मिळवून थोडे पैसे कमावण्याचाही प्रयत्न त्यानं सुरू केला होता. चहाच्या टपरीवर, किराणा दुकानात जाऊन काम मागायचा. पण लोक पळवून लावायचे. एक दिवस एका हॉटेलात कप-बश्या विसळून आणि भांडी घासून तो पोटभर जेवून आला. एक दिवस पाठीवर कांद्याची पोती वाहून त्यानं पाच रुपये मजुरीही मिळवली.

मात्र त्याला खरी उत्सुकता होती ती कॅम्पच्या मागच्या बाजूला असलेल्या मुलींच्या 'त्या' तंबूविषयी. त्याला त्या भागात जायला मनाई होती. पण एक दिवस तो आणि त्याचा मित्र रोण्टू तिथं लपतछपत गेलेच. बैश्यनी ते पाहिलं आणि त्याला चांगलं फटकावलं. पण म्हणून काही मोनीची उत्सुकता मेली नाही, उलट वाढलीच. त्याला त्या मुलींच्या तंबूत रस नव्हता, त्या मुलींसाठी काम करणारे, त्याच्यापेक्षा थोडे मोठे असलेले बिजॉय, कुलू, जोगन मस्त मजेत राहायचे. चांगले कपडे घालायचे, काय काय चमचमीत खायचे. त्यांच्याकडे पैसे कुठून येतात आणि तसे पैसे आपल्याला मिळतील का? याची त्याला जाम उत्सुकता होती.

त्या दिवशी संध्याकाळी त्याला जाम भूक लागलेली होतीच. शेवटी मनाचा हिय्या करून तो त्या मुलींपैकी एकीच्या तंबूबाहेर जाऊन उभा राहिला. तेवढ्यात एक माणूस आला. मोनीच्या हातात दहा रुपयांच्या तीन नोटा देत त्यानं समोर काहीतरी हातानं इशारा केला. मोनीला कळलंच नाही त्याला नक्की काय हवंय. तो तसाच गोरामोरा होत उभा राहिला, तेवढ्यात तिथं बिजॉय आला. म्हणाला, 'जा ना, उभा काय राहिलाय, जा सरांसाठी चपटी घेऊन ये.'

'चपटी?' मोनी विचारतच होता तेवढ्यात तिथं कुलू आणि जोगन आले.

'बावळटच आहे' कुलू म्हणाला.

'लहान आहे रे तो, नवीन आहे बच्चा, त्याला काय कळतंय, कळेल हळूहळू.' बिजॉय डोळा मारत हसून म्हणाला.

मग मोनीकडं पाहत त्यानं सांगितलं, 'मोनी जा, ते समोरचं दुकान दिसतंय ना तिथून पेप्सी घेऊन ये. आलास की लतादीदीच्या तंबूच्या फटीतून हळूच ते पाकीट आत सरकवायचं, डोकावून पाहायचं नाहीस, भस्सकन् आत घुसायचं नाही, कळलं. सर थोडी गंमत करायला आलेय. त्या गमतीची ऐशी की तैशी करशील, नाही तर

विचारशील काय करताय?' बिजॉय हसत पोरांना टाळी देत म्हणाला.

'पेप्सी?' मोनी पुन्हा बावळटासारखं म्हणालाच.

'लतादीदी कानफटात मारेल तुझ्या, पुरे झाले सवाल-जवाब' असं म्हणत बिजॉय त्याला दंडाला धरत मेनरोड क्रॉस करत समोरच्या दुकानात घेऊन गेला. एका पानटपरीच्या मागं एक छोटी पत्र्याची शेड होती. तिथं रंगबिरंगी देशी दारू प्लॅस्टिकच्या पिशव्यांमध्ये भरून ठेवलेली होती.

'याला म्हणतात पेप्सी, बावळट.' बिजॉय म्हणाला.

देशी दारूला बोलीभाषेत पेप्सी म्हणतात ही ज्ञानप्राप्ती मोनीला झाली. बिजॉयने दारूच्या दोन पिशव्या घेतल्या. मोनीनं सांगितल्याप्रमाणं त्या फटीतून तंबूत सरकावल्या. वीस रुपये खर्च झाले, १० उरले. बिजॉय म्हणाला, ते तुझे. ठेव. मग त्यानं त्याला कुठला तंबू कुठल्या 'दीदी'चा हे समजावून सांगितलं. पहिला तंबू लतादीदीचा, दुसरा मेनका, तिसरा रुणू, चौथा राणी, पाचवा जोबा, सहावा सीता आणि सातवा सगळ्यांत शेवटचा तंबू गीतादीदीचा. समजलं की नाही हे तपासून पाहण्यासाठी त्यानं मोनीला विचारलं, 'आता तू कुणाच्या तंबूत पेप्सी दिलीस?'

'लतादीदीच्या!' आपल्याला आठवतंय नीट हे सांगण्यासाठी मोनी उसळून म्हणाला.

'भारी रे, हुश्शार. काही दिवसांनी तर आम्हाला कामाला ठेवशील तू.' बिजॉयनं त्याच्या डोक्यात टपली मारली.

थोड्या वेळानं एक उंचापुरा धिप्पाड क्रू कटवाला माणूस आला.

'हा आर्मीवाला मोठ्ठा माणूस आहे, नेहमी येतो, लक्षात ठेव' मोनीच्या कानात आणखी माहिती ओतत बिजॉय त्या माणसाला एका तंबूत घेऊन गेला. त्या माणसानं त्याला दहा रुपये टीप दिली.

थोड्या वेळानं पायजमा-कुर्ता घातलेला एक काळा-सावळा माणूस आला. बिजॉयनं मोनीला इशारा केला, एक नंबरकडे घेऊन जा.

तसा मोनी त्याला त्या तंबूत घेऊन गेला. लतादीदी आधीच्या माणसाबरोबर तेवढ्यात बाहेर आलीच. तिनं मोनीला दोन रुपये दिले. त्या माणसानंही मोनीच्या हातावर पाच रुपये टेकवले. संध्याकाळ चढणीला लागली तसा हा भाग गजबजू लागला. बिजॉय आणि त्याचे मित्र जास्तच बिझी झाले.

मोनीनं विचार केला– किती पैसे जमले खिशात. सकाळी एका ठिकाणी तांदुळ निवडून त्यानं पाच रुपये कमावले होते. आता त्याच्याकडे १७ रुपये जमले होते; म्हणजे एकूण २२ रुपये त्याला एका दिवसात कमावता आले. तो जाम खूश झाला.

'या पैशांचं काय करणारेस?' बिजॉयनं विचारलं.

‘तांदुळ आणायचेत रे.’ मोनी पटकन बोलून गेला.

‘रेशनवरचे फुकट तांदुळ मिळणंच बंद झालं ना, ते तांदुळ मिळायचे तेव्हा हा बिझनेस सुरूच झाला नव्हता. तांदुळ बंद, हा बिझनेस दणक्यात सुरू. कशाचं कनेक्शन कुठं.’ बिजॉय विषण्ण होत म्हणाला.

‘पण तुला रोज खूप पैसे मिळतात?’ मोनीनं विचारलं.

‘रोज कुठचे रे, नशीब एकेका दिवसाचं’ बिजॉयनं सांगितलं.

‘शाळेत नाही जात तुम्ही?’ बिजॉय आणि जोगनला मोनीनं थेटच विचारलं.

‘तिसरीत होतो, पण हे सगळं सुरू झालं. शाळा बंदच तेव्हापासून.’

‘तुझे बाबा, कॅम्पमध्येच आहेत?’

‘हो, बाबा आहेत. आई नाही. माझ्या आईला आणि बहिणीला त्यांनी मारून टाकलं. माझ्या वडिलांच्या पायाला गोळी लागलीये, गँगरिन झालंय. डॉक्टर म्हणतात ते आता कधीच बरे नाही होणार. मला एक लहान बहीणपण आहे. तुझं काय, तुझं कोण मेलं दंगलीत?’ बिजॉयनं विचारलं.

‘माझे बाबा सापडत नाहीयेत रे...’ मोनी रडतच म्हणाला.

‘आणि आई?’ मोनीच्या पाठीवर हात ठेवत बिजॉयनं हळूच विचारलं.

‘कॅम्पमधले लोक म्हणतात, तिला वेड लागलंय.’

‘काय करणार सांग. सगळ्यांचीच ही गत आहे. इथं बऱ्याच लोकांच्या डोक्यावर परिणामच झालाय. आमची मैना, ती जो दिसेल त्याच्याकडे बोट दाखवून म्हणते– हाच तो, हाच तो. स्वत:शीच बडबडते. माझ्या आईचे आणि बहिणीचे तुकडे होताना तिनं पाहिलंय.’ बिजॉय जास्त काही बोलूच शकला नाही. रडूच आलं त्याला.

तेवढ्यात मोनीला आई येताना दिसली. तिनं त्याचा हात फर्रकन ओढला म्हणाली, ‘चल.’

मोनीच्या पहिल्या कमाईतून आणलेल्या तांदळाचा भात फेलानीनं शिजवला खरा, पण तो खातानाच तिनं ठरवून टाकलं. आता इथं नाही राहायचं. या नरकातून बाहेर पडायचं. मोनी गाढ झोपला. बैश्य जाताना त्यांना एक पलंग देऊन गेले होते, तो इथलाच. पण एरवी तोही मिळायची मारामार होती. मोनी झोपला, पण तिचा डोळा लागेना. तंबूभर पांढरे विषारी किडे वळवळत होते. तिलासुद्धा जमिनीवर बसणं अवघड होतं. मोनीनं कुठून तरी लाकडाचं एक फळांचं खोकं उचलून आणलं होतं. त्यावर ती बसून राहिली.

पण मनात आलं, एखादा कीडा मोनीला चावला तर? नाकात किंवा कानात घुसला तर? तोंडात गेला तर? काय होईल? तिनं मेणबत्ती लावली. हाताला

प्लॅस्टिकची पिशवी गुंडाळली. आणि बोटानं ठेचून एकेक कीडा तिनं मारला. रात्रभर तिचा डोळ्याला डोळा लागला नाही. ना डोळ्याला अंधारी आली, ना ती जुनी चित्रं डोळ्यांसमोर नाचली.

डोळे सताड उघडे ठेवून ती फक्त बसून राहिली.

नऊ

नशीब फळफळलंच फार तर कॅम्पमध्ये वाटला जाणारा तांदुळ हाताला लागायचा.

दिवसेंदिवस धान्यवाटपाची मारामारी वाढतच चालली होती. खाणारी तोंड फार आणि धान्य मात्र कमीच. धान्य आलं असं कळलं की प्रचंड गर्दी उसळायची. त्या पागल गर्दीत जाऊन रेटारेटी करून आपल्या वाटेचा तांदुळ आणणं फेलानीला काही जमत नसे. बरेचदा तर तिच्या वाटचा तांदुळ बुलेनच आणून द्यायचा. बुलेन स्वत:ही किनाराम जमातीचा होता. त्याला फेलानीची आजी-आई इथपासूनचा इतिहास माहिती होता. कदाचित त्या नात्यानं त्याला फेलानी आणि मोनीविषयी आपुलकी वाटायची. दंगलग्रस्तांना तंबूवर टाकण्यासाठी जे पत्रे मिळणार होते, ते पत्रे बुलेननंच फेलानीला मिळवून दिले. पण ते पाच हजार रुपये काढणं काही त्याला जमलं नाही. बिचाऱ्या मोनीनं किती चकरा मारल्या, पण कुणी दाद दिली नाही. पण निदान बुलेनच्या मदतीनं तिच्या डोक्यावर पत्र्याचं का होईना छप्पर आलं.

बुलेन, धिप्पाड माणूस. गोरा-गुलाबी रंगाचा. तरतरीत नाक, बारीक डोळे, डोक्यावर काळे कुळकुळीत केस आणि दाढी. गावातल्या इतर 'बोडो' जमातीच्या माणसांपेक्षा तो खूप वेगळा दिसायचा. त्याचं रंगरूप बोडोंपेक्षा खूपच वेगळं होतं. घरंदाज, चांगला श्रीमंत माणूस. सुपीक-बागायती जमीन. दरवर्षी भरघोस भाताचं पीक यायचं. त्यात त्याचा दुधाचा व्यवसाय होताच. कुक्कुटपालनातून चांगला पैसा यायचा, मासेमारीवर भर होता. सुबत्ता घरात पाणी भरत होती. बुलेनची बायको सुमला. डाव्या विचारांचे कार्यकर्ते माधब दास यांची ती बहीण. माधब दासांचं सामाजिक काम मोठं होतं, दराराही खूप मोठा. त्यांना गावातले अनेक लोक मानत. पण त्यांचा घात करायला टपून बसलेलेही बरेच होते. कूळकायद्याप्रमाणे जो पिढ्यान्‌पिढ्या कसतोय जमीन त्याची, ही मागणी लावून धरत त्यांनी आंदोलनं केली. अनेकांना त्यांची जमीन परत मिळवून दिली. मात्र ज्यांचे जमिनीवरचे दावेच निकाली निघाले, ते अनेकजण त्यामुळे त्यांच्यावर खार खाऊन होते.

सुमला आणि बुलेनच्या मुलाच्या अन्नप्राशनाचा कार्यक्रम होता. मामानंच

भाच्याला पहिला घास भरवायचा ही प्रथा. बुलेनने माधब दासांना आमंत्रण दिलं. खरं तर हा अन्नप्राशनाचा कार्यक्रम दणक्यात करावा, सगळ्या गावाला जेवण घालावं, आपल्या स्वतःच्या तळ्यातले मासे लोकांनी मनसोक्त खावेत, अशी बुलेनची इच्छा होती. पण परिस्थिती फार बरी नाही, याचा अंदाज घेत त्यानं अगदी घरातल्या घरात कार्यक्रम करण्याचा निर्णय घेतला. त्यानं तळ्यातून तीन किलो भरतील एवढे ताजे रोहू मासे आणले. दोन कबुतरंही आणली. घरात माशांचा घमघमाट सुटला होता. अंगणात नुकतीच भुई घेतलेली होती, त्या ओल्याशार मातीत त्यांचं बाळ खेळत होतं.

माधब दास आणि त्यांच्या पक्षातले एक ज्येष्ठ सहकारी रामेश्वर बैश्य बुलेनच्या घरी पोहोचले. मामानं येताना भाच्यासाठी खूप कपडे, पुस्तकं-पाटी-पेन्सिल आणि खाऊ आणला. जेवायची तयारी झाली, केळीची पानं मांडली. रांगोळ्या रंगल्या, दिवे उजळले. उदबत्त्यांनी सगळं वातावरण प्रसन्न करून टाकलं. तांदळाची केसर घातलेली गरमागरम खीर, 'पायस' चांदीच्या वाटीतून माधबमामांच्या हातात सुमलानं दिलं. बाळ त्यांच्या मांडीतच होतं. ते बाळाच्या तोंडात घास भरवणार तेवढ्यात बाहेर गलका सुरू झाला. 'आई अखोम चिरायू होक'चे नारे सुरू झाले. आसाम झिंदाबाद म्हणत काही तरुण जमा होऊ लागले. बुलेनला अंदाज होताच, की असं काहीतरी होऊ शकतं. त्यानं आजूबाजूच्या लोकांनाही सतर्क राहण्याच्या सूचना दिल्याच होत्या. पण कुणी काही करू शकलं नाही इतक्या मोठ्या प्रमाणात आरडाओरडा करत हातात कोयते, सायकलच्या चेन, हॉकी स्टिक घेऊन माणसं जमा झाली. भाच्याच्या अन्नप्राशनाला माधब दास नक्की येतील, हे त्यांनी ताडलं होतंच. ते जोरजोरात ओरडत होते.

'ए हरामखोर, घुसखोर. बाहेर ये तू.' म्हणत आरोळ्या ठोकल्या जाऊ लागल्या.

परिस्थिती ओळखून बुलेन आणि सुमला दोघं बाळाला घेऊन बाहेर आले. आमच्या पोराचा महत्त्वाचा दिवस आहे, तुमचं राजकारण यात आणू नका. आमचा दिवस पार पडू द्या असं म्हणत त्यांनी त्या माणसांच्या पायाशी लोटांगण घातलं. काहीतरी करून हा प्रसंग निभावून नेऊ असं त्यांच्या मनात होतं. पण तेवढ्यात माधब दास अणि बैश्य बाहेर आलेच. आणि त्यांना पाहताच उपाशी कोल्ह्यासारखी ती माणसं त्यांच्यावर तुटून पडली. बुलेन धावत जाऊन त्याचा भलामोठा कोयता घेऊन आला, त्या पोरांवर तुटून पडला. मात्र त्या माणसांनी त्यालाही बेदम मारला आणि उचलून फेकून दिला. शेजारचा एकजण धावत आला. त्यानं जखमेत हळद भरली आणि बुलेनला बाजूला नेलं. रक्त काही फार वाहिलं नाही म्हणून बुलेन वाचला. शेजारच्यांनी बुलेनला घरात नेलं आणि एका खोलीत बंद करून टाकलं. तो किती वेळ तिथंच बेशुद्ध पडून होता.

त्या माणसांनी दास आणि बैश्यना गाडीला बांधून टाकलं आणि किलोमीटरभर

फरफटत नेलं. त्यांच्या पक्षाच्या कार्यालयात ते त्या दोघांना घेऊन गेले. जाता जाताच वाटेत त्यांनी दोघांच्याही हाताची आणि पायाची बोटं कापली. आणि रस्त्यावरच्या भुकेल्या कुत्र्यांना टाकली. सगळा रस्ता त्यांच्या रक्तात लालेलाल होऊन गेला. सुमला त्या गाडीच्या मागं कितीतरी वेळ धावत होती. ओरडत होती, 'दादा. दादा. हे सारं माझ्याचमुळं झालंय. मीच तुम्हाला बोलवायला नको होतं.'

ती माणसं मात्र माधब दासांचं एकेक बोट कापत कुत्र्यांना टाकत होती. दात विचकून हसत कुत्र्यांना 'यू यू' करत म्हणत होती, 'खा खा, या घुसखोराचं मांस खा, चांगलं टेस्टी लागेल, खा.' आपल्या भावाच्या हाताची बोटं कुत्र खातोय, हे सुमलानं पाहिलं आणि ती बेशुद्धच पडली. एका बोडो शेतकऱ्यानं तिला घरी आणून सोडलं.

त्या माणसांच्या पक्ष कार्यालयात दास आणि बैश्यांची चामडी सोलवटून काढण्यात आली. त्यांच्या सगळ्या अंगावर सोडा आणि मीठ चोळण्यात आलं. ते दोघं ओरडत -किंचाळत होते. त्या लोकांनी मग त्यांचे डोळे काढले. आक्रोश करकरून दोन्ही माणसांनी प्राण सोडले.

त्या दिवशी बुलेनच्या अख्ख्या गावात एकाही घरात चूल पेटली नाही. सगळे गावकरी सुमला-बुलेन आणि त्यांच्या बाळाभोवती बसून होते. अख्खी रात्र सगळीकडं स्मशान शांतता होती. उजाडलं, पण ती शांतता सरली नाही. सुमला जी गप्प झाली ती झालीच. हसरी-उत्साहाचा झरा असलेली तरुणी गोठूनच गेली. हे सारं होऊन काही दिवस झाले आणि एक दिवस काही लोकांनी बुलेनच्या घराला आग लावून दिली. जे झालं ते झालं, आता बायको-पोरांचा जीव गमवायला नको, असं म्हणत बुलेनने हा रेफ्यूजी कॅम्प गाठला.

फेलानी रोज बुलेनच्या या अशा गोठलेल्या घराकडे पाहत असे. सुमला बाळाची काळजी घेऊच शकत नव्हती. ती फक्त जिवंत होती. बुलेन बाळाला घेऊन कामाला जात असे. घरी आला, की बाळाला-सुमलाला आंघोळ घालायचा. स्वयंपाक करायचा. त्या दोघांना भरवायचा आणि उरलंच तर स्वत: खायचा. एकेक दिवस सुमला खाण्यासाठीपण तोंड उघडत नसे. तिच्याशी बोलून, नादी लावून कसंबसं बुलेन तिला भरवायचा. फेलानीच्या लक्षात आलं, की बाळाला कामावर घेऊन जाणं अवघड आहे. ते पोर दमून जायचं, कुठंही राहायचं. तिनं बुलेनला सांगितलं, की बाळाला मी सांभाळेन, तो खेळेल इथंच मोनीबरोबर. त्याला राहू द्या इथंच. बुलेनला मदत तर झालीच, फेलानीला वाटलं या कॅम्पमध्ये बुलेन हाच आधार आहे. तो आपुलकीनं आपल्याला मदत करतो, आपणही त्याची वेळ निभावून न्यायला पाहिजे.

बाळाची काळजी फेलानी घेतेय म्हटल्यावर बुलेनचा भार थोडा हलका झाला. तो सुमलाची थोडी जास्त काळजी घ्यायला लागला. पण एकेक दिवस सुमला

चिडायची, आक्रमक व्हायची. त्याला चावायची, जेवताना बोचकरायची. फारच बेफाम झाली, तरच बुलेन तिला झोपेचं औषध देऊन झोपवायचा. कधी कधी तर त्याच्याकडं दोन वेळंच जेवायला पैसे नसायचे, पण तरी सुमला बरी होईल, या आशेनं तो तिची औषधं न चुकता आणायचा. त्यानं तिची कधी आबाळ केली नाही.

त्या दिवशी सुमला भयंकर चिडली होती, बेफाम झाली होती. हातात एक मोठा सुरा घेऊन ती कॅम्पमधल्या लोकांच्या मागं लागली. तिला आवरायचं म्हणून कुणीतरी तिच्या डोळ्यांत तिखट फेकलं. डोळे चोळत, ओरडत, चिडलेली सुमला तिथंच खाली बसली. एकानं तिथंच तिला खांबाला बांधून टाकलं. तिच्या तोंडाला फेस आला, तशीच ती तिथं ओरडत होती.

फेलानीनं सुमलाची अवस्था पाहिली, पण तिला शांत करणं आपल्याला जमणार नाही, असं वाटून तिनं तिला तसंच बसू दिलं. दोरखंड काचल्यानं तिच्या मनगटातून रक्त वाहायला लागलं होतं. डोळे लालेलाल झाले होते. बाळही रडायला लागलं. काही पोरं 'वेडी वेडी' म्हणत तिला दगडं मारायला लागले. फेलानीनं त्यांना फटकारून पिटाळलं आणि बाळाला घेऊन तंबूत आली. त्याला भरवलं आणि झोपवलं. बुलेन घरी येताच त्यानं सुमलाची ती अवस्था पाहिली. तिला सोडवलं, तंबूत नेलं. आंघोळ घातली. मनगटातून रक्त येत होतं तिथं औषध लावलं. सुमला आता शांत झाली होती. तो करेल ते करू देत होती. फेलानी स्वत:च्या तंबूतून हे सारं पाहत होती. फेलानीला वाटलं, इतका कसा काय हा माणूस शांत राहू शकतो. ना चिडतो, ना दुसऱ्याला दोष देतो. बुलेननं थोडा भात शिजवला, तिला भरवला. तिचं डोकं मांडीत घेऊन तिला थोपटून त्यानं झोपवलं. हे अजब प्रेम फेलानी दुरून पाहत होती.

थोड्या वेळानं बुलेन आला. तिला हाका मारत होता, 'कुरमणी कुरमणी.'

फेलानीनं त्याला सांगितलं, की बाळ झोपलंय.

बुलेन म्हणाला, 'इथून जावं आता असा मी विचार करतोय.'

'पण जाणार कुठं?'

'इथून जवळच एक जंगल आहे, तिथं काही सोय होईल. बरेच लोकं आता तिकडं राहायला जाताहेत, आत्ता काही सोयी नाहीत, पण होतील पुढं-मागं.'

'तुम्हाला योग्य वाटत असेल तर जा.' फेलानी म्हणाली. मनातून ती हादरली होती. इथं बुलेनचा आधार वाटत होता. पुन्हा एकटीनं कसा निभाव लागायचा. आणि बाळ, त्याचं कसं होईल? त्याचा इतका लळा लागलाय आता, की आपलं कसं होईल. विचार करता करता तिच्या डोळ्यांना पाण्याच्या धारा लागल्या. तिच्या मांडीतल्या बाळाच्या अंगावर ते पाणी टपटपत राहिलं.

'तू का गप्प झालीस? तुला का इथं राहायचंय, इथं काय असं सोनं वाढून

ठेवलंय?’ बुलेननं विचारलं.

‘पण मी जाऊ कुठं?’

‘कुठं म्हणजे, जिकडं मी जातोय तिकडं चल, तुझ्याकडं पत्रे आहेत, छताची सोय होईल, भिंतीला कुड कसंही मिळेल.’

‘पण जमीन?’

‘जंगल तोडून ती साफसूफ करून घ्यावी लागेल, करू आपण.’

‘आणि नाहीच जमलं तर?’

‘न जमायला काय झालं? आधी जागा घेऊ भाड्यानी.’

‘आणि भाडं, ते कुठून फेडू? इथं निदान कधीमधी तरी फुकट तांदुळ मिळतो. मला आसपास काही छोटी-मोठी कामं मिळतात. तिथं काय करू?’

‘हे बघ, तुला हिंमत धरावीच लागेल. जमेल तुला. मी हिंमत धरली म्हणून जगतोय, नाहीतर आत्महत्याच करावी लागली असती. सुमलाला पाहिलंय तू पूर्वी, कशी होती ती. आता काय झालंय तिचं बघ. तरी जगतोय ना मी, काय पटतंय का?’

एवढा मोठा माणूस घळाघळा रडताना पाहून फेलानीच हबकली. तेवढ्यात बुलेनला एक कुत्र रक्तानं माखलेला दोरखंड चाटताना दिसला. बुलेन ताडकन उठला आणि त्या कुत्र्याच्या मागं धावत सुटला. कुत्र्यानं तो दोरखंड सोडला तसा बुलेननं उचलला आणि छातीशी घट्ट धरला. फेलानीला वाटलं तो दोरखंड नाही तर जिच्यावर जिवापाड प्रेम आहे त्या सुमलाला घट्ट छातीशी धरतोय. लंबोदरच्या आठवणीनं तिला गलबलून आलं.

फेलानीनं बाळाला मांडीवरून उचलत मोनीच्या शेजारी झोपवलं. एक ओलं फडकं घेऊन तिनं तो दोर नीट पुसला. बुलेन तो दोर घेऊन निघाला तसं तिनं त्याला विचारलं, ‘कधी जायचं?’

‘उद्याच. पन्नास रुपये भाड्यानं मी एक घर पाहून ठेवलंय. काली नावाच्या एक म्हाताऱ्या बाई आहेत, त्यांचं घर आहे. म्हणजे भिंती आहेत, छप्पर आपल्याला बांधावं लागेल.’

‘कोण आहेत या बाई?’

‘कळेलच उद्या तुला.’

असं बुलेन म्हणतच होता, तेवढ्यात त्याला सुमलाच्या रडण्याचा आवाज आला.

आणि तो धावत सुटला. फेलानीला हसूच आलं. रडणाऱ्या बाळाला उचलण्यासाठी आई ज्या ओढीनं धावते, तसा बुलेन धावला. ही अजब माया आणि अजब नातं पाहून फेलानीला भरून आलं. किती दिवसांनी तिच्या चेहऱ्यावर बारकी का होईना, एक हसरी रेघ उमटली.

दहा

द डॉन बॉस्को स्कूल फॉर बॉइज्.

ही खरी त्या छोट्या आणि आता वाढू लागलेल्या शहरी वस्तीची ओळख. भारताला स्वातंत्र्य मिळण्यापूर्वी ही शाळा सुरू झाली. शाळेची पायाभरणी झाली, त्यानंतर किमान दोन दशकांनी देशाला स्वातंत्र्य मिळालं. शाळेचं नाव फक्त मुलांच्या नावानं असलं तरी शाळा मुला-मुलींसाठीची होती. सुंदर-नेटकी शाळा, शाळेचा परिसरच काही एकरांत पसरलेला होता.

या छोट्या शहराच्या आवतीभोवती सगळे चहाचे मळे होते. चहाच्या मळ्यांत काम करणाऱ्या कामगारांच्या मुलांसाठी ख्रिश्चन मिशनऱ्यांनी ही शाळा सुरू केली. कॉन्व्हेंट शाळांत असतं, तसंच या शाळेतलं वातावरण असलं, रंगरूपही तसंच असलं, तरी हायस्कूलमध्येसुद्धा शाळेचं माध्यम इंग्रजी नव्हतं. आसमीया भाषेतच मुलं शिकत. बहुतेक मुलं आदिवासी घरातली. अनेकांच्या घरातली तर पहिलीच पिढी शाळेची पायरी चढणारी. अर्थात या शाळेचा शहराशी तसा काहीच संबंध नव्हता. फक्त दर शनिवारी संध्याकाळी मिशनचे फादर मुलांना शहरात चक्कर मारायला घेऊन जात. किती तरी वर्षं हा शिरस्ता चालूच. मात्र आजही टाउनशिपमधल्या लोकांना त्याचं अप्रूप. एका शिस्तीत, एका रांगेत चालणारी शाळकरी मुलं पाहायला लोक गर्दी करत. त्यातून आजूबाजूच्या लोकांनीच शाळेचं नाव ठेवलं 'बाइज मिशन.' टाउनशिपमधले लोकच फक्त शाळेला बॉइज मिशन म्हणत, बाकी शाळेचं नाव तेच, द डॉन बॉस्को स्कूल फॉर बॉइज्.

शाळेच्या आवतीभोवती इतके दिवस फार वस्ती नव्हतीच. तुरळक घरं, झोपड्या होत्या. खरं तर हा सारा अभयारण्याचा भाग. काही लोकांनी इथं येऊन त्या जागेवर तात्पुरत्या झोपड्या बांधल्या. एवढ्यात कुणी इथून हाकलायचं नाही, असा विचार करून घेतला तात्पुरता निवारा. शाळेच्या कंपाउंडला लागूनच जंगलाची हद्द सुरू होत असे. जंगलातून राधिका नावाची नदी खळाळून वाहत यायची, तर दुसरीकडून कृष्णाई नावाची नदी सुसाट वेगानं येऊन आदळायची. त्याच भागात

लोकांची भातशेती होती. राधिकाचं पात्र उथळ होतं. जेमतेम गुडघ्याएवढं पाणी. पण कृष्णाईचा खळाळ मोठा. ती बारमाही वाहायची. दोन्ही नद्यांचा उगम कुठं तरी दूर भूतानच्या पर्वतरांगेत झालेला. तिथून त्या अशा आदळत, उधळत पठारावर येऊन पोहचलेल्या. क्षणभर इथं भेटतात, थोड्या एका वाटेनं धावतात आणि मग पुन्हा त्या दोघी आपापला प्रवाह बदलून टाकतात.

या दोघींबरोबरच एक तिसरी नदी सोंजरी, तीही जवळूनच वाहते. मात्र थोडी जवळ येता येता प्रवाहच बदलून विरुद्ध दिशेला वाहायला लागते. या तिन्ही नद्यांवर धरणं बांधण्यात आलेली आहेत. त्यांचे प्रवाह तसे नियंत्रित असतात. वर्षानुवर्षं वाहणाऱ्या पाण्यामुळे खडक अनेक ठिकाणी उघडे पडलेले दिसतात. याच भागात पक्क्या डांबरी सडकाही बांधण्यात आलेल्या आहेत. सगळं असं एका ठिकाणी जुळून आल्यामुळं, जाळं विणलं गेल्यामुळे असेल, या भागाचं नावच पडलंय, 'जालीमुख.'

हे गाव राधिका नदीच्या किनाऱ्यावर वसलेलं. त्याच्या आसपास सरकारची कित्येक एकर जागा आहे. निर्मनुष्य. तसं पाहिलं, तर हे गाव राभा जमातीचं. मात्र या भागात आता नेपाळी, बंगाली, असमीया लोकही येऊन स्थानिक होऊ लागलेत.

रिकाम्या सरकारी जागेवर झोपड्या वाढू लागल्या. रातोरात झोपड्यांची संख्या मोठी होत जाऊ लागली. सगळ्या झोपड्यांची छतंही सारखी, चकचकते नवेकोरे पत्रे. सगळ्यांना बांधणारे बांबूही सारखेच. सरकारी मदत मिळाल्यासारखा एकजिनसीपणा या झोपड्यांवरच्या छतात दिसतोच. आणि झोपड्यांत राहणाऱ्या माणसांचे चेहरेही सारखेच. उदास. हरलेले. जगणं ढकलणारे. एखादं वादळ यावं आणि त्या वादळात मुंग्यांचं वारूळ जमीनदोस्त व्हावं तसं झाल्यासारखं सगळं, मुंग्या पुन्हा एकत्र येतात आणि वारूळ बांधतात. तशा मुंग्यांसारखी दिसतात ही माणसं.

दंगलग्रस्त छावणीमधलेही अनेक लोक इथंच येऊन पोहचलेले होते. प्रत्येकजण सरकारनं उपकृत होऊन दिलेले पत्रे घेऊन आलेला होता. ज्याचं त्याचं छप्पर तरी होतं डोक्यावर. सगळेच सरकारी मदतीचे लाचार. कुणाची घरं दरवर्षीच्या पुरात बुडालेली. कुठं जंगली हत्तींनी हैदोस घातला म्हणून राखरांगोळी, तर कुठं उपासमार सोसवेना म्हणून पलायन केलेले लोक. आणि काही दंगलीत पिचलेले. इथं आसरा शोधत आले. अपार निसर्गसौंदर्यानं नटलेला हा परिसर. सगळं जंगल सागवानाच्या आणि इतरही मोठाल्या झाडांनी भरलेलं. जळणासाठी लाकडं तोडायचीसुद्धा गरज नव्हती. झाडावरच्या पडलेल्या फांद्याच सरपणाला पुरेशा होत्या. एकीकडं खळाळून वाहणारी नदी, दुसरीकडं शाळा आणि तिसरीकडं जंगल आणि बाजूलाच शहर. म्हणजे हाताला काम मिळण्याची संधी आणि जगण्याची साधनं आवतीभोवती मुबलक आहेत, असं दिसत तरी होतंच.

फेलानीनं दंगलग्रस्तांसाठीचा कॅम्प सोडून बुलेनबरोबर जायचं ठरवलं. बुलेननं एक छोटी मालगाडी ठरवली. त्यात बुलेन आणि मोनीनं रात्रीच बरंच सामान टाकलं होतं. थोडा पाऊस झाल्यानं उकाडाही कमी झाला होता. हवा बरी होती. उजाडताच बुलेन, सुमला, त्यांचा मुलगा आणि फेलानी-मोनी निघाले. गाडीत आणखीही काही लोकं होती. सुमला मागेच बसलेली. मागून एकदम हशा सुरू झाला म्हणून फेलानीनं मागं वळून पाहिलं, तर सुमला पाय पसरून अस्ताव्यस्त बसली होती. खदाखदा हसत होती. छातीवरून घेतलेली सदोर म्हणजेच ओढणी हवेवर भिरकावत होती. बुलेन तिचा पदर सारखा करत होता; पण ती ऐकत नव्हती. आवतीभोवतीचे काही लोकं तिच्या छातीवर नजर खिळवून बसले होते. फेलानीच्या लक्षात आलं आणि तिनं स्वत:च्या उसवलेल्या ब्लाऊजला लावलेली पीन काढली आणि सुमलाचा पदर आणि ब्लाऊजला लावून टाकली. पदर उडवता न आल्यानं वैतागलेली सुमला आता केसांशी खेळू लागली. बुलेनने गाडी थांबवली. तिच्या केसांचा नीट अंबाडा घालून दिला. बाजूचे लोकं हा सगळा प्रकार पाहून हसतच होते. पण त्यांच्याकडे दुर्लक्ष करत बुलेननं पुन्हा गाडी हाकायला सांगितली. सुमला मग गप्प बसली जरा वेळ.

गावात पोहचल्यावर बुलेननं एक छोटं घर बांधलं, छप्पर होतंच. ते चढवलं. मोनी आणि त्याच्या आईसाठी त्यानं गावातच एक खोली भाड्यानं घेतली. ते एका आजीबाईंचं घर. लोक त्या बाईंना 'काली बुरी' म्हणत. आजीबाईंनी भाड्यानं देऊ केलेल्या घराला फक्त भिंती होत्या. त्याही पडक्या. छप्पर नव्हतंच. तरी त्या दरमहा ९० रुपये भाडं मागत होत्या. बुलेननं पत्र्याचं छप्पर टाकून दिलं. जरा डागडुजी केली. ते खबदाड थोडं घरासारखं दिसायला लागलेलं. हो-नाही करता फेलानीला दरमहा पन्नास रुपये भाड्यानं खोली द्यायचं, काली बुरींनी कबूल केलं.

आजीबाई बोलायला एकदम तिखट. किडकिडीत बाई. पण आवाज मात्र चांगला खणखणीत. त्यांच्या शरीरातल्या हिरव्यागार नसा दिसायच्या. तरुणपणी त्या गोऱ्यापान असतील. आता मात्र रंग उडालेल्या कळकट पांढऱ्या कपड्यासारखी दिसते त्यांची त्वचा. त्यांच्या आवाजाशी त्यांचं दिसणं काही मेळ खात नव्हतं. एरवी या किडकिडीत बाईंना कुणी जुमानलं नसतं, पण त्यांच्या आवाजामुळं त्यांना लोक टरकून असत.

या भागात बाहेरून येऊन जे लोक स्थायिक झाले, त्या अगदी सुरुवातीच्या काळात काली बुरी इथं आल्या. बाकीचे लोक भूक, पूर, दंगलीचे बळी. काली बुरीची गोष्टच वेगळी. ही एक गरिबाघरची देखणी मुलगी. जेमतेम १८ वर्षांची असेल. तिच्या आई-बाबांना पैसे देऊन एका म्हाताऱ्या व्यापाऱ्यानं तिला विकत घेतलं. तिच्याशी लग्न केलं. त्याला पाच मुलं होती, पण बायको सोडून पळून गेली म्हणून

मुलांच्या देखभालीसाठी मी लग्न करतोय, असं तो सांगत असे. हिलाही तो घरी घेऊन आला. व्यापारी कर्मकांडं करणारा, सतत कसली ना कसली पूजा. पूजेला येणाऱ्या एका पुजाऱ्यावर ही १८ वर्षांची मुलगी फिदा झाली. पुजारीही तसलाच, भुंग्यासारखा या फुलावरून त्या फुलावर फिरणारा. काम झालं की कोण तू नी कोण मी. पोरीचं पोट वर आलं, की हे आपलं नाहीच म्हणून तिला सोडून देणं त्याच्यासाठी काही नवीन नव्हतं. हिचंही तसंच झालं. त्यानं तिला सोडलं, नवऱ्यानंही सोडून दिलं. तिनं तो गर्भ पाडून टाकला आणि इकडं येत असलेल्या एका कुटुंबाबरोबर निघून आली. तेव्हापासून ती याच भागात राहते.

आपल्या मुलांच्या देखभालीसाठी आई हवी, म्हणून त्या व्यापाऱ्यानं पुन्हा गरीब आई-बाबा शोधून काढले. एक मुलगी विकत घेतली आणि लग्न करून घरी घेऊन गेला. हिच्या आई-वडिलांनीही ती आम्हाला मेली, असं सांगून हात झटकून टाकले. तो पुजारी नेहमीसारखाच उजळ माथ्यानं समाजात वावरत होताच. हाल झाले ते फक्त त्या मुलीचे. ती वणवण करत इथवर येऊन पोहचली. तिच्या आई-वडिलांनी तिचं नाव आरती ठेवलं होतं. या भागात तिला सगळे काली बुरीच म्हणतात. लोकांना तिचं खरं नाव माहिती नाही आणि तीही तिचं खरं नाव कधीच विसरून गेलीये.

इथं राहायला आल्यावरही तिला अनेक पैसेवाले व्यापारी भेटले, बरेच पुजारी भेटले; पण वेगळ्या संदर्भात. सगळे तिच्यासमोर नाक घासत झुकले. आपल्या अंगात देवी येते, असं तिनं जाहीर करून टाकलं. लोकांची देवीच्या दर्शनाला गर्दी व्हायला लागली. कोण नवस बोले, कोण प्रश्न विचारे. लोक फळं, धान्य, पैसे घेऊन तिच्या पायावर लोटांगण घालू लागले. पण काही दिवसांनी गर्दी आटली. राबता कमी तसा चढावाही कमी झाला. पोटाची खळगी मात्र होतीच. मग तिनं तांदळापासून मुरमुरे करून ते विकायला सुरुवात केली. थोडे पैसे जमा झाल्यावर वर्षभरानं तिनं कालीपूजा दणक्यात साजरी केली. गाव जमला. लांबलांबून लोक कालीच्या दर्शनाला आले. त्या उत्सवानंतर तिनं जाहीर करून टाकलं, की आता तर देवी रोजच माझ्या अंगात येते.

सकाळी दहाच्या सुमारास फेलानी गावात पोहचली. काली बुरींच्या घरी जाऊन आपली खोली ताब्यात घेतली. घर म्हणावं असं काही नव्हतंच. सगळीकडं नुसता खकाणा आणि फुफाटा. मोनीच्या मदतीनं तिनं घर सारवलं. कुठं भिंतीला भगदाडं पडली होती ती मातीनं लेपली. चूल होती, ती सारवली. स्वच्छ चकाचक झाल्यावर ते घर आपल्याकडं पाहून प्रसन्न हसतंय असंच तिला वाटलं. काम आटोपल्यावर मोनी नदीवर आंघोळीला गेला. थोड्या वेळानं बुलेन आला. त्याच्या हातात मोठे फावडे-विळे-कोयते होते.

‘कुरमणी, काय चाललंय काय तुझं?’

‘तुम्ही कुठं निघालात कामाला, आता यावेळी कुणी ठेवलंय काम?’ तिनंच त्याला प्रश्न विचारलं.

‘एक कंपाउंड बांधायचं काम घेतलंय, ॲडव्हान्सही घेतलाय मी, तेवढं संपवून येतो.’

‘ते कशाला तुमची वाट पाहतील, दिलंही असेल त्यांनी एव्हाना दुसऱ्या कुणाला काम.’

‘नसेल दिलं, ते शिक्षक नवरा-बायको माझ्या कामावर जाम खूश आहेत, ते वाट पाहत असतील.’ तो हसत म्हणाला. तसं फेलानीही हसली. आज सगळ्यांच्याच चेहऱ्यावर थोडंबहुत हसू फुटलं होतं. तो कॅम्प सुटला त्याचबरोबर उदासीचं मळभही ओसरलं म्हणायचं. बुलेनही बराच निवांत वाटतोय, असं वाटून फेलानीला हायसं वाटलं.

‘कुरमणी, तिची काळजी घे. आज तिचं काहीतरी बिनसलंय, जागा नवीन आहे म्हणूनही असेल.’ असं म्हणत त्यानं कंबरेभोवती गुंडाळले गमोशा बाजूला केला, त्याच्या मांड्यांवर सुमलानं जोरदार बोचकारलेलं होतं. रक्ताळलं होतं सगळं.

‘तिला औषध दिलंय का आता?’

‘हो, दिलंय झोपेचं औषध. मी येईपर्यंत तरी ती काही उठणार नाही, पण तू माझ्याच घरी स्वयंपाक करशील का? बाळालाही जेवायला घाल आणि ती उठलीच तर तिलाही चार घास भरव.’ लालेलाल होत, आवंढा गिळत तो निघून गेला.

फेलानी आधी काली बुरींना भेटायला गेली.

‘ये’-खोलीतून भारदस्त आवाज आला. ती या आवाजात बोलली, की लोकांना तिची भीतीच वाटायची. पण एरवी आजीच्या मायेनं बोलली, की लोकांना आवडायची काली बुरी.

फेलानी आत गेली. सगळीकडं धूप आणि अगरबत्त्यांचा उग्र वास होता. भिंतीवर देवीचे मुखवटे जागोजागी लावलेले होते. खरं तर कालीचेच. तिचे ते लालभडक डोळे, लालचुटूक जीभ बाहेर काढलेली आणि चेहऱ्यावर उग्र-कठोर भाव. माथा टेकवून, शाल खांद्यावरून सारखी करत फेलानी बसली. आजीबाईंनी तिला चहा दिला आणि थोडे पोहे तिच्यासमोर ठेवले. कांदा घालून परतलेले ते खमंग पोहे मस्त वाफाळलेले होते.

‘तुम्ही नाही घेणार?’ फेलानीनं बंगालीत विचारलं. तसं बाईंनी तिच्याकडं चमकून पाहिलं.

‘तुला बंगाली येते? कशी काय?’

‘माझे वडील बंगाली होते, खितीश घोष, आजोबा किनाराम बोडो आणि मी वाढले ते रतन घोषांच्या घरी, तेही बंगालीच.’

काही न बोलता काली बुरी तिच्याजवळ येऊन बसल्या. त्यांच्याही हातात मुरमुऱ्यांची बशी आणि चहा होता.

'आणखी कोण कोण आहेत तुला?' तिनं विचारलं.

काय सांगणार? कोण कोण आहेत? तिला लंबोदरला सोपवून रतन घोष आणि त्याची बायको मोकळे झाले. त्यांना कुणी नव्हतं म्हणून अलिपूरदरला राहायला निघून गेले. आणि किनारामचं ते पर्वतराशीमधलं घर? तिथं तरी कोण आहे तिचं? आणि लंबोदर, त्याची माणसं, ते घर, ते तरी तिचं कुठंय? काही उत्तरच नव्हतं.

मुरमुरे बशीत घोळवत ती बसली.

'आता तू काय करायचं ठरवलंय?'

फेलानी याही प्रश्नावर शांतच बसली. आजीबाई म्हणाल्या, 'काही काळजी करू नकोस. ती आहे ना, जगन्माता ती काळजी घेईल तुझी, हात जोड आणि तिला साकडं घाल.'

फेलानीनंही हात जोडत मनोभावे देवीला नमस्कार केला.

'तुमचं काय, तुमचं पोट कसं भरतं?' फेलानीला विचारायचं होतं खरं तर; पण तिनं काही विचारलं नाही. आजीबाई तशा सुस्थितीत दिसत होत्या.

काली बुरी तिला दारापर्यंत सोडायला आल्या आणि एकदम म्हणाल्या, 'तुला मुरमुरे बनवता येतात का? भातापासून मुरमुरे कसे करतात, माहितीये का तुला?'

'हो, येतात ना.'

'बंगाली आहेस, येतच असणार म्हणा.'

'मी बंगाली नाही. माझ्या पोराचा बाप, माझा नवरा. आसामीच.' ती बोलत होती; पण काली बुरींनी ती काय म्हणतेय, हे ऐकूनही घेतलं नाही.

'आपण एकत्र मुरमुरे बनवू, थोडे जास्त तांदुळ आणू. मी उद्या तुला टाउनशिपमध्ये घेऊन जाईन.' काली बुरी म्हणाल्या. तसा तिला होकार देत फेलानी बुलेनच्या घराच्या दिशेनं चालू लागली.

बुलेनच्या घरावर त्याची छाप नीट दिसत होती. त्यानं अत्यंत सफाईनं घरावरचे पत्रे बसवले होते. उत्तम कुड बांधलं होतं. आवतीभोवतीचा मोठा परिसर साफसूफ करून ठेवला होता. या सुपीक जमिनीत त्याची हिरवी बोटं जादू करतील, इथं सुंदर बाग बहरेल, फळं लगडतील, पक्षी येतील, असं फेलानीला त्याचं काम पाहून सहज वाटून गेलं. सुमला शांत झोपली होती. बांबू वापरून बुलेननं तिच्यासाठी एक उंच खाट तयार केली होती. तिचे लांबसडक केस जमिनीवर लोळत होते. तिचा मधोमध भांग वेडावाकडाच पडला होता. बुलेननं वेणी घातली, तरी बायकांच्या सफाईनं केसांचा भांग पडणं तसं अवघडच. सुमला खूप सुंदर दिसत होती. शांतही.

हिनंच नवऱ्याला ओरबाडून रक्त काढलं असं सांगितलं, तर कुणी विश्वासही ठेवला नसता.

बुलेनचं बाळ कुठं दिसत नव्हतं. मोनी त्याला घेऊन गेला असणार, असं म्हणत ती कामाला लागली. एक मधमाशी सारखी सुमलाच्या अंगावर घोंगावत होती. तिनं तिच्या अंगावर पांघरूण घातलं. तेवढ्यात मोनी आला.

'मी आपल्या घरी गेलो होतो, मां.'

'भूक लागलीये?' तिनं विचारलं.

'लागली होती, पण काली बुरीनं मला खाऊ दिला, तो मी खाल्ला.'

'तू का त्यांना काली बुरी म्हणतोय, आजी आहेत ना त्या, दीदा म्हण. आणि आंघोळ झाली का तुझी?'

'हो...' प्लॅस्टिकच्या पिशवीत काहीतरी खाली ठेवत मोनी जोरात म्हणाला, 'हे बघ, मी आंघोळ करताना सारखा माझ्या अंगावर चढत होता' असं म्हणत त्यानं तो मासा दाखवला.

'दे मी तुला तळून देते.'

मोनीनं मासा तिला दिला आणि बाळाला उचलून पुन्हा खेळायला गेला.

सगळ्यांचीच डोकी ताळ्यावर आली आहेत, असं वाटतं. ती जागाच वाईट होती म्हणा. फेलानी स्वत:शीच बोलत होती.

बुलेननं चुलीजवळ सरपण रचलेलं होतं. विस्तूही पुरून ठेवलेला होता. निखारा होताच म्हणजे चूल पटकन पेटेल. थोडे तांदुळ, मूग, थोडे बटाटे, तिखट, मीठ, तेल त्यानं सगळं काढून ठेवलं होतं. तिला कमाल वाटली त्याच्या नीटनेटकेपणाची. एखाद्या सुगरण बाईसारखं सगळं जागच्या जागी टापटीप ठेवणं कसं जमतं याला!

फेलानीनं मस्त स्वयंपाक केला. मोनीसाठी मासा तळून ठेवला. बुलेन आणि सुमलासाठी अन्न काढून ठेवत तिनं मुलांना भरवलं आणि स्वत:साठीही पान वाढून घेतलं. इतक्या शांतपणे स्वयंपाक करून जेवायला बसणं गेल्या किती महिन्यांत घडलं नव्हतं.

फेलानीनं सुमलाला उठवण्याचा प्रयत्न केला. पण औषधाचा अंमल होताच. ती कूस बदलून पुन्हा गाढ झोपली.

मोनी आणि बाबू – बुलेनचं बाळ – दोघं जेवून बाहेर खेळायला गेले. झाडावरून एक छोटं पक्ष्याचं पिलू पडलं होतं, त्याची काळजी घेण्यातच ते दोघं दंग होते. फेलानीनं सुमलाच्या जवळच अंग टाकलं. ती उठली, की तिला भरवू म्हणत थोडा वेळ तिथंच झोपली. झाडाच्या मोठ्या सावलीतली ही बुलेनची झोपडी छान गार होती. मस्त वाटत होतं तिला. झाडांवर पक्ष्यांचा कल्ला सुरू होता. त्या झाडाला येणारी लालचुटूक फळं पक्षी खायचे. बुलेन खरं तर हे झाड तोडून जमीन

मोकळी करू शकला असता, पण त्याची या पक्ष्यांच्या घरावर कुऱ्हाड चाललीच नाही. सुमला झोपेत या कुशीची त्या कुशीवर होत होती. त्यात तिच्या ब्लाऊजची बटणं निघाली. तिची ती भरदार छाती, त्यांचा उभार फेलानीसुद्धा क्षणभर पाहतच राहिली. आणि मग एकदम रडूच कोसळलं तिला. काय होऊन बसलंय बिचारीचं. तिचा काही दोष नसताना भोगतेय या यातना.

जरा डोळा लागला असावा तिचाही. बुलेनच्या आवाजानंच तिला जाग आली. सुमलाही जागी होऊन उठून बसलेली होती. फेलानीनं त्याला जेवायला वाढलं. त्यानं दोघांचं एकाच ताटात वाढून घेतलं. मग मूल जवळ घेतात, तसं त्यानं सुमलाला जवळ घेतलं, गोष्टी सांगत जेवू घालणं सुरू झालं. सुमलाही एखाद्या बाळासारखी त्याला चिकटली. तिची उघडीवाघडी छाती त्याच्या अंगाला स्पर्श करत होती, घासली जात होती. तो मात्र आईच्या मायेनं बायकोला घास भरवत होता. फेलानी किती वेळ हे दृश्य पाहत राहिली आणि मग तिथून काही न बोलताच निघाली. जाताना तिनं बांबूचं दार लावून घेतलं. बाहेरून काही पोरं-टोरं आत काय चाललंय, हे वाकून पाहायचा प्रयत्न करतच होती. तिनं त्यांना हाकललं आणि घरी आली.

दार लावून घेत मटकन बसली, अजून सारवलेली जमीन ओलीच होती. पण एकटेपणा फेलानीला खात होता. काळजाला घरं पडत होती. तिला तो खरखरीत स्पर्श आठवत होता. सारखा भास होत होता, एक आवाज सारखा म्हणत होता, 'मालती रडू नकोस, नको वाहू हे ओझं. मी आहे, मी मेलो नाहीये. मी आहे.'

ती ते हात शोधत होती, तेच सागाच्या पानांसारखे मोठे हात. आणि तो आवाज म्हणत होता, 'माझे हात कसे का असेना, तुझे हात फुलांसारखे नाजूक आहेत, ते मला आवडतात.'

मग तो आवाज बदलला. 'मोलीचा बाबा, तळ्यात. देवळात. आग. डोकं नव्हतं. डोळे नव्हते त्या माणसांना.'

ती हमसून हमसून रडत होती. सगळं शरीर पिळवटून निघत होतं.

'मां. त्या छोट्या पक्ष्याला खायला घालायला काही तरी दे ना, मां ते पिलू ओरडतंय, भूक लागली म्हणतंय.' मोनी बाहेरून हाका मारत होता.

तितक्यात बुलेनही आला. एका पत्रावळीवर ताजे जिवंत मासे होते.

काली बुरी संध्याकाळच्या पूजेचा प्रसाद घेऊन येत हाका मारत होत्या, 'मोनीची मां.'

ती बाहेर गेली. मासे आणि प्रसादासाठीही दोन्ही हात पुढे केले. मोनीच्या छोट्या पिलासाठी काहीतरी खायला द्यायचं होतं, मासे साफ करून तळायचे होते, काली बुरींना त्यांची ताटली रिकामी करून द्यायची होती.

डोळे पुसले आणि ती पुन्हा वर्तमानात आली.

अकरा

मोनी जेवून झोपला. झोपायला एक गोणपाट होतं. त्यावरच झोपला. सध्या ठीक आहे, पण हिवाळा सुरू व्हायच्या आत काहीतरी सोय करावी लागेल. तिनं मोनीच्या डोक्यावरून हात फिरवला. तो झोपेतही त्या छोट्या पिलाचंच काहीतरी बडबडत होता. मोनीला शाळेतही घालायला हवं. बुलेन काल थोडे तांदुळ स्वत:हून चुलीपाशी ठेवून गेला. काली बुरीनं एक मोडकी कढई दिली, त्यातच तो भात शिजवला. मोनीला खाऊ घालून जो उरला तो त्या कढईतच खाल्ला. दुसरं भांडंही नव्हतं घरात. सगळं रिकामं घर तिच्या अंगावर येत होतं.

मोनीचे कपडेही फाटत चाललेय, एकच चड्डी, तिला भलंमोठं भोक पडलंय. त्याला ठिगळ तरी लावायला हवं. तिनं शालीची गाठ तपासली, तर जेमतेम ५ रुपये उरले होते. तिकडे लोकांचे कपडे धुऊन तिनं ३५ रुपये कमावले होते, त्यातले ५ रुपये फक्त उरलेत. चूक तर नाही केली इथं येऊन? तिथं निदान डोक्यावर फुकट छप्पर होतं, कधीतरी का होईना फुकट तांदुळ तरी मिळायचे. विषारी किडे-अळ्या वळवळायच्या, पण निदान आसपास काहीतरी काम तरी मिळायचं. चार पैसे कमवायची तरी सोय होती. इथं काय आहे? हाताला काम नाही, दिडकी नाही, जगणार कसं?

विचार करत करत जरा पाय लांब केला, तर साडी टरकल्याचा जोरदार आवाज आला. काळ्या काठाची ही साडी तिला एका कामवालीनं दिली होती. एका कुठल्याशा धार्मिक संघटनेनं पांढरी फुला-फुलांची साडीही दिलीये, पण वेळेकाळेला बरी म्हणून अजून तिनं घडीच मोडली नाही. आता तर काय बुडत्याचा पाय खोलातच? उद्या अंगावर काय घालायचं? काळजाच्याच चिंध्या होत होत्या. ती घरातून उठली, अंगणात येऊन बसली. खूप रडली. 'मी आहे, तू कशाला काळजी करतेस' म्हणणारा तो माणूस, त्याचा तो स्पर्श आता कधीच परत येणार नाही, हे तिला कळून चुकलं होतं. काय करावं? कसं करावं? तिला काही कळत नव्हतं. ती फक्त हमसून हमसून रडत होती. तेवढ्यात तिच्या खांद्यावर कुणीतरी हलकासा

हात ठेवला. खांद्यावर पान पडावं इतका हलका. तिनं मान वर करून पाहिलं, तर काली बुरी होत्या.

‘मोनीची मां, काय करतेस काय इथं?’

फेलानी काहीच बोलली नाही. काली बुरी तिला हाताला धरून घरात घेऊन गेल्या.

‘हात जोड, नमस्कार कर. आणि लक्षात ठेव, जेव्हा केव्हा इथं येशील आल्या आल्या देवीमातेला नमस्कार करायचा, लक्षात ठेव, काय?’ त्यांनी तिला बजावलंच. तिनंही मान डोलावली आणि नमस्कार केला.

आजीबाईंनी दोन ताटं वाढली. एका ताटात भात, छोट्या माशाचं कालवण, मस्त मोहरीची डाळ आणि मिरची वाटून केलेला रस्सा. आणि फणसाचे गरे. त्यांना तेल-मीठ चोळून पानात ठेवलं. सगळ्या खोलीत फणसाचा आणि कालवणाचा सुगंध घमघमला. फेलानी बसली, शांतपणे काय चाललंय ते पाहत होती. तिच्या तोंडाला खरं तर पाणीच सुटलं होतं.

‘ये, बस जेवायला.’ एका छोट्या पाटाकडं हात दाखवत त्यांनी तिला जेवायला बसवलं. फेलानीला खरं तर ‘नाही, नको, आत्ताच जेवले’ असं काहीतरी म्हणायचं होतं. पण तिला जाम भूक लागली होती. ती बसली आणि भराभर जेवून तिनं पान चाटूनपुसून लख्खं केलं.

ती आजीबाईंकडे अधूनमधून नीट पाहत होती. त्यांच्या डोक्यात तिला काही चकाकते केस दिसले नाहीत. तिनं ऐकलं होतं, की संध्याकाळ झाली की काली बुरीच्या केसांत एक चकाकती बट दिसते. त्यांचे डोळे लालेलाल होतात. त्या तांडव सुरू करतात. कपाळावरचं कुंकू पसरून मळवटच भरला जातो. लोक येतात. गर्दी करतात. कुणी पैसे फेकतं, कुणी फळं आणतं. कुणी मिठाया. प्रत्येकजण दर्शनाला येतो, नाही तर नवस बोलायला. काली बुरीच्या आशीर्वादानं सगळ्यांचं भलं होतं. पण हे सारं काहीच फेलानीला दिसत नव्हतं.

भांडी घासून, सगळं आवरून आजीबाई परत फेलानीपाशी येऊन बसल्या. फेलानी त्यांच्या केसांतल्या पांढऱ्या चांदीत ती चकाकती बट शोधत राहिली. ही आपल्याकडेच टक लावून पाहतेय, हे लक्षात आल्यावर त्या म्हणाल्या, ‘देवी अंगात आली, की ते सगळं दिसतं, देवी मला सोडून गेली, की ती तिच्या सगळ्या खाणाखुणा घेऊन जाते.’

त्या खरं तर दमल्या होत्या. धाप लागत होती. फेलानीला वाटलं, त्यांना घोटभर पाणी द्यायला हवं. नाहीतर पेरू किंवा पपईच्या फोडी तरी समोर प्रसाद म्हणून ठेवायला हव्यात. स्वयंपाक करून त्या दमलल्या दिसत होत्या.

‘तुला खूप भूक लागली होती ना?’ त्यांनी विचारलं.

फेलानीनं मान खाली घातली. भूकच नाही, तर त्या पानाला हात लावताच ती तिच्या सगळ्या काळज्या विसरून गेली. जन्मात कधी जेवायला मिळालं नव्हतं अशी तुटून पडली होती. लाजच वाटली तिला आपल्या वागण्याची.

'चालायचंच, पोटातल्या भुकेपेक्षा कुठलीच आग मोठी नसते.' असं म्हणत त्यांनी पुन्हा फेलानीच्या खांद्यावर हात ठेवला. तत्क्षणी तिला तो स्पर्श आठवला, खरबरीत स्पर्श. हा हलका, नाजूक स्पर्श होता.

'तुला तरी मुलगा आहे गं, त्याच्याकडं बघ. मला तर कुणीच नव्हतं. मी जन्मभर एकटी जगले. आणि मला विचारशील, तर मी तुझ्यापेक्षाही जास्त सुंदर होते, कदाचित. सगळं तारुण्य काढलं एकटीनं. त्या कालीमातेनंच तारलं मला, तिनं दिली साथ. तीच तुझीही काळजी घेईन, तिला शरण जा.'

फेलानीनं देवीच्या चेहऱ्याकडे पाहिलं. ही खरंच माझी काळजी घेईल? लाल डोळ्यांची, जीभ बाहेर काढलेली ही मूर्ती मला दोन वेळचं जेवायला मिळेल अशी व्यवस्था करेल? माझ्या डोक्यावर हक्काचं छप्पर ठेवेल? अंग झाकता येईल असे कपडे देईल? या आजीबाई म्हणतात ना, मला दिलं. त्यांना एकटीलाच नाही, तर त्या दुसऱ्याचं पोट भरू शकतील, एवढं दिलं. डोक्यावरही छप्पर आहेच त्यांच्या. हे सगळं त्या देवीमुळं? मला काही फार नकोय. दोन वेळचं जेवण, पोराला कपडालत्ता एवढं मिळालं तरी पुरे आता. विचार करता करता तिच्या डोळ्यांतून पाणी वाहायला लागलं.

'हेच मला आवडत नाही' आजीबाई ओरडल्याच जोरात.

'रडणं, रडणं, गळके डोळे नुसते. तुला रडण्याशिवाय दुसरं काही येतं का? कुणासाठी रडतेस? कशासाठी रडतेस? पुरुष पाहिजे तुला आयुष्यात? कशाला? त्यानं तुझी काळजी घ्यावी. तुला जेवू-खाऊ घालावं, चांगले कपडे द्यावेत. लाड करावेत म्हणून? आणि मग एक दिवस तो तुला पोटुशी करून निघून जाईल, मग काय करशील? रडशील? हे सगळं ऐकून फेलानीचं रडणं थांबलं. संताप झाला तिचा.

वाटलं, समजते कोण ही बाई स्वत:ला? माझ्याशी अशा भाषेत बोलण्याचा हिला काय अधिकार?

इकडे आजीबाईंच्या तोंडाचा पट्टा सुरूच.

'हेच सगळं हवंय ना तुला? रडा मग, निघू द्या पोट बाहेर, येईल कुणीतरी, झोपेल तुझ्याबरोबर. चांगलं ताजंतवानं -गरम शरीर आहे, कुणीही येईल, एकच कशाला बरेच मिळतील की तुझ्या गरजा पुरवणारे, नाही का?'

फेलानीचा आता तीळपापड होत होता. या बाईच्या जिभेला काही हाड. काय वाट्टेल ते बोलत सुटलीये. मान्य आहे, की मी हिच्या घरात राहतेय. पण फुकट

नाही राहत, भाडं देणार आहे. एकदा जेवायला घातलं. तर काय वाट्टेल ते बोलशील की काय?

शेवटी संतापून फेलानी म्हणालीच, 'हे पाहा, तुम्ही माझ्यापेक्षा वयानं मोठ्या आहात. मी तुमच्या घरात राहते कबूल आहे, पण त्यासाठी पैसे मोजणार आहे. ते पैसे मी कसेही कमवेन. माझा नवरा जिवंत नाही, म्हणजे मी तसलीच बाई आहे, असं वाटलं की काय तुम्हाला? मला एक मुलगा आहे, मी त्याच्यासाठी जगेन. देवानं दोन हात दिलेत, काम करीन. मी अजूनही संयमानं बोलतेय कारण तुम्ही मला आत्ताच जेवू घातलंय. मला तुमचा अपमान करायला लावू नका.'

फेलानीचा तोलच सुटला होता. तिला शांत करण्यासाठी आजींनी पुन्हा तिच्या खांद्यावर हात ठेवला, तिनं तो झटकून टाकला.

समोरच्या भाजीच्या टोपलीतून आजींनी एक छोटी पांढरी मिरची काढली. तिखट मिरची. आता ही बाई ही मिरची आपल्या डोळ्यात, तोंडात खुपसते की काय असं वाटून फेलानी मागं सरकली. तिच्या आणखी जवळ येत, ती मिरची तिच्या हातात देत आजी म्हणाल्या, 'बाईनं या मिरचीसारखं असायला पाहिजे. दिसायला छोटी पण आग अशी, की जाळून टाकेल माणसाचं तोंड एका फटक्यात.'

फेलानीचा पारा चढलेलाच होता. आजी म्हणाल्या, हे कालीचं चित्र बघ. तिच्या पायाशी पडलेला पुरुष बघ. केवढा शक्तिशाली. पण बाई संतापली, तिनं तिची ताकद दाखवली, तर ती पुरुषावर पूर्ण हुकूमत गाजवू शकते. म्हणून म्हणतेय कालीला शरण जा. तिच्या पायाशी गेलीस तर तिची ताकद तुला तुझ्यात सापडेल. ती आग स्वत:त दिसेल.'

फेलानीला या भाषणात काही रस नव्हता. किती दिवसांनी पोटभर खाल्ल्यामुळे तिला झोप येत होती. तिला त्या तिखट मिरचीशी काही देणंघेणं नव्हतं. आपण उभ्याउभ्याच घोरायला लागू असं तिला वाटायला लागलं.

'ऊठ,' असं म्हणत आजी तिला घराच्या बाहेर एका कोपऱ्यात घेऊन गेल्या. तिथं एका कोपऱ्यात एका मोठ्या चुलीवर गरम पाणी उकळत होतं. निखारे फुललेले होते. लोखंडी कढई, मातीची भांडी, बांबू, भाताच्या गोण्या पडलेल्या होत्या. मिठाच्या बोऱ्याही होत्याच. हे सारं पाहून तिची झोपच उडाली. हातात मूठभर भात घेत आजी म्हणाल्या, 'बघ हे तांदुळ, मालभोग तांदुळ म्हणतात त्यांना. यांचे मुरमुरे उत्तम बनतात.'

हे सगळं आणण्यासाठी मी ८२५ रुपये खर्च करून बसलेय. हे बघ, वाळू सरसरून तापली, की कशा लाह्या फुटतात, मुरमुरे तडातड उडायला लागतात. तिच्यापुढं केरसुणी सरकवत आजी पुन्हा म्हणाल्या, 'बघतेस काय, घे. कर तुला येतात ना मुरमुरे बनवता.'

पण फेलानी जागीच खिळलेली. तिच्या डोळ्यांवरची झोप काही उडत नव्हती. आजी भडकल्याच तिच्या निगरगट्टपणामुळे. 'अगं वाट कसली पाहतेस? आज काम नाही केलं आत्ता तर उद्या पोटात काय दगडं घालणारेस का लेकाच्या? का मीच जेवायला घालू उद्याही तुला? त्या पोराला शाळेत घालशील की घरीच बसवशील? का आहे कुणी तुझा लड्ड्या, जो पैशाची पुडकी घेऊन येईल तुझ्यावर ओवाळून टाकायला?'

तरी फेलानी जागची हलली नाही.

'मी या वयात सगळं करतेय, एकटीनं करतेय, जगतेय. मग तुला काय धाड भरलीये?'

'पण माझ्याकडं आत्ता काहीच पैसे नाहीत, मला कुठं तरी काम मिळायला हवं.' तिला म्हणायचं होतं, 'मुरमुरे बनवायचं साहित्य आणायलाही तिच्याकडं पैसे नाहीयेत. पैसे जमले की आणू साहित्य. मग करू काम सुरू. या आजीबाईचं काम करून, ती मला काय देणार,' तिला प्रश्नच पडला.

'मी पैशाचा काही विषय काढलाय का? मी म्हटलंय का, की 'तू मला पैसे दे हे साहित्य वापरायचे.' मी फक्त एवढंच म्हणतेय की, कामाला लाग. मुरमुरे बनवायला लाग, लगेच.'

फेलानी बसली. आजींनी उकळत्या पाण्यातले तांदुळ घेतले. त्यावर पाणी ओतलं. फेलानीनं ते तांदुळ गरम वाळूवर टाकायला सुरुवात केली. चुरचुर आवाज करत लाह्या फुटायला लागल्या, तांदुळ फुलायला लागला. मुरमुऱ्यांची शुभ्र पांढरी फुलं तयार होऊ लागली. आजींनी विस्तव कमी-जास्त करत योग्य आचेवर काम सुरू ठेवले. म्हणता म्हणता दोघी जणींनी मिळून अर्धी गोणी मुरमुरे बनवले. आजींनी दोन बारके डबे भरले आणि फेलानीच्या हातात दिले, 'तुझ्या मुलाला दे हा खाऊ.'

फेलानीनं हात पुढं करताच काली बुरी म्हणाल्या, 'आजची रात्र झोप शांत. उद्या सकाळी लवकर ऊठ. आपल्याला मुरमुरे विकायला जायचंय. माझी नेहमीची ठरलेली गिऱ्हाईकं आहेत तिकडं. हे काम आता तुझं काम झालंय, तू चार पैसे कमव, स्वत:च्या पायावर उभी राहा. मी थोडा आराम करीन आता.'

मग त्यांनी पसारा आवरायला घेतला. फेलानीनं मागं वळून पाहिलं, तर एक म्हातारी, पांढऱ्या केसांची बारकुडी बाई निखाऱ्यापाशी झुकलेली होती. रॉकेलच्या भपक्यात उजळून निघत होती. फेलानीला दिसत होती फक्त आग. पांढऱ्या मिरचीची आग.

त्या आगीची धग फेलानीला स्वत:च्या चेहऱ्यावरही जाणवलीच.

बारा

मुरमुऱ्यांची दोन मोठ्ठी बाचकी घेऊन फेलानी बाहेर आली, तर काली बुरी समोरच उभ्या होत्या. पांढरी साडी, मानेवर पांढऱ्या शुभ्र केसांचा अंबाडा. काल रात्री हीच बाई आपल्याला पांढऱ्या मिरचीसारखी वाटली आणि आता जुईच्या फुलासारखी नाजूक. सुंदर.

'पोराला काय खायला घातलंस?'

'मुरमुरे?'

'आणि तू काय खाल्लंस?'

'मुरमुरेच.'

'आज घरी येताना तांदुळ आणायचेत, लक्षात आहे ना?' बोलता बोलता साडीच्या टोकाला बांधलेली घराची चावी त्यांनी सोडली आणि फेलानीच्या हातात दिली. म्हणाल्या, 'दार उघड. कालचं कालवण आणि भात आहे थोडासा. तो दे त्याला, दिवसभर मुरमुऱ्यावर राहील का पोर, राहील का?'

फेलानीला कसंसंच झालं. त्या परत ओरडल्या,

'जा, उशीर होईल, गिऱ्हाईक मिळायला हवं.'

फेलानीनं दार उघडलं. उरलंसुरलं एका ताटलीत घेतलं आणि मोनीला नेऊन दिलं. तो वर्तमानपत्रांचा कागद घेऊन काहीतरी वाचायचा प्रयत्न करत होता.

'मी आज येताना पुस्तक आणीन हं, पपेटचं पुस्तकं.' त्याच्या केसातून हात फिरवत ती म्हणाली.

'नक्की मां?'

'नक्की!!'

'पण पैसे?'

'मी मुरमुरे विकायला चाललेय,' बाचक्यांकडे बोट दाखवत ती म्हणाली.

'आणि तू घरी नीट राहा, दंगा करू नकोस, आगाऊपणा...'

करू नकोस, पाण्यात जाऊ नकोस, खाऊन लगेच उड्या मारू नकोस. मोनीनं

आईच्या उरलेल्या सूचना पूर्ण केल्या.

'काय खसखस पिकलीये? जायचंय की नाही आज?' काली बुरींनी दरडावलं.

डोक्यावर मोठं बाचकं घेतलेली एक उंचच उंच बाई फेलानीच्या समोर उभी होती. मुरमुऱ्याचं मोठं पोतं त्यांच्या डोक्यावर होतं, मुरमुऱ्याचं काय वजन, हलकंच असेल, असंही तिला वाटलं. फेलानीकडं पाहून त्या परत ओरडल्या, 'मोनीची मां, चला आता.'

असं म्हणत त्या चालायलाही लागल्या. वजनानं हलकी असलेली म्हातारी बाई कापसाच्या म्हातारीसारखी अलगद उडत चाललीये, असं वाटत होतं. फेलानीला मात्र दोन-दोन बाचकी घेऊन काही भरभर चालवेना. एक बाचकं काली बुरींनी घेतलं. त्यांची ती हंसासारखी मान, त्यावर एवढा मोठा भार सांभाळत त्या भराभर चालत होत्या. आपल्याला एवढं वजन पेलेल का, फेलानीला शंकाच वाटली. त्या पुढे, फेलानी मागे, चालत होत्या.

'जॉनची मां, काय बरीये का नवऱ्याची तब्येत?' काली बुरींनी समोरच उभ्या एका बाईला विचारलं.

'काही विचारू नका, ती सुधारणार आहे का आता?' ती बाई म्हणाली.

'का, अस्थमा वाढलाय?'

'कमी कधी झाला होता?'

'कामावर जातोय का?'

'गेले दोन आठवडे घरीच बसून आहे, आजही घरीच आहे.'

'म्हणजे तूच रेटतीहेस तर सगळं.'

'नेहमीच तर रेटत आलेय आजवर, त्यात नवीन काय, तुम्हाला तर माहितीच आहे सगळं.'

फेलानी दोघींचं बोलणं ऐकत त्यांच्या पाठोपाठ निघाली. लख्खं प्रकाश होता, पण ऊन फार नव्हतं. चांगली प्रसन्न हवा होती. जॉनची आई फेलानीकडं पाहून हसत म्हणाली, 'मोनीची मां, तू का गं बाई एवढी शांत? काय बरंय ना, काही अडचण?'

उत्तरादाखल फेलानी अलिप्तशी हसली. म्हणाली, 'नाही, काही नाही, तुमचं बोलणं चालू होतं, ते ऐकतेय. नवऱ्याला बरं नाहीये का तुमच्या?'

ही बाई रंगानं पक्की. काळं नाजूक पण ताजं करवंद असावं तशी. तिचे पांढरे शुभ्र दात चकाकले, की रंग जास्तच गडद दिसायचा.

'त्याला जन्माचं दुखणं, त्याचं काय विचारतेस, जाऊ दे.'

कपाळावर रुपयाच्या नाण्याएवढं कुंकू. भांगात लांबलचक सिंदूर भरलेला. आणि नवऱ्याविषयी बोलण्यात एवढा राग, द्वेषच. किती उद्धटसारखं बोलतेय असं फेलानीला वाटलंच. तेवढ्यात ती बाई रस्ता क्रॉस करून पुढं गेली. समोरच्या

दुकानात तिनं बाचकं ठेवलं, मुरमुरे मोजून दिले. दुकानदाराशी हसून काहीबाही बोलत राहिली. हे तिचं रोजचं गिऱ्हाईक असावं, अशी घसट होती बोलण्यात. फेलानीला वाटलं, बाई जरा जास्तच अघळपघळ बोलतेय, किती खिदळतेय, शोभतं का हे वागणं?

ती परत आली, तर तिच्याकडं पाहावं, असंही फेलानीला वाटलं नाही. एखादीनं किती सैल वागावं, तेही घरी नवरा असताना; असा प्रश्नच फेलानीला पडला. तिनं काली बुरीकडं पाहिलं, तर ती निर्विकार चेहऱ्यानं चालत होती. जणू तिनं काही पाहिलंच नाही. तेही फेलानीला खटकलंच.

'चला, पावलं उचला, नाहीतर मार्केटमध्ये बसायला जागाच मिळायची नाही.' जॉनची आई मागून भराभर चालत येत म्हणाली.

'जागा आणि तुला मिळणार नाही, काय बोलतेस काय?' एक तरुण, गोरीपान मुलगी त्यांच्या पावलाशी पाऊल जुळवत चालत येत म्हणाली. तिच्या कडेवर एक गोरंपान बाहुल्यासारखं वर्षभराचं मूल होतं. इतकं गोंडस, हसलं की गालावर सुंदर खळी पडायची. त्याची आई गोरी होती, पण तिच्या चेहऱ्यात तो गोडवा नव्हता, नाकडोळेही सपाट, त्या मुलाचं नाक तर अत्यंत तरतरीत, डोळे बोलके होते. कुणातरी श्रीमंत-घरंदाज माणसाचं मूल मोलकरीण फिरायला घेऊन जातेय, असंच त्यांच्याकडं पाहून वाटत होतं.

'जॉनच्या आईला मार्केटमध्ये जागा नाही, स्वप्नात तरी हे शक्य आहे का?' आपलं तिरपांगडं बोलणं त्या मुलीनं सुरूच ठेवलं.

'का? माझ्यासाठी तिथं कोण माझा दादला बसलाय, जागा पटकावून?'

हे ऐकून ती मुलगी खदाखदा हसायला लागली.

'हसू नकोस. तू जिकडं जातेस तिकडं असतोच तुझा कुणीतरी यार, ते धरतात तुझ्यासाठी जागा. खायला-प्यायला आणतात, काय सांगावं झोपायचीही सोय करून ठेवत असतील. तुला काय गं, लाजलज्जा तू विकून खाल्लीहेस.'

'गप ए काळतोंडे, लाजलज्जा हे शब्द तरी तुला माहितीये का गं, तुझ्या निलाजरेपणाच्या कहाण्या गावाला कळल्या ना, तर लोक तोंडात शेण घालतील.'

'काय सांगशील गं, काय सांगशील, सांग ना.'

'का? सांगू का आता कोणता दुकानदार तुला फुकट टिकल्या देतो आणि कोण काजळ-लिपस्टिकच्या बाटल्या? आणखी बरंच काय काय देतात तुला लोकं.'

'देतात ना देतात, वस्तू देतात, फुटकळच असतात त्या. तुझ्यासारखी लोकांची हरामाची पोरं नाही पोटात घेऊन फिरत मी.'

'माझ्या पोराला परत हरामी म्हटलीस ना तर जीभ हासडून टाकीन तुझी. माझं

पोरं आहे ते, माझ्या जिवावर जगतंय, त्याला जगवायची धमक आहे माझ्यात. तू जळतेस गं माझ्यावर, माझ्या पोरावर. माझं सोन्यासारखं पोर, जसा नाचरा मोर. आणि तुझं कार्ट, काळकुट्टं, कावळा जसा. डोंबकावळाच.' असा तोंडाचा पट्टा चालवत त्या मुलीनं आपल्या पोराचा एक पापा घेतला.

फेलानीनं मागं वळून 'काळ्या-पांढऱ्या' बायकांकडं नीट पाहिलं. मग तिनं काली बुरींकडं पाहिलं. त्याही थांबल्याच होत्या. रस्त्याला फुटणाऱ्या एका वाटेकडं बोट दाखवून त्या म्हणाल्या, 'आपल्याला या वाटेनं जायचंय. त्या दोघी जातील मार्केटमध्ये.

'दीदा, तुम्ही नाही येणार मार्केटमध्ये?' दोघींनी एकदम विचारलं.

'मी मोनीच्या आईला नेहमीची घरं दाखवून मग येते, तुम्ही व्हा पुढं.'

फेलानी मात्र त्या बायकांकडे पाहायला तयार नव्हती. कसल्या गलिच्छ बायका, किती घाण बोलतात. तिला शरमच वाटली.

'मोनीची आई, तू का गं बाई आमच्याशी एक शब्द बोलायला तयार नाही.' त्या गोरटेल्या मुलीनं विचारलं. आई हसतेय पाहून ते मूलही गोड हसलं. हात काढून फेलानीला 'मला घे' म्हणालं. पण तिनं त्या मुलाला हातही लावला नाही.

'मोनीची आई, आमच्या या बोलण्यातून गैरसमज करून घेऊ नकोस. हे असंच, विरंगुळा गं जिवाला. नाहीतर जगायचं कसं माणसानं, घरी गेलं की आहेच, तो खोकणारा नवरा, ती कटकट.'

'खो.. खो..' करत त्या गोऱ्या मुलीनं नक्कल करून दाखवली आणि म्हणाली, 'मग आहेच रोजचा शिव्यांचा पाढा ऐकणं.'

'कुठं गेली होतीस, छिनाल साली, गावभर फिरते, कुठं गेली होती पास्नी पडायला. मी बसलोय घरात आणि तू मार बाहेर मज्जा.'

हे ऐकून दोन्ही बायका खळखळून हसल्या. फेलानीला कसंसंच झालं. किळसच वाटली त्यांची.

'काय झालं मोनीची आई, उचल पावलं भराभरा, तू या बाजूनं ये, त्यांना जाऊ दे त्यांच्या वाटेनं.' काली बुरी म्हणाल्या. आणि भरभर चालू लागल्या.

मग म्हणाल्या, 'एक बाचकं दे माझ्याकडं, सवय नाही ना तुला.'

'नाही. असं काही नाही. पुष्कळ पाणी भरलंय मी. एक हंडा डोक्यावर, एक कंबरेवर.' ती हसत म्हणाली.

'बाईच्या जातीला काय काय सहन करावं लागतं, काय भोग भोगावे लागतात, तिचं तिला ठाऊक.' काली बुरी स्वत:शीच पुटपुटल्या. त्या हे आपल्याला म्हणाल्या, की त्या दोन बायकांना उद्देशून, हे मात्र तिला काही कळलं नाही.

ती संध्याकाळी घरी आली, तर पिशवी भरून वाहत होती. किलोभर तांदुळ, चार अंडी, अर्धा किलो बटाटे, पाव लिटर मोहरीचं तेल आणि एक गोष्टीचं पुस्तकं.

मोनी तिची वाट पाहत दारातच चिंचेच्या झाडाखाली बसला होता. धावत जाऊन तिला बिलगला. तिच्या हातातली पिशवी पाहत म्हणाला, 'तू तांदुळ आणलेस, मां.'

त्याचा आनंदानं उजळलेला चेहरा पाहून तीच हरखून गेली. पण तिच्या लक्षात आलं, पोरगं भुकावलेलंय. दिवसभर घासभर अन्नावर आहे. घरात आली तर चुलीजवळ एक मोठा पत्र्याचा डबा, स्वच्छ पाणी भरून ठेवलेला. सरपणाची मोठी मोळीही बाजूलाच होती.

'मां, बुलेनकाकांनी आणला हा पत्र्याचा डबा आपल्यासाठी. मी नदीवर नेऊन चांगला घासला, धुतला. आणि मग मी काकांबरोबर जंगलात जाऊन हे सरपणही गोळा करून आणलं.'

'हा एवढा मोठा डबा तू उचलून आणलास?'

'नाही गं, मी काली दीदाची बादली आणली, तिनं पाणी आणून यात ओतलं. पण मी ती बादलीसुद्धा घासून ठेवली.'

'कुठं ठेवलीस?'

'समोर,' अंगणात बोट दाखवत तो म्हणाला.

मोनीनं पिशवीतून एकेक गोष्ट काढायला सुरुवात केली. प्रत्येक गोष्ट काढली, की तो आनंदानं ओरडायचा.

भात.

बटाटे.

अंडी.

मोहरीचं तेल.

आणि पुस्तकही, माझ्यासाठी. तो खूश झाला. पुस्तकावर हात फिरवून उड्या मारायला लागला. मग म्हणाला, 'पण मी विसरलोय गं आता ते सगळं.'

'मग पुन्हा शिक, तू शाळेत गेलास ना की आठवेल तुला सगळं.'

'शाळेत? हो मां. शाळेत जाईन मी.'

'हो, पुढच्या आठवड्यात मी तुझं नाव शाळेत घालेन, मग तुला शाळेचा ड्रेस आणू. मग तू जा.'

'पैसे? काली दीदा देणारे?'

'नाही रे, काली दीदा नाही, मी मुरमुरे बनवीन आणि ते विकून पैसे मिळवीन.'

'पण त्यासाठी पैसे?'

'जमवीन मी हळूहळू. तू नको काळजी करूस.'

त्याच्याशी बोलता बोलताच ती स्वयंपाकाला लागली. पहिल्यांदा वाटलं दोनच अंडी आत्ता उकडू, मग वाटलं नको सगळीच उकडू. मग तिनं बटाटे शिजवून भाजी केली. तोवर मोनी डुलक्या घ्यायला लागला होता.

दोन अंडी एका पानात गुंडाळून ती मोनीला म्हणाली, 'ही अंडी बुलेनकाकांना नेऊन दे.'

पण तो झोपेतच होता. मला भूक लागलीये म्हणाला.

तिनं त्याला केळीच्या पानावर भात वाढला. त्यानंच ती पानं तोडून आणली होती.

'चल ऊठ, जेवून घे.'

'मला तुझ्यातच जेवायचंय' त्यानं हट्ट केला.

तिलाही भूक लागलीच होती. दोघं मायलेक एकत्र जेवले. बरं वाटलं तिला. मोनीला झोपवून, त्याच्या अंगावर आपल्या फाटक्या साडीचं पांघरूण टाकून ती निघाली. तो झोपेतही बडबडतच होता.

केळीच्या पानात गुंडाळलेली अंडी घेऊन ती घराबाहेर पडली. वारा सुटला होता. चांदणं लख्खं पडलेलं होतं. ना गारठा, ना उष्मा, एकदम सुखद वातावरण होतं. कुडाच्या भिंतीआड उजळलेल्या चुलींचा प्रकाश मघाशी येताना दिसला होता. आता त्या निवल्या. घरोघर माणसं झोपायची तयारी करत होती. सगळीकडं सामसूम व्हायला लागलं होतं. सगळी कष्टकरी, दमलेली माणसं. नऊच्या ठोक्यापूर्वीच झोपायची. ती बुलेनच्या घराजवळ पोहचली. नेहमी तोच त्यांना खाण्यापिण्याच्या वस्तू आणून द्यायचा, आज पहिल्यांदाच ती काहीतरी घेऊन चालली होती.

बुलेननं झोपडीभोवतीची जागा साफ करून काही झाडं लावली होती. कुडं उभी केली. त्या रोपांना पालवीही फुटायला लागली होती. लवकरच ही बाग फुलेल असं वाटत होतं. फांद्यांपासून तयार केलेलं फाटक उघडून ती आत गेली. झोपडीचं दार उघडंच होतं. बाळ बांबूच्या खाटेवर झोपलं होतं. पोतं घालून त्यावर बसलेला बुलेन बायकोला भरवत होता. ती 'नाही नाही' करत मान हलवत होती. फेलानी त्यांच्या शेजारी जाऊन बसली. त्याच्यासमोर तिनं ती अंडी ठेवली. अंडी पाहून, 'ते दे' म्हणून सुमला हट्ट करायला लागली. बुलेननं अंड्याचे तुकडे केले आणि भातात कालवून बायकोला भरवले.

'दिवसभर काही खाल्लंच नाही गं तिनं' तो फेलानीकडे पाहून म्हणाला. तोंडातला घास संपला, तशी सुमालानं घुश्श्यानं अंगावरची चादर फेकून दिली. तिला शांत करत बुलेननं परत भरवायला सुरुवात केली. खाता खाताच तिला झोप यायला लागली. त्यात दिवाही रॉकेल संपल्यानं विझला. झोपडीत चंद्रप्रकाश तेवढा येत होता.

त्या दोघांच्या आकृत्या त्यात दिसत होत्या.

बुलेननं सुमलाचं तोंड धुतलं-पुसलं. ती वैतागून त्याच्या अंगावर खेकसली. त्यानं तिला घट्ट धरलं, खाटेवर निजवलं. तिच्या अंगावर फक्त एक सैलसर बांधलेला परकर होता. केसांचा घट्ट अंबाडा त्यानं बांधून दिला होता, पण तिनं हिसका दिला, तसे केस मोकळे झाले. बुलेननं तिच्या मानेखालचा हात काढला तशी ती जागी झाली. त्यानं पुन्हा हात उशीसारखा ठेवून तिला झोपवलं. चंद्रप्रकाशात त्या दोन आकृत्या एखाद्या शिल्पासारख्या दिसत होत्या. फेलानी उठून उभी राहिली आणि निघाली. त्यानं तिला डोळ्यानंच इशारा करत सांगितलं, की दाराचा आवाज करू नको. सुमाला उठेल. त्याच्या नजरेत थकवा स्पष्ट दिसत होता. दिवसभर दमून घरी या, मग स्वयंपाक, लहान मूल, वेडसर बायको. कसेबसे दोन घास पोटात ढकलून तो झोपणार, आता हे दिसत होतं. फेलानी फाटकाचा आवाज न करता हळूच निघून गेली. दार लावून घ्यावं का, तिनं विचार केला. पण तसंच उघड ठेवत ती निघाली.

सगळीकडं सामसूम झाली होती एव्हाना. ती पटापट पावलं उचलत तिच्या घराकडं चालू लागली. कुणीतरी माणूस बायकोला शिव्या घालत असावा, आरडाओरडा कानावर पडत होता. अंगणातच तो बसलेला होता, पायात डोकं खुपसून मोठमोठ्यानं खोकत होता. आणि बडबडत होता. पण त्याचे शब्द कुठं तरी ऐकल्यासारखे तिला वाटत होते.

'छिनाल साली, कुठं जाते गावभर फिरायला, मी इथं घरात आणि ही मारतेय मज्जा बाहेर.'

हे वाक्य कुठं ऐकलं तिला चटकन आठवेना. पण ऐकल्यासारखं वाटत होतं हे नक्की. ती घरी पोहोचली. मोनी गाढ झोपला होता. त्याच्या शेजारी आडवी होणार तेवढ्यात तिच्या लक्षात आलं आपल्याकडे ही एकच बरी साडी आहे, ही सोडून ठेवायला हवी, उद्या हीच नेसता येईल. साडी सोडून तिनं नीट घडी करून ठेवली. एका पोत्यावर ती आडवी झाली. खूप दमली होती, पण डोळा काही लागेना. एकामागून एक दिवसभर घडलेल्या घटना डोळ्यांसमोर येत होत्या. तो खोकणारा माणूस, त्याची ती सतत शिव्या घालणारी बायको, नाजूक पांढऱ्या फुलासारखी दिसणारी म्हातारी, करवंदासारखा चेहरा, चपट्या नाकाची गोरटेली बाई, मुरमुऱ्याचे ढीग. सगळं दिसत होतंच, त्यात ते चंद्रप्रकाशात न्हालेलं तरुण जोडपं. तरुण पण वेड्या झालेल्या बाईचं गच्च भरलेलं नागवं शरीर. तिचे लांबसडक मोकळे केस. आणि तिच्या अंगावरून फिरलेले ते सागाच्या पानांसारखे मोठे रखरखीत हात. तो स्पर्श या चंद्रप्रकाशात पुन्हा अंगावरून फिरतोय, असं तिला वाटलं. तिच्या आत्म्यापर्यंत ते स्पर्शाचं चांदणं उतरत जातंय, असं वाटत होतं. तिला झोपून

राहवेना, ती उठली आणि तशीच बाहेर येऊन बसली. तो स्पर्श काही केल्या अंगावरून हटेना. तिला भरभरून आलं.

बाहेर जोरात वारं सुटलं होतं. आभाळ भरून येतंय, असं वाटलं. एप्रिलमध्ये पाऊस, येतो कधी कधी. पण आत्ता आला तर. एकदम गारठा होईल. ती पटकन आत गेली. मोनी थंड हवेनं कुडकुडायला लागला होताच. तिनं मगाशी सोडून ठेवलेली साडी त्याच्या अंगावर पांघरूण म्हणून घातली. तो गुरगुटून झोपला. त्याच्या केसांवरून हात फिरवला तर वाटलं, लेकाचे केस कापायला हवेत. केवढे वाढलेत. काय काय घ्यायचं, याची यादी लांबतच चालली होती. त्याला शाळेत घालायला हवं, वह्या-पुस्तकं घ्यायला हवीत. एखादी गरम शाल हवीच, एखादी खाट, निदान जेवायला ताट तरी यादी संपत नव्हतीच.

बाहेर विजा कडकडायला लागल्या होत्याच. पाऊस केव्हाही कोसळला असता. एकदम गारठा वाढला. वाटलं, ते गोणपाटच पाठीवरून पांघरूण घ्यावं. पण त्याला अत्यंत घाणेरडा वास येत होता. लंबोदर खतं आणायचा, तसा खतांचाच कुबट वास नाकाला झोंबत होता. तिला पुन्हा भास झाला, वाटलं तो म्हणतोय, 'मालती किती काळजी करशील, पुरे आता. जरा शांत हो!' पण तो नुसता तिच्या मनाचा खेळ. तिथं कुणी नव्हतं. तिच्या अंगावर एकही कपडा नव्हता. आणि गारठ्यात ती कुडकुडत बाहेर बसली होती. तिला रडू आलंच. तिकडे झोपेत मोनीही बरळत होता काहीतरी. तिला वाटलं आता लेकरू उठलं तर, हे असं त्यानं आपल्याला पाहिलं तर? पण त्याच्या अंगावरची साडी तरी कशी काढून घ्यावी, थंडीत काकडेल तो.

एक गमोशा होता घरात. तो छातीभोवती शालीसारखा गुंडाळून ती अंधारात बाहेर येऊन बसली. त्या मिट्ट अंधारात मुसळधार पावसाच्या सरी तिच्याच डोळ्यांतून बरसायला लागल्या. क्षणभर वाटलं ती आपल्या घराच्या अंगणातच आहे. तिनं आवडीनं लावलेले गुलाब, सीताफळाची झाडं, त्यांच्यावरून तिनं प्रेमानं हात फिरवला. केळीला भार सोसवत नव्हता, इतकी वाकली होती. तिला जाऊन भेटली. छोटुसं तळं माशांनी भरलं होतं. त्यात टिचकी मारली. मग दारात जाऊन उभी राहिली. आत तिचं भरलं घर दिसत होतं. मोठा दिवाण, त्यावर मऊ गुबगुबीत बिछाना, उशा. ती दिवाणावर बसली, ऊब आली. त्यात तो उबदार स्पर्श. तिचं शरीर त्या उबेनेच शहारलं.

हे सारं असं सुखात असतानाच त्या उबेनं पेट घेतला. आगीचा भडका उडाला. तिचं घर, तिची झाडं, सगळ्याची राख झाली. मासे पाण्यावाचून तडफडून मेली. हाडांचा डोंगर साचला. शब्द फुटत नव्हते; पण तेच शब्द. 'मोली बाबा, डोकं नव्हतं. चेहरे नव्हते. डोळे नव्हते. मास्तर. आग. देवळात. आग' आणि ती स्वत: त्या केळीच्या पानांत रुतून बसलेली. त्या गंजानंही पेट घेतला. तिचं सगळं शरीर

आगीत पेटलं. लाही लाही होत होती अंगाची. तिनं डोकं भिंतीला टेकवलं. आणि होऊ दिला शरीराचा भडका.

'मोनीची मां, तू इथं? आत्ता काय करतीहेस?'

कुणीतरी विचारलं. ती दचकली. जोरात म्हणाली,

'कोण आहे?'

'मी आहे.'

थोडा जवळ सरकला तो आवाज. पाहिलं तर जॉनची आई तिच्या पुढ्यात उभी होती. फेलानीच्या पाठीवर हात ठेवत ती म्हणाली, 'अगं हे काय, शरीर बर्फ झालंय तुझं आणि हे काय अंगात काहीच कसं नाही तुझ्या.'

फेलानी काहीच बोलली नाही. उत्तरादाखल डोळ्यांतून टपटप पाणी फक्त पडायला लागलं.

'अगं कपडे तरी, काही गरम पांघर तरी.'

गुडघ्यात डोकं खुपसून काहीही न बोलता फेलानी हुंदके देत राहिली. तिला तसंच सोडून ती बाई निघून गेली. आकाशात विजांचं तांडव एव्हाना सुरू झालंच होतं. एकदम पाठीला काहीतरी गरम स्पर्श झाला म्हणून पाहिलं, तर जॉनची आई एक फाटकी गोधडी घेऊन आली होती.

'जे मिळेल ते घालून शिवलीये गं ती, चिंध्यांचीच आहे, फाटत चाललीये, काही फार भारी नाही, पण नसल्यापेक्षा बरी आहे.'

तेवढ्यात पाऊस जोरात सुरू झाला. दोघी उठल्या आणि घरात गेल्या. फेलानीच्या अंगावर ती गोधडी होतीच. फेलानीला वाटलं, बाईंना काही खा, प्या तरी म्हणायला हवं. पण थोडे मुरमुरे होते. बाकी काही नव्हतंच शिल्लक. पूर्वी तिच्या घरी आलेला कधी खाता-पिता जात नसे. फेलानीने तिला ते मुरमुरे एका केळीच्या पानात काढून दिले. भुकेच्या सपाटात तिनं ते बकाबका खाल्ले. पाणी प्यायली.

म्हणाली, 'मरणाची भूक लागली होती गं.'

'का? जेवला नाहीत?'

'नाही ना.'

'पण मी तर तुम्हाला बाजारात मासे घेताना पाहिलं होतं.'

'मासे घेतले, शिजवले, भात रांधला. सगळं केलं.'

'मग, जेवला का नाहीत?'

'मला, 'अहो-जाहो' नको गं करू. शहरी लोकांसारखं फार कोरडं कोरडं वाटतं ते.'

'ठीक आहे, नाही करणार, पण तू जेवली का नाहीस ते तर सांग?'

'तो म्हातारा इतक्या घाणेरड्या शिव्या देतो ना, भूकच मरते माझी.'

‘पण आता एवढ्या रात्री तू इथं आलीस, हे त्याला कळलं तर परत तमाशा.’

‘आहे कुठं तो शुद्धीत आता, मी त्याला झोपेची गोळी देऊनच आलेय. अस्थमाचा अटॅक येऊन गेला, की तो लोळागोळा होऊन जातो. औषधही सहन होत नाहीत त्याला.’

‘घरचा गाडा जर तू हाकतेस, त्याचं औषधपाणी करतेस, मग तरी का तो तुला एवढ्या शिव्या देतो रोज?’

काय झालं माहिती नाही पण जॉनच्या आईनं ताडकन स्वत:चं ब्लाऊज काढून फेकलं. सोदरही फेकून दिली. पुतळ्यासारखी स्तब्ध बसली. तिचे ते भारदार स्तन, घट्ट, गारसलेल्या फळांसारखे टम्म दिसत होते.

‘हे माझं शरीर कारणीभूत आहे सगळ्याला. कळलं?’ ती संतापून म्हणाली. त्याचं संपलंय गं सगळं, लोळागोळा झालंय सगळं, उठतच नाही आता. किती दम मारतो पण उपयोग काय, उभं तर राहिलं पाहिजे. मग म्हणून तो मला छळतो. हे बघ त्यानं काय करून ठेवलंय.’ तेवढ्यात वीज चमकली, अंधारात क्षणभर उजेड झाला. त्या उजेडात फेलानीला दिसलं तिच्या काळ्या छातीवर कितीतरी जखमा होत्या, ओरबाडलेल्या, कापलेल्या. लाल, ओल्या जखमा.

‘हात लावून बघ, लावून बघ हात. काय उसळतं माझ्या छातीत कळेल तुला.’ असं म्हणत तिनं मोनीच्या आईचा हात आपल्या रक्ताळलेल्या स्तनांवरून फिरवला. मग तिचा बांध फुटला. म्हणाली,

‘सांग, हे असं झाल्यावर काय भूक उरेल. कसं जेवण उतरेल घशाखाली?’

फेलानीला सुचेना काय बोलावं. ती फक्त तिच्या पाठीवरून हात फिरवत राहिली.

‘माझंही शरीर विझून गेलं, त्याच्यासारखं सुकून गेलं सगळं तर किती बरं होईल. पण मी म्हणजे मांजर आहे, माझं तारुण्य सरतच नाही तर काय करू? माझं तारुण्य मारतच गं उसळ्या. त्यात या म्हाताऱ्याचा अस्थमा आणि माझ्या शरीराच्या हाका. ते पेटतं गं, मी तरी काय करू?’ पुढं बोलवेना म्हणून ती फेलानीच्या खांद्यावर डोकं ठेवून रडत बसली.

दोघी तशाच बराच वेळ बसून राहिल्या. पाऊस थांबला. जॉनची आई उठली, निघताना साडीच्या टोकाशी मारलेल्या गाठणीतून तिनं तीन-चार चुरगळेल्या नोटा फेलानीच्या हातात ठेवल्या. म्हणाली, ‘काहीतरी घे पांघरायला.’

फेलानी नाहीच म्हणत होती, पण काही न ऐकता ती निघून गेली. म्हणाली, ‘तुझ्याकडं पैसे आले ना की कर परत.’

फेलानी त्या बाईच्या पाठमोऱ्या आकृतीकडे पाहत राहिली...

तेरा

मध्यरात्र उलटून गेल्यावर कधीतरी तिचा डोळा लागला. सकाळी जाग आली. तर शेजारी मोनी नव्हताच. पाहिलं, तर तो तिच्या आधीच उठून वाचत बसला होता. तो मोठ्यानं स्वच्छ-स्पष्ट वाचत होता. आपल्याच खुशीत मस्त. उठल्या उठल्या त्याचा खुललेला चेहरा पाहून तिला समाधान वाटलं. त्याच्या वडिलांचा केवढा जीव होता त्याच्यात. त्यानं काही मागितलं आणि त्यांनी दिलं नाही, असं कधी झालं नाही. नशीब चंद्र तोडून आणा नाही म्हणाला, नाहीतर त्यासाठीही जिवाचं रान केलं असतं त्यांनी. काय सांगावं आणूनही दिला असता. मोनीला अभ्यासासाठी त्यांनी एक टेबल-खुर्ची बनवून घेतली होती. त्याच्यासाठी शहरातून भारीतले पेन आणले होते. शाळेत सगळ्या मुलांपेक्षा भारी कापडाचा होता त्याचा गणवेश.

'मां, मी शाळेत कधी जाणार?'

'पुढच्या सोमवारपासून' असं म्हणत तिनं चुलीवर भाताचं आधण ठेवलं. दोन बटाटेही औलावर ठेवून दिले. कुठल्याही क्षणी काली बुरी येतील आणि निघ म्हणतील, असं वाटून ती हाताला वेग देत होती. त्यांनी दिलेल्या सूचनेप्रमाणं तिनं मुरमुऱ्याची बाचकी रात्रीच भरून ठेवली होती.

'मोनी, जरा केळीची पानं घेऊन ये.'

मोनी पुस्तक वाचनात इतका हरवला होता, की मान वर काढूनसुद्धा पाहिना.

'अरे जातोस का?'

'हो.'

'जातोस की तुला जमिनीवर वाढू भात' तिनं वैतागत विचारलं.

'पाऊस झाला रात्री, पाणी भरलंय सगळीकडं, कसं जाऊ?'

भर पावसात, गुडघ्याएवढ्या पाण्यातून एरवी पानं आणून देतो. पण आता मुद्दाम करतोय, असं वाटून तिची जास्तच चिडचिड झाली. तो पुस्तक हातातून खाली ठेवणार नाही, हे तिला माहिती होतं.

खरं तर ती स्वत:वर चिडली होती. एवढ्या उशिरापर्यंत ती कशी काय झोपून

राहिली. आजूबाजूचे लोकं कामावर रवानाही झाले. नदीवर जाऊन आंघोळ करून यावी, एवढाही वेळ नव्हता. तेवढ्यात काली बुरी तिच्या खोलीत डोकावल्याच. तीच त्यांची पांढरी साडी, तेच नाजूक फुलाचं रूप. दाराला कुलूप लावून, पदराला चाव्या बांधून त्या हजर होत्या.

'अजून काय चाललंय काय तुझं?'

त्यांच्यामागे ती चपट्या नाकाची गोरटेली मुलगीही तिच्या मुलासह उभी होती. तिच्या मागोमाग जॉनची आईही हजर झाली. थोडा वेळ बाहेर थांबून त्या घरात आल्या.

'खाल्लंस?'

'आंघोळपण नाही झाली अजून?'

तिनं मान हलवली. काली बुरीही आत आल्याच तेवढ्यात.

'आवर', त्यांनी दम भरला.

'एकटी बाई, रात्री जागवायला नवरा नाही की आणखी कुणी सोबत नाही, मग तरी इतका वेळ कशी काय झोपून राहू शकते' त्या गोरटेल्या मुलीनं मुद्दाम तिला चिडवत तिची खोडी काढली.

फेलानीला काहीच सुचत नव्हतं. आधी काय करावं, खाऊन घ्यावं, की आंघोळ करावी?

काली बुरींनी नळाकडे बोट दाखवलं.

'जा, तिथं जाऊन आंघोळ कर पटकन. स्वच्छ पाणी आहे. लोक पितात ते पाणी. तुला आंघोळ न करायला काय झालंय. जा ना, तोंड काय पाहतेय माझं.'

पण आंघोळीला न्यायचं काय? पिण्याच्या पाण्याचा डबा न्यावा का, पण मग मोनीला परत पाणी भरत बसावं लागेल. पण मग न्यावं काय?

'काली बुरींची बादली अजून तिथंच पडली आहे ती घे, जा.' जॉनची आई म्हणाली.

परत ती थबकली. परकर अंगावर घेऊन जर डोक्यावरून पाणी घेतलं तर तो ओला होईल, तेवढा एकच परकर. मग बाहेर जाताना घालणार काय?

फेलानीनं हळूच साडीबरोबर परकरही सोडून नळावर ठेवला. पटकन अंगावर बादली उलटी केली. आपलंच ओलं शरीर पाहून तिला कसंसं झालं. सगळं घट्ट, तट्ट. उफाळून येणारं. जॉनची आई म्हणाली होती तेच आठवलं, मांजरीचं शरीर, तारुण्य सरत नाही, हाच त्रास.

आंघोळ झाली. परकर उचलायला गेली तर हात पोहचेना. जरा जास्त झुकली. इकडं तिकडं कुणी नाही ना पाहिलं, तर समोर एक माणूस उभा. त्यानं तिला पाहून जोरात शिट्टी वाजवली. नजरानजर होताच एक अत्यंत गलिच्छ हसू त्याच्या ओठावर

आलं, घाणेरड्या नजरेनं तो तिच्याकडं पाहत होता. तिला किळसच वाटली. साडी कशीबशी गुंडाळून ती धावतच घरात शिरली. बाहेरून पुन्हा एक शिटी वाजली.

त्या गोरटेल्या मुलीनं आपलं बाळ जॉनच्या आईकडे दिलं आणि बाहेर जाऊन त्या माणसाला चार चांगल्या शिव्या हासडल्या. तो माणूस एका पांढऱ्या अम्बेसिडर गाडीला खेटून उभा होता. अगदीच किरकोळ देहयष्टीचा. त्यानं एवढी जोरात शिट्टी वाजवली हेच खरं तर विशेष.

'ए कुत्र्या, दम असेल तर इकडं ये, वाजव शिट्टी, नाही तुला तोडला ना शिट्टीच काय, काहीच वाजवायच्या लायकीचा सोडणार नाही,' ती मुलगी त्याला दणदणीत शिव्या घालत होती.

तो माणूस मग तिरमिरीत एका घरात शिरला. आणि त्या घरातून एक उंच, शिडशिडीत बाई बाहेर आली. डोळ्यांत ठसठशीत काजळ भरलेलं, ओठांवर भडक लिपस्टिक, हातभर बांगड्या. लाल काठाची हिरवी साडी. ती बाई थेट काली बुरीच्या घराबाहेरच येऊन थांबली. त्या गोरटेल्या मुलीच्या अंगावर धावून येत म्हणाली,

'लाज नाही वाटत, माझ्या घरी आलेल्या पाहुण्याला, सभ्य माणसाला शिव्या घालते, भिक्कारडी कुठली?'

'माहितीये तुझा पाहुणा, कशाला आलाय इथं तेही माहितीये. त्याला म्हणावं, तुझी जी काय गरम करायची ती कर ना, जा तिकडं तुझ्या गांडीत. चांगल्या घरच्या बायकांकडे कशाला घाणेरड्या नजरेनं पाहतो, याद राख म्हणावं परत असं काही करशील तर!'

'गप्प बस, मुस्काट फोडीन तुझं, बघच तू आता मी काय करते.'

'काय करशील, दाखव ना, काय करशील?'

'मी पोलिसांनाच बोलावते.'

'बोलाव, बोलाव, तुझे जेवढे नवरे असतील-नसतील ना तेवढ्यांना बोलाव.'

'आहे, आहे मला नवरा आहे, पोरंबाळं आहेत, तुझ्यासारखी नाही मी.'

'जा ना, मग त्या नवऱ्याला गरम कर जा.'

'माझ्या नवऱ्याचं नाव कशाला घेते, थांब तू, रांड कुठली.' असं म्हणत ती बाई थेट काली बुरींच्या अंगणात धावत आली. तिनं गोरटेल्या मुलीच्या झिंज्याच धरल्या.

बाहेर हे भांडणं पेटलेलं असताना फेलानीचं आवरून झालं. वेणीफणी झाली. तिनं दोन घास खाऊन घेतले. मुरमुऱ्याचं बाचकं डोक्यावर घेऊन बाहेर आली तर हा तमाशा. लाल काठाच्या हिरव्या साडीवाल्या बाईनं गोरटेलीच्या झिंज्या उपटायला सुरुवात केली. दोघींची तुंबळ हाणामारी सुरू झाली. ही फ्री स्टाईल मारामारी बघून, बायकांना असं एकमेकींना भांडताना पाहून फेलानी घाबरलीच.

फेलानीला पाहताच ती बाई म्हणाली, ‘स्वत:ला चांगल्या घरची म्हणवतेस ना, मग या रांडांबरोबर कशाला राहतेस?’

‘रांडा कुणाला म्हणते गं?’ इतका वेळ डोक्यावर ओझी घेऊन उभी असलेली जॉनची आई आता भडकली. तिनं ओझी खाली ठेवली आणि तीही त्या बाईवर तुटून पडली. जॉनची आई चांगली खमकी, तिच्यासमोर काही त्या बाईचा निभाव लागेना. गोरटेलीनं बराच मार खाल्ला. आता त्या हिरव्या साडीला जॉनची आई झोडपत होती. तिनं आरडाओरडा करून तिच्या ड्रायव्हर कम नवऱ्याला मदतीला बोलावलं. तोपर्यंत मात्र तीन बायकांची तुंबळ मारामारी, कोंबड्यांची झुंज पाहावी तशी गावानं पाहिली.

कालीच्या घरासमोर प्रचंड गर्दी झाली होती. काली आत घरात कुठल्या भक्ताला मार्गदर्शन करत आशीर्वाद देत होत्या. थोड्या वेळानं त्या बाहेर आल्या, त्यांचे केस पिंजारलेले होते, चकाकत होते. कपाळावर कुंकवाचा मळवट.

फेलानीकडे बोट दाखवत ड्रायव्हरच्या बायकोला म्हणाली. ‘याद राख, ही माझ्या घरात राहणारी भली बाई आहे, तिला कुणी छळलं, त्रास दिला तर मी नायनाट करीन त्याचा.’ काली बुरींच्या शरीरात वारं शिरावं तशी ती थरथरत होती.

एक जाडा-भसाडा माणूस काली बुरींसमोर येऊन उभा राहिला. झोपेतून उठून आल्यासारखा दिसत होता. लाल, सुजलेले, तारवटलेले डोळे. बायकोवरच खेकसला. म्हणाला, ‘चल घरी.’ काली बुरींच्या त्या नजरेला दोघं घाबरले होते. ती नवऱ्याच्या मागोमाग चालत घरी गेली. मग त्यांच्या घरातून भांडणाचे जोरदार आवाज ऐकू येऊ लागले. ती बाई नवऱ्याला घाणेरड्या शिव्या देत होती. तू माझ्या कमाईवर जगतो म्हणत होती. त्याला ऐतखाऊ म्हणत होती. तो तिला समजावत होता, की मी तुझी नाही माझीच कमाई खातो. ड्रायव्हर म्हणून राबतो, ती कमाई खातो. तुझ्या फुटक्या कवडीची मला गरज नाही.

इकडे मोनी घरातच पुस्तक वाचत बसला होता. बाहेर एवढा तमाशा झाला पण डोकावलाही नाही. फेलानी त्याच्याजवळ जाऊन उभी राहिली. तिला वाटलं, आगीतून उठून फुफाट्यात तर नाही पडलो आपण. पुन्हा भरून आलं तिला, पण मोनी होता म्हणून आवरलं स्वत:ला.

तेवढ्यात काली बुरींनी तिला हाक मारली. पण त्या तिच्या घरात शिरल्या नाहीत. म्हणाल्या, हे पोराला दे. एका ताटलीत फळं आणि मिठाई होती. मोनी खूश झाला. फेलानीला पोराला खायला खाऊ मिळाला म्हणून बरं वाटलं.

जॉनच्या आईनं तेवढ्यात फेलानीला हाक मारली. डोक्यावर मुरमुऱ्याची बाचकी घेऊन ती उभीच होती. गोरटेली मुलगी भाजी सांडल्यानं गोळा करत होती. फेलानीनं तिला मदत केली. पुन्हा बास्केटमध्ये भाजी ठेवून त्या निघाल्या. त्या गोरटेल्या

मुलीचा चेहरा बोचकारल्यानं वाईट दिसत होता. त्या निघाल्या तसं फेलानी काली बुरीच्या दारापाशी थांबली.

'काली बुरीची वाट पाहतेस?'

गोरटेलीनं विचारलं.

'आज येणार नाही. तिचा अवतार पाहिलास ना मगाशी? तिच्या अंगात आज देवी आलीये...' जॉनच्या आईनं खुलासा केला.

तिघी जणी मार्केटकडे निघाल्या.

'तू या भाज्या विकतेस?'

'नाही तर काय, मग माझं पोट भरायचं साधन काय दुसरं? काल मी या भाज्या जंगलातून खुडल्या, आज विकणार.' गोरटेली मुलगी म्हणाली.

'भागतं तुझं?'

'नाही गं बाई, त्यात माझं मूल छोटंय. घरभाडं आहेच, बरंच आहे, कुठं भागतं माझं.'

'तुझा नवरा?'

'काय माहिती? मी गरोदर आहे हे कळताच जो गायब झाला, तो झालाच.'

'म्हणजे तो तुला फसवून पळून गेला.'

ती गप्प झाली, तशी जॉनची आईच सांगू लागली.

'ही मिनोती. आई-वडिलांविना पोर, बहिणीकडे वाढली. ती गुवाहाटीत राहते. बहिणीनं मिनोतीला एका बऱ्या घरी कामवाली म्हणून नोकरी लावून दिली. आणि तिथं हे सारं प्रकरण घडलं. हा धरणीकंप तिथंच झाला?'

'धरणीकंप?'

'बाईसाठी धरणीकंपच गं, लग्नाविना पोट वाढलं तर जमीन फाटून पोटात घेईल तर बरं असंच वाटतं ना.'

'कोण होता तो?'

'ज्यांच्याकडे ही काम करायची त्या मालकाचा भाऊ.'

'मग तू त्याला असाच सोडला, माफ केलंस त्या नीच माणसाला?'

'नीच नव्हता गं तो, भलाच माणूस होता. बायकांशी एवढं चांगलं वागणारी फार कमी माणसं पाहिलीयेत मी, पण घरच्यांचा विरोध नाही डावलता आला त्याला, माझ्यासाठी त्यांना कसा सोडेल तो?'

त्याच्याविषयी बोलताना तिच्या शब्दांत राग नव्हता. प्रेम-अप्रूपच जास्त होतं. त्याच्या आठवणींनी मोहरलीच होती.

'त्याच्याइतका देखणा माणूस मी आजवर पाहिलेला नाही. त्याचे केस, त्याचे डोळे, त्याची तुकतुकीत त्वचा. आणि त्याचं ते मिठ्ठास बोलणं. फिल्मी हिरो झक

मारतो त्याच्यापुढे.' बोलता बोलता तिला रडू आलं. म्हणाली, 'हा दिसतो ना अगदी तसाच दिसायचा तो.'

मेनरोडला लागल्यावर फेलानीला आठवेचना, की काली बुरीनं काल नेमकं कुठल्या गल्लीतून नेलं. सकाळच्या सगळ्या तमाशात ती कालच्या खाणाखुणा पार विसरून गेली.

'इकडूनच गेले होते ना मी काल?'

'आज तू आमच्याबरोबरच ये, काल ज्यांना मुरमुरे विकले तेच आज परत कसे घेतील, अजून संपले नसतील त्यांचे मुरमुरे.'

लोकं काय मुरमुरे जेवत नाहीत, लगेच कसे संपतील, हे तिच्या आता कुठं लक्षात आलं. पण बाजारात जाऊन विकायचं, जमेल आपल्याला. घामच फुटला तिला.

'चल ना, काय झालं? थांबलीस का, आज तसाही उशीर झालाय फार.'

भराभर चालत त्या बाजारात पोहोचल्या. स्वत:च वस्तू विकत बसण्यापेक्षा तिघींनीही त्या वस्तू दलालांना विकायच्या ठरवलं. पैसे घेतले आणि मोकळ्या झाल्या. तिघींची बरीच कामं साचली होती. मिनोतीला बाळाला घेऊन दवाखान्यात जायचं होतं, त्याला जुलाब होत होते. त्याच्यासाठी कपडे घ्यायचे होते. जॉनच्या आईलाही स्वत:साठी ब्लाऊज घ्यायचं होतं, जॉनसाठी पाटी आणि म्हाताऱ्या नवऱ्यासाठी धोती. बरेच दिवस तग धरला, आता घेणं भाग होतं. जॉनची आई इथं राहायला आली तेव्हा इथं दुकानंच नव्हती. आता बरीच दुकानं झाली. नबीनच्या दुकानात जायचं ठरलं. नबीन पुस्तकं, पाट्या, पेन-पेन्सिली, शाईच्या पेनाच्या नीब्ज, नोट पेपर असं सटरफटर विकतो. सायकलवर माल घेऊनही कुठं कुठं विकायला जातो.

नबीनही निर्वासितच होता. लहानपणीच त्याचे आई-बाबा गेले. जगात आपला म्हणायला त्याचा एक धाकटा भाऊ पुटूकोन होता. आई-बाबांच्या पश्चात त्यानंच भावाची जबाबदारी घेतली. मामाच्या मदतीनं हे बुक शॉप सुरू केलं. मामाच्या दुकानातून पुस्तकं-वह्या विकत घ्यायचा अणि घरोघर फिरून विकायचा. नफा होईल तो त्याचा अशी त्याच्या व्यवसायाची सुरुवात झाली. थोड्या कमाईत काटकसरीनं दोघं भाऊ जगू लागले. मग त्यांचं घर झालं. त्यांच्या शेतात भात पिकतो, तो त्यांना पुरायचा. त्यांनी काही गायी पाळल्या, घरचंच दूध मिळायचं. घराभोवती वाडी करून भाज्या लावल्या. नबीनची दोनच स्वप्नं होती, एक म्हणजे त्याच्या भावाला शिकून-सवरून खूप मोठं करायचं म्हणजे त्याला चांगली नोकरी लागेल. दुसरं म्हणजे स्वत:चं पुस्तकांचं दुकान सुरू करायचं.

दोन्ही स्वप्नं पूर्ण होतील, असं वाटू लागलेलं असतानाच होत्याचं नव्हतं झालं.

एकाएकी काही शब्द त्याच्या कानावर सतत पडू लागले. बाहेरचे, परके, उपरे, आंदोलन, आसू, घटना, इंदाबू करार, विद्यार्थी संघटना, बंद, शांततापूर्ण वाटाघाटी. प्रफुल्ल महंत, भृगू फुकन ही नावं तर सतत कानावर पडायला लागली. वर्तमानपत्रांच्या बातम्यांमध्येही हे शब्द नियमित प्रसिद्ध होऊ लागले. नबीनला सुरुवातीला वाटलं काहीतरी राजकारण असेल, आपला काय संबंध? पण तसं नव्हतं. हळूहळू हे शब्द बाजारात शिरले, घरात शिरले, डोक्यातही शिरले. सतत बंदच्या हाका. नबीनचं दुकानच चालेना. अंगणातल्या बागेची देखभाल करून त्यातून दोन पैसे कमावणं, एवढंच तो करू शकत होता. पुटूकोन कायम घरापासून लांबच राहायचा. तो घरात बसून राहिला, तर कुणीतरी येऊन त्याला बोलावून घेऊन जायचं. तो खरं तर पुस्तकी कीडा होता; पण आता त्याचा जीव पुस्तकात रमेना. पुटूकोन फक्त वृत्तपत्र वाचत बसायचा.

ढगाळ वातावरण होतं. नबीन घरीच होता. गायीच्या गोठ्यावर छप्पर म्हणून गोणपाट जोडत बसला होता. ३६ तासांच्या बंदची हाक होती. घराबाहेर पडणंच शक्य नव्हतं. बंद म्हणजे 'बिनकामाचे दिवस' असंच लोकं म्हणू लागले. निवडणूक कार्यालयात पोलीस आणि सैन्याचा चोख बंदोबस्त होता. विद्यार्थी संघटनांमधले विद्यार्थी घरोघर फिरत होते. लोकांना घराबाहेर पडण्याचे आवाहन करत होते. पुटूकोनही त्यांच्यात होता. 'घराबाहेर पडा,' 'सर्किट हाऊसवर चला' असं तो शेजार पाजारच्यांना सांगत होता. 'बायका-पोरं-तरुण-पुरुष सगळेच बाहेर पडा,' असं आवाहन करत होता. त्या रात्री तो घरी परतलाच नाही. सगळीकडं कर्फ्यू, नॉमिनेशन पेपर, निवडणुका, सैन्य, पोलीस हीच चर्चा होती. नबीन सर्किट हाऊसच्या समोर जाऊन उभा राहिला. एक पोलिसाची गाडी वेगानं त्याच्यासमोरून गेली. एक कार आली, त्यात एक महिला होती. लोकांनी त्या गाडीभोवती गर्दी केली. शेकडो लोकांनी गाडीला घेरलं. पोलिसांनी लाठीमार सुरू केला. गोळीबारही सुरू केला. रस्ते तत्काळ सुने झाले. रस्त्याच्या मधोमध एका तरुणाचं प्रेत तेवढं पडलेलं होतं. नबीन धावतच गेला, पाहतो तर तो पुटूकोनच.

नबीन अंगातलं बळ निघून गेल्यासारखा सुन्न उभा होता. बधिर. या तरुणाचं मरण जसं शहरभर साजरं होत होतं. लोक तो मेला ती जागा पाहायला येत होते. कुणी फुलांच्या माळा वाहत होते, सभा काय, श्रद्धांजल्या काय, मेणबत्त्या काय... कुणाचं काहीच गेलं नव्हतं, नबीन सर्वस्व गमावून बसला होता.

एक दिवस मध्यरात्री कुणाला काहीही न सांगता नबीन घर सोडून निघाला. त्याला पळून जायचं होतं, त्या फुलांच्या ढिगाऱ्यापासून लांब, त्या उजळणाऱ्या मेणबत्त्या आणि श्रद्धांजलीच्या कोरड्या शब्दांपासून दूर जायचं होतं. त्याला फक्त रडायचं होतं, त्याच्या भावासाठी.

तो निघाला. जी रिकामी पहिली ट्रेन दिसली, त्यात बसला. ट्रेन कुठं जाणार हेही त्याला माहिती नव्हतं. तो एका कोपऱ्यात जाऊन बसला. ट्रेन पहाटे निघाली, तसा तो गुडघ्यात डोकं खुपसून खूप रडला. त्याचं सगळं जगच उद्ध्वस्त झालं होतं.

मिनोती नबीनला त्याच ट्रेनमध्ये भेटली. तीही अशीच रात्रीच्या अंधारात पळून आली होती. जिथं अनेक वर्षं काम केलं, ते घर तिनं असंच सोडून दिलं. ट्रेनमध्ये बसली तर तिला जग्गू भेटला. तो ट्रेनमध्ये खारे शेंगदाणे विकायचा. ट्रेन चहाच्या मळ्यातून प्रवास करायची. तेव्हा आंदोलनात चहाच्या मळ्यात सात लोकांचा खून झाला होता. म्हणून रस्ता बंद, कर्फ्यू लागला होता. ट्रेन ठप्प. त्या दिवशी त्या कम्पार्टमेण्टमध्ये फक्त तीनच माणसं होती. नबीन, मिनोती आणि जग्गू. सोबत नाही म्हणायला जग्गूचे शेंगदाणे होते आणि त्याचं दुःख. जग्गूच त्या दोघांना या गावात घेऊन आला. नबीनने त्याचा व्यवसाय पुन्हा सुरू केला. चार महिन्यांनंतर मिनोतीनं या छोट्या बाळाला जन्म दिला.

त्याच नबीनच्या दुकानात फेलानी, मिनोती आणि जॉनच्या आईसोबत येऊन पोहचली होती. त्यांना पाहून नबीन हसला. आधीच्या ग्राहकांना वस्तू देऊन मग त्यांच्याकडे वळला. चहा-कॉफी काय घेणार, त्यानं विचारलं. उत्तर ऐकून न घेताच तो जग्गूच्या टपरीवर गेला. सततचे बंद, सतत गाड्या ठप्प. त्यात जग्गूनं ट्रेनमध्ये शेंगदाणे विकणं बंद केलं. आणि ही टपरी टाकली. पाच मुलं आणि बायको असा त्याचा पसारा. बायको मिठाई-फरसाण बनवायची आणि हा ते टपरीवर विकायचा. जग्गूकडे ही टपरी टाकायलाही पैसे नव्हतेच. आताही सगळी हातातोंडाची गाठ. बायको दिसायला फार सुंदर नाही त्याची; पण तिला अन्नपूर्णेचं वरदान आहे. हाताला विलक्षण चव. एकदा तिच्या हातचा पदार्थ खाल्ला, की लोक पुनः पुन्हा तो मागत. ती नारळीपाकाचे लाडू करून शेजारपाजारच्यांनाही विकते. सणावाराच्या काळात तर तिच्या मिठायांना मोठी मागणी असते.

नबीन त्या तिघींसाठी चहा आणि लाडू घेऊन आला. फेलानी पहिल्यांदा आली म्हणून तो नीट आगतस्वागत करत होता. एकदम तिला तिच्या नवऱ्यानं लावलेली नारळाची झाडं आठवली, छोट्या तळ्याजवळचे माड. दोघांनी तर एव्हाना फळही धरलं असेल. दीदाही अशाच चवीचे लाडू बनवायची. तो गोड लाडू खातानाही तिचं मन कडू कडू झालं.

'खा खा, कसला विचार करतेय.' मिनोती तिला हलवत म्हणाली. मिनोती आणि जॉनच्या आईनं पाट्या घेतल्या. मिनोतीनं एका बाजूला मणी असलेली पाटी घेतली. तिचा मुलगा त्याच्याशी खेळायलाही लागला. त्या बाळाला उचलून घेत नबीन म्हणाला, 'तुझं पोरगं हुशार आहे, अभ्यासाला लागलं पण.'

‘हुशार, खूप हुशार आहे तो, मीही त्याला खूप शिकवणार आहे. खूप.’

फेलानीलाही वाटलं, की वही घ्यावी. तिनं जॉनच्या आईला हळूच विचारलं, ‘एक वही आणि एक पेन घ्यायचा तर किती पैसे लागतील? ब्लाऊजच्या आत ठेवलेल्या नोटा काढत ती म्हणाली, ‘काल तू दिलेले पैसे आहेत ना हे.’

‘तू अंगावर घ्यायला एखादी ओढणी घे, म्हणून दिले होते ना.’

‘आहे ना, काल तू दिलेली पातळ गोधडी आहे आतापुरती.’

नबीननं हिशेब केला. जेवढी सूट देणं शक्य होतं तेवढी देत तिघींचे किती पैसे झाले, हे सांगितलं. तिथून त्या तिघी कपड्याच्या दुकानाकडं निघाल्या. दुकानाच्या बाहेर रिकाम्या जागेतच त्यांनी कपडे लावून ठेवले होते. भलंमोठं दिसायचं दुकान. मारवाड्याच्या त्या जुन्या दुकानापुढं ही भलीमोठी गर्दी होती. बायकांचं एक टोळकं हसत-खिदळत साड्या पाहत होतं. खूप वेळ त्यांचं साड्या पाहणं चाललं होतं. मारवाड्याला हे नवीन नव्हतंच. मिनोती आणि या दोघी पोहचल्या तसा मारवाडी जोरात ओरडत थट्टेच्या सुरात म्हणाला,

‘या, आज काय काय खरेदी करायचा विचार आहे.’

‘सगळं दुकानच घेऊ म्हणतोय.’ जॉनच्या आईनंही त्याच सुरात सांगितलं. तोलभाव करकरत जॉनच्या आईनं एक सुती धोतर घेतलं. एक बनियन आणि स्वत:साठी एक ब्लाऊज घेतलं. मिनोतीनं बाळासाठी दोन चड्ड्या घेतल्या. काही तरी पैशाचा हिशेब करत दोन्ही बायकांनी मिळून एक परकर घेतला. तो त्यांनी फेलानीला दिला. ती घेईना तेव्हा मिनोती म्हणाली, ‘घे गं, नंतर देऊन टाक आमचे पैसे!’

‘नंतर म्हणजे कधी, मी नाहीच देऊ शकले तर.’ फेलानीला दाटून आलं. त्या दोघी गरीब बायका, त्यांचेच हाल आणि त्या फेलानीला मदत करण्यासाठी एवढ्या धडपडत होत्या. हा अनुभव ती आयुष्यात पहिल्यांदाच घेत होती. तो परकर छातीशी धरत ती त्यांच्यामागे निघाली.

परत येताना मिनोतीला होमिओपॅथी डॉक्टर कल्याणकडं जायचं होतं. मिनोतीला तिचं सामान देत फेलानी म्हणाली, ‘काल मला जॉनच्या आईनं पैसे दिले. आज तुम्ही.’

‘तुझ्याकडं कोण पैसे परत मागतंय गं?’

‘तुम्ही काय मला जन्मभर खाऊ घालणार, कपडे घेऊन देणार आहात का?’

‘तेही केलं असतं गं, पण आमची ऐपत कुठंय!’ जॉनची आई हळूच म्हणाली.

एका दुकानाजवळ थांबत मिनोती जॉनच्या आईला म्हणाली, ‘तुला काही भांडी घ्यायची होती ना?’

‘हो, घरात एकही भांडं नाही हिच्या.’

मग त्या तिघी आत गेल्या. एक पातेलं, दोन ताटल्या, एक वाडगं, एक मग

आणि एक बादली त्यांनी घेतली. थोडे पैसे त्या दोघींनीही दिलेच. फेलानीचे पैसे संपत आले होते. 'सध्या एकच प्लेट पुरे, मागचीही काही गरज नाही,' असं म्हणत तिनं ते ठेवून दिलं.

'किती पैसे आहेत तुझ्याकडं?' तिनं रिकामा तळवा दाखवला.

मिनोती म्हणाली, 'पुढच्या आठवडी बाजारात दालबुरी करून विक. चांगले पैसे मिळतात. म्हणजे काय माहितीये न, चटपटी-तळलेली मसाला दाल. मी कितीदा तरी केलंय हे. पटकन आणि बरे पैसे मिळतात त्यात. अर्धा किलो मूगडाळ आणि आणि अर्धा किलो सालाची डाळ तिनं घेऊन दिली. फेलानी म्हणाली, 'दोन दोन प्रकार कशाला?'

'वेगळं काही पाहिजे ना!'

'मला येत नाही, पण आमची दीदा करायची अशी चटपटीत डाळ.'

'उद्या मला काही बाजारात यायचं नाहीये, तू ये माझ्या घरी मी शिकवेन कशी करायची ते.'

'पण लोक घेतील हे.'

'घेतात गं, हा पदार्थ बाजारात खूप खपतो. तुला नाही माहिती काय ते.' असं म्हणत त्या दोघी खळखळून हसल्या.

फेलानीची नजर आवतीभोवतीच्या गर्दीवर गेली. लोकं पिशव्या भरभरून भाज्या नेत होते. बऱ्याच पिशव्यांमधून शेवग्याच्या शेंगा डोकावत होत्या. तिच्या जिभेवर त्या शेंगांची चवच आठवली. तिचं ते मोठं, स्वच्छ स्वयंपाकघर. आलं-हळद-हिरव्या मिरच्यांची चव, तो वास, त्याला मोहरीच्या तेलाची फोडणी आणि त्यात शेवग्याच्या शेंगा. नुकताच आंघोळ करून आलेला ओलेता तो. त्यानं शेंगा उचलल्या आणि तिच्या तोंडात भरवल्या. त्याला माहिती होतं की, या शेंगा तिला खूप आवडतात. तो तिला चिडवायचा, 'बकरी आहेस तू, नुसत्या शेंगा चघळत बसते.'

हे सारं आठवून तिचा बांध फुटला. घ्याव्यात का शेंगा, असं तिला एकदा वाटून गेलं.

'काय झालं. रडतेस का एकदम, बरं वाटत नाहीये का?' रस्त्यात फेलानी रडायला लागली तशा त्या गांगरल्या.

'मला शेवग्याच्या शेंगा फार आवडतात आणि मोनीच्या बाबांनाही.' तिनं सांगून टाकलं.

'असंच असतं गं, एखाद्यात गुंतलो ना आपण की त्याच्याच होऊन जातो. माझंच बघ ना, तो म्हातारा मला शिव्या घालतो, मारतो. पण त्यानं हाक मारली, की त्याच्या ओढीनं पुनः पुन्हा जातेच. रस्त्यावर उंदीर मारण्याचं औषध आणि खतं

विकून एकेकाळी त्यानं मला आधार दिला. आता तो मेला तर मी काय.' जॉनची आई म्हणाली.

'बायका हे असं वेडं प्रेम करतात, तो माणूस असतानाही आणि मेला तरीही.' मिनोती म्हणाली.

त्या तिघी घरी पोहचल्या. फेलानीनं पाहिलं, तर अंगणात माणसांची रीघ लागलेली. काली बुरीचे पिंजारलेले केस आणि तो अवतार पाहून तिनं पहिल्यांदा ओळखलंच नाही तिला. तिच्यासमोर प्रसाद म्हणून फळं आणि मिठायांचा ढीग लागलेला होता. काही जण पैसे ठेवत होते. गर्दी वाढतच होती. सकाळी भांडण झालं, त्या बाईचा ड्रायव्हर नवराही काली बुरीच्या पायावर डोकं टेकायला आला होता. त्यानं वीस रुपयांची नोट काढून त्यांच्या पुढ्यात ठेवली. नमस्कार केला. फेलानीला वाटलं काय मागितलं असेल यानं? 'माझ्या मनातले विचार बदल म्हणाला असेल,' की 'ही बायकोच नको, दुसरी बदलून दे,' म्हणत असेल. दुसरंच मागत असेल कदाचित.

फेलानी घरात गेली. पुस्तकाबरोबर वही-पेन मिळाल्यानं मोनी खूश झाला. मग प्लेट-बादली त्याला दाखवत म्हणाली, 'हेही तुझ्याचसाठी माझ्या सोन्या.'

त्यानं त्या वस्तू भिंतीला लावून ठेवून दिल्या. तिथंच त्यानं थोडी भाजी, दोन फळं, कढीपत्त्याची पानं आणि सरपण ठेवलं होतं.

'तू जंगलात कुणाबरोबर गेला होतास?'

'जॉन?'

वडिलांच्या पश्चात पोरगं एकदम मोठंच झालं. न सांगता कामं करत होतं. घराची जबाबदारीच घेत होतं.

'भूक लागलीये ना?'

तो काहीच बोलला नाही. पण डाळीचं पाकीट पाहून म्हणाला, 'डाळ करणारेस आज?'

'ती डाळ खाण्यासाठी नाही' हे तिला बोलवेना. तिनं डाळ भिजत घातली.

बाहेर मेळा भरलेला होताच. कोपऱ्यावरचा दुकानदार जाडू, ढोलकी वाजवत होता. कुणीतरी देवीसमोर गात होतं. लोकं टाळ्या वाजवत ताल धरत होते.

फेलानीनं डाळ शिजवली. त्यात थोड्या भाज्या घातल्या. 'ओऊ'नावाचं गोड फळ थोडं घातलं. मोहरीचं तेल संपत आलं होतं. तिनं होतं ते डाळीत शिंपडलं.

फेलानी मोनीला बोलवायला बाहेर आली, तर बुलेन देवीच्या पायाशी बसलेला दिसला. काली बुरी त्याला आशीर्वाद देत होती. ढोलकीचा आवाज वाढला, तशी ती उठली आणि नाचायला लागली. नाचता नाचता तिनं एक कबुतर उचललं, त्याची मान मुरगळली आणि ते तोंडाला लावत त्याचं रक्त घटाघटा प्यायली. लोकं

जोरात ओरडले, जय मां काली!

तिनं मोनीचा हात धरला आणि त्याला आत खेचायला लागली. पण मोनीला यायचं नव्हतं, तो डोळे विस्फारून हे सारं पाहत होता. शेवटी ती घरात आली आणि गोणीवर पडली.

दुसऱ्या दिवशी भल्या सकाळी ती उठली. नाकात एकदम उदबत्तीचा-धुपाचा वास शिरला. रात्रभर उजळून शांत झालेल्या दिव्यांतून जळक्या वातींचा, तेलाचा गंध येत होता. अंगणात आली तर तिथं कचराच कचरा. प्लॅस्टिकच्या पिशव्या, केळीची पानं, साली, सगळ्याचा नुसता खच पडलेला होता. काली बुरींचं दारही बंदच होतं. काल तर या वेळेस त्या सगळं आवरून पक्ष्यांना दाणे घालत होत्या.

फेलानी दाराजवळ जाऊन उभी राहिली, तर आतून कण्हण्याचा आवाज येत होता. तिनं दार वाजवलं, थोडं ढकललं तर ते उघडचं होतं. आत जावं की न जावं, या विचारात असतानाच, आतून तोच आवाज आला, 'मोनीची मां.'

फेलानी आत गेली. काली बुरी झोपलेल्या होत्या. त्यांचे पिंजारलेले केस बांधलेले होते. कपाळ मात्र लालेलाल झालेलं होतं. त्या अत्यंत थकलेल्या, अशक्त दिसत होत्या. त्यांनी तिला चाव्यांचा जुडगा दिला. 'पलंगाखालची लाकडी पेटी उघड' म्हणाल्या. फेलानीनं पेटी उघडली त्यातून प्लॅस्टिकची पिशवी काढली. त्यात काही नोटा आणि सुटे पैसे होते. ते दुसऱ्या एका सुटकेसमध्ये ठेवून कुलूप लावून खाटेखाली सरकवून दे, म्हणाल्या.

'चहा झाला?'

'नाही.' काय सांगणार, चहा करायला भांडंच नाही.

'लेकराला काय दिलं?'

फेलानी गप्पच. तांदुळ आणायलाच जात होते, पण आत वळले, असं तिनं सांगितलं.

आजी अत्यंत थकलेल्या दिसत होत्या. उठून बसल्या होत्या; पण परत आडव्या झाल्या. फेलानीनं एक फडकं ओलं करून आणलं. त्यांच्या कपाळावरचं कुंकू पुसलं. काली बुरी काही तरी पुटपुटतच होत्या. फेलानीनं चूल पेटवली, चहा करून दिला. थोडे मुरमुरे खायला दिले. त्यांना आधार देत उठून बसवलं. चहा पिऊन त्यांना थोडी तरतरी आली.

थोडा गुरगुट्या भात करून घातला तर बरं वाटेल यांना, असं तिला वाटलं. कालपासून अन्नाचा कण नाही त्यांच्या पोटात. ती विचारच करत होती तेवढ्यात आजी म्हणाल्या, 'थोडा भात करतेस का?'

सगळ्या जिनसा जागच्या जागी होत्या, सरपणच फक्त कमी होतं. तिनं मोनीला हाक मारली, 'थोडी लाकडं आणून दे' म्हणाली.

‘माझ्या एकटीसाठी नाही गं, तुम्हाला दोघांना पुरेल एवढा भात शिजव.’ आजीनं ओरडून सांगितलं.

भात झाला. फेलानीनं त्यांना जेवू घातलं. कालची कमाई त्यांना दाखवायची होती. ती दाखवली. त्यातले निम्मे पैसे त्यांनी काढून घेतले. जेवण झाल्यावर त्या जरा नॉर्मल झाल्या. मग त्याच भारदस्त आवाजात म्हणाल्या, ‘तांदळाला पैसे लागतील ना, मुरमुरे कशाचे करशील?’ मग शांतपणे म्हणाल्या, ‘मोनीची मां, मुरमुऱ्याचा हा धंदा तूच कर आता, मी थकलेय. नेहमीची गिऱ्हाइकं आहेतच, त्यांना मुरमुरे घाल. कधी जॉनच्या आईबरोबर बाजारात जा, वाढव तुझा धंदा. काही पैसे भांडवल म्हणून तांदळासाठी बाजूला ठेवत जा.’

मग तिचा हात हातात घेत त्या म्हणाल्या, ‘मी थकलेय गं आता, होत नाही माझ्याच्यानं काम आताशा.’

त्या पुन्हा झोपल्या, फेलानीनं त्यांच्या अंगावर पातळ पांघरूण घातलं.

काली बुरी नक्की कशी आहे? ही बाई नेमकी आहे काय? पांढरी तिखटजाळ मिरची, का देवीचा संचार असलेली असामान्य बाई? का एक प्रेमळ आजी? त्या आजीत दडलेली एक गरीब परकरी पोर?

कशी का असेना, कुणी का असेना, या म्हातारीत जीव गुंतायला लागला होता. तिनं त्यांच्या केसातून प्रेमानं हात फिरवला. त्यांना झोप लागेपर्यंत ती त्यांच्या उशाशी बसून होती.

जॉनची आई झपझप चालत घरात घुसली. फेलानीनं रात्री भिजत घालून ठेवलेली डाळ पाण्यात हात घालून पाहिली. म्हणाली, ‘कडक ऊन पडलंय, चल आताच बोरी बनवून टाकू डाळीची. चटपटीत डाळ कुरकुरीत होईल पटकन!’

‘आंघोळ करून घेते, मग करू.’

‘आंघोळ कुठं? नळावर?’

‘नाही गं बाई, नदीवरच जाते. मग आल्यावर डाळ भरडून देते.’

जॉनची आईही तिच्याबरोबर नदीवर आंघोळीला निघाली. नदीत मोठाले खडक होते. त्याचा आडोसा घेत बायका आंघोळ करायच्या. त्या पोहोचल्या तर बायकांची गर्दी होतीच. कपड्यांच्या चिंध्या उतरवून बायका तशाच पाण्यात उतरल्या होत्या. फेलानीनंही साडी-ब्लाऊज कोरड्या जागेत काढून ठेवलं आणि परकर छातीपर्यंत वर ओढून ती पाण्यात उतरली. त्या पाण्यातल्या गर्दीतलीच झाली.

घरी येऊन पाहिलं, तर मोनी काली बुरींच्या घरी जाऊन जेवून आला होता. काली बुरींनाही तरतरी आली होती. मिनोतीही आली होती. तिचं बाळ अंगणात मोनीशी खेळत होतं. मोनीनं त्याला एका मोठ्या पानावर बसवलं होतं, ते पान तो

गाडी गाडी करत ओढत होता. पोर खळखळून हसत होतं.

त्या दोघी आल्या तसं मिनोती म्हणाली, 'मोनीची मां, आवरा पटापट, ऊन मस्त पडलंय, आज चांगली होईल डाळ.'

फेलानीनं रात्री सगळी तयारी करून ठेवली होतीच. डाळ फक्त वाटायची होती. ती वाटायला घेणार तेवढ्यात बुलेन आला. त्याच्या खांद्यावर लांबच लांब बांबू होते. ते ठेवत तो म्हणाला, 'येतो संध्याकाळी, एक खाट बांधून देतो.'

तेवढ्यात नबीनही दारावरून जाताना दिसला. सायकलवरून पुस्तकं विकत फिरत होता. तिच्याकडं पाहून ओळखीचं हसला. जग्गू आणि त्याची किडकिडीत बायकोही जाताना दिसले. थोडं पुढं गेल्यावर जग्गूची बायको परत आली. तिनं काली बुरींना नमस्कार केला. फेलानीकडं पाहून हसली आणि मग मिनोतीकडे पाहत म्हणाली, 'तू म्हणाली ते खरंय हं मिनोती.'

त्या वाक्याचा अर्थ काही फेलानीला कळला नाही, पण जग्गूच्या बायकोनं तिच्याकडं पाहिलं आणि हसली. लुकडीसुकडी बाई पण हसल्यावर खूप देखणी दिसली.

एकदम तिला वाटलं, माणसाला हसण्याचं काय कमाल वरदान दिलंय देवानं. कुणीही हसलं की सुंदरच दिसतं. गोड हसू न बोलता काळजात उतरतं. काजळी पुसावी तसं पटकन सगळं चकचकीत प्रसन्न करून टाकतं. काली बुरींच्या सुरकुतलेल्या चेहऱ्यावरचं हसू, मिनोतीच्या गोरटेल्या चपट्या चेहऱ्यावरचं हसू, ते आलं ओठावर की तिचे डोळेही हसतात, चपटा चेहराही हसरा दिसतो. जॉनच्या आईच्या काळ्या चेहऱ्यावर किती उठून दिसतात पांढरे शुभ्र हसरे दात, बुलेनचं थकलेलं हसावं की न हसावं, म्हणत स्वतःला मिटतच येणारं हसू, नबीनचं लाजरं हसू, जग्गूच्या चेहऱ्यावरचं बावळं हसू आणि त्याच्या बायकोचं प्रसन्न हसू, तिच्या किरकोळ बारीक ओठांना किती सुंदर उठाव देतं.

हा प्रत्येक माणूस खास आहे, त्यांच्या ओठावर फुलणारं हसू खास आहे.

आणि ती?

तिचं हसणं?

या साऱ्या माणसांच्या हसण्यानं तिच्या चेहऱ्यावरही हसरी फुलं उमलायला लागली होतीच.

चौदा

भाताची साळ फेलानीनं चांगली उकळून वेताच्या चटईवर उन्हात वाळत घातली.

तिनं दोन मोठमोठे भांडे साळ उकळली, नीट उपसली आणि वाळत घातली. साळीचं तोंड फुटलं, की साळ पाण्यातून कशी काढायची याचा तिला नीट अंदाज आला होता. मुरमुरे करताना ही साळ उकळणं, हेच एक सर्वांत अवघड काम असतं. आता काली बुरी नसल्या किंवा त्यांनी नाही पाहिलं, तरी या कामाचा बऱ्यापैकी अंदाज येऊ लागला होता. काली बुरींइतकेच चांगले मुरमुरे तिला बनवता यायला लागले होते. तिनं साळ हातानं सारखी केली. रात्री या सगळ्या साळीचे मुरमुरे बनवायचे होते. उद्या आठवडे बाजार, त्यासाठी जास्त माल बनवावा लागणार होता. मोनी शाळेत जायला लागला होता. तीन वाजता घरी यायचा. तिचा स्वयंपाकही झाला होता. कामावर जाणाऱ्या इतर बायका जसजशा पटापट सगळं आवरतात, त्या वेगात आणि शिस्तीत तिलाही आता कामं जमायला लागली होती. संध्याकाळी सात वाजताच ती जेवायची, आठ वाजत नाही तर झोपून जायची. पहाटे लवकर उठून पटापट कामं आटपायची. सकाळी पाखरांची आणि तिची लगबग एकाच वेळी सुरू व्हायची. बाजारात जाणं, नदीत आंघोळ करणं, मुरमुरे आणि चटपटी तिखट डाळ बनवणं, एकटीनं सारं करणं तिला चांगलं साधलं होतं. आयुष्य एका सरळ रेषेत धावायला लागलं होतं.

ती बाजारातून आली, की पटपट स्वयंपाक करायची. मोनी एकीकडे अभ्यास करायचा. मग फेलानी वेताचे छोटे रंगबिरंगी स्टूल बनवायची. ही कला तिनं रत्नाच्या आईकडून शिकून घेतली होती. तेही ती बाजारात विकायला न्यायची. रत्नाची आई हे स्टूल म्हणजेच 'मुऱ्हे' बनवण्यात पटाईत. त्याच्यासाठी लागणारं गवत, बांबू या साऱ्याची तिला नीट पारख होती. त्या बाईंना तीन मुली. सगळ्यात मोठीचं लग्न झालं होतं. मधली गुवाहाटीत मोलकरीण म्हणून एका कुटुंबात पूर्णवेळ घरकाम करायची, तिथंच राहायची. धाकटी हिच्याजवळ होती. ती रत्ना. चौथीही एक मुलगी होती, ती मागच्या वर्षीच वारली.

रत्नाचे वडील विड्याची पानं म्हणजे नागवेलीची पानं लावण्यात पटाईत. त्यांनी लावलेली वेल कधी मरत नाही, असं लोक म्हणत. ही लागवड करणं ही खरंच कलाच होती, फार कमी लोकांना ते काम जमतं. पण आता रत्नाचे वडील तेही काम करत नाहीत. अंगणात फणसाच्या झाडाखाली नुसते हातावर हात धरून घरी बसतात. येता-जाता एकच पालुपद, 'मला मुलगा नाही, तरणाताठा पोरगा असता हाताशी तर सोपं झालं असतं. सगळ्या पोरी, जिवाला घोर.'

थोडेबहुत पैसे रत्नाची आई रोजंदारी करून कमवायची. रोजचा खर्च आईच भागवायची. दुसरी मुलगी घरात कमावती. तिच्या जिवावर घर चाले. ती गुवाहाटीहून येताना मालकिणीनं दिलेले कपडे घेऊन यायची. ते रत्नाला द्यायची. ते कपडे घालून मिरवण्यापलीकडं आणि व्हांड्यात बसून चकाट्या पिटण्यापलीकडं रत्ना काहीही करत नसे. आईला मदत म्हणून घरकाम तरी करावं, असंही तिला वाटत नसे. त्यात तिच्या तोंडाचा पट्टा वडिलांसारखाच कायम सुरूच. तीही तेच म्हणायची, 'मला एखादा मोठा भाऊ असता, घरात कर्ता पुरुष असता तर बरं झालं असतं, असं भिकारड्यासारखं जगावं लागलं नसतं.'

रत्नाची आई मात्र काहीही न बोलता सगळं घरकाम करायची. जंगलातून चुलीसाठी सरपण आणायची, मुऱ्हे बनवायची, ते बाजारात नेऊन विकायची, मिळेल ते काम करायची.

फेलानीकडे बांबू होतेच. एक सायकलच्या चाकातली ट्यूब, प्लॅस्टिकची पुंगळी हे सारं ते मुऱ्हे करायला लागायचं. ते फेलानीनं जमवलं. फेलानी मुऱ्हे बनवत होती; पण ते जमत नव्हते. हे एवढे बांबू बघा, असं काली बुरींना सांगून फेलानी त्या आवाजाच्या दिशेनं निघाली. हातात न विणलेले मुऱ्हे होतेच. वाटेत जॉनच्या आईचं घर होतंच. पण सकाळपासून ती दिसलीच नाही. रोजच्यासारखी सकाळी भेटायलाही नाही आली. तिला बरं नसेल, जॉनला बरं नसेल, तिच्या नवऱ्याची तब्येत बिघडली असेल, नाहीतर लागली असेल मुरमुरे बनवायला, एकेक शंका फेलानीच्या मनात आली. पण तिच्या घरात न डोकावता ती रत्नाच्या घराच्या दिशेनं निघाली.

पाहिलं, तर जॉनची आई अंगणात उभी राहून कुणाला तरी भयंकर घाणेरड्या शिव्या मोठमोठ्यानं देत होती. फेलानीला पाहून तिचा आवाज जरा जास्तच चढला. कुणाला ही एवढ्या शिव्या देत बडबडतीये कळत नव्हतं.

जॉनचे वडील आणि रत्नाचे वडील साधारण एकाच वेळी या भागात राहायला आले. तेव्हा इथं काहीच नव्हतं. होती फक्त नजर जाईल तिथपर्यंत सुपीक जमीन आणि खळाळती नदी. त्यांनी इथं झोपड्या बांधल्या तेव्हा नदीपात्र थोडं लांब होतं, पण नदीही माणसाच्या ओढीनं आत सरकावी तशी बरीच जमीन गिळत यांच्या

घराजवळून वाहू लागली. त्या दोघांच्या आधीपासून या भागात हरी भंगुरा राहत होते. नदीजवळच्या अंजिराच्या झाडाखालीच त्यांचं घर होतं. कितीतरी पिढ्यांपासून ते इथं राहत होते. हरीच्या वाडवडिलांची जमीन होती, ती सुपीक जमीनही हरीलाच मिळाली होती.

रत्नाचे बाबा आणि जॉनचे बाबा, त्यात हरी; तिघांची गट्टी झाली आणि तिघंही एकत्र दारू प्यायला जाऊ लागले. दारूसाठी पैसे हवेत, ते नाहीत म्हणून त्यानं जमीन विकायला सुरुवात केली. ते सगळे पैसे दारूवर उडवले. खरं तर जितकी इथली नदी जुनी, जितका सुंदर निसर्ग जुना, तितकाच हरी या भागासाठी जुना होता. बाकीचे निर्वासित. त्याची मुळं इथं रुजलेली होती. पण दारूनं सगळं घालवलं. देखभालीविना त्याचं राहतं घर पडलं. त्या घराची लाकडंही हरीच्या बायकोनं चुलीत जाळली. मग चालू चालू बांबूच्या कुडाच्या भिंती, झावळ्याचं छत बांधून हरीनं झोपडं बांधलं. त्यावर प्लॅस्टिकच्या ताडपत्र्या घालून टाकल्या. अंजिराच्या झाडाच्या आधारावर झोपडं तगलं होतं. नाहीतर मोठमोठ्या शिळा कोसळल्या असत्या. हरी मात्र अंगणात बसून तांबूल खात, तंबाखू मळत नुसता बसून राहायचा. दारूच्या नशेत तर्र असायचा. त्याच्या अंगावर कपडा म्हणजे कंबरेभोवती गुंडाळलेला जेमतेम ढुंगण झाकेल एवढा गमोशा. बाकी उघडाबंब. त्याचे बारके डोळे कायम लालेलाल. त्यांच्या हनुवटीवर फक्त दाढीचे वाढलेले खुंट दिसायचे. भयाण दिसायचा तो माणूस.

हरी भंगुराची बायको, कायम हिरवा मेखला नेसायची. सतत कामात दिसायची. मिळेल ते काम करायची. सकाळी घरी स्वयंपाक, मग घराबाहेर पडून काम शोधायचं. कधी विड्याच्या पानांची चळत बांधायचं, कधी कुठं तांदुळ निसायचं, कधी कुठल्या रोड कॉण्ट्रॅक्टरकडं, कधी सुताराकडं. जे मिळेल ते काम करून ती पैसे कमवायची. घरी तरणाताठा पोरगा होता, तोही तसाच आईला छळायचा. काहीही काम करायचा नाही. ती घरी आली, की पुन्हा जंगलात जाऊन सरपण आणायची, भाज्या आणायची, मासे पकडायची आणि लागायची स्वयंपाकाला.

घरी आली, की नवऱ्याच्या आणि मुलाच्या शिव्या सुरू. सतत कटकट. तिचा मुलगा विशीतला. कधीतरी कुठून तरी किलोभर मटण घेऊन यायचा. शिजव म्हणायचा, चव नाहीच आवडली त्याला, की ताट उचलून किंवा पातेलं उचलून आईला ते गरम मटण भांड्यासह फेकून मारायचा. नुसता थयथयाट करायचा. एक नंबरचा बदमाश, चोरटा पोरगा. तो काय चोरेल, याचा नेमच नसायचा. कुणाची बदकं, कुणाच्या कोंबड्या, शेळ्या, कुणाच्या घरचा हातपंप काय वाट्टेल ते चोरीला जायचं. चोरी झाली, की सगळ्यांना कळायचं की ते याच पोराचं काम.

जॉनची आई त्यालाच शिव्या घालत होती. त्या अंजिराच्या झाडाकडं पाहत

जोरजोरात ओरडत होती. त्या झाडालाच तिनं तिची बकरी बांधून ठेवली होती. बकरीचे दिवस भरत आले होते, पिलं व्हायची वाट पाहत होती; पण बकरीच गायब झाली.

'काय झालं, जॉनची मां?'

'अगं, त्या भंगुराच्या कार्ट्यानं माझी बकरी चोरली आणि विकून टाकली.'

फेलानीनं पाहिलं, तर अंजिराच्या झाडाखाली उभा एक पोरगा हातातला चाकू दाखवत जॉनच्या आईलाच हूल देत होता. त्याचा एकूण अवतार पाहून फेलानीच्या लक्षात आलं, की तो नुसता चोरटा नाही, महागुंड आहे. त्याची नजरच खतरनाक आहे. तिनं जॉनच्या आईचा हात ओढला आणि म्हणाली, 'आत चल, तो माणूस खतरनाक आहे. काही करता काही होऊन बसेल. त्याच्यासारख्या माणसाच्या काय तोंडी लागते, जाऊ दे विषय.'

'सोडून देऊ? का? काय करेल तो? मला मारेल, भोसकेल, हिंमत असेल तर ये म्हणावं इकडं, बघते काय करतो ते.' तिला संताप अनावर झाला होता.

फेलानीनं तिला शांत केलं. म्हणाली, 'तुला त्याचं वागणं माहितीये ना, नालायक आहे तो, कुठं त्याच्या नादी लागते.'

'अगं, मी रत्नाच्या आईकडून शेळी घेतली होती, हप्त्याहप्त्यानं पैसे फेडत होते. बकरी गाभण राहिल्यावर वाटलं होतं, आता चार पैसे मिळतील. तर त्या कुत्र्यानं विकून टाकली. त्या पैशातून जॉनच्या वडिलांना शहरात एखाद्या चांगल्या डॉक्टरकडं नेलं असतं,' ती बोलता बोलताच रडायला लागली.

तेवढ्यात रत्नाची आईही आली. हातात बांबू आणि बांबू तोडण्याचा मोठा कोयता. ती मोळी खाली ठेवत, त्याचे एकसारखे तुकडे तिनं करायला घेतले. ते तुकडे वाळत घातले. फेलानी तिच्या हातांकडे पाहत होती. संधिवातानं तिची बोटं वाकडी झाली होती, पण बांबू तोडण्यापासून सुंदर मुऱ्हे बनवण्यापर्यंत सगळं काम ती सफाईनं करायची. फेलानीला अजून तेवढे चांगले मुऱ्हे बनवता यायचे नाहीत.

'तुमचे मुऱ्हे किती सुंदर, धागे किती एकसारखे, नक्षी किती सुंदर... माझं नेमकं काय चुकतंय'?

रत्नाच्या आईनं उलटसुलट झालेले दोन धागे सरळ केले आणि ते सुंदर दिसायला लागलं.

जॉनची आई तेवढ्यात 'लाल सा' म्हणजेच लाल-कोरा चहा घेऊन आलीच.

'घे, रत्नाची आई, चहा घे.'

रत्नाच्या आईनं चहाचा कप चटकन उचलला. हळूच म्हणाली, 'किती दिवसांनी मी आज चहा पितेय.'

फेलानीनंही चहाचा घोट गिळत विचार केला, काली बुरींमुळे मला चहा

मिळतो. नाहीतर ही ऐश मला तरी कुठं परवडायची. गरजा अजून कशाला वाढवून ठेवा. चहा-साखरेचा खर्च कुठून पेलणार? जॉनची आईही चहा प्यायला येऊन बसलीच.

'किती वर्षं झाली मी साखर घातलेला चहा पिऊन. खर्चच इतका, की साखर घ्यायला पैसेच उरत नाही कधी.' तिघी मग बराच वेळ चहा पीत, गरमागरम मुरमुरे तोंडात टाकत गप्पा मारत बसल्या.

खोकल्याची असह्य उबळ कानावर पडत होती. जॉनचे वडीलच खोकत येत होते. इतके दिवस झाले; पण तिनं त्यांना कधी पाहिलं नव्हतं. आता पाहिलं तर डोक्यावर एक केस नव्हता, पुरतं गुळगुळीत. गालाची हाडं उचकलेली, डोळे खोल. पोक काढून चालायचे. अत्यंत थकलेला हताश माणूस. जॉनच्या आईचा अर्धा कप चहा तसाच होता. तो कप तसाच खाली ठेवत ती त्यांच्या हातातल्या सामानाच्या पिशव्या घ्यायला धावली. जे ओझं घेऊन त्या माणसाला उभं राहवत नव्हतं, त्याच्या बायकोनं ते फुलासारखं उचललं. ते पाहून त्याला कसंसंच झालं असावं. त्याचा चेहराच खर्रकन उतरला. त्याला काहीतरी बोलायचं होतं, पण श्वास फुलल्यानं बोलवलं नाही. तो तिथंच अंगणात बसला. त्यांच्यासमोर उरल्यासुरल्या चहाचा कप ठेवत जॉनची आई पुन्हा मोठ्यानं रडायला लागली.

'मोनीची मां, शेळी विकून यांचा इलाज तरी केला असता गं.'

तिचे हुंदके आणि त्याचं खाकरणंच फक्त ऐकू येत होतं. त्याही अवस्थेत तो म्हातारा दातओठ आवळत बायकोला शिव्या द्यायचा प्रयत्न करत होता, त्याला बोलवत नव्हतं, एवढंच.

रत्नाची आई निघाली. फेलानी जरा वेळ आणखी थांबली. जॉनच्या आईला तिनं धीर दिला. तेवढ्यात तिची त्या म्हाताऱ्याशी नजरानजर झाली, त्याचे डोळे आग ओकत होते. अंगात थोडी शक्ती असती तर बायकोची खांडोळी केली असती एवढा संताप त्या नजरेत होता. फेलानीच्या नजरेसमोर ते दोन घट्ट काळे रक्ताळलेले स्तन येऊन गेले. अंगावर शहाराच आला, तशी ती तिचे मुऱ्हे उचलत तिथून निघाली.

काली बुरी छोट्या मुऱ्ह्यावर अंगणातच बसलेल्या होत्या. साळ खायला येणारी पाखरं हुसकत होत्या. एकदम शांत नजर. साधीशी बाई. अंगात आल्यावर जे संचारतं, त्यातली एकही खूण कुठं दिसत नाही. तो मळवट नाही, की तोंडातून ओघळणारं कबुतराचं ताजं रक्त नाही. एकदम शांत. सध्या त्या एकेक रुपया बचत करत कालीपूजेची तयारी करत होत्या.

काली बुरी चाळिशी उलटलेली पोक्त बाई. बटाटे उकडून भाजी केली, तरी निगुतीनं करायची. बटाट्याची सालं काढून, एकसारखे तुकडे करून, कांदा सोनेरीसर परतून त्यात मिरच्या घालून छान भाजी करायची. तिला येणारा हा दुसरा चांगला

पदार्थ. पूजेला आलेल्या लोकांनी वाहिलेल्या कापडांच्या चिंध्या जोडून ती गोधड्या शिवायची; पण नजर अधू झाली होती. सुईत दोरा काहीकेल्या जायचा नाही. दोरा कुठं, सुई कुठं. नाकाजवळ दोन्ही धरून ती कसाबसा सुईत दोरा ओवायची. तसा तिला चष्मा होता; पण त्याची एक काच फुटली होती. कधीतरी फार पूर्वी बाजारातून तिनं हा रेडिमेड चष्मा आणला होता. त्याची खरं तर तिच्या डोळ्यांना काहीच मदत होत नव्हती, पण हे तिनं कधी मान्य केलं नाही. 'सुईत दोरा ओवून दे' असं दुसऱ्या कुणाला सांगायचीही नाही. किती तरी वेळ खटपट करून दोरा ओवायची आणि मग तिचा हात भराभरा चालायला लागायचा. इतकी सुंदर हातशिलाई करायची, हेम घालायची, कपड्याची सुरेख रंगसंगती करून गोधड्या शिवायची. त्या विकून जे पैसे मिळतील ते कालीपूजेसाठी बाजूला ठेवायची.

पूजेत आलेला एकूण एक रुपया काली बुरी कालीपूजेसाठी बाजूला ठेवायची. त्यातला एक रुपया कधी तिनं स्वत:साठी घेतला नाही. तसा विचार स्वप्नातही केला नाही. आठवडे बाजाराला फेलानीनं त्यांना विचारलं, 'तुम्हाला एक नवीन चष्मा घेऊन देऊ का?'

'साळीवर लक्ष ठेव, अजून बरेच मुरमुरे करायचेत तुला!'

त्यांना हा विषय नकोय हे फेलानीच्या लक्षात आलं. तिनं मुरमुरे तयार केले. मोनी आला, स्वयंपाक झाला आणि दोघं एकत्र शांतपणे जेवले.

जेवण झाल्यावर तिला वाटलं, जरा रत्नाच्या आईकडं जाऊन येऊ. प्लॅस्टिकची पुंगळी घालून मुऱ्हे करणं अजून तिला फारसं जमत नव्हतं. सतत रत्नाच्या आईला विचारावं लागे.

तिच्या दारापाशी येऊन थांबली. पहिल्यांदाच ती तिच्या घरी जात होती. यावेळी जावं का? ती घरी असेल? तशी त्यांची परिस्थिती इथं आल्यावर सुधारली होती. डोक्यावर हक्काचं घर तरी होतं. हरी भंगुराकडून जमिनीचा एक तुकडा विकत घेतला होता. त्याच्यावरच हे घर बांधलं. त्याला द्यायला पैसे नव्हते म्हणून रत्नाच्या आईनं सोन्याची अंगठी त्याला देऊन टाकली. ती मोडायला सोपी म्हणून तो खूश झाला.

'रत्नाची मां.'

एक गोरी, जाडी मुलगी आतून धावत आली. लाल रंगाचा कुर्ता, चुडीदार, त्यावर पांढरी फुलं असा ड्रेस तिनं घातला होता. ओठावर दिसेलशी लालसर लिपस्टिकची रेष होती. 'आई बाजारात गेलीये; पण येईल एवढ्यात' ती म्हणाली. फेलानीला 'बसा' म्हणून ती आत निघून गेली. या मुलीचा हा चमकदार अवतार या वातावरणात फारच उठून दिसतो. डोळ्यांत येतो. फेलानीच्या मनात येऊन गेलंच. तेवढ्यात रत्नाची आई आलीच. प्लॅस्टिकच्या गोणीत काहीतरी घेऊन आली होती.

दमल्यासारखी दिसत होतीच.

'माझी गुवाहाटीची मुलगी येतेय आज. तिला काहीबाही खायची सवय उरलेली नाही. म्हणून चार गोष्टी आणायला बाजारात गेले होते.' तिनं रत्नाला हाक मारली. 'हे बटाटे आत नेऊन ठेव' म्हणाली. फेलानीला वाटलं, हातात पाणी घेऊन मुलगी चटकन येईल, आईच्या हातातलं ओझं घेईल; पण कसलं? हाका मारूनही ती आलीच नाही.

रत्नाची आई आत कपडे बदलायला गेली. आली ती एक जुनी फाटकी सदोर अंगावर ओढतच. पण ती इतकी जीर्ण, की आतलं फाटकं ब्लाऊज दिसत होतंच. ते ब्लाऊजही इतकं पातळ, की तिचे ओघळलेले स्तन त्यातून दिसत होतेच. रत्नाच्या आईनं पदर बराच सारखा करत लाज झाकायचा प्रयत्न केला, पण किती झाकणार? मग तीच हसत म्हणाली, 'काय काय झाकावं, कुठं कुठं ठिगळ लावावं? मोठी मुलगी जे जुने कपडे आणते शहरातून, तेच मी वापरते. मला कितीसे पैसे मिळतात, पोट भरतंय एवढंच!'

बांबूत प्लॅस्टिक कसं घालायचं, मुऱ्हे एका तालात कसे हलवायचे, धाग्यांची गुंफण कशी करायची, हे रत्नाच्या आईनं दाखवलं. फेलानीनं नीट पाहून घेतलं. पुढच्या वेळी लक्षात ठेवीन म्हणाली.

'तुला इतके सुंदर मुऱ्हे कसे जमतात गं' फेलानी म्हणाली, तशी रत्नाची आई गोड हसली.

दारात रिक्षा थांबल्याचा आवाज आला. एक सुंदरशी, शहरी दिसणारी मुलगी रिक्षातून उतरली. तिच्याबरोबर एक भली मोठी सुटकेस होती. अंगावर कपडे चांगले होते; पण मापाचे नव्हते. नुसते अडकवल्यासारखे दिसत होते. तिचा आवाज ऐकतच एक माणूस घरातून पळत आला. अंगावर फक्त ढुंगणापुरता गामोशा. तिच्या डोक्यावर हात ठेवत म्हणाला, 'माझी औषधं आणलीस? या बायांना तर काय मी मेलो तरी काही वाटणार नाही.'

'आणलेत. आणलेत.'

तेवढ्यात रत्ना धावत आली. मगाशी तिच्या कानावर आईची हाक गेली नाही, आता मात्र पळत आली. बहिणीच्या हातून बॅग घेत आत पळाली. रत्नाची आई जमिनीवरच पाय पोटाशी घेऊन बसली होती. मुलगी तिच्याशेजारी येऊन बसली. फेलानीही तिच्याकडं पाहून हसली.

'तुम्ही नव्या आल्या आहात का इथं?'

'हो, पण झाले काही दिवस, तू गुवाहाटीत राहतेस ना, नाव काय?'

'माझं नाव आई-बाबांनी अंबिका ठेवलंय, पण गुवाहाटीत मात्र मला सगळे 'कुकी'च म्हणतात.

'मां, तू का इतकी बारीक झालीयेस, बरं नाहीये का?' तिनं आईला विचारलं.

रत्नाच्या आईनं तेवढ्यात मुलीच्या हाता-पायांच्या बोटांकडं पाहिलं. त्यांना चिखल्या झाल्या होत्या. जखमा झाल्या होत्या.

'काय गं, शहरात पाण्याचा प्रश्न नसतो ना, पाणी चोवीस तास येतं घरात म्हणतात, मग तू कुठं चिखलात जातेस? या चिखल्या कशा झाल्या?' -रत्नाच्या आईनं विचारलं. तेवढ्यात रत्ना बाहेर आली.

'माझ्यासाठी नवीन कपडे? नेहमी जुनेच आणते, नवीन का नाही आणलेस?'

तेवढ्यात वडील आले. तिला म्हणाले, 'जरा दहा रुपये दे ना.'

रत्नाची आई दोघांच्या अंगावर खेकसली. म्हणाली, 'पोरीला श्वास तर घेऊ द्या. नंतर मागा काय मागायचं ते.' तसे वडील बाहेर गेले, मग माघारी फिरून अंगणात बसले. त्यांचं तेच पालुपद सुरू झालं. 'मला मुलगा नाहीये ना, असता तर असा हात पसरावा लागला नसता. माझ्या पोटदुखीवर औषधसुद्धा मिळत नाही इथं, मीच कमनशिबी आहे.'

तेच रत्नानंही सुरू केलं, 'मला भाऊ असता तर अशी लोकांची उतरण नसती अंगावर चढवावी लागली.' अंबिकाही उठून आत निघून गेली.

'नाही झाला गं मला मुलगा. अंबिका आणि रत्नाच्या मधे दोनदा गर्भपात झाला. रत्नानंतर आणखी दोनदा. शेवटच्या वेळेस तर मला सहावा महिना होता. तो मुलगा होता. पण गेला, तो पोटातून पडलेला गर्भ मी स्वत: या हातांनी खड्ड्यात नेऊन पुरला. नाही राहिली पोटात पोरं, मी काय करू? पण जन्मभर ऐकतेय हे.' रत्नाची आई सांगत होती.

तेवढ्यात अंबिका आली. म्हणाली, 'मां, चहा-साखर नाहीये का गं?'

'घ्या आता, या घरात यांना चहा-साखर हवीये' रत्ना म्हणाली.

फेलानी मुन्हे घेऊन निघाली. रत्नाच्या आईच्या हातांचं कसब तिला पुन्हा आठवलं. अंबिका फ्रॉक घालून आली होती. तिला फाटकापर्यंत सोडवायला आली. तिचं काटकुळं शरीर त्या फ्रॉकमध्ये फक्त अडकलेलं होतं. वयापेक्षा पोक्त दिसत होता. चेहरा रापलेला. त्या मुलीकडे पाहून फेलानीला वाईट वाटलं. तारुण्य आलं; पण ही पोरं जबाबदारीच्या ओझ्यानं अकाली पोक्त झाली.

'ये ना माझ्या घरी, मी काली बुरींच्या घरात भाड्यानं राहते.' फेलानी अंबिकाला निघता निघता म्हणाली.

जाता जाता जॉनच्या आईच्या घरी जाऊन यावं का? तिला शेळी गेल्याचं दु:ख कुरतडत असेल. पण त्यापेक्षा बुलेनकडे जाऊन यावं. पण आता बुलेन रस्ता बनवण्याच्या कामावर जातो, घरी उशिरा येतो. त्याची वेडसर बायकोच असेल घरी. ती एकतर अंगणात झाडाखाली बसते, झोपते किंवा कुठंही रिकामी जागा दिसली

तिथं झोपून जाते. घरीच जावं, असं वाटून फेलानी निघाली.

तसं आज बऱ्याच महिन्यांनी तिला पुन्हा ते घर दिसू लागलं. सागाची नि नारळाची झाडं. घराचं ते मुख्य गेट. तिचे आवडीचे टपोरे गुलाब, फळांनी झुकलेली झाडं, भारलेली केळी, माशांचं तळं आणि बांबू सोलत बसलेला तो माणूस. हातातलं काम सोडून तो तिच्याकडे येईल? तिच्या नजरेत नजर घालून खोल पाहील? 'आत चल' म्हणेल, की कुठं होतीस, काय झालं' विचारेल? का तिच्यासोबत चालू लागेल?

तिला तेच जुनं घर पुन्हा दिसायला लागलं. सगळं जसंच्या तसं...

'मोनीची मां, आघाडी आहे. मुऱ्हे तयार. उद्या थेट बाजारच गाठायचा.' जॉनच्या आईनं हाक मारली, तशी तिची तंद्री भंगली. ती पुन्हा वास्तवात आली.

'मी हे मुऱ्हे शिकायला रत्नाच्या आईकडं गेले होते. तू कुठं निघालीस?'

'मी रामूच्या दुकानात साखर आणायला गेले होते. जॉनच्या वडिलांना साखर घालून चहा हवाय. गोड चहा प्याल्यानं बरं वाटतं म्हणाले.'

'चल मी पण येते, मलाही थोडं मीठ घ्यायचंय.'

'आता येतात ना तुला मुऱ्हे बनवता?'

'हो, पण रत्नाच्या आईइतके चांगले नाही.'

'खरंय, खूप गुणी आहे ती; पण नशिबात सुख नाही तिच्या.'

'मोठी मुलगी आज आलीये.'

'हो, तिच्यावरच घराची सगळी जबाबदारी आहे.'

मिनोतीचं घर आलं तसं दोघी थांबल्या.

'बाळाला बरं वाटतंय का गं हिच्या?'

'काल मी आले होते, ताप होताच त्याला.'

'चल, बघू.' फेलानी म्हणाली, तशा दोघी घरात शिरल्या. झोपडीचं दार आतून लावलेलं होतं. ती दार वाजवणार तेवढ्यात जॉनची आई म्हणाली. 'राहू दे, आता नको. मग येऊ.' असं म्हणत ती फेलानीच्या हाताला धरून चालूच लागली.

'अगं पण बाळ, चौकशी तर करू.' तिला कळेना, की ही अशी का करतेय. पण जॉनची आई ऐकायला तयार नव्हती. भराभर चालत होती.

'एवढी का भरभर चालतेय.'

असं फेलानी विचारेपर्यंत त्यांनी मुख्य रस्ता क्रॉस केलाही. पण सगळी दुकानं बंद होती. रामूही त्याचं दुकान बंदच करत होता.

'काय झालं रामूभाऊ?' तिच्या पोटात आता भीतीनं खड्डाच पडला होता. दुकानं बंद, माणसं खुसफुसताहेत म्हटल्यावर तिला घामच फुटला.

'दिल्लीत पंतप्रधानाचा खून झालाय.'

'अंगरक्षकानेच गोळ्या घातल्या त्यांना.'

फोटोत पाहिलेली देशाची पंतप्रधान फेलानीला आठवली. गोरी, छोट्याशा केसांची, हसरी बाई. कितीदा तिनं त्या बाईंचा हसरा फोटो दुकानांमध्ये पाहिला होता. का मारलं असेल तिला कुणी? कशासाठी? कुणाशी वैर असेल तिचं? तिला मुलं-बाळं आहेत का? त्यांचं काय होईल आता? आणि नवरा, आई-बाप, ते आहेत? त्यांचं काय? पण कुणी असं देशाच्या पंतप्रधानालाच कसं काय मारून टाकू शकतं?

फेलानीच्या डोक्यात प्रश्नांचं वारूळ फुटलं.

वाटेत परत येताना जॉनची आई गप्पच होती. मिनोतीचं घर अजूनही आतून बंदच होतं. दार न वाजवताच त्या पुढं निघाल्या. तसं फेलानी पुन्हा म्हणाली,

'जॉनची मां.'

'आज नको, नंतर जाऊ तिच्याकडं.'

फेलानीला वाटलं, शेळी गेली, त्यात ही भयंकर बातमी ऐकली. जॉनच्या आईला कसंसंच होतं असणार. नको तर नको जायला.

'आत आहे गं कुणीतरी, कुणाला तरी घेऊन झोपलीये ती घरात आत्ता.' जॉनची आई ताडकन म्हणत निघून गेली.

फेलानीची पावलं जड झाली होती. ती घरात आली. मोनी खेळून, नदीत आंघोळ करून नुकताच आला होता. तिनं त्याला जेवायला दिलं. स्वतः बाहेर येऊन बसली. उद्या बाजारवार. मुरमुरे अजून बनवायला हवेत. पण काही काम करावंसं तिला वाटत नव्हतं. डोळ्यांसमोर आगीचे लोळ होते. रडत कुणीतरी म्हणत होतं. 'चेहरा नाही, मुंडकं नाही, डोळे नाही.'

तिला रडू येत होतं.

'काय करतेस?' मोनीनं पटकन विचारलं.

ती म्हणाली, 'काही नाही. जा, काली दीदाला बोलावून आण, मुरमुरे करायचेत.'

तो गेला. तसं पदरात तोंड खुपसून तिनं रडून घेतलं.

पंधरा

आज तिघींचंही नशीब जोरावर होतं. जे जे म्हणून विकायला आणलं ते चटकन विकलं गेलं. तिघीही खुशीत जग्गूच्या टपरीवर चहा प्यायला आल्या होत्या. एकेक लाडूही तिघींनी घेतला. मोनीसाठीही एक घ्यावा, असं फेलानीला वाटलं; पण बरणी रिकामी होती.

'सगळे लाडू संपले.'

'जास्त केले होते आज, पण तरी संपले पटकन'

'कशी आहे ती?' जॉनच्या आईनं पैसे देत विचारलं. मग म्हणाली, 'खमक्या पुरुष माणसाची सोबत असली, तर सोपं होतं बाईचं आयुष्य.'

तो काहीच न समजून गप्पच राहिला.

'तुझ्या बायकोविषयी विचारतेय ती. कळलं नाही का?' मिनोतीनं हसून सांगितलं.

'हा कसल्या खमक्या, ती बायको बिचारी दिवसरात्र राबते, हा काय इथं गल्ल्यावर बसतो आणि पैसे मोजतो. करतो काय, चहा करतो म्हणे.'

'पैसे घेऊन घरीच जातो ना. तांदुळ घेतो. बाकी काय काय नेतो घरी. थोडे पैसे रामूच्या अड्ड्यावर जुगारात उडवतो पण तेवढेच, फार नाही.'

'आणि घरी जातो, जाऊन बायकोला मारतोही.'

त्या दोघी बिचाऱ्या जग्गूची फिरकी घेत होत्या आणि तो गप्प उभा. फेलानीनं भरपूर हसून घेतलं.

एकदम उसळत म्हणाला, 'माझी बायको ना, नाव नका काढू तिचं. या असल्या आजारी, किडकिडीत, गलिच्छ काळ्या बायकोसोबत मी इतकी वर्षं कशी काढली मला विचारा. दुसरा कुणी असता तर कधीच तिला सोडून दिलं असतं.'

'गलिच्छ, आजारी, काळी. असं का म्हणतोय तू?' फेलानी त्याला विचारतच होती. तेवढ्यात एक तरुण टोळकं आरडाओरडा करत येताना दिसलं. ते बाजारातली बदकं, कबुतरं, कोंबड्या ओढून हिसकावून घेत होते. कापलेलं मांसही त्यांनी स्वत:च्या ताब्यात घेतलं. सगळा बाजार त्यांच्या मालकीचा असावा असा माज करत होते.

या तिघी गपगार ते सारं पाहत होत्या. काही कळेचना काय झालं. जग्गूनंही मग टपरी वाढवून टाकली. काही मिनिटांपूर्वी गर्दीनं फुललेला बाजार गायब झाला. सगळीकडे सन्नाटा. मिनोतीसह या दोघीही घराच्या दिशेनं चालू लागल्या.

बाजारवारी त्या लवकर घरी येत. पण आज त्या साऱ्या प्रकारामुळे उशीर झाला. अंधार पडून गेला. पाहिलं तर सगळं शहर दिवाळीत उजळावं तसं उजळलं होतं. प्रत्येक घराच्या समोर रांगोळी, घराला आकाशकंदील. दिव्यांच्या लुकलुक रांगा. फटाके फुटत होते. आकाशात रोषणाई सुरू होती. रस्त्यावर लोक घोषणा देत होते,

'ओइ अखोम चिरायू होक', 'आसाम झिंदाबाद,' 'राजीव गांधी झिंदाबाद,' 'भृगू फुकन झिंदाबाद,' 'प्रफुल्ल महंत झिंदाबाद.' 'आसाम सुक्ती चिरायू होक,' 'आसाम करार झिंदाबाद.'

या साऱ्यात या तीन बायका घराची वाट चालत होत्या. मिनोतीचा पाय एका कागदात अडखळला. ती थांबली, उजेडात त्या कागदावर काही तरी चमकताना दिसलं. दाढीवाला-टकल्या गोल चेहऱ्याच्या माणसाचा त्यावर फोटो होता. मिनोतीला कळेना आपला पाय नक्की कशावर पडला. तिनं कागद उचलला, त्याला नमस्कार केला. मग कागद उगलडून पाहिला. तो फोटो पाहताच तिच्या डोळ्यांतून भळाभळा अश्रूच व्हायला लागले. रडत रडत तो फोटो ती त्या दोघींना दाखवत होती.

'या माणसाला पूजायचा 'तो'. तो म्हणायचा, हाच एक माणूस आहे जो आसाममधून घुसखोरांना बाहेर काढेल. हे आपलं राज्य 'आपलं' होईल. हाच माणूस आसामचा चेहरामोहरा बदलून टाकेल. आपलं नशीब बदलून टाकेल. आपण दोघं लग्न करू आणि शांत-सुखी आसाममध्ये आपलं एक सुंदर घरटं बांधू.' मिनोती सांगत होती. त्या दोघी ऐकत होत्या. त्या हिरोसारख्या दिसणाऱ्या प्रियकरानं हिला आपल्या नेत्याविषयी, आंदोलनाविषयी बरंच सांगितलेलं स्पष्ट दिसत होतं.

'त्यानं तुला आंदोलनाविषयी काही सांगितलं होतं?'

'हो, त्याची बहीण-मेहुणा बाहेर गेले, की त्याची पिस्तूल मला माझ्या सुटकेसमध्ये लपवून ठेवायला लावायचा.'

'तू त्याला विचारलं नाही, ही पिस्तूल कशाला?'

'तो म्हणायचा, आसामचे सगळे शत्रू संपवायचे तर पिस्तूल हवीच.'

ही कथा ऐकत त्या घराच्या दिशेनं चालत होत्या. कोपऱ्यावरचं दृश्य पाहून जरा हबकल्याच. एक म्हातारा माणूस तरुण पोरांच्या पायाशी काही तरी गयावया करत होता. फेलानीनं त्याचा चेहरा ओळखला. काली बुरीनंच त्याची ओळख करून दिली होती. फेलानीकडून तो नेहमी मुरमुरे घ्यायचा. हसरा-शांत म्हातारा घराच्या व्हांड्यातच बसलेला असायचा. गोड बोलायचा. फेलानी गेली, की लगेच सांगायचा, 'जा आत जा, आहे बायको घरात.' त्याच्याशी कधी फार बोलणं झालं नाही; पण

एकदाच त्यानं तिला काली बुरीची कहाणी सांगितली होती. काली बुरीचा नवरा, तिचं घर सोडणं, तिचं इथं येणं, हे सारं त्यानं फेलानीला सांगितलं. तिच्याविषयी विचारलं. गावातली भयाण हत्यासत्रं आणि तिचं संपलेलं जग सांगत तिनं त्याच्यापाशी मन मोकळं केलं होतं. आता त्यालाच पोरं घेरून उभी होती. तो म्हातारा रागानं लालेलाल झाला होता.

'तू आत्ता आसामविषयी जे बोललास, ते चुकीचं होतं. 'चुकलं माझं' असं म्हण नाहीतर याद राख.' ती पोरं म्हणत होती.

'काय चुकीचं बोललो मी, आसामचं काहीही भलं होणार नाही या साऱ्यातून. कसला आसाम करार करता, लक्षात घ्या.'

'तुझ्यासारख्या उपऱ्यांना असंच वाटतं रे, तुम्हाला नकोच आहे आमच्या राज्याची, आमची प्रगती.'

'प्रगती? वाळवंट होईल या राज्याचं, स्मशानभूमी होईल नुसती. आणि तुमचे नेते? ते ऐशोरामात राहत स्वतःच्याच तुंबड्या भरतील.'

'तुम्हाला नाही ना कोंबड्या द्यायच्या आम्हाला? नका देऊ, पण आमच्या नेत्यांविषयी, राज्याविषयी वाईटसाईट का बोलताय? मारा रे याला.'

असं म्हणून पोरं त्याच्यावर तुटून पडली. 'कसला रे हा प्राध्यापक' म्हणाली. 'दात तोडा त्याचे. मुस्काट फोडा. प्रफुल्ल महंत आसामचे मुख्यमंत्री झालेत, आज आनंदाचा दिवस आणि हा म्हणतो महंत पैसे खातील, तोही तसलाच आहे. कुणाची टाप तरी आहे का आज महंतच्या इमानदारीविषयी शंका घ्यायची.' पोरं बोलत होते, मारत होते. तुडवत होते.

त्यांची बायको आणि मुलगी रडत-ओरडत होत्या. फेलानीला चक्करच आली. तिला वाटलं आपण कोसळतोय. ही पोरं आता केळीच्या वाळलेल्या पानांच्या ढिगाला आग लावतील. त्या म्हाताऱ्याला पेटवून देतील. तिला ती आग दिसायला लागली. आणि म्हणता म्हणता ती जमिनीवर कोसळली.

'हिला काय झालं? चांगल्या घरची बाई, बाजारात वणवण करायची पाळी आणली नशिबानं तिच्यावर, नवरा मेला.' जॉनची आई बडबडतच तिला उचलायला धावली.

'पाणी आणू का तोंडावर टाकायला.' मिनोती म्हणाली.

'पाणी मरू दे, निघ इथून, ही जागा बरी नाही.' असं म्हणत फेलानीचा सगळा भार स्वतःच्या अंगावर घेत जॉनची आई निघाली. जंगलात जाऊ, पटपट चाल. घरी पोहोचायला हवं. काहीही होईल आता, असं चालता चालता बडबडत होती.

दोघींनी मिळून बेशुद्ध फेलानीला ओढतच नेलं. त्यातही सगळा भार जॉनच्या आईवरच. शहर दूर गेलं तसे आवाज, उजेड, फटाक्यांची रोषणाई सगळं कमी

झालं. त्यांच्या गावात एकदम शांतता होती. काही पक्षी तेवढे किलबिल करत उडत होते. नदीचा खळाळ ऐकू येत होता. या आवाजानं त्यांना बरं वाटलं, घर जवळ यायला लागलं होतं.

'बरं वाटतंय का गं?' तिच्या तोंडावर पाणी शिंपडत मिनोतीनं विचारलं.

'त्या नालायकांमुळे उशीर झाला. तुला भीती वाटली का? आता बरंय का? घे ब्रेड खा.'- जॉनच्या आईनं ब्रेडचा एक तुकडा तिच्या हातात दिला. तिनं तो हातात घेत दोन्ही बायकांकडं पाहिलं. कळेना काय बोलावं.

'काही नाही, चक्कर आली मला, आता बरंय, तुम्ही काळजी करू नका.' तिनं सावरलं. मग हळूच उठून ती चालायला लागली.

गावात पोहोचले, तर इथंही सेलिब्रेशन सुरूच होतं. हरी भंगुराचा मुलगा एक टोळकं घेऊन घरोघर जात होता. दिवे उजळा, मेणबत्त्या लावा, म्हणून धमकी देत होता. लोकांकडं कबुतरं, कोंबड्या मागत होता. आनंद साजरा करायचा तर त्यांना कापून खाणं भाग होतं. ते काली बुरीच्याही घरी आले. एकानं आनंद म्हणून मीच या शुक्रवारी कालीला दोन कबुतरं बळी देईन, असं सांगितलं. त्यांचं तोंड बंद करायचं म्हणून काली बुरीनं त्यांना स्वत:हून दोन कबुतरं देऊन टाकली. मोनी आईकडं कोंबडीची पिलंच घेऊन दे, म्हणून हट्ट करत होता. रुपयाला एक अशी पाच पिलं त्यांनी घेतली. त्यातली दोन मेली. तीन पिलं मोनीनं मुऱ्ह्याच्या खाली लपवून ठेवली. ती माणसं आपली पिलंही घेऊन जातील, अशी त्याला भीती वाटत होती. इकडं ते टोळकं ओरडत, त्यांच्या भाषेत जोरदार घोषणा देत निघून गेलं.

ते बाहेर पडत नाही तर ड्रायव्हरची ती भांडकुदळ, चालू बायको त्यांच्या स्वागताला हजर झाली. त्यांना स्वत:हून आपल्या घरी घेऊन गेली. चहा-बिस्किटं दिली, हसून खिदळून गप्पा मारल्या. तासभर ती पोरं त्या बाईच्या घरात होती.

काली बुरी आणि फेलानी हे सारं दुरून पाहत होत्या. ती पोरं निघून गेल्यावर काली बुरी फेलानीला म्हणाल्या, 'या बाईपासून सावध राहा. महाचालू -खतरनाक बाई आहे.'

'का?'

'जो कुणी सत्तेत असेल, ज्याचं पारडं जड त्याच्या वळचणीला ही जाऊन बसते. आपल्या भागातले सगळे गैरव्यवहार तिच्याच घरात चालतात.'

त्या बोलत होत्याच तेवढ्यात जग्गूची बायको आली. ती जरा जास्तच अशक्त दिसत होती. काली बुरी तिला 'बस' म्हणाल्या. बसता बसता तिनं परकरात बराच खोल हात घालून काही तरी केलं. काहीतरी ढकललं आत.

'वेळ नाही बसायला, मुलं घरी एकटीच आहेत. भुकेली होतील. ते झालं की नारळ खवायचंय, लाडू व्हायचेत.'

‘मी खाल्लेत लाडू. फार सुंदर लाडू करतेस तू, मला शिकवशील?’ फेलानीनं विचारलं.

‘सगळंच शिकायचंय तुला. काय काय शिकशील!’ काली बुरींनी चिमटा काढला.

‘मी शिकवीन ना, त्यात काही फार अवघड नसतंच. कष्ट आणि वेळ मात्र फार जातो.’ जग्गूची बायको पुन्हा अवघडून बसली.

मग तिनं हळूच विचारलं, ‘मोनीची मां, ‘त्यांना’ कुठं पाहिलं का?’

‘हो, बाजारात गोंधळ झाला तेव्हा तो आमच्या देखतच दुकान वाढवून निघत होता. घरी पोहोचला असेन एव्हाना.’

ते ऐकून ती उठली. जायला लागली.

‘जॉनची मां म्हणत होती, तुम्हाला बरं नाही, आता बरंय ना!’

‘हा आजार काय बरा होणारा आहे का? माझ्याबरोबरच जाईल तो आता.’

‘असा कुठला आजार आहे, जो उपचार केले की बराच होत नाही? होशील बरी.’

ती हे ऐकून काही न बोलता निघाली, पण तिला काही तरी सांगायचं असावं.

‘दुकान वाढवल्यावर कुठल्या दिशेला गेले ते?’ तिनं अगदी हळू आवाजात विचारलं. पण त्या आवाजात संताप होता, ठसठस होती. तिचा तोल जात होता, दारू प्याल्यासारखी हेलपाटत होती.

‘ये आपण माझ्याच घरी बसू’ फेलानी असं सहज म्हणाली आणि ती ‘ये’ म्हणायची वाटच पाहत असल्यासारखी आत येऊन बसली.

बसताना तिनं पुन्हा आत हात घातला. काही तरी आत ढकललं.

‘हे असं काय करतेस तू?’ फेलानीनं ते दृश्य न पाहवल्यानं काही विचार न करता विचारलं.

‘हा माझा आजार आहे, माझं फुटकं नशीब आहे.’ जग्गूची बायको रडायलाच लागली. ती गोणपाटावरून उठली. तिनं परकर सोडला आणि म्हणाली ‘बघ!’

मांसाचा गोळा लोंबळकत होता. रक्ताळलेला.

तिचं गर्भाशयच सारखं बाहेर येत असं लोंबकळायचं. ते आत ढकलत ती जगत होती.

‘बाईच्या जन्माची धूळधाण बघ, काय राहिलंय माझ्यात बाई म्हणून. सगळं असं लोळागोळा होऊन लोंबकळतं सारखं. पिचलंय सगळंच.’

‘डॉक्टरकडं नाही गेलीस?’

‘सुरुवातीला नवराच घेऊन गेला होता दवाखान्यात.’

‘कुठला डॉक्टर?’

'सरकारी दवाखान्यातला, दुसरा कुठला?'

'मग काय म्हणाले ते?'

'ते म्हणतात, या आजारावर काहीच उपचार नाही. पाच पोरं जन्माला घातली. तीनदा पोट पाडलं, त्याचा हा परिणाम आहे.'

'काहीच उपचार नाही, असं कसं?' फेलानी तिच्यासाठी दोन पावाचे तुकडे, मुरमुरे आणि पाणी घेऊन आली.

'त्यांनी काही तरी उपकरण वापरून गर्भाशय आत ढकलून पाहिलं. पण ते परत बाहेर आलं. डॉक्टर म्हणतात, उक्कड बसू नका. मसाले वाटू नका. हातपंपावर पाणी हापसू नका. ओझं वाहू नका, नारळ खवू नका. सांग, हे सगळं न करता कसं जगायचं? स्वयंपाक कोण करेल, पाणी कोण भरेल, नारळ खवून लाडू केले नाहीत तर पोट कसं भरेल? दिवसाला मी पंचवीस-तीस नारळं खवते. हे बंद केलं तर खाऊ काय, पोरांना काय घालू?'

फेलानीनं तिच्या पाठीवरून हात फिरवला. तिला वाटलं हिला सांगावी आपली कथा, आपण तर सर्वस्व गमावून बसलोय, जगण्याचा काही आधारच उरला नाही. नवऱ्याला कुणी जाळून टाकलं, हेसुद्धा माहिती नाही. पण हे न बोलता ती फक्त म्हणाली,

'जगणं हीच एक परीक्षा आहे, अवघड परीक्षा.'

'शरीराच्या यातना सहन करते गं मी. पण मनाच्या यातना? त्या सहन करण्यापलीकडच्या आहेत आता.'

'असं का म्हणतेस, तुझा नवरा तुझ्यासोबत आहे. सोन्यासारखी पाच मुलं आहेत. निदान दोनवेळेला पोटभर मिळतंय. माझ्याकडं बघ. माझं सगळं जगच जळून खाक झालं. एका रात्रीत रस्त्यावर आले मी. एकटीच, एकाकी.' ती समजूत काढण्याचा प्रयत्न करत होती.

'एकटी कशी? तुझा नवरा तुझ्या काळजात आहे, अजूनही तुला त्याचा आधार वाटतो. तो आधार तुला जगायची ताकद देतोय. माझा नवरा तर जिवंत असून नसल्यासारखाच आहे.' ती मुसमुसत होती.

'काय केलं जग्गूनं?'

'काय करतात पुरुष? घरात पोट भरलं नाही, तर बाहेर जाऊन शेण खातात. तेच केलं.'

'तू किती राबतेस त्याच्या संसारासाठी, तुला वाटतं तो तुला सोडून दुसऱ्या बाईकडे जाईल?

'जातोच. तुला माहितीये कुठं जातो? दुकान बंद केलं, की थेट त्या ड्रायव्हरच्या बायकोकडं जातो. मी घरी उक्कड बसून, हे लोंबकणारं गर्भाशय एका हातानं आत

ढकलून नारळ खवते आणि तो त्या छिनालीबरोबर जाऊन झोपतो. दिवसभराची सगळी कमाई तिच्या मढ्यावर घालतो. आणि घरी येऊन मला मारतो. उपाशी असतात माझी पोरं दोन दोन दिवस. त्यांनाही मारतो.' रागानं तडतडत बोलताना तिचं ते बाहेर लटकलेलं गर्भाशय सतत हालत होतं, उसळत होतं.

'माझं शरीर हे असं, मी किती काम करू? सांग आता, काय करू मी? कसं होईल माझ्या पोरांचं?' ती बोलत होती. डोळे एव्हाना कोरडेठाक झाले होते. आटलंच होतं डोळ्यांचं पाणी. उरल्या होत्या दोन फक्त कोरड्या खाचा. फेलानीचे शब्दच संपले. काय समजूत काढणार तिची? कुठल्या शब्दांत धीर देणार?

बाहेर पाहिलं, तर हरी भंगुराचा मुलगा आणि त्याचं टोळकं. आसाम सुक्ती म्हणजेच आसाम कराराचं सेलिब्रेशन करत होतं. त्यांच्या पक्षाची, त्यांच्या मागण्यांची ही विजयी सलामी होती. जोरजोरात ढोल वाजत होते, ते पीत होते, खिदळत होते. त्या आवाजानं घाबरलेले कावळे घरटी सोडून काव काव करत आकाशात घिरट्या घालत होते.

जग्गूची बायको उठली. एका हातानं तिनं गर्भाशय आत ढकललं आणि निघाली. दुष्काळात कोरडी झालेली, भेगा पडलेली जमीन कशी दिसते, तशी ती पाठमोरी बाई दिसत होती.

सोळा

वस्तीचा नूर आज काही वेगळाच होता. ज्यांनी आसाममध्ये परप्रांतीयांविरोधात आंदोलन छेडलं, त्याच पक्षाचे काही लोक आज वस्तीत प्रचारासाठी येणार होते. विधानसभेची निवडणूक तोंडावर होती. ज्यांना परप्रांतीय ठरवून आयुष्यातून उठवलं त्याच निर्वासितांच्या वस्तीत आता झोळी घेऊन हे नेते मतं मागत फिरणार होते. हरी भंगुराचा बदमाश मुलगा रतन, आता नेता झाला होता. त्याचं टोळकं घेऊन त्यानं घरोघर जाऊन सांगितलं होतं, की उद्या वस्तीत मोठे नेते येणार आहेत. सगळ्यांनी सभेला यायचं.

वस्तीची वाट जिथं मुख्य रस्त्याला मिळते, त्याच ठिकाणी रतन आणि त्याच्या मित्रांनी मोठ्या स्वागताच्या कमानी उभारल्या होत्या. त्या कमानींवर दाढीवाला आणि टकला नेता फोटोतून मिरवत होते. आठवडे बाजाराचा वार. लोकं आपापल्या वस्तू घेऊन बाजारात निघाले होते. रतनच्या टोळक्यानं सगळ्यांना तिथंच अडवलं. सभेला यायचं ही धमकीच. कुणीही बाहेर जायचं नाही असा आदेश दिला. कुणाला बाहेर पडूच दिलं नाही. काही लोकांनी मग तिथंच आपल्या वस्तूंचे ठेले लावले. जग्गूनं चहाची टपरी तिथंच सुरू करून टाकली. रमाकांतनं वाटाण्याची झालमुडी तिथंच विकायला सुरुवात केली. कडधान्याची ही भेळ, त्यातही वाटाणे जास्त, त्यावर कांदा-लिंबू पिळून भेळ करतात. पण रमाकांत त्या भेळीत जो काय हिरवा रंग ओततो त्यानं त्या भेळीचा रंग फार भयाण दिसतो. रतनच्या आईनंही वाहत्या गंगेत हात धुऊन घेत भाताच्या गोड वड्या विकायला ठेवल्या. जत्राच भरली.

मोनीच्या अंगातही पत्रकार संचारला. तो बित्तंबातमी आईला आणून देत होता. त्याला ना भूक लागत होती, ना तहान. पाहता पाहता पोरगं किती मोठं दिसायला लागलं. खायचे-प्यायचे हालच; पण तरी अंगानं भरलं. त्याला दहावीपर्यंत शिकवलं आणि तो चांगल्या गुणांनी पास झाला तर हाडाची काडं करीन पण त्याला कॉलेजात पाठवीनच. मुरमुरे विकीन, मुऱ्हे विकीन, मिनोतीकडून कागदाच्या बॅगा करायला शिकून घेईन, त्या बनवून विकेन. इथं सगळ्याच बायका फावल्या वेळात कागदाच्या

पिशव्या बनवतात. मीही बनवेन. पोराच्या शिक्षणात मात्र खंड पडू देणार नाही. मोनीची मदत होईलच. आताही तो करतोच मदत. किती सुरेख मुऱ्हे बनवायला शिकलाय. मनातल्या मनात स्वत:लाच बजावत फेलानी पोराच्या शिक्षणाची स्वप्नं रंगवू लागली. तिकडं ठरलेली वेळ टळून गेली, तरी एकाही नेत्याचा पत्ता नव्हता. माणसं खोळंबली होती. तेवढ्यात मोनी तिच्याकडं धावत-पळत आला.

तिला एकाही नेत्याचं तोंड पाहायची इच्छा नव्हती. त्यांचे खरे चेहरे तिनं दंगलीतच पाहिले होते. खड्ड्यात खोल रुतत केळीच्या पानांमध्ये स्वत:ला गाडून घेतलं होतं, तेव्हा दिसले होते या नेत्यांचे चेहरे. एका नेत्याला लोकांना तागाच्या मळ्यात चेचून मारले तेव्हा दिसला होता त्यांचा खरा चेहरा. तिचं हसतं-खेळतं गाव उद्ध्वस्त करून टाकलं. झाडांच्या फांद्यांवर लहान पोरांचे धड मुंडक्यापासून वेगळी करत लटकवून ठेवली तेव्हा दिसले होते त्यांचे खरे चेहरे. त्यांपैकी एकाही नेत्याला जर आजही कळलं ना, त्याच वस्तीतली एक बाई जिवंत सुटली आणि इथं येऊन राहिली तर ते काय करतील आपलं देवच जाणे! आणि तिच्याकडची ती चमचमती सोन्याची माळ कुणी पाहिली तर केवढा हंगामा होईल? एवढ्या सगळ्या मरण यातनांतही तिनं ती सोन्याची माळ एका गोधडीत लपवून नीट सांभाळून ठेवली होती. हे सगळं आठवलं आणि तिच्या घशाला कोरडच पडली.

दुपार उलटली. संध्याकाळ झाली. नेते काही आले नाहीत. तिचं मुऱ्हे बनवण्यात काही लक्ष लागेना. कुणी तरी अंगणातून हाका मारत होतं. काली बुरीच्या अंगात आज वारं होतं. ती बोलत नव्हतीच. तिच्या केसांच्या जटा पिंजारायला लागल्या होत्या. फेलानी बाहेर आली, पाहिलं तर एक टोळकं दारात उभं होतं.

'पणत्या आणायच्या आहेत, वर्गणी द्या.' ते हुकूम दिल्यासारखे म्हणाले.

फेलानीनं आत जाऊन दोन रुपये आणले.

'बस, दोन रुपये?' एकानं जाब विचारला. पण दुसरा म्हणाला, 'जाऊ दे रे, नंतर पाहू हिच्याकडं. आत्ता वेळ नाही.' फेलानीच्या पोटात भीतीनं खड्डाच पडला.

तितक्यात गलका सुरू झाला. शंखनाद सुरू झाला. लोकं पुन्हा त्या कमानीपाशी गर्दी करायला लागले. त्या गर्दीतून एक बाई फेलानीच्याच दिशेनं जोरात पळत येत होती. मिनोतीच होती. धापा टाकत आली.

'पाणी पी. काय झालं?'

मिनोती घटाघट पाणी प्यायला लागली. अंधुक प्रकाशातही फेलानीला मिनोतीचा अवतार स्पष्ट दिसत होता. एक अत्यंत सुंदर गुलाबी मेखला मिनोतीनं घातला होता. त्यावर लाल फुलांची नाजूक एम्ब्रॉयडरी होती. कानात नाजूक कानातले. कपाळावर मोठ्ठं कुंकू. केसांची सुरेख वेणी, त्यात गजरा. ती अत्यंत सुंदर दिसत होती. रोजची सपाट चेहऱ्याची मिनोती ही नव्हतीच. किलोच्या भावात मिळणाऱ्या

साड्याही घासाघीस करून विकत घेणारी ती मुलगी. ही मात्र वेगळीच दिसत होती.

'काय, अशी नवरीसारखी का नटलीहेस आज?'

मिनोतीनं तिला एक घट्ट मिठी मारली. 'तो आलाय, मोठ्या नेत्यांबरोबर तोही आलाय.'

तो आलाय कळल्यावर हिचं असं वेडं होणं फेलानीच्या आकलनाच्या बाहेरचंच होतं. ती वैतागली. म्हणाली, 'तो म्हणजे, तो हरामखोर आलाय? तुला सोडून पळाला? आणि आता तू त्याच्याचसाठी अशी नटून वेडी झालीहेस.'

'त्याला हरामखोर म्हणू नकोस, तो नाही पळाला, मीच त्याला सोडून पळून आले. त्याची अब्रू जास्त महत्त्वाची वाटली मला तेव्हा. कॉलेजात शिकणारा पोरगा. त्यावेळी घरच्यांच्या विरोधात जाऊन त्यानं माझ्याशी कसं लग्न केलं असतं, शक्य नव्हतं तेव्हा.'

'हो, प्रेमात पडून, तुझ्या पोटात हे पोर येईपर्यंत सगळं केलं, तेव्हा नाही अब्रूचा विचार केला त्यानं, तू पोटूशी आहे हे माहिती होतं ना त्याला. मग का तुला पळू दिलं त्यानं?'

'अगं पण मीच पळून आले, तो 'जा' म्हणाला नव्हता. आता तो मोठा नेता झालाय. त्याचे फोटो येतात पेपरात. टीव्हीवर पण दिसतो त्याचा चेहरा.'

'पण मला सांग, त्यानं तुला शोधण्याचा आजवर काही प्रयत्न केला का? आपल्या पोराचं तोंड पाहावं, असं तरी त्याला कधी वाटलंय का?'

'नाही.'

'मग? आणि त्याच पोराला बरं नाही, पैसे नाहीत उपचारासाठी म्हणून तू वाट्टेल त्याच्याबरोबर झोपून पैसे कमावतेस ना!' फेलानी तोंडात येईल ते विचार न करता बोलत सुटली.

'हो, झोपले मी पैशांसाठी. पण मी कधी म्हटलं, की ते त्याचं पोर आहे. मी जे केलं ते माझ्याच मुलासाठी केलं ना.'

हे सवाल-जवाब टाळून मिनोती फेलानीला हात धरून त्या सभेत घेऊन निघाली. 'चल ना, मला त्याला एकदा पाहायचंय. तुलाही दाखवते ना तो.'

'म्हणजे अजून तू त्याला भेटलेलीच नाहीयेस.' तिचा पारा चढत होता. राग येत होता तिला मिनोतीच्या वागण्याचा.

फेलानीनं दाराला कुलूप लावलं. डोकावून पाहिलं, तर काली बुरी देवीसमोर तंद्री लावून बसल्या होत्या.

'मिनोती, खरं सांग, त्यानं तुला भेट असं काही कळवलंय का?'

'कसं कळवेल, त्याला माहिती तरी आहे का मी या गावात आहे.'

'कसं माहिती असेल, त्याला वाटलं, मेलीस तू. तो सुटला.'

'मी मेले तरी तो मला विसरणं शक्य नाही.'

'काय सांगतेस, त्या हरामखोराला वाटत असेल बरं झालं मेली ती.'

मिनोती तिचं ऐकूनच घेत नव्हती. म्हणाली, तुला माहितीये तो मला काय म्हणायचा? मग तो जे काही म्हणायचा ते तिनं इतकं हळू सांगितलं, की फेलानीलाच काय तिला स्वत:लाही ऐकू गेलं नसेल.

इकडं सभेला प्रचंड गर्दी जमली होती. पणत्यांनी, कंदिलांनी सगळीकडं रोषणाई झाली होती. उदबत्त्या-धुपाचे वास दरवळत होते. रतनच्या टोळक्यानं बांबूचं एक व्यासपीठ तयार केलं होतं, त्यावर सगळे आलेले नेते बसले. एक नेता भाषण ठोकत होता– 'परप्रांतीयांना राज्यातून हुसकून लावा, तरच या राज्याचं भवितव्य उज्ज्वल आहे.' असं काहीबाही सांगत लोकांना उचकवत होता.

'तो बघ, तो बघ. दिसला?' मिनोतीनं हात दाखवत म्हटलं.

'कोणता?'

'तो काय?'

'अगं तो कोणता? वेडी झालीस का, नीट सांग ना.'

तेवढ्यात एक गोरा, देखणा तरुण भाषणाला उभा राहिला. मिनोतीला वाटलं तो फक्त तिच्याशी बोलतोय. तिच्या दिशेनं चालत येतोय. तिचा चेहरा ओंजळीत घेऊन म्हणतोय, 'मिनोती, मी तुला कधीच विसरणार नाहीस, तू मेलीस तरी मी तुझाच राहीन.' मिनोती त्याला इतक्या दिवसांनी पाहून खुळी झाली होती.

'हाच ना तो.' फेलानीनं विचारलं.

मिनोतीनं तिचा हात आनंदानं गच्च धरला. तिच्या केसातलं एक फूल टपकन फेलानीच्या मांडीत पडलं. या गजऱ्याची फुलं काली बुरीच्याच बागेतली. फेलानीला तिथं बसणं असह्य झालं. त्या फुलाचा त्रास झाला, की मिनोतीच्या वेड्या वागण्याचा, की त्या नेत्याच्या अत्यंत रटाळ भाषणाचा कळेना; पण फेलानी वैतागली. उठली, मिनोतीचा हात सोडून चालायलाच लागली. ती घरी गेली, तर काली बुरी तंद्रीतून बाहेर आल्या होत्या. नेहमीसारखाच अंबाडा घालून शांत बसल्या होत्या. फेलानीला त्या देवीच्या रूपापेक्षा हे शांत, प्रेमळ रूपच जास्त आवडायचं. त्यांच्याशी सगळं मनातलं बोलावं, असं वाटून फेलानीला भडभडून आलं.

दिवस वायाच गेला होता तिचा. मुरमुरे तसेच पडून होते. पण त्यामुळे उद्याचं काम कमी झालं. पुढचे दोन दिवस पुरतील एवढे मुरमुरे तिनं करून ठेवले होते. काली बुरींच्या ग्राहकांनाही पुरतील एवढे मुरमुरे घरात होते. आजीबाईंना थोडी तरी मदत झाली, तर त्याला बरं वाटायचं.

काली बुरींनी गोधडी शिवायला घातली होती. सुईत धागा ओवण्याचा कार्यक्रम सुरू झाला; पण जमेना. दृष्टी अधूच झाली होती. ऐकूही कमीच येत होतं. खरं तर

मिळणाऱ्या पैशांत त्या आरामात जगू शकत होत्या, पण सध्या त्या एकेक पै वाचवत होत्या. पैसे वाचवायचे म्हणून एक वेळचं जेवणही बंद करून टाकलं. सगळे पैसे कालीपूजेसाठी साठवायचे होते. कशाला एवढा अट्टाहास? निदान एखादा चष्मा तरी घ्यावा. पण आजी ऐकणार नव्हत्याच.

'भरपूर मुरमुरे आहेत घरात, आज कामाला सुट्टी.' फेलानीनं त्यांना ओरडतच सांगितलं. काली बुरीनं तिच्याकडं पाहिलं, पुन्हा खाली मान घालून गोधडी विणायला सुरुवात केली. थोड्या वेळानं फेलानीला म्हणाल्या, 'या महिन्यापासून तू मला घरभाडं देऊ नकोस.'

फेलानीला धक्काच बसला. 'घर सोड' म्हणतेय की काय म्हातारी, असं वाटून गेलं.

'माझं काही चुकलंय का?'

'नाही.'

'मग मला घर सोडून जायला का सांगताय?'

'मी तसं कुठं म्हटलं, घरभाडं देऊ नकोस. घर तुझंच आहे, एवढंच मी म्हणाले.'

एवढं बोलून त्यांनी परत मान खाली घालून गोधडी शिवायला सुरुवात केली.

'मोनी कुठंय?' काली बुरींनी एकदम विचारलं.

'त्या सभेला गेलाय.' मग हळूच त्यांच्या जवळ जात म्हणाली.

'त्या सभेतला एक नेता, मिनोतीच्या पोराचा बाप, तो आलाय.'

'असला कसला बाप, ती पोर त्याला घरी घेऊन आली की काय?'

'तो कसला येतोय, मोठा नेता आहे तो आंदोलकांचा.' दोघी मग बराच वेळ बोलत बसल्या.

'मोनीला असं एकटं-दुकटं का बाहेर जाऊ देतेस, किती उशीर झालाय बघ आता.' काली बुरी म्हणतच होत्या तेवढ्यात मोनी आला.

'जा हात-पाय धू. भूक लागली असेल तर मुरमुरे खा.'

'मां, त्यांनी आम्हाला फुटाणे, केळी आणि खोबरं दिलं.' ते पाकीट हातात मिरवत पोरगं घरभर पळत होतं.

एरवी तिला रात्री अंथरुणावर पडताक्षणी झोप लागायची. पण आज मिनोती आणि त्या नेत्याचा विचार करकरून झोप लागेना. कधी तरी डोळा लागला. भाले घेतलेल्या काही माणसांनी एका पोराला घेरलं होतं. एक मोठं जाळं त्याच्या अंगावर टाकलं. तो मुलगा उंच, गोरापान, काळे केस. गुलाबी मेखल्यात नवरीसारखी नटलेली मिनोती फेलानीकडं धावत येत होती. तिच्या केसातलं पांढरं फूल पडलं, तशी फेलानीला ठेच लागली. त्या फुलाची ठेच. ती धडपडली तसे दोन मजबूत

हात पुढे सरसावले. सागवानाच्या पानांसारखे मोठे हात. त्या हातांनी तिला गच्च मिठीत घेतलं. तिच्या सगळ्या अंगाला स्पर्श करत ते हात किती तरी वेळ तिच्यावरून फिरत राहिले. त्या स्पर्शानं ती मोहरली. सुखावली. हरखून गेली. पण कोण होती ती बाई? मिनोती? की मीच? तिला एकदम जाग आली. डोळे उघडले, तरी स्वप्नातला तो स्पर्श अंगभर फिरत होता. ते सुख भोगतच शरीर जागं झालं होतं.

फेलानी घाबरली. तिला स्वत:च्याच शरीराची भीती वाटली.

तिनं मोनीला मोठमोठ्यानं हाका मारल्या. तो गाढ झोपेत होता. तिनं त्याला गदागदा हलवून उठवलं. म्हणाली, 'जा, माझ्यासाठी पाणी आण, पटकन आण.' झोपेतून तो उठला, पाणी घेऊन आला.

'झोप आता सोन्या.'

ती म्हणे म्हणेपर्यंत तो झोपलाही.

'तुझे बाबा कधी तुझ्या स्वप्नात येतात का रे?' तिनं विचारलं. पण मोनी गाढ झोपला होता.

'माझ्या येतात. नेहमी येतात. मी आत्ता त्यांना पाहिलं. आणि आत्ताच मी त्यांच्यासोबत.'

ती एकटीच बोलत होती. बोलता बोलता कधी झोपली कळलंही नाही.

सतरा

तिकडं फेलानी त्या भयंकर स्वप्नातून दचकून जागी झाली आणि इकडं त्याच वेळी कुणी तरी मिनोतीचं दार वाजवत होतं. मिनोतीला वाटलं, कोण आलं एवढ्या रात्री. ती उठलीच नाही. पण दार जरा जास्तच खटखटायला लागल्यावर ती उठली.

'कोण आहे?'

'मी.'

'मी कोण?'

'मी, रतन, हरी भंगुराचा मुलगा.'

'आत्ता का आलायेस?'

'सरांचा निरोप आहे, दार उघड, सांगतो.'

'कोण सर?' तिचं मन म्हणत होतं, त्याचाच निरोप असणार. तो व्यासपीठावरून भाषण करत होता तेव्हा त्यानं तिला नक्की पाहिलं होतं. त्यांची नजरानजरही झाली होती. तो तिच्याकडं काही क्षण पाहतच राहिला. वरवर नाराजी दाखवत तिनं दार उघडलं.

'सरांनी सांगितलंय तुला घेऊन यायला.'

'कुठं?'

'डाक बंगल्यावर.'

'आत्ता? कशी येणार?'

'सरांनी कार पाठवलीये.'

'थांब, माझ्या बाळाला घेऊ दे सोबत.'

'नको, तू चल.'

'नको काय, थांब त्याला घेते.'

'बाळ कशाला तिथं, त्याचं काय काम. काम तुझं.' डोळे मिचकावत गलिच्छ हसला.

'थांब मग. त्याला जॉनच्या आईकडं ठेवू दे.'

'नाही, कुणाला काहीही सांगायचं नाही, माझ्या घरी ठेवू बाळाला. नको, त्यापेक्षा मी माझ्या आईलाच इथं बोलावून घेतो. ती थांबेल इथं.'

मिनोतीच्या अंगावर तोच दुपारचा गुलाबी मेखला होता. केस बांधण्यापेक्षा तिनं तसेच मोकळे सोडले. तिथं पोहोचली, डाक बंगल्यातल्या त्याच्या खोलीत गेली, तर तो दिवाणावर बसलेलाच होता.

'बस मिनोती.'

कुठं बसावं मिनोतीला प्रश्नच पडला. मोलकरणीनं मालकाच्या बरोबरीनं नाही खाली बसावं, असं तिचं पूर्वीचं ट्रेनिंग सांगत होतंच.

'इथं बस ना, कशी आहेस?' तो त्याच्या समोरच्या जागेवर येऊन बसण्याची खूण करत म्हणाला.

'मी, ठीक.'

'तू मला न सांगता पळून का गेलीस?

मिनोती काहीच बोलली नाही.

'बाळ कधी झालं?'

'मी तुला सोडून पळाल्यानंतर तीन महिन्यांनी.'

'आणि जगतेस कशी, काय करतेस?'

'मी मुरमुरे बनवते, मुऱ्हे बनवते आणि बाजारात नेऊन विकते.' ती थरथरत म्हणाली.

'आणि राहतेस कुठं?'

'इथंच, एक जागा भाड्यानं घेतली.'

एका उशीखालून त्यानं पैशाचं पुडकं काढलं. तिच्याकडं फेकलं. ग्लास भरायला घेत म्हणाला, 'हे ठेव.'

'दारू? तू कधीपासून प्यायला लागलास?' ती त्याच्याकडं बघतच राहिली. त्याचे लालेलाल डोळे, निबर झालेला चेहरा वेगळाच दिसत होता. तो स्वप्नाळू डोळ्यांचा, हसरा तरुण हाच? घरात कुणी नसताना तिला पहिल्यांदा हात लावणारा, किस करणारा आणि स्वत:च मान खाली घालून लाजणारा, तो हाच? एकदा एकांतात स्वत:वरचा ताबा सुटला आणि तो तिच्यावर तुटून पडला, ते सुख दोघांनी भरभरून भोगलं. मात्र त्या पहिल्या अनुभवानं तिच्यापेक्षा तोच जास्त हादरला, भेदरला. इतका हळवा असलेला तो माणूस, हा तो कसा असेल? इतका निबर?

'जवळ ये ना, किती दिवसांनी भेटतोय.' त्यानं तिला जवळ ओढलं. त्याचा हात गरम झाला होता. ओठ कोरडे. शब्दही निसटत होते तोंडातून. तिनं त्याचा हात झटकला.

'मी बाळाला घरी एकटं सोडून आलेय.'

'मी घेईन त्याची काळजी, पैसे ठेवीन त्याच्या नावावर काही.' दुसरा ग्लास भरला जात होताच.

'तू सारखा का पितोहेस?'

'चिक्कार ताप आहे डोक्याला. हजार कटकटी प्यावी लागते.'

त्यानं मिनोतीला जवळ ओढलं, अंगाखाली घातलं आणि लाइट विझवला.

बाहेरच्या प्रकाशातही तिला त्याचा चेहरा स्पष्ट दिसत होता. या 'अनुभवी' पुरुषात तो 'नवखा आणि हळवा' तरुण शोधण्यात काही हशील नाही, हे एव्हाना तिच्या लक्षात आलं होतंच. तेवढ्यातल्या तेवढ्यात त्यानं कंडोम चढवला. या वेळी कुठं त्याला कंडोम मिळाला? का घेऊनच फिरतो बॅगेत? तिला आता त्याची भीतीच वाटली. तिचा बदललेला चेहरा त्यानं वाचला असणार. तिला पूर्ण भोगता भोगता त्याच्याही लक्षात आलं, की त्यावेळी पूर्ण विश्वासानं स्वतःला आपल्याला सोपवणारी ही मऊसूत, घट्टमुट्ट बाई आता शरीरानं तशीच असली, तरी तिच्या नजरेत अविश्वास आहे.

'पुन्हा कुठं गं तुला अडचणीत आणू. योग्य काळजी घेतलेलीच बरी.' असं मिठ्ठास बोलून त्यानं वेळ मारून नेली. पण त्याच्या त्या शब्दांनी जादू केली. ती पुरती विरघळली. तिचा ताठाच गेला आणि ती स्वतःहून त्याच्या स्वाधीन झाली. त्याला भरभरून सुख द्यायचं म्हणून शरीर सैल सोडत गेली. त्याला हवं ते झालं होतं, ती पूर्ण ताब्यात आली, हे लक्षात आल्यावर त्यानंही मनसोक्त भोगून घेतलं. जी नशा दारूनं चढत नव्हती, ती काही मिनिटांत चढली. इथं ही अशी अनपेक्षित लॉटरी लागल्यावर त्यानं ठरवलं असावं, की आता आलोय तर जरा थांबूच. करू थोडी मज्जा.

सगळे नेते निघून गेल्यावरही पुढचे पाच दिवस तो त्या डाक बंगल्यावरच राहिला. त्या पाचही रात्री ती त्या डाक बंगल्यावरच होती. जॉनची मां आणि गोपाल या दोघांनाच तिचं हे गुपित माहिती होतं. भल्या सकाळी तिघी बाजारात जायचं म्हणून बाहेर पडल्या.

जॉनची आई आणि फेलानी दोघींच्या डोक्यावर मुरमुऱ्याची बाचकी होतीच. मिनोती मात्र रिकाम्या हातांनी निघाली. फेलानीला आश्चर्य वाटलं.

'हे काय आज काहीच नाही?' तिनं विचारलं.

'नाही आज काही तरी विकत घेईन म्हणते, किती दिवस विकत बसणार नुसतं.' वेगळाच सूर होता मिनोतीचा.

'काय घेणारेस?'

'एक गादी घ्यायचीये, तिच्यावर चादर आणि.'

‘एवढं सगळं.’

त्यांच्या चेहऱ्यावरचे प्रश्न पाहून ती म्हणाली, ‘तो मला पैसे देऊन गेलाय.’

‘काय म्हणाला तो तुला?’

‘बाळाची चौकशी केली.’

मिनोती वेगळ्याच जगात होती. सगळं सुंदर, छान दिसायला लागावं आणि त्या आनंदात बाकी काही कळूच नये, असं तिचं झालं होतं. त्याची काळजी, त्याच्या ढीगभर चिंता, त्याचं नेतेपण, त्याची इज्जत आणि त्यानं लवकरच परत येण्याचं, घेऊन जाण्याचं वचन, स्वप्नातलं घर बांधायचा वायदा आणि तिची काळजी घ्यायची म्हणून अत्यंत ऐनवेळी थांबून त्यानं स्वत:वर चढवलेला कंडोम. सगळंच तिला खरं खरं वाटत होतं, हे सगळं आपलंच आहे, आपल्यासाठी आहे असं म्हणून आनंदाचे थान भरून आलेल्या गायीसारखी ती तृप्त दिसत होती.

मिनोती म्हणाली म्हणून आज स्वत: काही विकत न बसता त्या दोघींनीही दलालांनाच घाऊक माल देऊन टाकला. त्यांचं नुकसान झालं; पण मिनोतीच्या पाकिटात शंभराच्या हिरव्यागार कोऱ्या करकरीत नोटा होत्या. तिनं खरेदी केली. रिक्षा बोलावली. त्यात सगळं सामान टाकलं. एका रिक्षात ती बसली, दुसऱ्या रिक्षात या दोघी तिची नवीकोरी भांडीकुंडी घेऊन बसल्या. सगळ्यांत खास म्हणजे मिनोतीनं त्या दोघींसाठीही एकेक महागडं ब्लाऊज पीस घेतलं. रोजच्यापेक्षा जरा लवकरच त्या घरी पोहचल्या.

घरी आल्यावर सगळ्यांनीच खरेदी पाहायला मिनोतीच्या घरी गर्दी केली. जग्गूची बायको, जॉनची मां, रत्नाची मां, फेलानी आणि काली बुरी तिचं नवंकोरं सामान घरात लावायचं म्हणून जमल्या. ड्रायव्हरची बायकोही डोकावून गेली. जाताना म्हणाली, ‘मी टीव्ही घेतलाय, या सगळ्याजणी पाहायला.’ बाकीच्यांनी मिनोतीनं आणलेल्या नव्याकोऱ्या कपातून चहा पीत गपा मारल्या. बिस्किटं खाल्ली.

मिनोतीचा तो आनंदी चेहरा आठवतच फेलानीनं मुरमुरे बनवायला घेतले. तिला वाटलं काय सांगावं, आपला अंदाज चुकेल. भला माणूस असेल. घेऊन जाईल मुलाला आणि मिनोतीला. पण त्याचवेळी तिला मिनोतीच्या झोपडीचं त्या दिवशीचं बंद दार आठवलं. आजारी पोराच्या औषधाला पैसे नाहीत म्हणून शेवटी तिनं तो मार्ग पत्करला. आता तिच्या नशिबी पुन्हा तो भोग येऊ नये.

‘मोनीची मां. लवकर ये. पटकन ये.’ मिनोती कळवळत हाका मारत होती. हातातलं काम सोडून फेलानी धावली. मिनोती पोराला काली बुरींच्या खोलीत घेऊन आली. पोरगं जोरात रडत होतं. त्याच्या कपाळाला रक्ताची धार लागली होती. काली बुरींना

जडीबुटीची माहिती होती. फेलानीनं त्याची जखम पाण्यानं धुतली. तोपर्यंत काही औषधी कालीबुरींनी पाटावर रगडल्या आणि पोराच्या जखमेवर तो लेप लावला. रक्त थांबलं. पोराचं रडणंही थांबलं. तसा मिनोतीनं श्वास घेतला.

मुलाचा आवाज ऐकून लोकं जमली. गर्दी झाली. जग्गूची बायकोही ओरडत आली.

'पोराकडं लक्ष द्यायचं सोडून कुठं बुरकळतेस तू? आई आहेस ना, आईसारखी वाग जरा.' पाच-पाच पोरांचं आईपण निभावण्याचा तिचा दांडगा अनुभव बोलत होता.

हे ऐकलं आणि मिनोती पिसाटलेल्या वाघिणीसारखी तिच्यावर धावून गेली.

'तुझ्या पोरांच्या बापालाच विचार ना, का माझ्या पोराला लागलं हे, का रडतंय पोरगं, विचार त्याला.'

'तुझ्या त्या हरामी पोराशी माझ्या नवऱ्याचा काय संबंध?'

मिनोतीचा आणखी संताप झाला. तिच्यावर खेकसत ती म्हणाली, 'हरामी कुणाला म्हणते, शब्द जपून वापर. हरामी तुझा नवरा. या नाही तर त्या बाईच्या घरी जातो ना रोज, माहितीये ना तुला. आज माझ्या घरात शिरला. त्यानं माझा हात धरला. त्याला हाकलायला गेले, त्या झटापटीत माझं पोरगं पडलं, डोकं फुटलं त्याचं. त्याची गरज नाही ना भागत घरात, मग तूच आणून दे त्याला एखादी बाई, म्हणजे असा तोंड मारत फिरणार नाही तो.'

जग्गूच्या बायकोचा चेहरा एकदम उतरला. काही मिनिटांपूर्वी ती ताठ मानेनं सल्ला देत होती, आता आपल्याला जमीन पोटात घेईल तर बरं, असं तिला होऊन गेलं. गर्दीही पांगली. मिनोतीला तिचा चेहरा पाहायचा होता, पण अंधारात दिसला नाही. फाटक्या शालीत तोंड लपवत, रडत ती निघून गेली. मिनोती पोराला घेऊन निघणार, तेवढ्यात फेलानीनं तिला थांबवलं. फेलानीचा संताप तिच्या चेहऱ्यावर दिसत होता.

'मिनोती, त्या बाईशी अशा भाषेत बोलण्याचा तुला काय अधिकार होता?'

'का? ती माझ्या मुलाला हरामी म्हणाली ना. तिचं खातो का तो. हे बघ माझ्या पोराचे कपडे, त्याच्या बापाच्या पैशातून घेतलेत.'

'म्हणायचं काय तुला? सिद्ध काय करायचंय? तो आला, चार दिवस तुझ्याबरोबर झोपला आणि निघून गेला. कुत्रं हाडूक चघळतं आणि फेकून देतं. तसं तुला फेकून निघून गेला. जे भोगलं त्याचे पैसे फेकलेत त्यानं तुझ्या तोंडावर. पैसे कुणावर फेकतात असे पुरुष माहितीये ना? आणि तू तुझ्या त्या नवऱ्याच्या पैशाचा रुबाब त्या बाईला दाखवतेस? तुझं पोरगं आजारी होतं, तेव्हा तू काय केलं ते आठव जरा. तेव्हा तुझा हा श्रीमंत नवरा कुठं होता गं?'

मिनोती खाली मान घालून उभी होती. आपण जरा जास्तच बोललो, हे एव्हाना तिच्या लक्षात आलं होतं.

'तूही एक बाई आहेस, तिला जो आजार आहे तो तुलाही होऊ शकतो. तिला तरी नाही म्हणायला नवरा आहे, पोरं आहेत. लाथा घालतील; पण निदान दोन घास घालतीत नरड्यात तिच्या. विचार कर, तुला असा आजार झाला तर? तुझं आहे कुणी जगात? कुत्र्याच्या मौतीनं मरशील तू.'

'तो जग्गू काही बायकोचं पोट भरत नाही, तिची काळजी घेत नाही. तोच तिच्या जिवावर जगतोय. ही मेली ना की दुसऱ्या दिवशी नवी बाई घरात घेऊन येईल. पुरुष काहीही करू शकतात. ते हाडं चघळून फेकतात, तसे पुरूनही टाकतात.' मिनोती तरीही बोललीच.

'हो का, आणि तू काय त्या बाईवर फुलं उधळलीस?'

'जग्गूनं मला सांगितलंय तिच्या आजाराविषयी. तिला बरं वाटलं तर मी दुसऱ्या बाईकडं नाही जाणार, असं त्यानं माझ्यापाशी कबूल केलं होतं.'

'तो त्या नवरा-बायकोचा व्यक्तिगत प्रश्न आहे. तुझा काय संबंध त्याच्याशी? तू तिला काय बोलली ते आठव. तुला त्याची गरज नाही ना भागवता येत, मग तूच त्याला एखादी बाई आणून दे. हे असं तू तिला चारचौघांत बोललीस की नाही? का बोललीस? एका बायकोला सांगतेस तू, नवऱ्याला दुसरी बाई आणून द्यायला? एवढं जहर तुझ्या मनात कुठून आलं? तुझ्याकडून मला ही अपेक्षा नव्हती.

मिनोती रडायला लागली. सगळा उसना आणलेला आव सोडून देत म्हणाली, 'मोनीची मां, तू म्हणतेस तेच खरंय, त्याला नकोय मी, भोगायचं तेवढं भोगून घेतलं त्यानं. आता त्याला नकोय मी, त्याला माझं मूल नकोय, काहीच नकोय.'

फेलानीला वाटलं, आपणही जरा जास्तच बोललो. बिचारीच्या अशा अवस्थेत जरा जास्तच रागवलो.

'तुझं मन थाऱ्यावर नाहीये, घरी जा. खा काही तरी. झोप शांत.' फेलानी तिला समजावत आपल्या कामाला लागली. इकडे साळीचा कोळसा झाला होता. ते निस्तरायला घेतलं तेव्हा मिनोती घरी नाही, तर भलतीकडंच जाताना दिसली.

ती जग्गूच्या घराकडं निघाली होती. त्याच्या दारापाशी जाऊन उभी राहिली. भुकेलं पोरगं रडरडून तिच्या कडेवरच झोपून गेलं. दारातून आत पाहिलं तर जग्गूच्या घरात तो काम करत होता. जग्गू नारळं खवत होता. त्याची बायको पाक करत होती. पोरं ताटात वड्या थापत-कापत होती. पण वड्या काही छान चौकोनी होत नव्हत्या. जग्गूही जिवावर आल्यासारखं नारळ खवत होता. हातातलं काम सोडलं आणि त्याची बायको उक्कड बसत नारळ खवायला बसलीच. बसताना तिच्या पोटात कळ उठली असेल, ती दाबत, आतलं लोंबकळणारं गर्भाशय आत ढकलत तिनं नारळ

हातात घेतलं. ते पाहून मिनोतीच्या पोटात कलकलंच. तशीच ती घरात शिरली.

सगळे तिच्याकडं पाहतच होते.

जग्गूनं एक मुऱ्हा ढकलला.

'बस.'

'ये मिनोती, बाळ बरंय आता? मला काही बोलायचं राहून गेलंय, अजून राग शांत झालेला नाही?' जग्गूची बायको हसून म्हणाली.

मिनोती त्या मुऱ्ह्यावर बसली. जग्गू तिच्या बाजूला येऊन बसत म्हणाला, 'तू मला बहिणीसारखी आहेस. मी असं कसं वागेन तुझ्याशी? मी प्यालेलो होतो, कबूल आहे, भानावर नव्हतो. पण मी तुझ्या घरी मदत मागायला आलो होतो. हिचं ऑपरेशन करायचं तर पैसे हवेत, कुठून आणू? मला काही सरकारी मदत मिळेल का, त्यासाठी तू कुणाशी बोलशील का, असं विचारायला आलो होतो.'

त्याला मध्येच तोडत बायको म्हणाली, 'गावात सगळेजण म्हणतात, की तुझ्या मोठमोठ्या लोकांशी ओळखी आहेत, तुझ्या मुलाचा बाप तर एक मोठ्ठा नेता.' मुलाचा विषय येताच ती गप्प झाली.

'खरंच सांगतो, पैसे हवेत म्हणून तुझ्याकडं आलो होतो. तुला विनवायच्या नादात तुझा हात धरला, हाता-पायाच पडायला आलो होतो. पण तू भलतंच समजली आणि भडकली.'

'त्याचं सोड, पण लोकांच्या देखत तू मला वाट्टेल ते बोललीस, माझी काय चूक सांग?'

'चुकलंच माझं. माझंही डोकं सटकलेलं होतं. डोक्याचा नुसता चिखल झालाय, मला माझेच प्रश्न फार झालेत.' मिनोती बोलून गेली.

'का? याचे वडील?' ते मूल तिच्या कडेवरून घेत जग्गूची बायको बोलता बोलता थांबली.

मिनोती गप्पच. सगळेच गप्प होते. मिठाई बनवून झाली, तशी मुलं उठली आणि बांबूच्या एकावर एक रचून केलेल्या शिडी बिछान्यावर जाऊन झोपली. मिनोतीचं बाळ उठलं, रडायला लागलं.

'खाल्लंय का गं यानं काही?'

मिनोती गप्पच.

'मी म्हटलं की मुलाकडं लक्ष दे, कुठं बुरकळतेस त्याला सोडून तर तुला राग आला होता फार, आणि आता बघ हे पोर उपाशीच झोपलं होतं, कसा दिसतोय बघ त्याचा चेहरा.'

'तुम्ही दोघंही आज इथंच जेवा' जग्गू खोक्यात मिठाई भरत म्हणाला. एकसारख्या न तुटता त्यानं नारळाच्या वड्या भरल्या.

जग्गूच्या बायकोनंच बाळाला खाऊ घातलं. भात, तळलेले बटाटे आणि काकडी एवढंच होतं. भात कमी पडला. मग तिनं पुन्हा आधण ठेवलं. मिनोतीनं तिला तांदुळ निवडायला मदत केली. त्या तांदळात भरमसाट अळ्या, साळी होत्या. जग्गूची बायको बाहेर जाऊन कढीपत्त्याची पानं घेऊन आली. थोडा मसाला, मिरच्या आणि फोडणीत ही पानं टाकून तिनं भातही शिजत घातला. मिनोतीला तिनं तो गरमागरम भात वाढला.

'जेव पोटभर. तांदुळ हा असाच जाडाभरडा. चहाच्या टपरीची मिळकत ती काय गं? जेमतेम रेशनचं धान्य परवडतं. खाणारी तोंडही जास्त. काही उरलंच हाताशी तर माझं आजारपण खाऊन टाकतं. डोक्यावर उधारी वाढतेच आहे.' जग्गू शिणलेल्या माणसाची कथाच सांगत होता.

मिनोती खाली मान घालूनच जेवत होती. जग्गूच्या बायकोच्या नजरेस नजर देण्याची तिची हिंमत होत नव्हती. 'डॉक्टरकडं गेला होता पुन्हा?'

'जाऊन काय उपयोग? त्यांचं तेच म्हणणं. 'काम करू नका, नारळं खवू नका, पाणी हापसू नका,' ते कसं जमणार? तात्पुरतं काही तरी यंत्र वापरून आत ठेवून देतात. काही दिवसांनी पुन्हा तेच.

मिनोतीनं ताट चाटूनपुसून स्वच्छ केलं.

'एकावेळेस पाचपेक्षा जास्त गोळ्या विकत आणण्याची माझी ऐपत नाही, मी काय ऑपरेशनला पैसा उभा करणार?' जग्गू आता खाली मान घालून बोलत होता.

सगळ्यांच्याच माना खाली होत्या. पानातलं अन्न संपलं होतं. तरी त्या ताटांवरून पुनः पुन्हा हात फिरवत तिघंही बसून होते.

ही ताटं स्वच्छ कशी धुणार या पलीकडं त्यांच्या आयुष्यात दुसरा महत्त्वाचा प्रश्न नसावा, इतक्या मनापासून सगळेजण ती ताट हातानंच पुसत होती.

अठरा

रत्नाची त्या ड्रायव्हरच्या बायकोशी चांगली गट्टी जमली. दोस्तीचं सगळ्यात मोठं कारण होतं टीव्ही. टीव्हीवरचे देखणे पुरुष, सुंदर बायका, त्याचं हसणं-खिदळणं पाहून रत्ना वेडीच झाली होती. टीव्ही पाहण्याचा तिला भयंकर नाद लागला. त्या दिवशी संध्याकाळी तिनं एक घट्ट टॉप आणि लांडा स्कर्ट घातला. टीव्हीवरच्या बायकांसारखीच हेअरस्टाईल केली. कपडे जुनेच, तिच्या बहिणीनं आणून दिलेले होते. शुक्रवारी टीव्हीवर रात्री आठ वाजता एक भन्नाट मालिका लागायची. एक उंच, गोरा, देखणा, चॉकलेटी डोळ्यांचा तरुण त्या सिरिअलचा नायक होता. रत्नाला तो खूप आवडायचा. हातात गुलाबाचं फूल घेऊन 'तिची' वाट पाहत होता. आणि 'ती' निळा स्कर्ट आणि स्किन टाइट लालचुटूक टॉप घालून अवतरली. टॉप अंगाला इतका घट्ट चिकटला होता, की कुठल्याही क्षणी फाटेल. तिच्या छातीवरची दोन टणक मोठ्ठाली गोलाकार वर्तुळं त्यातून जास्तच उठून दिसायची. ती चालताना धडधड उडणारी तिची छाती पाहत राहावीशी वाटे.

ती मुलगी 'त्याच्या'जवळ आली. थोडी आणखी जवळ. त्यानं हाताला ओढून तिला जवळ घेतली. हातातली गुलाबाची कुस्करं तिच्या छातीत कुस्करली. त्यानं त्याचे ओठ तिच्या भरदार छातीवर ठेवले, डोकं घुसळलं. अंगाला अंग घासत होता तेवढ्यात गाणं सुरू झालं. नक्की करणार काय होता तो मुलगा? पुढच्या सेकंदाला तिचे कपडे उतरवून तिच्या शरीरावर स्वार झाला असता? रत्नाचा श्वास जोरात सुरू झाला. तिला पुढं पाहायचं होतं. तो मुलगा, त्याचं ते तिला जवळ घेत कुस्करणं. घट्ट-टंच -भरलेली मुलगी तिचं ते त्याला स्वत:वर स्वार होऊ देणं. पण तो भाग तिथंच थांबला. रत्नाच्या डोक्यात मात्र तेच. तिला त्या मुलीसारखं गोरंपान दिसायचं होतं. तोंडाला लावायच्या पावडरचा डबा उघडला. तर तो रिकामा. रत्नानं डबा झटकून जे हातावर पडलं ते चेहऱ्यावर रगडलं.

'माझ्या वयाच्या मुलींकडं काय काय असतं, नाही तर मी?' ती आईकडे पाहत घुश्श्यातच म्हणाली. पण आई काही बोलली नाही. सकाळीच वडिलांनी तिच्या

एका तोंडात मारल्यानं चेहरा सुजलेला होता. या मुलीला काही बोलून का डोक्याचा ताप वाढवा, असं वाटून ती गप्पच झाली. 'मला मुलगा असता ना, तर ही पोर अशी लोकाच्या घरी टीव्ही पाहायला गेली नसती, घरातच.' तिच्या नवऱ्याच्या तोंडाचा तोच पट्टा सुरू झाला.

रत्ना घराबाहेर पडली. आईची तिच्यावर नजर होती; पण ती बोलली काहीच नाही. मुऱ्हे विणण्यातही काही लक्ष लागेना. नवऱ्याचं ते कडवट बोलणं आठवून तिचं डोकं भणभणत होतं. तिला वाटलं सुनवावं त्याला एकदा. 'काय मुलगा मुलगा म्हणतो, ज्या मुलीला शिव्या घालतो, तिच्याच जिवावर तर जगतोय. अंगावरचे कपडे, दोन वेळचं जेवण ती पोर राबतेय म्हणून मिळतंय. नागवेलीच्या लागवडीचं कोण कौतुक, मग ते काम कर ना. स्वत: कधी तरी झडझडून कामाला लाग. पण हे सारं मनातच ठेवून गप्प बसली. हे सारं बोलणं म्हणजे त्याचा लाथाबुक्क्यांचा मार खाणं. तो मारझोड करू शकतो, त्यासाठी बळ आहे अंगात मग काम करायलाच अशी काय धाड भरते. तिला वाटलं म्हणावं त्याला, 'कामाच्या वेळेसच हातपाय गाळतो. फुकटखाऊ, ऐतखाऊ कुठला, हलकट माणूस' पण हे सारं स्वत:शीच पुटपुटत ती संताप करत बसली.

रत्ना घरात येऊन पुन्हा बाहेर जात होती. बहिणीनं दिलेला ड्रेस कापून तिनं त्याचा गळा जरा जास्तच खोल करून घेतला होता. खाली वाकली तर पाहणाऱ्यांना तिच्या छातीचे दोन उभार नीट दिसावेत, त्यांनी खोल खोल पाहावं, असं वाटूनच तो गळा खोल झाला होता. रत्नाकडं ती पाहतच होती. कस नसलेलं अन्न खाऊनही ही पोर एवढी कशी फुलत चाललीये. तिच्या शरीराचे आकार-उकार जरा जास्तच वाढत चाललेत. शरीर उफाड्याचंच, ते खोल गळ्यातून दिसायलाही लागलं. ही पोर घरात कवडीचं काम करत नाही. शाळेत नापास झाली. शिक्षण सोडलं. घरी बसली. रात्रंदिवस फक्त स्वत:चं शरीर पाहत बसते, स्वत:चीच काळजी घेते. आणि आता तर त्या ड्रायव्हरच्या बायकोच्या संगतीनं पार वाया चालली. आईनं अशाच काही गोष्टी सुनावल्या तिला; पण तिनं कानावर माशीही बसू दिली नाही. मी आज घरी जेवायला नाही, तिच्याच घरी जेवीन, असं सांगून ती खोल गळ्याचा ड्रेस मिरवत घराबाहेर पडली.

ड्रायव्हरला पगार तरी कितीसा होता. त्याच्या दारूलाही तो पुरत नसे. सगळी कमाई त्याच्या बायकोची. रोज संध्याकाळी चेहऱ्यावर रंगरंगोटी केलेल्या, घट्ट कपडे घातलेल्या मुली तिच्या घरी जमायच्या.

काम करता करता रत्नाच्या आईच्या नजरेसमोर गुवाहाटीत काम करणाऱ्या लेकीचा चेहरा तरळत राहिला. ती असती तर या वाया चाललेल्या पोरीला तिनं काही समजावलं असतं. हिला आई काही समजवायला लागली, की तिचं एकच पालुपद,

‘तुला नाही आवडत ना मी तिच्या घरी गेलेलं, मग मला घरात टीव्ही आणून दे, मी नाही जाणार!’ टीव्ही पाहिलाच नाही तर नाही का चालणार असं लेकीला एकदा विचारावं, असं आईला खूपदा वाटे; पण तिची काही हिंमत झाली नाही. ही आणि ती पोर, किती फरक आहे. ती जवळ येऊन बसते. पाठीवर हात ठेवून विचारते तरी, ‘आई असा का गं चेहरा, बरं नाहीये का?’

तिचा नवरा अंगणातच विड्या फुकत बसला होता. त्या वासानं दुखरं डोकं उठलं म्हणून ती आत जायला निघाली, तर त्याची बडबड सुरूच– ‘एक कप चहा मिळेल का? पोरींच्या बापाला काडीची तरी किंमत आहे का या घरात?’

पाच रुपयांची नोट हातात घेऊन चहा आणि साखर घ्यायला रत्नाची आई घराबाहेर पडली. मुद्दाम ड्रायव्हरच्या घरावरून गेली. वाटलं जावं आत पाहावं ती काय करतेय आणि हाताला धरून ओढत घरी न्यावं. कामाला लावावं, नवऱ्याला म्हणावं की गप्प बस!

बाहेर टीव्हीचा आवाज येत होता. तिच्या छातीतले ठोके एकदम वाढले. श्वास चढला हा असा त्रास तिला हल्ली सतत व्हायचा. थोडं काम केलं, की श्वास फुलायचा. छातीची धडधड वाढायची. मोठ्या मुलीच्या आठवणीनं गलबलून यायचं. आणि हे बाप-मुलगी होतेच इथं छळायला. मोठ्या मुलीचं एखादा चांगलासा मुलगा पाहून लग्न लावून द्यावं, असं तिला वाटायचं. त्यासाठी पै पै वाचवून तिनं सोन्याचे कानातले करून ठेवले. ते कुण्णाला सांगितलं नाही. ती रोज जी गोधडी घेऊन झोपायची त्यात तिनं ते कानातले दडवून ठेवले होते. तिचं लग्न झालं, की मी मरायला मोकळी, असंच तिला नेहमी वाटे.

रत्ना मात्र टीव्ही पाहत त्या जगात हरवून गेली होती. तो मुलगा आणि ती मुलगी, दोघंही नदीकाठावर होते. सुंदर खळाळती नदी, तिथली गोरीचिट्टी माणसं. सोनेरी केस. त्यांची उघडीवाघडी, उफाड्याची शरीरं. आता ते जोडपं एका मोठ्या सहापदरी रस्त्यावर सुसाट गाडी चालवत फिरत होतं. बागेत फुलांचा सडा पडलेला होता.

त्या हिरव्या लॉनवर ते कपल एकमेकांना घट्ट चिकटून पहुडलेलं होतं. त्याचा एक हात तिच्या केसातून फिरत होता, दुसरा कंबरेवर. बघता बघता त्याचे हात तिच्या साऱ्या शरीरावरून फिरायला लागले. ती मुलगी रोमांचित झाली होती, जिथं हवं ती जागा दाखवत ते सुख त्याच्याकडून घेत होती. आता पुढे?

रत्नाला पाहायचं होतं तेवढ्यात टीव्हीत काही तरी ‘व्यत्यय’ आला. पण पुढच्याच सेकंदाला पुन्हा चित्र आलं. त्या मुलानं तिच्या छातीत हात घातला, जोरात कुस्करली ती छाती. ती मुलगी तोंड फिरवून हसली, लाजली. रत्नाला आता त्या मुलीच्या जागी स्वत:चाच चेहरा दिसायला लागला होता. त्या चॉकलेटी मुलाचा

हात रत्नाच्या लो कट गळ्यातून तिच्या छातीत फिरत होता.

रत्ना आरामखुर्चीत डोळे मिटून बसली होती. हे सारं 'जगत' होती. तिचं सगळं शरीर थरथरत होतं.

'झोपलीस की काय?' ड्रायव्हरच्या बायकोनं तिला टपली मारत उठवलं. रत्नानं डोळे उघडून पाहिलं, तर ती बाई लाल-पिवळ्या दाट रंगाचा घट्ट पंजाबी ड्रेस घालून, नटूनथटून आली होती. दाट काजळ, भडक लिपस्टिक, हातात लाल मॅचिंग बांगड्या.

'कुठं बाहेर चाललात?' रत्नानं विचारलं.

'नाही, पाहुणे येणारेत.'

'तुमच्या नवऱ्याबरोबर येताहेत?'

'नवरा गेलाय दोन दिवस गावाला, एका लग्नाला गेलाय.'

'ते पाहुणे राहणार आहेत का इथं?'

'राहतीलही कदाचित.'

पायजमा-कुर्ता घातलेला एक माणूस तेवढ्यात आलाच. त्याच्या हातात एक खोकं होतं, त्यातून एक पिवळ्या रंगाची सुंदर साडी काढून त्यानं त्या बाईच्या अंगावर घातली. तो खुर्चीत बसला. ती बाई त्याच्या मांडीतच येऊन बसली. त्याच्या केसात नाक घुसळत लाडात येत म्हणाली, 'याची काही गरज आहे का?'

त्यानं तिच्या कंबरेत हात घातला तसा तिच्या खांद्यावरचा दुपट्टा खाली घसरला.

'रत्ना, तुझ्यासाठी मी मटण काढून ठेवलंय, घरी जाताना घेऊन जा.'

'राहू दे, कशाला उगीच.' रत्नाला खरं तर घरीच जायचं नव्हतं. टीव्ही पाहायचा होता.

'ने गं ते, मला एवढी मदत केलीस. मसाला वाटून दिलास. मी तर म्हणत होते इथंच जेव, पण तू जेवली नाहीस. आता घरी घेऊन जा. मला या पाहुण्यांनाही जेवायला वाढायचंय.' त्याच्या अंगावर रेलून बसलेली ती बोलता बोलता त्याच्या अंगावर पडलीच. त्यानं घट्ट धरत तिला बाजूला केलं.

रत्नानं त्या दोघांकडं पाहिलं. त्यांची ती चिकटलेली शरीरं ती पाहतच राहिली. 'जाताना टीव्ही बंद कर.' त्या बाईनं सांगितलं तसं पाय आपटत रत्नानं टीव्ही बंद केला. ती निघाली तशी ड्रायव्हरच्या बायकोनं हाक मारली. म्हणाली, 'बाहेरनं कुलूप लावून घे. चावी दाराच्या फटीतून आत सरकवून दे.'

रत्नानं तसंच केलं, तेवढ्यात आतून आवाज आला.

'चावट कुठला, थांब ना, जरा धीर नाही.'

रत्ना मटण घेऊन घरी आली. तिचे आई-वडील अंगणातच बसलेले होते.

‘कुठं गेली होतीस?’ आईनं विचारलं, पण ऐकलं न ऐकलं करत रत्ना घरात शिरली.

रत्नानं कपडे बदलले. घरातला फ्रॉक घातला. तिच्या डोक्यात ती क्रीमच होती. तोंडाला लावली, की पटकन गोरी करणारी. टीव्हीवरच्या सगळ्याच मुली गोऱ्या असतात. अशाच क्रीम लावतात. रत्नालाही गोरं व्हायचं होतं, ती क्रीम हवी होती. गोरं झालं की नशीब फळफळतं. देखणी पोरं आपल्यावर मरायला लागतात, हे रत्नाला टीव्ही पाहूनच कळलं होतं. त्याच विचारात ती स्वयंपाकघरात गेली. पातेल्यावरची झाकणं उघडून पाहिली, तर फक्त गारढोण भात होता.

‘दुपारचाच भात उरलेला आहे, तोच खा.’ बाहेरून आवाज आला.

‘मला नकोय तो.’ तिनं डब्याची झाकणं उघडली. एकात थोडेच तांदुळ होते. या घरात कधीच दोन वेळेला पुरेल एवढंही धान्य नसतं, असं म्हणत तिनं तांदुळ धुतले.

‘भात शिजवतेस?’

रत्नानं उत्तरच दिलं नाही.

‘भाताशी काय खाणारेस?’

‘आहे काय, तेल नाही, बटाटे नाहीत, उसळ नाही काय खाणारे?’ इथं माझ्या डोक्यावर उभी राहून प्रश्न विचारू नकोस. बटाटे आहेत का बघ जा, रत्नानं आईलाच फटकारलं. मटणाचं वाडगं दाखवलं.

‘हे पाहा, असं मटण आपल्या घरी या जन्मात तरी शिजू शकेल का?’ भात झाल्यावर तिनं आई-बाबांना जेवायला बोलावलं. गरमागरम भात ती दोघं खात होती. शिळा भात आता उरणार आणि या गरम हवेत तो आंबून जाणार. फेकावं लागेल. आणि उद्या काय खायचं हा प्रश्न आहेच. उद्या बाजार नाही, मुऱ्हे विकले जाणार नाहीत, आईच्या डोक्यात तेच.

लोकांनी हिला मायेनं काही तरी दिलं, तर त्याचं कौतुक नाही. उलट चिडचिड करतेस. मला मुलगा असता ना तर त्यानं असंच मला चमचमीत खाऊ घातलं असतं. रत्नाचे वडील बोलतच होते. खात होते. रत्नाच्या आईच्या घशाखाली घास उतरेना. वाटलं नको हे, त्यात हे तसल्या कमाईचं अन्न. नकोच. पण किती दिवसांनी ती काही तरी चमचमीत खात होती. जिभेला चटक लागली. भूक खवळली. आपल्या तत्त्वाला आपलीच भूक कशी मुरड घालते, हे तिनं अनुभवलं.

समोर बसलेल्या मुलीकडं ती पाहत होती. फ्रॉक अपरा होत होता. फाटलाही होता. या वयात चांगले कपडे, खाणंपिणं याचं आकर्षण असतंच. पण म्हणून त्या बाईच्या नादी लागावं. उद्या तिनं हिला त्याच वळणानं नेलं तर? ड्रायव्हरच्या बायकोविषयी, तिच्या धंद्याविषयी लोकं काय काय बोलतात. तिनं नवऱ्याला एक

जुनी ॲम्बेसिडर कार घेऊन दिली होती. एवढा पैसा तिच्याकडं कुठून येतो? तिच्या नवऱ्याची कमाई जेमतेम. त्यात दारूचं व्यसन. तरी ही बाई इतक्या छानछोकीत कशी काय राहते? बांबू आणि लाकडाचं का असेना, पण डोक्यावर स्वत:चं हक्काचं छप्पर आहे. तिनं मुलाला इंग्रजी मीडिअमच्या शाळेत घातलंय. घरात गॅसची शेगडी आहे. एवढा पैसा कुठून येतो? ती 'तसली'च बाई आहे, धंदा करते, हे लोक उघड बोलतात, ते खरं असेल? रत्नाची आई मनाशी जुळवत होती.

रोज सकाळी लाल नाइट ड्रेस घालून ती मुलाला शाळेत सोडायला घराबाहेर येते. तिनं रिक्षा लावलीये. मुलाला हात हलवत टाटा करते. रत्नाला हाका मारून बोलावते. 'आज पिकूचा वाढदिवस आहे, ये ना मदतीला.', 'आज मी लोणचं करतेय, येशील?', 'आज टीव्हीवर फार चांगला सिनेमा आहे, ये पाहायला.' निमित्त काहीही असो, रत्नाला बोलवायची. हिला सांगायची, रत्ना जेवेल माझ्याकडे आज, वाट पाहू नका.

रत्नाही तिचं खूप कौतुक करायची. ती मुलाची किती काळजी घेते. तो मुलगा खूप हुशार आहे. वर्गात नेहमी पहिला येतो. खूप बक्षिसं मिळवतो, चित्र खूप छान काढतो. म्हणजे ही बाई 'आई' म्हणून तरी चांगली दिसतेय.

पण बाकीचं काय? लोकं बोलतात ते काय?

एकदा तर वस्तीतलंच एक टोळकं रत्नाच्या आईला म्हणालं, 'चांगलं ट्रेनिंग सुरूय रत्नाचं. लोकांच्या घरी काम करण्यापेक्षा, मोलकरीण होण्यापेक्षा हे चांगलं. पैसाही खूप मिळतो. कामही कष्टाचं नाही. खायचं-प्यायचं- मज्जा करायची. मुलगी चांगली पैसे कमवेल आता.'

रत्नाच्या आईला हे ऐकून कसंसंच झालं. तिला धाप लागली. धडधड वाढली. छातीत दुखायला लागलं.

बाहेर निवडणुकांचे निकाल लागले होते. ढोल वाजत होते. तिनं कानावर हात ठेवले. तिला काहीच सहन होत नव्हतं.

एकोणीस

आज मोनीची शाळा उघडणार होती. उन्हाळी सुटी लागली त्या दिवशी त्यानं गणवेश धुऊन, नीट घडी करून ठेवून दिला होता. आज काढला, घातला तर त्याला हसावं की रडावं हेच कळेना. ते कपडे अंगात शिरेनात. शिरले तर इतके घट्ट, की चालणं अवघड. अपरेही झाले होते. काही महिन्यांत तो केवढा मोठा झाला होता. त्याचं हे रूप पाहून फेलानीच्या डोळ्यांत पाणीच आलं. तो अगदी त्याच्या वडिलांसारखा दिसायला लागला होता.

'एवढं काय गं, तू मला शर्टापुरते पैसे दे. पॅण्ट मी घेतो. अंडी विकून साचवलेले पैसे आहेत माझ्याकडं.' पोरगं मोठंच नाही, तर समंजसही झालं होतं. हल्ली ती घरी येईपर्यंत तो पाणी भरून ठेवायचा. सरपण तोडून ठेवायचा. जंगलातून भाज्या-मासे आणून ठेवायचा. भात करायलाही शिकला होता, कधी कधी ती येईपर्यंत भात झालेला असायचा. मुऱ्हे तर तो इतके सुंदर बनवायचा, की तिच्यापेक्षा त्याच्याच मुऱ्ह्यांना जास्त उठाव मिळे.

'तुझ्या पैशातून तू फक्त वह्या-पुस्तकं घे, पैसे आहेत माझ्याकडं मी आणते नवीन गणवेश आज.'

त्या दिवशी मात्र तो घट्ट गणवेश घालूनच तो शाळेत गेला. तिला खरं तर एक बादली घ्यायची होती, पैसे त्याचसाठी साठवले होते. पण बादलीपेक्षा गणवेश महत्त्वाचा होता. काली बुरींसाठी चष्माही आणायचा होता. डोळे गेले तरी ती म्हातारी नवीन चष्मा घ्यायला तयार नव्हती. स्वत:साठी देवीचा एक पैसा खर्च करायचा नाही हा तिचा बाणा. काली बुरींच्या घरात फेलानीला मुक्त शिरकाव होता. घरात काही नसलं, तर भात-सरपण काली बुरीच्या घरातून घेता यायचं. फेलानीसाठी त्यांनी एक नवी कोरी कढईही आणून दिली. फेलानीनंही न चुकता त्यांना मुरमुरे विक्रीतून आलेले काही पैसे आजवर दिलेत. काली बुरींच्या गोधडी शिवणाला वेग होता. नेहमीचे लोक त्यांच्याचकडून गोधडी घ्यायचे. शंभर रुपयांना एक गोधडी. बऱ्याच हिरव्या नोटा काली बुरीकडे साचल्या होत्या.

आता तर दर आठवड्याला देवीचं वारं काली बुरींच्या अंगात यायला लागलं होतं. पण अंगात येऊन गेलं, की काली बुरी फार थकायच्या, अशक्त होऊन झोपायच्या. ओठ निळे, हात-पाय गार पडायचे. त्यांचं काही बरं-वाईट तर होणार नाही अशी फेलानीला भीती वाटायची. पण म्हातारी काटक, पुन्हा खडखडीत कामाला लागायची. एकदा काली बुरींनीच सांगून टाकलं होतं, तू काळजी करू नकोस, मला मरायला अजून वेळ आहे.

फेलानीनं भरभर काम आवरलं. मिनोतीला सोबत घेऊन बाजारात जायचं होतं. मोनीला कपडे घ्यायचे होते. मारवाड्याच्या दुकानातच कपडे स्वस्त मिळतात, तिथूनच घ्यावे असं तिनं ठरवलं. तो मारवाडी भला माणूस. फेलानी गेली, की 'बहुदी' म्हणजेच 'सूनबाई' म्हणत हाक मारायचा. ते तिला आवडायचं. त्याच्या मुलानं दुसऱ्या जातीतल्या मुलीशी लग्न केलं होतं, यानं मुलाला घराबाहेर काढलं. पण आता एकटा झाला होता. कधीच खळखळून हसला नाही. आता दुकानाचीही रया जात चालली होती. दुकान ओकंबोकं, मालही कमीच. काय झालं होतं ते तिला समजायला काही मार्ग नव्हता.

तिनं घराला कुलूप लावलं. मुरमुऱ्याची पोती डोक्यावर घेतली. मुऱ्हा हातात घेतले. बाजारात जाईपर्यंत तर मोनीनं विणलेले काही मुऱ्हे विकलेही गेले.

बुलेनच्या घरी जाऊन यावं, असं मनात होतं; पण वेळ नव्हता. सुमला आता थोडी बरी व्हायला लागली होती. पूर्ण बरी होईल, अशी आशाही वाटू लागली. ती आता घरकाम करायची. स्वत:ची आंघोळ स्वत: करून वेणीफणी करायची. टापटीप राहायची. कधी कधी स्वयंपाकही करून ठेवायची. त्यांचं मूलही आता शाळेत जायला लागलं होतं. पण आधी ती जॉनच्या आईच्या घरी गेली.

'आलीस तू, माझं अजून आवरलेलं नाही.'

'मिनोती येणार आहे ना आज?

येईल ना, रात्री उशिरापर्यंत इथंच मुऱ्हे आणि पेपर बॅग बनवत बसली होती.

'इथं? का?'

'तुला सांगितलं नाही तिनं?' जॉनच्या आईनं डोळे मिचकावले.

'तो आलाय ना इथं, दोन दिवस झाले.'

'इथं, तिच्या घरात? आणि तिनं ठेवून घेतलं त्याला?' त्या माणसाचं नाव काढलं, तरी फेलानीचा संताप व्हायचा.

'अगं, तो उल्फात सामील झालाय?' जॉनची मां हळूच म्हणाली.

'उल्फा? ते काय असतं?' फेलानी ढमकन म्हणाली.

'हळू बोल माझे आई, गप्प बस' जॉनच्या आईनं दटावलं.

'नवीन बंडखोर आहेत का? आंदोलन करताहेत?'

असं विचारता विचारता तिच्या डोक्यात एकदम झाडावर टांगलेली पोरांची प्रेतं, आगीचे लोळच चक्रावून गेले.

'मोनीची मां, चल जायचं?' मिनोती आलीच तेवढ्यात.

तिच्याबरोबर मुऱ्हे आणि कागदी पिशव्यांचे बंडल होतं.

जॉनची आईही तेवढ्यात लिंबाची पाटी घेऊन आली. जॉनच्या वडिलांनी लावलेल्या लिंबाच्या झाडानं आता भरपूर फळ धरलं होतं. बाजारात लिंब विकायला न्यायची म्हणून जॉनच्या आईनं आणली. त्यांचा वास नाकात घमघमला. तिनं चार लिंब फेलानीच्या हातात दिली. म्हणाली, 'घे तुला वानवळा. बाजारात गेली, की लगेच संपतील, आधीच ठेव.' फेलानी 'नंतर दे' म्हणाली, पण ती ऐकायला तयार नव्हती.

'मुऱ्हावाली, इकडं या.' एका मुलीनं हाक मारली. तशा त्या तिघी रस्त्यात थांबल्या. फेलानीनं मुऱ्हे खाली ठेवले. मुरमुऱ्याची पोती उतरवली. दोन मुऱ्हे त्या मुलीनं विकत घेतले. ओझं थोडं कमी झालं. मोनीच्या हातात कला होतीच. तितक्यात मिनोतीकडे लक्ष गेलं.

'चेहरा का असा लांबडा झालाय?'

'भीती वाटतेय गं.'

'कशाची?'

'त्याची?'

'त्याचा तर विषयच सोड, तो तुला मरायला सोडून पळून गेला. आणि आता तू त्याचा बिछाना पुन्हा गरम करतीहेस, करा मजा करा.'

'कोण म्हणालं मी त्याच्याबरोबर झोपले?'

'का? तो तुझ्याच घरात होता ना?'

'हो, पण ती माझ्या घरी होती त्याचं काय? ए, पण पुढच्या वेळी नको येऊस माझ्या घरी अशी रात्री-बेरात्री तो आला की. माझ्या घरात काय कमी घोळ आहे.' जॉनची मां तिला मुद्दाम दटावत म्हणाली.

'तो आला, की त्याला बाहेरचा रस्ता दाखव गं बाई, उपटून फेक त्याला तुझ्या आयुष्यातून. तुला दिलंय काय त्यानं, नुसता मनस्ताप. ते त्याचे पैसे आणि त्यातून घेतलेल्या वस्तूही फेक त्याच्या अंगावर, दे हाकलून.' फेलानी बोलत सुटली.

'मोनीची मां, काल तो आला तेव्हा त्याचं अंग तापानं फणफणत होतं. शरीराला जळवा लागलेल्या होत्या.'

'गेला कुठं होता?'

'तिकडं पहाडात. त्याचं ट्रेनिंग सुरू होतं.'

'कसलं ट्रेनिंग?'

‘माणसं मारण्याचं ट्रेनिंग. त्याला एका वेळी माणसं कशी मारायची, गर्दीत नेम धरून गोळी कशी घालायची, ग्रॅनाईड कसे फेकायचे, हे सगळं शिकवण्यात आलंय, तो मला मारणार नाही कशावरून? मला आता त्याचीच भीती वाटते.’

‘लोकांना असं किड्यामुंगीसारखं मारून त्याला काय मिळवायचंय? लोकांना मारून आलेत ना सत्तेत, आता मग अजून काय हवंय? आता का माणसं मारत सुटणारेत?’

‘ते मला माहीत नाही, मला एवढंच माहिती आहे, की आता तो ज्या पार्टीत गेलाय त्यांना लोकांना मारायचंय आणि ते मारण्यासाठी पैसे हवेत.’

‘पण खरं सांग, या वेळेस झोपली नाहीस तू त्याच्यासोबत?’ जॉनच्या मांनं विचारलं.

‘कधी झोपणार? मी तुझ्याच घरी होते ना! तो कुणाला तरी गोळी घालून आलेला होता. त्याचे कपडे रक्ताळलेले होते. ते त्यानं एका बॅगेत लपवले..’ ते रक्त पाहिल्यासारखी तिला शिसारी आली.

‘तो नाही तुझ्याजवळ आला? मागच्या वेळेस तर बऱ्याच रात्री तुला बोलवत होता.’

‘तेव्हाच जायला नको होतं म्हणजे हे दिवस दिसले नसते.’

‘मी काय विचारलं ते सांग.’

‘नाही. या वेळेस त्यानं मला हातही लावला नाही. त्यानं कपडे पलंगाखाली लपवले. एका हातातली बंदूक बाजूला ठेवली आणि रात्रभर पीत बसला. आणि ओकला.’

‘दिवसा तो कुठं जातो?’

‘कुणास ठाऊक?’

‘आणि त्या बंदुका, त्या कुठं ठेवल्या?’

‘पलंगाखाली, त्याच्या पेटीत.’

‘दिवसा लोकांना गोळ्या घालतात.’ मोनीची आई पटकन बोलून गेली.

‘काल रात्री उशिरा काही पोरं आली, त्याला घेऊन गेले. जाताना खंडणी, कुणाचा तरी खून, असं काही तरी बोलत होते.’

बोलता बोलता तिघी बाजारात पोहचल्या. त्यांनी चेहरे सावरले. शुक्रवारचा बाजार नेहमीसारखाच फुललेला होता. नेहमीचेच चेहरे. नेहमीचंच वातावरण. मागच्या आठवड्यात पाऊस पडला. काहीच धंदा झाला नाही. आज जरा तरी बरे पैसे मिळण्याची आशा होती. नेहमीच्या जागी बसल्या. लोक येत होते. खरेदी करत होते. तो मगाचा भयाण विषय जरा बाजूला पडला.

नंतर त्या तिघी मारवाड्याच्या दुकानात गेल्या. गेल्या काही वर्षांत ती पहिल्यांदाच

हातात बरे पैसे घेऊन दुकानात शिरत होती. म्हातारा मारवाडी गल्ल्यावर बसलेला होता. त्या तिघी जाऊन बसल्या. पण तो नेहमीसारखं काही बोलला नाही. गर्दी बरीच होती. पण विचित्र सन्नाटा होता. काउंटरवर नेहमीची माणसं होतीच, काही नवीन चेहरेही होते. पण कुणीच काही दाखवायला, काय हवं विचारायला तयार नव्हतं.

'काही शर्ट-पॅण्ट दाखवा' असं जॉनची आई म्हणाली, तरी कुणी पटकन येईना. एरवी एक ब्लाऊज घ्यायचं असलं तरी शंभर प्रश्न विचारतात. 'कुठला रंग, कुठला पोत, हा पाहा, हा घ्या.'

'आज दुकान बंद आहे, नंतर या.' एक माणूस म्हणाला.

उघडं दुकान बंद कसं काय हे काही फेलानीला कळेना. 'फुकट मागतोय की काय आम्ही, बंद आहे म्हणजे काय.' जॉनची मां भडकली.

'द्या त्यांना, काय हवं ते पटकन द्या, जाऊ द्या.' -मारवाडी म्हणाला. तसं त्यांना एकानं शर्ट-पॅण्ट दाखवले. त्यांनी घेतले, पैसे देऊन निघाल्या. मारवाड्याशी बोलावं असं एकदा वाटलं, पण काही तरी गडबड आहे असं वाटून त्या दुकानाबाहेर पडल्या.

तेवढ्यात समोर चार तरुण गाड्यांवरून येऊन थांबले. दुकानातलेही दहा-पंधरा तरुण त्यांना पाहून सरसावले, सावध झाले. मोटारबाइकवरच्या पोरांकडं रॉड, हॉकी स्टिक, सुरे होते. आतल्यांकडेही होतेच. त्या तिघी धावत जाऊन शेजारच्या गोडाउनमध्ये लपल्या. कपड्यांच्या ढिगाऱ्यातून बाहेर काय घडतंय ते पाहू लागल्या.

दुकानातली ती पोरं पाहून, बाइकवरच्या पोरांनी बंदुकाच काढल्या. गोळीबार सुरू केला. दोन माणसं गोळ्या लागून रक्ताच्या थारोळ्यात पडली. ती दोन्ही मारवाड्याचीच मुलं. आणखी तिघं गोळ्या लागून जखमी होऊन पडले. काही मिनिटांपूर्वी त्या जिथं बसलेल्या होत्या तिथं रक्ताची थारोळी जमा झाली होती.

'डाकू डाकू' म्हणत काही माणसं गोडाउनच्या दिशेनं धावली. या बायका आणखी दडून बसल्या.

फेलानीनं आज किती दिवसांनी तीच दहशत पुन्हा अनुभवली. तेच रक्त, तोच रक्तपात. तेच लपून बसणं, जीव वाचवणं. पण मोनी कुठंय? तिनं त्याचे कपडे छातीशी घट्ट धरले.

ती पोरं बाइकवरून पळून गेली. लोकं त्यांच्यापाठी धावली, आरडाओरडा झाला. दुकानं पटापट बंद झाली. भर बाजारात गोळीबार झाला होता. लोकं पळत सुटली. घाबरलेल्या लोकांच्या झुंडीच्या झुंडी पळत होत्या. बाजारात टपरीवर एक दुकानदार विड्याची पान पुसत होता. सुसाट बाइकच्या वाटेत तो आला. त्यानं ती पाण्याची बादलीच त्यांना फेकून मारली. बायकर पडला, गाडी पडली. चिडून तो बाइकवाला उभा राहिला आणि त्यानं त्या दुकानदारावर बंदूक रोखली. पण त्याचा साथीदार त्याला काही तरी म्हणाला, तसे दोघं पुन्हा बाइक उचलून चालू करत

निघून गेले. पण गर्दीनं बाइकवाल्याला पकडलंच. कुणी तरी त्याच्या डोक्यात बादली घातली. बाकीच्यांनीही मग त्याला तुडवला आणि काही वेळात त्या बाइकवरच्या तरुणानं प्राण सोडला.

अर्ध्या-पाऊण तासानं पोलीस आले. तिन्ही प्रेतं त्यांनी ताब्यात घेतली. पंचनामा केला, निघून गेले. गर्दीनं मारलेल्या तरुण पोराच्या हातात एक जिवंत ग्रॅनाईड होतं. त्याला ते वेळेत फेकता आलं नाही, फेकलं असतं तर किती जीव हकनाक गेले असते. लोकंही पांगली. गटागटानं चर्चा करू लागली. ही कुठली तरी नवीच संघटना आहे, असं लोक बोलत होते. कुणी तरी म्हणत होतं त्यांनी मारवाड्याकडं खंडणी मागितली, ती द्यायला मारवाडी तयार नव्हता. त्यानंच संरक्षणासाठी फौजफाटा तयार ठेवला होता. कुणी म्हणत होतं, म्हाताऱ्या मारवाड्यानं तरी कशाला नसता पंगा घ्यायचा? पोटची पोरं मेली, आता काय करेल त्या पैशाचं?

तेवढ्यात दोन बाइक येताना दिसल्या. ते परत आले म्हणत पुन्हा पळापळ सुरू झाली.

पोलीस आणि आर्मीनं सगळा परिसर ताब्यात घेतला.

या तिघींच्या अंगावर कपड्यांचे ढीग पडलेले होते. त्यांना बाहेर येता येईना, आरडाओरडा केला तेव्हा लोकांनी त्यांना बाहेर काढलं. तिघीही हबकल्याच होत्या. त्यातल्या त्यात जॉनची मां जरा बरी होती. सार्वजनिक नळावर थांबत तिनं दोघींच्या तोंडावर पाणी मारलं. साड्यांवर रक्ताचे डाग उडालेले होते. ते धुतले. फेलानीनं कपड्याची पिशवी छातीशी घट्ट धरली आणि त्या निघाल्या. तेवढ्यात एक पोलीस आला. त्यानं त्यांची झडती घेतली. पिशव्या तपासल्या आणि सोडून दिलं.

भरभर चालत त्या निघाल्या. रस्ते निर्मनुष्य झाले होते. लोकं घरात लपले. ही तर सुरुवात होती. काही तरी भयानक घडणार होतं. कुणी त्या मारवाड्याला दोष देत होतं, तर कुणी म्हणत होतं पण ही पोरं का अशी खंडणी मागताहेत? लोकांच्या पैशावर का डल्ला?

एका ठिकाणी थांबून त्यांनी दम खाल्ला. जंगल जवळ होतं, घर समोर.

'हे त्याच्याच ग्रुपचं काम.' मिनोतीचा अंदाज.

'आता बघ, ते काय काय करतील, माणसं मारण्याचं ट्रेनिंग घेतलंय त्यांनी.' ती भीतीनं कापत होती.

'पण ते पैशाचं करणार काय?' जॉनच्या आईला कळेना.

'माणसं मारतील, बंदुका घेतील, माणसं मारतील. दुसरं काय?'

'चला' म्हणत मिनोती धावत सुटली. त्या दोघी तिच्यामागं. समोर पाहिलं, तर काही माणसं चालत येताना दिसली. बुलेन, जॉनचे वडील, मोनी, नबीन, जग्गू, काली बुरी.

‘काली मां, तुलाच काळजी गं बाई’ त्या तिघींना सुखरूप पाहून काली बुरींनी हात जोडले. बाकीच्यांनीही देवीला मनोमन नमस्कार केला. मिनोती आणि जॉनच्या आईनंही हात क्रॉस करत त्यांच्या देवाला नमस्कार केला.

मोनी आईजवळ येऊन उभा राहिला. आता तो मोठा झाला होता. आईला सगळ्यांदेखत मिठी मारणं बरं दिसलं नसतं, म्हणून फक्त जवळ जाऊन थांबला. फेलानीनं त्याला ड्रेसची पिशवी दिली. सगळे मग काली बुरींच्या अंगणात जाऊन बसले. काली बुरींनी देवीसमोर दिवा लावला. त्यांच्या अंगात आलं होतं, त्या देवीसमोर जाऊन बसल्या. सगळे मग त्यांच्या पाठी देवीसमोर बसले.

जरा वेळानं बाहेर काही तरी गलका ऐकू आला. आर्मीवाले आले होते. हरी भंगुराच्या घराला आर्मीनं घेरलं होतं. त्याच्या मुलाला, रतनला फरफटत गाडीत कोंबत होते.

जॉनची मां फेलानीला हळूच म्हणाली, ‘बघ देव आहे. आहे देव.’

‘हो, तुम्ही तिघी सुखरूप आहात, देवाचीच कृपा.’

‘कधी ना कधी पापं भरतात, देव पाहतोय सगळं’ फेलानी शांतपणे म्हणाली.

वीस

म्हाताऱ्या मारवाड्याचं बेचिराख झालेलं दुकान पाहून फेलानीच्या पोटात तुटलं. त्याचं पोराबाळांचं हसरं-खेळतं घर; पण आता म्हाताऱ्याला पाणी आणून द्यायला कुणी उरलं नाही. पहिल्यांदा ती माणसं खंडणी मागायला आली तेव्हा मारवाड्यानं त्यांना जुमानलं नाही. त्याचवेळी त्यांनी त्याच्या एका पोराचा बळी घेतला. त्यानंतर आठवड्याभरातच त्यांनी भर बाजारातल्या त्याच्या दुकानात येऊन गोळीबार केला आणि मारवाड्याचा सगळ्यात धाकटा मुलगा मारला गेला. एकामागून एक असे चार हल्ले त्याच्या घरावर झाले. मारवाड्याच्या घरातली सहा माणसं त्यांनी मारली. म्हाताऱ्याला मात्र जिवंत सोडला, आपण खंडणी मागितली आणि दिली नाही तर काय होतं, हे लोकांना कळावं, म्हणून म्हाताऱ्या मारवाड्याला त्यांनी गोळी घातली नाही. एक दिवस उरलसुरलं किडुकमिडुक घेऊन म्हातारा मारवाडी आपल्या गावी कायमचा निघून गेला. जे मारवाड्याचं झालं ते आपलं होऊ नये, असं वाटून लोक त्यांच्या विरोधात एक शब्द बोलायला धजेनात. त्यांनी पैसे मागितले, की जो तो मुकाट त्यांना पैसे देऊ लागला. कागदावर पैशाचा आकडा लिहून एक चिटोरं फक्त ते लोकांच्या दुकानात, घरात टाकून जायचे. लोकही जिवाच्या भीतीनं बिनबोभाट पैसे देऊन मोकळे व्हायचे.

त्या दिवशी ऊन्हं कलून गेली तरी फेलानी बाजारातच होती. तिच्याकडं मुऱ्ह्यांच्या पाच जोड्या होत्या. चार जोड्या विकल्या गेल्या, पण शेवटचा एक जोड विकला की जाऊ घरी, असं म्हणत ती मागंच थांबली. मिनोती आणि जॉनची आई मात्र निघाल्या. त्यांची लहान लेकरं घरी एकटी होती, त्यांना लवकर जाणं भाग होतं. फेलानीचा मोनी आता तसा मोठा आणि समंजस झाला होता. एकटा राहायचा. वस्तीतलेही सगळे लोक त्याचं कौतुक करायचे. तिलाही आपल्या लेकाचं कौतुक होतंच, त्याच्या वयाची किती मुलं इतकी समंजस असतात, आईची इतकी काळजी करतात, घरकामात मदत करण्यापासून आईला धीर देण्यापर्यंत आजवर मोनीनं आपल्याला किती साथ दिली, असा विचार करून फेलानीला आपल्या लेकाचा

अभिमानच वाटला.

मोनी अभ्यासातही हुशार होता. मनापासून अभ्यास करायचा. अनेक गोष्टी स्वत:हून समजून घ्यायचा. त्याच्या शिक्षणासाठी, पुस्तकांसाठी फेलानीला आता जास्तीचे चार पैसे कमावणं भाग होतं. म्हणून तर शेवटचा जोड विकला जाईपर्यंत ती बाजारात थांबली. सगळे मुऱ्हे विकले गेले, हातात पैसे होते. मोनीला हवं ते सारं आता घेऊन देता येईल. मारवाड्यावर हल्ला झाला त्यानंतर आठवडे बाजार भरलाच नाही. फेलानीला घरीच बसून राहावं लागायचं. बिचारा मोनी घरोघर जाऊन अंडी विकायचा, म्हणून दोन वेळची सोय तरी झाली.

भरभर पाय उचलत घराकडं निघावं, असं मनाशी म्हणत फेलानी निघाली; तसं तिला वाटलं, आता याक्षणी मोनी काय करत असेल? पाणी भरत असेल? बदकांची अंडी गोळा करून ठेवत असेल, की कोपऱ्यावर उभा राहून आपली वाट पाहत असेल? काय सांगावं एव्हाना स्वयंपाकालाही लागला असेल? भात चुलीवर शिजायला ठेवलाही असेल पोरानं? डाळ तर संपलीये, तेलही संपलंय. बटाटे किंवा अंडी उकडत टाकली असतील त्यानं.

विचार करता करता तिला हसूच आलं. पोरगं म्हणता म्हणता मोठं झालं. लहान होता तेव्हाही त्यानं कधी हट्ट केला नाही, कधी काही स्वत:हून मागितलं नाही. आज त्याच्यासाठी काही तरी खास घेऊन जावं, पण काय? पेन? परीक्षेतही उपयोगी पडेल, मनाशीच ठरवत ती माघारी फिरली आणि नबीनच्या दुकानात पोहचली. नबीन दुकान वाढवायच्यात तयारीत होता.

'मामी, आज तू एकटी कशी?' नबीन आता फेलानीला मामी म्हणायला लागला होता. मोनीच्या बाबांशी त्याचं लांबचं काही तरी नातं आहे, असं एकदा बोलता बोलता त्यांच्या लक्षात आलं. तेव्हापासून तो फेलानीला मामीच म्हणू लागला.

'त्या लेकुरवाळ्या; लवकर घरी गेल्या. माझे दोन मुऱ्हे उरले होते म्हणून मग मी थांबले.'

'मग! विकले ते?'

'मग, मोनीनं बनवले होते, पटकन विकले गेले.' फेलानीनं अभिमानानं सांगितलं.

'मोनी, हुश्शारच आहे पोरगं. नशीब लागतं असा मुलगा मिळायला. माझा भाऊही असाच होता गं, पण गेला बिचारा. ते जाऊ दे, तुला काय हवंय?'

'पेन? मोनीसाठी पेन हवाय रे.'

त्यानं पेनांचा एक बॉक्स तिच्या पुढ्यात ठेवला. आणि तिचा पेन निवडून होईपर्यंत सगळं सामान गोण्यांमध्ये भरून सायकलवर बांधलंही.

'झालं का मामी?' त्यानं विचारलं. त्याला तो बॉक्सही सामानात टाकून

निघायचं होतं. पण काळा पेन घ्यावा की निळा, फेलानीचं काही ठरेना. शेवटी काळा पेन घ्यायचं तिनं एकदाचं ठरवलं.

'केवढ्याचा?'

'मामी, तू कुठं पळून जाणारेस, मी नंतर येतो घरी पैसे घ्यायला. आत्ता राहू दे.'

सायकल ढकलत फेलानीबरोबर चालत तोही घराकडं निघाला. तो पुढं, फेलानी मागं.

'ती मुरमुऱ्याची बाचकी ठेव ना, सायकलवर.'

'राहू दे, आधीच तुझं चिक्कार सामान आहे, हे काही फार जड नाही.'

'मग कसं काय चाललंय काम?'

'आठवडे बाजार भरला, रोजचा बाजार सुरळीत सुरू राहिला तर बरं चालतं रे.'

'मार्केट 'बंद' करतात ते, मग कठीण होतं सगळंच.'

'आणि आता तर काय, रोज उठून काही ना काही धमाका आहेच.'

'हो गं, बँकेवर दरोडा पडला. महिनाभरात एकही आठवडे बाजार भरला नाही, कसं पोट भरायचं सांग?'

'त्यावेळी तू बँकेतच होतास ना.'

'हो, मी ज्या माणसाकडून पुस्तकं विकत घेतो, त्यानंच मला बँकेत अकाउंट उघडून दिलं होतं. मी बँकेत थोडे पैसेच टाकायला गेलो होतो.'

'तोंडाला कपडे गुंडाळून आले असतील ना डाकू.'

'नाही गं, राजरोस फिरत होते. भीतीनं मेलोच होतो मी. काही खरं नाही. त्या दिवशी मारवाड्याच्या दुकानावर अटॅक झाला, तेव्हा तुम्हाला काय वाटलं असेल, मी समजू शकतो आता.'

अटॅक हा शब्द ऐकताच फेलानीच्या पोटात धस्स झालं. तिला ते जुने दिवसच आठवले. ते शंखांचे -ढोलांचे आवाज, ते रात्रीचे टेंभे, त्या मशाली, आगीचे लोळ, जळणारी घरं, लोकांचे आक्रोश आणि त्यांच्या किंकाळ्या. 'अटॅक, आयटॅक, आटक, ऊटक' जमेल तसे उच्चार करत लोकांचं सैरावैरा धावणं. प्लॅटफॉर्मवरचा तो पोळलेला साप, त्यानं त्या बाईचा घेतलेला चावा... फेलानी भूतकाळ आठवून भीतीनं थरथरलीच.

'काय काय घडतंय आवतीभोवती मामी. आपल्या डोळ्यांदेखत इतिहासाचा एक वेगळाच धडा लिहिला जातोय आणि आपण फक्त त्याचे साक्षीदार. त्या दिवशी दरोड्यानंतरच्या पळापळीत मी ठेच लागून पडणार होतो. पाहिलं तर समोर एक प्रेत पडलेलं. पण ते प्रेत नव्हतं, तो माणूस जिवंतच होता. त्याच्या अंगातून रक्ताची चिळकांडी उडत होती, पण तो उघड्या डोळ्यांनी मला काही तरी सांगायचा प्रयत्न करत होता. त्याचे डोळे अगदी माझ्या भावाच्या डोळ्यांसारखेच होते. तो काय

म्हणतोय, हे समजून घ्यायचं म्हणून मी खाली वाकलो, तशी माझ्या कंबरड्यात एक जबरी लाथ बसली. काळ्या बुटांची एक जबरदस्त लाथ पेकाटात बसल्यावर मी हेलपाटलोच. तो माणूस सताड उघड्या डोळ्यानं तिकडं मरूनही गेला.' नबीन चाचरत म्हणाला.

'तीच पोरं असतील. बँक लुटणारी, मारवाड्याला मारणारी.' खरं तर तिला 'अटॅक' करणारी पोरं असंच म्हणायचं होतं, पण तो शब्द तिला उच्चरावेना. रात्र झाल्यावर काही लोक भीतीनं 'साप' असा उच्चारही करत नाहीत, तसाच 'अटॅक' हा शब्द उच्चारणंही तिला अवघड झालं.

'तीच पोरं, तीच संघटना. त्यांनीच चालवलाय हा हैदोस.'

रात्र व्हायला लागली होती. फेलानीला एवढा उशीर सहसा कधी होत नसे. मोनी वाट पाहत रस्त्याच्या कोपऱ्यावर येऊन थांबला असेल, काळजी करकरून चिडला असेल; पण पेन दाखवला की खूश होईल पोरगं, असं वाटून तिला जरा धीर आला. फेलानी त्याला कधीही शहरात पाठवत नसे. तोही इकडंतिकडं उगीच भटकायचा नाही. शाळा सुटली, की थेट घरीच यायचा. जंगलात जाऊन सरपण आणायचा. नदीतून पाणी-मासे आणून ठेवायचा. पण फेलानीनं ठरवलं की, आता त्याला जंगलातही पाठवायचं नाही. सरपण विकत घेऊ फार तर. जंगलात आता बरीच बाहेरची लोकं लपून बसलेली असतात. बऱ्याच छुप्या कवायती चालतात, असं तिच्या कानावर यायला लागलं होतंच.

जंगलातून वाट काढत ती दोघं चालत होती. किर्र अंधार. रातकिडे किरकिरत होते. उंचच उंच झाडं, पानांची सळसळ. भीती वाटावी, असंच वातावरण होतं.

'मामी, त्या दिवशी बँकेत ज्यांनी दरोडा घातला त्यांपैकी काही पोरांना मी याच जंगलात लपताना कितीदा पाहिलंय. जंगलातून बाहेर पडत, बंदुका घेऊन गाड्यांमध्ये बसतानाही पाहिलंय. त्यांचं माणसं मारण्याचं ट्रेनिंग झालंय म्हणे...

'बँकेतले सगळे पैसे घेऊन पळाले ते?'

'मग काय ते सोडणारेत; आणि ही एकच नाही, अशाच बऱ्याच बँका त्यांनी आजवर लुटल्या आहेत. नशिबानं या बँकेत कुणी मेलं नाही, बाकी ठिकाणी तर विरोध करणाऱ्या लोकांचे मुडदे पाडले.'

'आणि तो पोरगा?'- त्याच्या भावासारखे डोळे असलेल्या त्या मुलाचं काय झालं, तो कोण होता, असं खरं तर फेलानीला विचारायचं होतं.

'तो, त्यांच्याच संघटनेतला असावा.'

'पण नेमकं हवंय काय त्या माणसांना? त्यांना सत्ता हवी, राजकीय ताकद हवी होती; ती तर त्यांना मिळाली. त्यांचं आंदोलन यशस्वी झालं, मग तरी आता का

अशा खुलेआम कत्तली करत सुटलेत?' आपल्या या सगळ्या प्रश्नांची उत्तरं निदान नबीनकडे तरी असतील, तो तरी काही तरी नीट सांगेल, अशा नजरेनं फेलानीनं त्याच्याकडं पाहिलं. नबीन रोजचं वर्तमानपत्र मन लावून वाचायचा. सगळ्या बारीकसारीक गोष्टींची माहिती ठेवायचा. त्याला तरी निदान माहिती असेल. मिनोती म्हणते, की या लोकांना स्वतंत्र व्हायचंय. पण आपण, आपला देश तर कधीच स्वतंत्र झालो, मग आता कुठलं आणि कशाचं स्वातंत्र्य पाहिजे? फेलानीच्या डोक्यात असे बरेच प्रश्न होते, पण हे सगळं नबीनला विचारत आपलं अज्ञान काय पाजळायचं ,म्हणून ती गप्प बसली.

'मागचं आंदोलन तसं फसलंच गं, आसामच्या विकासाची सोनेरी स्वप्न दाखवत त्यांनी लोकांना भडकावलं. परप्रांतीयांना घुसखोर ठरवत त्यांना आसामबाहेर हाकलून लावण्याची मोहीम उघडली; पण तेही त्यांना धड जमलं नाही. आसामचा काडीचा विकास तर झाला नाहीच, आणि आसमीया माणूस मात्र आणखी निराश झाला. म्हणून आता ते म्हणताहेत, की आम्हाला आमचं वेगळं राज्य द्या, आम्हाला वेगळं-स्वतंत्र व्हायचंय. त्यासाठी त्यांची लढाई चाललीये. लढायचं तर पैसा हवा. तो मिळवायचा म्हणून ते असे सामान्य माणसांनाच लुटत सुटलेत. त्यांना इतरांच्या पैशावर श्रीमंत व्हायचंय.' नबीन भडाभडा बोलत होता.

वस्ती जवळ आली. फेलानीच्या घराकडं जाणाऱ्या गल्लीच्या तोंडावर नबीन एकदम थांबला. त्याला तिला काही तरी सांगायचं होतं, पण लाजत होता. मग चाचरतच म्हणाला,

'मामी, लग्न करावं म्हणतोय.'

'काय सांगतोय, मस्तच! कोण, मुलगी कोण आहे?'

'ज्याच्याकडून मी पुस्तकं आणतो ना, तोच तो ज्यानं माझं बँकेत अकाउंट उघडून दिलं. फार चांगला आहे. अगदी माझ्या भावासारखा आहे. त्यानंच जमवलंय हे लग्न.'

तेवढ्यात मोनी धावत आला, आईला पाहून मस्त दिलखुलास हसला. त्याचं ते हसू पाहून नबीनला वाटलं त्याच्या केसातून छान हात फिरवत त्याला जवळ घ्यावं. पण सामान तोलून धरलेल्या सायकलवरचा हात काढणं अवघड होतं. आईनं आणलेला पेन पाहून मोनी हरखून गेला होता. नबीनला गलबलून आलं. त्याच्या भावाला त्यानं असंच आईच्या प्रेमानं वाढवलं होतं. आईविना पोरं, पण नबीननं कधी त्याच्या भावाला तिची कमी भासू दिली नाही. आणि एक दिवस 'त्या' पोरांच्या आंदोलनानं त्याच्या भावाचा बळी घेतला.

पोटात कालवलं त्याच्या; तसं त्यानं मोनीला खसकन् जवळ ओढलं आणि म्हणाला,

'मोनी, त्या अभयारण्यात एकट्यानं जायचं नाही, जंगलाकडं फिरकायचंही नाही हं मोनी, लक्षात ठेव.'

'पण का मां?'

'नाही सांगितलं ना एकदा, मग नाही जायचं, प्रश्न नको विचारू. ऐक माझं, तिकडं जायचं नाही.' फेलानी स्वत:च्याच भीतीला आवर घालत म्हणाली.

'अरे, हल्ली ना जंगलात, काही घाणेरडी माणसं घुसली आहेत.' मोनीच्या हातात एक नवी कोरी पेन्सिल देत नबीन म्हणाला.

'घाणेरडी माणसं, म्हणजे आई?' तिच्या हातातलं एक बाचकं आपल्या डोक्यावर ठेवत मोनीनं विचारलं.

'घाणेरडी म्हणजे ती माणसं दुसऱ्याचे पैसे हिसकावून घेतात, लोकांना मारून टाकतात. समजलं?'

मोनीनं समजल्यासारखी मान हलवली आणि विचारलं,

'म्हणजे ज्यांनी त्या म्हाताऱ्या मारवाड्याच्या मुलांना मारून टाकलं तीच माणसं ना मां?'

'तू खाल्लंस का काही, की उपाशीच आहेस?' फेलानीनं चटकन विषय बदलत विचारलं. आपल्या लहान लेकरानं हे सारं बोलू नये, असलं काही त्याच्या डोक्यात येऊ नये, असं तिला फार वाटायचं.

'नाही गं, मी तुझीच वाट पाहत थांबलोय. एकटाच जेवू का मी?'

मोनीचा हात धरून फेलानी झरझर घराकडं निघाली.

एकवीस

कुठून कुठून आलेली माणसं याच वस्तीची वाट धरू लागली तशी वस्ती वाढायला लागली. अभयारण्यात झोपड्या उभारणं तर काही शक्य नव्हतं, मग विरुद्ध दिशेला भातशेतात जो तो मिळेल तेवढ्या जागेत झोपडी बांधू लागला. एकमेकीला चिकटून झोपड्या उभ्या राहू लागल्या. त्यातलीच एक झोपडी 'बुरा दोरजी'ची. म्हातारा टेलर, म्हणूनच त्याला गाव ओळखायचा. टेलर असलेला हा माणूस, त्याचं वय फार नसावं पण म्हाताऱ्या माणसांसारखा पाठीतून पुरता वाकला होता. त्यात तो कपडेही फक्त म्हाताऱ्याच माणसांचे शिवायचा. म्हणून मग सगळी वस्तीच त्याला म्हातारा टेलर म्हणजे 'बुरा दोरजी' म्हणायला लागली. पण नाही म्हणायला सगळ्या वस्तीतल्या पुरुषांना त्याचा हेवाच वाटायचा, कारण त्याची बायको; फूल तिचं नाव. ती अत्यंत देखणी होती, तरुण होती, टंच दिसायची. बुरा दोरजीपेक्षा किमान बारा-तेरा वर्षांनी तरी ती लहानच होती.

फूल दिसायची तर उफाड्याचीच, पण राहायचीही कमालीची टापटीप. चमचमत्या टिकल्या-काचा लावलेली. झागरमागर लाल रंगाची साडी पार बेंबीच्या खाली नेसायची. खोल गळ्याचे, उघड्या पाठीचे स्लीव्हलेस ब्लाऊज घालायची. तिचा पदर खांद्यावर कधी टिकायचाच नाही, त्या एकेरी पातळ सुळसुळीत पदराआडून तिच्या छातीवरचे दोन भरदार गोल उठून दिसायचे. ती हातवारे करून बोलायला लागली, की छातीवरले ब्रेसिअरमध्ये घट्ट आवळलेले ते दोन उभारही खोल गळ्यातून हळूच उसळी मारायचे. वस्तीतल्या तरुण मुलांशी ती खळखळून हसून बोलायची, तेव्हा तिच्या हेलकावे घेणाऱ्या शरीराबरोबर उसळणारी ती छाती माणसं डोळ्यांत प्राण आणून एकटक पाहायची. दिवसेंदिवस फूल जरा जास्तच फुलायला लागली होती. म्हाताऱ्या टेलरची कमाईही याच काळात बऱ्यापैकी वाढली होती. दोघंच दोघं, शिलाईकामातून पैसा बराच यायचा. प्रत्येक आठवडी बाजारात फूल एखादं तरी नवीन ब्लाऊज, साडी विकत घ्यायचीच. त्यावर मॅचिंग टिकल्या-बांगड्या, लिपस्टिक, फेस पावडर काही ना काही खरेदी करायचीच. पायात

चांदीच्या तोरड्या घालून छुमछुम आवाज करत फिरणारी फूल पाहिली, की वस्तीतल्या बायकांचाही जळफळाट व्हायचा. मग त्या तिला टोमणे मारायच्या, घालून-पाडून बोलायच्या.

'छम्मकछल्लो बनून फिरते नुसती, काम काय आहे तसंही घरात तिला. वांझोटी तर आहे, ना पोर ना बाळ, शरीराची काही झीजच नाही, फिर म्हणावं ठुमकत.' जळकुकड्या बायका असं वाट्टेल ते तिच्याविषयी बोलायच्या. पण त्यांनाही तिच्या टंच-टणक उभारांचा हेवाच वाटायचा, आणि पुरुषांचं तर काय, म्हाताऱ्याच्या नशिबात जे फूल आहे ते आपल्या नशिबात नाही, असं म्हणत ते आशाळभूतासारखे लांबून तिची हलती-उसळती छाती फक्त बघत राहायचे.

फूल मैत्रिणींबरोबर बाजारात जाताना हमखास दोरजीच्या दुकानात जायची, त्याला सांगूनच बाजारात जायची. येतानाही दुकानावर थांबायची. घरातल्या संपलेल्या चार-दोन किरकोळ वस्तू घ्यायच्या म्हणून त्याच्याकडे पैसे मागायची. मग बाजारात मिळालेला ताजा मस्त मासा दाखवायची, झणझणीत कालवण करते, लवकर ये म्हणत लाडिक हट्ट करायची. तसंही वस्तीत सगळ्यांनाच माहिती होतं, की दिवसभर ही बाई गावभर हिंडेल, पण दोरजी घरी यायच्या आत घरी परतेल. नवरा परत यायच्या आत तिचा स्वयंपाक तयार असे. त्याच्यासाठी आंघोळीचं पाणी तापवून ठेवत ती त्याची वाट पाहत दारात उभी राहायची. तो घरी असताना चुकून कधी ती घराबाहेर पाऊल ठेवत नसे. लोक तर म्हणत, की ती रोज नवऱ्याला स्वत:च्या हातानं जेवायला घालते. रोज आंघोळ घालून कपडेही घालून देते. हिवाळ्यात त्याला कोवळ्या उन्हात बसवून त्याच्या अंगाला मसाज करून देते, रात्री त्याला झोप येत नसेल तर तळपायाला तेल चोळून देते, उकडत असेल तर झोप लागेपर्यंत पंखा ढाळत बसते.

पण लोक काय म्हणतात, तिला काय टोमणे मारतात याची तिनं कधीच पर्वा केली नाही. मात्र तिच्या नवऱ्याविषयी कुणी काही वावगं बोललं, की भांडायला नाही तर मारायलाच उठायची. या असल्या म्हाताऱ्या, अधू नवऱ्याबरोबर का राहते, देतो काय तो तुला, असं कुणी म्हटलं, की तिच्या तोंडाचा पट्टा सुरू व्हायचा. पण तरी लोकं बोलायचीच, की एवढी देखणी तू, काय उपयोग त्या शरीराचा. नवरा तर तुझा असा वांझोटा. तुझ्या अंगावरून हात फिरवायची ताकत नाही त्याच्यात, तो काय तुला खूश करणार? त्यापेक्षा दुसरा कुणी बघ, वस्तीतसुद्धा म्हणशील तो माणूस तुझ्याशी लग्न करेल.

हे सारं ऐकून फूलचं डोकं भडकायचं. आणि मग वाट्टेल त्या शिव्या हासडत ती रस्त्यात उभी राहून जोरजोरात ओरडून लोकांना आणि तमाम बायकांना सांगायची,

'नसेल माझ्या नवऱ्यात दम, नाही होणार त्याच्यापासून मला पोर, पण मला

चालतंय ना, मग तुमच्या बापाचं काय जातंय. तुम्ही झोपा ना उपाशीपोटी तुमच्या नवऱ्यांबरोबर. मोठे पुरुष वाया चालले ना तुमचे नवरे, मग काढा पोरांचं लेंढार. तुमच्या नवऱ्यांचा पुरुषार्थ रात्री बिछान्यापुरताच, बाकी काय देतात ते तुम्हाला? बायका-पोरांना दोन वेळचं जेवायला घालायची ऐपत तर नाही. माझे कपडे पहा आणि तुमचे कपडे पहा, नुसत्या चिंध्या. माझा नवरा राबतो, तेव्हा आम्ही सुखात राहतो. भीक तुम्हाला लागलीये, आम्हाला नाही. आमच्यावर जळण्याआधी जरा स्वत:चं पहा.'

कुणाची टाप नव्हती फूलसमोर तोंड उघडायची. त्यात एक दिवस तिनं घरच्या घरीच दारू बनवून विकायला सुरुवात केली. दारु विकत घेण्यापेक्षा तिला डोळ्यांनी भोगायचं म्हणून अनेक पुरुष रोज तिच्या घरी जाऊ लागले. बायकांना बोलायला आणि म्हाताऱ्याला नावं ठेवायला आणखी एक विषय मिळाला. दोरजीला ते कळत नव्हतं असं नाही, पण तरीही त्यानं तिला दारू विकायची परवानगी दिली. त्याच्यामागेही एक फार मोठी कहाणी दडली होती.

आसाममध्ये आंदोलनाचा वणवा नुकताच भडकायला लागला होता. फेलानी त्या काळी तिच्या संसारात सुखी होती, बुलेनही बायकोबरोबर सुखात राहत होता. तसं सगळ्यांचंच थोडंबहुत बरं चाललं होतं, त्या काळची ही गोष्ट. अनेक तरुण पोरांची माथी भडकायला नुकती सुरुवात होत होती. पण त्याचं गांभीर्य काही कुणाच्या लक्षात येत नव्हतं. मात्र म्हणता म्हणता आत्मसन्मान आणि अस्मितेचे नारे देत ही पोरं भडकली. स्थानिक माणसांच्या प्रश्नांचे रखवाले होत आसमिया माणसाच्या हक्काबिक्कासाठी लढायलाही लागली. त्या काळी फूलच्या नवऱ्याचं टेलरिंगचं दुकान होतंच. अचानक एक दिवस काही तरुण पोरांनी त्याच्या दुकानाच्या शेजारीच आणखी एक टेलरिंगचं दुकान सुरू केलं. दोरजीकडे तेव्हा दोन शिलाई मशिन होत्या, तेव्हाही तो साधेच, म्हाताऱ्या माणसांचे कपडे शिवून द्यायचा. ज्या टोळक्यानं शेजारचं दुकान सुरू केलं त्यातला एक दोरजीच्याच भागात राहत होता. त्यानं शाळा सोडून दिली होती. दिवसभर पोरांबरोबर उनाडक्या करत फिरायचा. त्याच्या आईच्या हे लक्षात आलं आणि तिनं दोरजीला विचारलं, की 'याला तुझ्या दुकानात काम शिकवशील का? तेवढंच काही तरी पोटापुरतं शिकेल.' महिनाभर मग तो पोरगा रोज दोरजीच्या दुकानात यायचा, पण आळमटाळम करायचा. कामही करायचा नाही आणि शिकला तर काहीच नाही. हे जमत नाही ना, मग लोकांचे शिवलेले कपडे पोहचवून ये, ज्यांना शिवायचे आहेत त्यांच्याकडून फाटके कपडे घेऊन ये, असं काम दोरजीनं त्याला सांगितलं. पण तेही त्यानं धड केलं नाही, आणि आता तो स्वत:च दोरजीच्या शेजारी शिलाईकामाचं दुकान थाटून बसला होता.

त्या टवाळ पोरांच्या दुकानातल्या हालचाली दोरजी रोज शांतपणे पाहायचा. त्या पोरांकडे भरपूर कापड येऊन पडायचं. एक दिवस तो पोरगा दोरजीच्या दुकानात आला. काही टवाळ कार्टीही सोबत होतीच. त्यांच्या हातात काही मीटर रंगबेरंगी, सुळसुळीत कापड होतं, तर काही जाडंभरडं. 'हे कापड घे आणि उद्यापर्यंत याचं काही तरी भन्नाट, मस्त शिवून दे,' असा दम ती पोरं दोरजीला देऊन गेली. त्याला काही कळेनाच की या कापडाचं नेमकं काय आणि कसं शिवायचं. त्याच्या मशिनची सुई काही त्या जाड्याभरड्या कापडात शिरली नसती, कापड कापायचं कसं, हेही त्याला कळत नव्हतं. भीतीनं हाता-पायांचा गळाठा झाल्यानं तर त्याचं डोकं जास्तच गांगरलं. त्यांनी दिलेली वेळ संपली. दोरजीनं काहीच शिवून दिलं नाही. त्या पोरांनी मग दोरजीला खूप शिवीगाळ केली.

काही दिवसांनी मग तेच टोळकं पुन्हा दुकानात घुसलं. त्यांनी दोरजीचं दुकान तोडून टाकलं. मशिन उचलून आपटल्या, तोडल्या. एक मशिन उचलून त्याच्या पाठीत मारली. तो जमिनीवर पडला तसा त्याला लाथाबुक्क्यांनी तुडवला. त्याची शुद्ध हरपेपर्यंत त्याला मारला आणि तसाच सोडून निघून गेले. तिसऱ्या दिवशीच दोरजी एकदम शुद्धीत आला. मात्र त्याच्या पाठीत प्रचंड वेदना होत होत्या. हलताही येत नव्हतं. एक हात आपल्याला आहे की नाही, हेच त्याला कळेना. हातातलं बळच गेलं, त्या हातानं ग्लास उचलणंही शक्य नव्हतं, त्याला साधा स्वत:चा हात वर करवत नव्हता. पोट भरायचं आणि दोरजीवर उपचार करायचे म्हणून त्या काळी फूलनं घरच्या घरी दारू बनवून विकायला सुरुवात केली. रोज संध्याकाळी ती दारू विकायची, लोक घरातच दारू पीत बसायची आणि शेवटचा माणूस निघून जाईपर्यंत दोरजी तिला सोबत म्हणून बाजूला बसून राहायचा. लोकांकडून दारूचे पैसे घ्यायचा, हिशेब ठेवायचा. होईल तशी मदत तिला करायचा. ज्या दारूनं त्या संकटकाळात जगवलं, तिचाच फूलनं आता पुन्हा आधार घेतला होता एवढंच!

त्या दिवशी फूलही फेलानी आणि इतर बायकांबरोबर बाजारात आली होती. घरच्यासाठी काही किरकोळ वस्तू आणि दोरजीसाठी औषधं तिला खरेदी करायची होती. बाकी सगळ्याजणी मात्र बाजारात काही ना काही विकायला निघाल्या होत्या. फेलानीकडं मुऱ्हे आणि मुरमुरे होते, काली बुरीनंही लेकरू घ्यावं, तसं एक मुरमुऱ्याचं बाचक कंबरेवर घेतलं होतं. मिनोतीच्या डोक्यावर भाजीची पाटी होती, तर जॉनच्या आईनं मसाल्याच्या पाकिटांचं गाठोडं बांधून आणलं होतं. जॉनच्या मांनं अलीकडं हा मसाल्यांचा नवीन व्यवसाय सुरू केला होता. घाऊक बाजारातून मसाले घ्यायचे आणि त्यांची छोटी पाकिटं करून विकायची, हा तिचा नवा उद्योग. तिच्या नवऱ्याचा अस्थमा चांगलाच बळावला होता, त्यामुळे त्याचं कामधंदा करणं बंदच झालं होतं. घर-संसार, पोरांच्या गरजा आणि नवऱ्याची औषधं हे सारं सांभाळायचं

म्हणून जॉनच्या मांला हे नवीन काम सुरू करणं भागच होतं.

सगळ्या जणी झरझर पाय उचलत बाजाराकडे निघाल्या. मागचा बाजार पाण्यातच गेला होता. मुसळधार पाऊस होता, बाजार भरलाच नाही. भरपावसात घरोघर जाऊन काही विकताही आलं नाही. सगळ्यांत जास्त नुकसान मिनोतीचंच झालं. पावसानं सगळ्या भाज्या सडल्या, फेकून द्याव्या लागल्या. त्यात आता अभयारण्यात जाऊन रानभाज्या काढून आणणंही पूर्वीसारखं सोपं उरलं नव्हतंच. पर्वतरांगांमध्ये दडी मारून बसणारे बंदूकधारी आता राजरोस बाहेर पडू लागले होते. दिवसा ते जंगलात लपायचे, रात्री नदीकिनारी येऊन झोपायचे. उजाडलं, की आपापल्या दिशांनी पसार व्हायचे. मागच्या बाजारच्या आदल्या दिवशी मिनोती भाज्या आणायला जंगलात गेली होती. नदीच्या पलीकडं सहसा लोक जात नसतच, कारण जंगल घनदाट व्हायला लागायचं. आणि आता तर त्या बंदूकधाऱ्यांच्या भीतीनं कुणी तिकडं फिरकत नसे. पण जरा जास्त भाज्या काढू, या हावरेपणानं मिनोती नदीपलीकडं जंगलात बरीच आत गेली. तशाही जंगलाविषयी काही अद्भुत कहाण्या लोकं एकमेकांना सांगत असत. त्या जंगलात काही इच्छाधारी नाग राहतात अशाही वदंता होत्या. एका मोठ्या झाडाखाली कायम कुणीतरी वस्तीला असल्यासारखी स्वच्छता असते. ते इच्छाधारी नाग तिथं राहतात, असं लोक म्हणत. कुणी तरी रौता नावाची मुलगी तिथं गेली आणि कायमची निळी पडली, असंही सांगितलं जायचं.

मिनोती नेमकी तिथंच पोहचली. त्या झाडाच्या आसपास बऱ्याच रानभाज्या होत्या. मिनोती त्या काढायला पुढे सरसावली एवढ्यात झुडपातून एक बंदूकधारी भसकन् कुठून तरी तिच्यासमोर येऊन उभा राहिला. तिच्यावर बंदूक रोखून म्हणाला,

'या जागेचा पत्ता जर कुणाला सांगितला, तर याद राख. तसंही ही जागा आम्ही आज सोडणारच आहोत, पण आम्ही इथं लपून बसलोय, असं जर कुणाला सांगितलंस, तोंड उघडलंस तर बघ काय होईल.'

जीव मुठीत धरून ती सैरावैरा जंगलातून धावतच वस्तीत आली. तिला ना कपड्यांचं भान होतं ना तिला काही बोलवत होतं. धापा टाकत ती कशीबशी वस्तीत पोहचली तशी तिच्याभोवती प्रचंड गर्दी जमा झाली. बायका तिच्याभोवतीनं बसल्या. काली बुरीनं देवीसमोर दिवा उजळवत तिच्यासाठी मनोभावे हात जोडले. तेवढ्यात एका बाईनं विचारलंच,

'मिनोती, तू ते इच्छाधारी नाग पाहिलेस का?'

'नाही.'

'ते बिळातून बाहेर येत होते? कसे होते? किती लांब होते?'

'काळे होते का तपकिरी? चमकत होते?'

‘किती होते? एकटाच होता की जोडी होती?

मिनोती गप्पच होती. तिच्या तोंडातून शब्द फुटत नव्हता. ती कोरड्या डोळ्यांनी फक्त एकटक कुठं तरी बघत होती.

‘जाऊ द्या, आत्ता काहीच विचारू नका. ती घाबरलीये फार.’

‘मला वाटतं, तिनं त्या नागांची प्रणयक्रीडा पाहिली असणार.’

‘तुझी पाळी-बिळी तर सुरू नव्हती ना? त्यांना नाही चालत तसलं काही, म्हणून ते तुझ्या मागे लागले असतील.’

‘तसंही बाईच्या जातीनं पाळी सुरू असताना जंगलात जाऊ नये, कुणाचं मैथून पाहू नये.’

मिनोती गप्पच होती, पण बायका एकाहून एक तर्क लढवत बोलतच होत्या. मिनोती राहिली बाजूलाच बाकीच्या बायका कोंडाळं करून बसल्या आणि खुसपुसत एकमेकींना काहीबाही सांगू लागल्या.

काही तरी धडाडधुडूम आवाज कानावर पडला. फेलानीनं डोक्यावरची मुरमुऱ्याची बाचकी खाली ठेवली. बाकीच्या बायकाही पटकन उठून उभ्या राहिल्या. काली बुरीही घरातून धावत बाहेर आली. आणि मग एकामागून एक धडाम धडाम मोठ्ठाले आवाज कानावर येऊ लागले. शहराच्या दिशेनं काही तरी स्फोट झाल्यासारखे आवाज येत होते. काही किलो फटाके एकदम फुटावेत इतका कानठळ्या बसवणारा आवाज वाढत चालला होता. एकदम वस्तीत लोक धावत येऊ लागले.

‘गोळीबार सुरू आहे. माणसं मरताहेत.’

‘अमेरिकन स्टेनगन आहे त्यांच्याकडे.’

‘पोलीस आहेत, आर्मीवाले आहेत. पण काय उपयोग नाही.’

‘त्यांनी मारलाच त्याला, व्यापाऱ्यांचा नेता, रक्ताच्या थारोळ्यात पडला, तरी ते त्याच्या शरीराची चाळणी करत ते त्याला गोळ्या मारतच होते.’

‘बाकीचे व्यापारी आता मुकाट ते म्हणतील तसं करतील, नाहीतर ठोकतील दुकानांना टाळं.’

‘ट्रक भरभरून फौज रस्त्यावर उतरली आहे, शहरात कर्फ्यू लावलाय.’

धावत येणारी माणसं अशी तुटक तुटक माहिती देत होते.

तेवढ्यात नबीनही आला. ‘सायकलवरून माल उतरवून दुकान लावतच होतो तेवढ्यात गोळीबाराचा आवाज कानावर आला’ असं सांगत होता. जग्गू त्याची चहाची टपरी बंद करून परतला. रमाकांत जीव वाचवत आपली मटारची टोपली घेऊन धावत आला. एकेक करून सगळी माणसं वस्तीत परतली.

मिनोतीभोवती जमलेल्या बायका फेलानीसह रस्त्यावरच उभ्या होत्या. मिनोती मात्र गप्पच होती. गुराढोरांसारख्या सैरावैरा धावणाऱ्या माणसांकडे फक्त पाहत

होती. घरटं कुणीतरी जाळून टाकलं, तर पाखरं जशी हवालदिल होतात, किंचाळतात, तशी माणसं ओरडत आपापल्या घरांकडे जात होती.

काय झालं कुणास ठाऊक, मिनोती एकदम उठली आणि वस्तीच्या दिशेनं किंचाळत धावत सुटली.

'मला माहिती होतं, हे असंच होणार. आता आपण मरणार, आपण सगळे मरणार, तुम्ही-मी, आपण कुणीच आता वाचणार नाही. मरणार, आपण आता मरणार.' ती धावली तशा बाकीच्या बायकाही तिच्यामागं धावल्या.

मिनोतीची बडबड ऐकून बाकीच्या बायकाही सुन्न झाल्या. झपाझप घरी पळाल्या, दारं लावून, लेकरं जवळ घेऊन घरात दडून बसल्या.

बावीस

बुलेनच्या घरी जाऊ-जाऊ म्हणत बरेच दिवस झाले, पण फेलानीचं काही बुलेनकडं जाणं होतं नव्हतं. तसंही अलीकडं हरी भंगुराचा तो वाया गेलेला मुलगा कायम बुलेनच्या घरात पडीक असायचा. त्याच्यासारख्या माणसाला बुलेननं घरी येऊ द्यावं, हेच फेलानीला आवडलं नव्हतं, म्हणूनही ती बुलेनच्या घरी जाणं टाळायची. पण आज तिनं ठरवलं, की जाऊनच येऊ. आठवडे बाजार पाण्यात गेला, सगळे मुरमुरे तसेच होते. घरात काही काम नव्हतंच. म्हणून मग केसावरून एक कंगवा फिरवत, दोन्ही हात चेहऱ्यावरून फिरवत, साडी सरशी करत ती जायला निघाली. दोन्ही हात चेहऱ्यावरून फिरवण्याची तिची सवय तशी जुनी. चेहऱ्यावरून हात फिरवला, की डोळे बंद केले, की विषय तिथल्या तिथं संपवून ती मोकळी व्हायची.

मोनीही घरी नव्हता. कर्तारसिंगच्या गॅरेजमध्ये तो जायला लागला होता. कर्तारसिंगच्या मुलाशी मोनीची चांगली दोस्ती झाली होती. उंचापुरा, धिप्पाड, पगडी बांधलेला तो मुलगा फेलानीलाही चांगला वाटला. शांतपणे, नम्रपणे बोलायचा, गोड हसायचा. वडिलांकडून गॅरेजचं सगळं काम त्यानं शिकून घेतलं होतं, आता तोही गॅरेजमध्ये काम करायचा. मोनीला नेहमी बोलावून न्यायचा. मोनीला तो गाडी चालवायला शिकवत होता.

मोनीला गाडी चालवताना काही फेलानीनं कधी पाहिलं नव्हतं. तिला भीतीच वाटायची. रस्त्यावर ही गर्दी, मोकाट जनावरं, सायकल रिक्षा, हातगाड्या आणि त्यातून वाट काढत गाडी चालवणं, नको ते मोनीचं गाडी चालवणं, असं तिला वाटायचं. पण लोकं म्हणत, मोनी चांगली गाडी चालवतो. दोस्ताकडून मोनीनं गाडी रिपेअरिंगचं कामही शिकायला सुरुवात केली होती. फेलानीला वाटलं चांगलंय, हातात काही तरी कौशल्य हवंच. तसंही मोनी काही वेडंवाकडं करणार नाही, चुकीचं वागणार नाही, याची फेलानीला खात्रीच होती. लोकही म्हणत, तुझं पोरगं म्हणजे शंभर नंबरी सोनं आहे. असं काही ऐकलं, की फेलानीला आपल्या कष्टाचं सार्थक

झाल्यासारखं वाटायचं.

पुढच्या वर्षी मोनी दहावीत जाईल. मग कॉलेजात. त्याला कॉलेजात पाठवायचंच. कितीही खर्च होवो, कितीही कष्ट करावे लागोत त्याला शिकवायचं हे फेलानीनं ठरवून टाकलं होतं. जास्त मुऱ्हे बनवू, जास्त मुरमुरे विकू, गोधड्या शिवू, पण पोराला शिकवू, असा विचार करत तिनं दाराला कुलूप घातलं. चेहऱ्यावरून नेहमीसारखा हात फिरवला आणि एकदम तिला वाटलं, हे आपले हात नाहीतच. कुणी तरी दुसरंच आपल्याला स्पर्श करतंय. तिचे ते नाजूक, मऊसुत सुंदर हात कुठं आणि हे खरखरीत, रापलेले हात कुठं? त्यानं हे हात पाहिले असते तर तो काय म्हणाला असता? त्याच्या सागाच्या पानांसारख्या खरखरीत हातात आपले हे हात घट्ट धरून बसला असता? त्याचा विचार केला आणि तिच्या शरीरात एक वेगळीच लहर भिनली. त्याचा तोच स्पर्श आपल्या अंगभर फिरतोय, आपल्याला जाणवतोय, तो आपल्याला घट्ट छातीशी धरत मिठी मारतोय, असंच तिला क्षणभर वाटलं. त्याच्या मिठीत शिरावं, तशी ती दाराला टेकत डोळे मिटून उभीच राहिली.

'मामी, काय चाललंय काय?' सायकल चालवत तिच्या दारावरून चाललेल्या नबीननं तिला हाक मारली.

भानावर येत डोळे उघडून पाहीपर्यंत तो दूर निघून गेला होता, त्याची फक्त पाठमोरी आकृतीच तिला दिसत होती. आपल्याला हे असं काय झालं, असं वाटून फेलानी धावतच अंगणातल्या काली मातेच्या मूर्तीसमोर जाऊन बसली. अजून तिच्या छातीत धडधडत होतं, सगळं शरीर भरारा वाऱ्यासारखं उसळत होतं. डोळ्यांतून पाण्याच्या धारा लागल्या तेव्हा ते शरीर शांत झालं. डोळे भरून तिनं देवीच्या मूर्तीकडं पाहिलं.

पांढऱ्या साडीतली ही कोण बाई देवीसमोर येऊन बसली, हे काली बुरीच्या पटकन लक्षातच आलं नाही. तिची दृष्टी आता फारच अधू झाली होती. फेलानीचा आवाज ऐकल्यावर तिनं तिला ओळखलं. देवीच्या पायावरचं एक फूल तिनं फेलानीच्या हातावर ठेवलं. आणि फेलानीच्या डोक्यावरून हात फिरवला. तो सुरकुतलेला, हडकुळा हात फेलानीनं किती वेळ हातात तसाच धरून ठेवला. अर्धपोटी राहून काली बुरीनं स्वत:ची अशी अवस्था करून घेतली होती. पैसै पुरेसे नव्हते म्हणून मागच्या वर्षी दुर्गापूजा धुमधडाक्यात साजरी करता आली नाही, याची बोच काली बुरीनं मनाला लावून घेतली होती. यंदा ती पै न् पै वाचवत होती. कशाच्या जोरावर जगण्याची हिंमत या म्हातारीत येत असेल, फेलानीला प्रश्नच पडला. ही देवीची मूर्ती हीच तिची हिंमत? हाच तिचा सहारा? आपल्याला तरी एक मुलगा आहे, त्याच्यासाठी जगावंसं वाटतं. या म्हातारीकडं तसं काय आहे तरी ती जगतेय, असं म्हणून फेलानीनं पुन्हा काली बुरीचा हात डोक्यावर ठेवला, त्या

हातांचं बळ तिला जाणवलं, तसं तिचं मन शांत झालं.

'काली माता तुझं रक्षण करेल' काली बुरीनं तिला आशीर्वाद दिला आणि घरात निघून गेली. गोधड्या शिवण्याचं काम काही आता काली बुरीच्यानं होत नसे. सुईत दोराच ओवता यायचा नाही, धड दिसायचं नाही. म्हणून मग तिनं नारळीपाकाच्या लाडू-वड्या करायला सुरुवात केली. मुरमुऱ्याचे लाडूही ती बनवू लागली. जग्गूच्या बायकोचा आजार बळावला होता, तिला काही आता लाडू-वड्या करणं जमत नसे. वयाच्या अठराव्या वर्षी ती जग्गूच्या घरी लग्न करून आली तेव्हापासून तिचा हाच उद्योग होता. ती लाडू-वड्या करायची. जग्गू त्या दुकानात विकत असे. त्यावर त्याचं पोट भरायचं, शक्य होतं तोवर त्या बाईनं खूप कष्ट केले. पण आता तिला काहीच करता येत नव्हतं.

काली बुरीनं त्यातूनच मार्ग काढला. जग्गू तिला नारळ खवून आणून द्यायचा, काली बुरी त्याचे लाडू बनवून द्यायची. जग्गू तिला त्याचे पैसे द्यायचा. डोळ्यांनी दिसत नसताना दुर्गापूजेसाठी पैसे जमवायचे, म्हणून काली बुरीची ही खटपट फेलानीला कळत होती. मागच्या वर्षी दुर्गा पूजा साजरी करता आली नाही. तर कालीमातेसमोर बसून काली बुरी ढसढसा रडली होती. कान धरत होती, क्षमा मागत होती. तेव्हापासून आजवर काली बुरी दिवसातून एकदाच स्वयंपाक करते, तेच तीनवेळा करून चिमणीसारखं थोडं थोडं खाते. काली बुरीच्या या जिद्दीचं तिला कौतुक वाटलं. बुलेनच्या मुलासाठी एका पिशवीत थोडे मुरमुरे घेत फेलानी तिथून निघाली.

वस्ती आता पूर्ण बदलली होती. ते इथं राहायला आले तेव्हा तुरळक घरं होती. आता दाटीवाटीनं चिकटून झोपड्या उभ्या राहिल्या. रात्री पाऊस झाल्यानं वाटेत थोडा चिखल झाला होता, पण आता ऊन पडलं होतं. छान प्रसन्न वाटत होतं. झाडाच्या शेंड्यावरून 'कुहू कुहू' कानी पडत होतं. तिच्या एकदम लक्षात आलं, आज किती तरी वर्षांनी आपण हा आवाज ऐकतोय. दर वर्षी कोकिळा गात असेल, मग इतकी वर्षं आपण ऐकलाच कसा नाही हा आवाज. जगण्याच्या धकाधकीत हे सारं मागंच पडत गेलं हे खरं. कोकीळगायन सुरू झालं म्हणजे आता बिहू जवळ आला. आसामी नववर्षाची तयारी सुरू होईल. मोनीसाठी एक नवीन गमोसा तयार करायला पाहिजे.

एकदम तिला वाटलं, की या आंब्याच्या झाडाखालीच एखादी बाज घालावी आणि मस्त गमोसा विणायला घ्यावेत. झरझर विणले जातील, पण द्यायचे कुणाला ते गमोसे? जुन्या जगण्यातला तर एकही चेहरा डोळ्यासमोर येईना, त्या खरखरीत हाताच्या माणसाचाही चेहरा चटकन् डोळ्यांसमोर आला नाही. मघाशी तर त्याचा स्पर्श अंगभर जाणवला होता आणि आता त्याचा चेहराही नजरेसमोर तरळत नाही.

तिला मनाच्या या खेळाची गंमतच वाटली. नजरेसमोर आले ते चेहरा वेगळेच होते. त्यांची जात, धर्म सगळेच वेगळे होते. दुनियेच्या लेखी 'तसली'च माणसं ती, पण फेलानीला मात्र तीच सारी माणसं आपली म्हणून जवळची वाटत होती. जॉनची मां, मिनोती, काली बुरी, फुल, जग्गू, जग्गूची आजारी बायको, बुलेन, सुमला, नबीन, रत्नाची मां, आणि पाठ वाकली तरी ताठ कण्यानं जगणारा बुरा दोरजी. तिचं मन पुन्हा एकदा चटकन् या साऱ्या माणसांना घेऊन भूतकाळात शिरलं. सगळे आपल्या घरी जमलेत, स्वयंपाक घरात मी खास बिहूसाठी केलेल्या मिठाया रांधतेय. सगळ्यांना आग्रह करकरून खाऊ घालतेय. मस्त गप्पा मारत सारे बिहू साजरा करताय. तिचा मनाशीच खेळ सुरू झाला, छाती भरून आली. मोनी अंगावर प्यायचा तेव्हा जशी दूधभरली छाती ताणली जायची, तसंच काही तरी छातीत ताठरलं. कोकीळ अजूनही गात होताच, फेलानी मात्र हातानं छाती दाबून धरत बुलेनच्या घराकडं निघाली.

'मोनीची मां, कुठं दौरा?' जॉनच्या मांने हाक मारली, तशी फेलानी थांबली. जॉनची मां नुकतीच आंघोळ करून आली असावी. कपाळावर तेच रुपयाएवढं मोठं लालचुटूक कुंकू. अत्यंत सुंदर दिसत होती. काळीशीच, पण हसऱ्या चेहऱ्याची, भरल्या अंगाची कमनीय बाई. आपल्या आजारी नवऱ्याच्या पाठीला कसलंसं मलम चोळत उभी होती. बाजारात जाऊन उंदीर मारायचं औषध विकण्याचं काम त्यानं कधीच सोडलं, दुकानात जाऊन अर्धा किलो तांदूळ घेऊन येण्याइतपतही बळ त्याच्या पायात उरलं नव्हतं. आजार जास्तच बळावला होता.

'ये, ना.' जॉनची मां म्हणत होती.

'नंतर येते, आत्ता नको. जरा बुलेनच्या घरी जाऊन येते.' असं म्हणत फेलानी निघाली. मागं वळून पाहिलं, तर एखादी आई ज्या काळजीनं बाळाला औषध देते तशा नजरेनं जॉनची मां नवऱ्याच्या पाठीवरून हात फिरवत होती. त्यांच्या अंगणात भारानं वाकलेल्या लिंबाच्या झाडाचा मंद सुगंध दरवळत होता.

'मला सोडून बरी जाशील तू, मी पण येते.' फेलानीला हसत हसत मागनं चिमटा काढत मिनोती आली. सोबत तिचं गोजिरवाणं, छोटुलं बाळ होतं. एका हातात छोटुशी बादली आणि साबण घेऊन तो आईच्या मागं चालत होता. ते दोघं नदीवर कपडे धुवायला चालले होते. त्या गोडुल्या बाळाला फेलानीनं थोडे मुरमुरे दिले. तो गोड हसला तसा आणखी काही मुरमुरे त्याच्या मुठीत टेकवले. तिघं नदीच्या दिशेनं चालू लागले.

तेवढ्यात जग्गू सायकलवरून जाताना दिसला. तो जंगलात नारळ काढायला जात असावा. मिनोतीनं फेलानीला सांगितलं, जग्गूच्या बायकोची अवस्था सध्या भयंकर वाईट आहे. दोन पायांच्या मध्ये लोंबकळणारं रक्ताळलेलं गर्भाशय घेऊन

जगणाऱ्या त्या बाईचे शब्दच एकदम फेलानीला आठवले, 'चांगल्या नवऱ्याच्या आठवणीवरही आयुष्य निभावून नेता येऊ शकतं गं, पण जिवंतपणीच आपला नवरा दुसऱ्या बाईच्या...'

एकदम काय वाटलं म्हणून बुलेनच्या घराकडं न जाता ती मध्येच एका गल्लीत शिरली. त्या गल्लीत अगदीच बारकी घरं होती, घरं कसली झोपड्याच. त्यात लोकांनी सांडपाणी रस्त्यावरच सोडलेलं. भांडीकुंडी घासणंही रस्त्यावरच. उघड्या गटारी जिकडंतिकडं वाहायला लागल्या होत्या. भाताची शितं, माशांचे काटे, सडलेल्या भाज्या, प्लॅस्टिकच्या पिशव्या, वापरून फेकलेले कंडोम, गर्भनिरोधक गोळ्यांची रिकामी पाकीटं, सगळं त्या गटारीतून वाहत होतं. त्या गटारीतून वाट काढत ती एका झोपडीपाशी पोहोचली. चार पावलांवरची झोपडी पाहून ती हादरली. एकेकाळची नेटकी-सुंदर झोपडी आता भयाण दिसत होती. अवतीभोवती भयंकर कचरा, दुर्गंधी पसरली होती. एकदा याच घरातल्या वऱ्हांड्यात बसून आपण लाल-सा पीत गप्पा मारल्या होत्या, अत्यंत चविष्ट लाडू खाल्ले होते हेच खरं वाटेना. आता तेच घर पार मोडकळीला आलं होतं. घाणीनं बरबटलं होतं. आपण घर तर नाही चुकलो, असं फेलानीला वाटलं. पण घर तेच होतं, अंगणातलं आलू बुखारच झाडही तेच होतं. याच झाडाच्या आलू बुखारंच उत्कृष्ट लोणचं तिनं याच घरात बसून खाल्लं होतं. आज मात्र या घरावर अवकळा पसरली होती.

अंगणात तांबूल पानांचा ढीग पडलेला होता. एका कोपऱ्यात जग्गूनं जंगलातून आणलेल्या नारळांचा खच पडलेला होता. जिकडंतिकडं वाळवी लागलेली होती. घरात कुणी जिवंत असेल, अशी साधी खूणही दिसत नव्हती. फक्त एक कुबट-सडका वास नाकात जात होता.

'कोण आहे?' ती दाराजवळ गेली तशी आतून एक बारकासा आवाज आला.

'मी आहे, मोनीची मां.'

'ये-ये.'

आवाजाचा कानोसा घेत तिनं घरात पाऊल ठेवलं, एका कोपऱ्यात फाटक्या गोधड्यांचा ढीग होता. गोधड्या कसल्या, चिंध्याच त्या. बरेच बोळे पसरलेले. सगळे रक्ताने माखलेले, काहींवर पू पुसल्याचा खुणा. कित्येक दिवसांत ते बोळे कुणी धुतलेले नसावेत. वाळलेल्या रक्ताच्या दुर्गंधीनं त्या झोपडीत बसणं अवघड होतं. त्याच घाणीच्या ढिगाऱ्यातून तो अशक्त आवाज परत म्हणाला,

'मोनीची मां, म्हणजे कोण?'

'मिनोती म्हणाली, तुला खूप बरं नाहीये, म्हटलं भेटून यावं. जग्गूला काय विचारणार?' तोंडातले शब्द घशात ढकलत फेलानी म्हणाली. तसा हात हलवत 'नाही' म्हणण्याचा प्रयत्न त्या बाईनं केला. हात कसला वाळलेली गवताची काडी

ती, वारा आला असता तर मोडून चुरा झाली असती.

'तू मला भेटायला आलीस मोनीची मां? बघ माझं काय होऊन बसलंय. कुठल्या जन्माचे भोग भोगतेय मी कुणास ठाऊक, का मला देव अशी शिक्षा करतोय.' ती बाई ढसढसा रडत बोलू लागली.

तिच्या अंगावरच्या रक्तानं माखलेल्या कपड्यांतूनही आता तिचं ते लोंबकळणारं गर्भाशय दिसत होतं. रक्ताचे पाट वाहतच होते. कसेबसे तिने साडी त्या भागावर नेत सारं झाकलं.

'पण डॉक्टर काय म्हणतात आता, उपचार करताय ना तुम्ही?'

'आता यंत्रानं हे गर्भाशय आत ढोसलं जाणार नाही म्हणतात, ऑपरेशन करून गर्भपिशवी काढून टाका, असं त्यांनी सांगितलंय. मला डॉक्टर खूप रागावला. म्हणाला, 'का असं जीवाशी खेळता, काढून टाका हे एकदाचं. दुसरा उपायच नाही. पण ऑपरेशनसाठी पैसे कुठून आणायचे? माझं सगळं शरीरच सडलंय मोनीची मां, या सडक्या शरीरावर कुणी काय म्हणून पैसे खर्च करावे?'

तेवढ्यात कुणाची तरी पावलं वाजली. जग्गू आत आला. त्यानं कपडे बदलले. या दोघींकडं ढुंकूनही पाहिलं नाही. आला तसा निघून गेला. एका कुशीवर झोपवेना म्हणून त्या बाईनं कुस बदलली, तसा एकदम रक्ताचा दर्प फेलानीच्या नाकात शिरला.

'मला मरण आलं तर बरं होईल गं, सुटेन मी एकदाची. या आजाराच्या बाईची लवकर सुटका होते ना गं.'

'पण डॉक्टर.' फेलानी काही तरी बोलायचं म्हणून बोलली.

'डॉक्टर काय म्हणाला माहितीये?'

'काय?'

'मला हा आजार का झाला ते सांगत होता, कशानं झाला माहितीये तुला?'

'कशानं?'

'अठराव्या वर्षी लग्न करून आले, तशी रोज रात्री मी कमीत कमी ३० नारळं सोलायचे, मग ते खवायचे, सगळं काम उक्कड बसून, त्यानं मला हा आजार जडला, असं ती डॉक्टर सांगत होती. 'त्याला' तर ते वाट्टेल ते बोलले.'

'बरोबर आहे डॉक्टरचं.' फेलानी कडवट स्वरात म्हणाली. मिनोतीनं तिला सांगितलं होतंच, की जग्गू सगळे पैसे त्या ड्रायव्हरच्या बायकोवर उडवायचा. एकदा तो फूलच्या गुत्त्यावर दारू प्यायला गेला होता. फूलनं तर त्याच्या कानाखालीच आवाज काढला. सगळी वस्ती जग्गूला धारेवर धरत होती. पण त्याला काही फरक पडत नव्हता. बायको मरायला टेकलेली असताना तो बाहेर मजा मारत होताच. मिनोती तर नेहमी म्हणायची, 'साल्यानं बायकोचं गर्भाशय बाहेर येईपर्यंत तिला

चोदली, रोज अंगाखाली घेतली आणि आता ती सडली तर याचा दम जास्त वाढला. रोज या नाही तर त्या बाईच्या मागे लाळ घोटत फिरतोय साला.'

'बरोबर आहे डॉक्टरचं, त्याला कुणीतरी फैलावर घेतलंच पाहिजे.' फेलानी पुन्हा तेच विषण्ण होत म्हणाली.

'काही चूक नाही गं त्याची पुरुष आहे तो. तरुण आहे, जवानी नाही त्याला शांत बसू देत. त्यानं घरातच दुसरी बाई माझ्या उरावर आणून बसवली असती तर काय केलं असतं मी, पण त्यानं तसं केलं नाही. शरीर नाही गप्प बसत तर तो काय करील. पण बघ अजूनही माझ्या खाण्यापिण्याची काळजी करतो. त्याला स्वयंपाक येत नाही, पण तरी काही तरी ठेवतो आणून. हे बघ' असं म्हणत तिनं तिच्या त्या सडलेल्या कपड्यांखालीच झाकलेले ब्रेडचे काही शिळे तुकडे दाखवले.

'आणि मी त्याला काय दिलंय? ना मी पैसे कमावू शकते, ना त्याला रात्री माझ्यापासून काही सुख आहे.' तिचं हे बोलणं ऐकून फेलानीला बाई असण्याचाच त्रास झाला. दयाच आली तिची.

ती वैतागून म्हणाली,

'अगं तुझी ही अवस्थाच त्याच्यामुळे झालीये. जन्मभर तुझ्या पैशावर त्यानं मजा मारली आणि आता तुला असं मरायला सोडून उकिरडे फुंकतोय.'

'अगं पण तो करील काय, भर जवानीत या सडक्या गोळ्याला चाटेल काय? त्याला तरणंताठं शरीरच हवं.'

ती बाई रडत होती आणि फेलानी सुन्न बसून होती. आता तिलाही मिनोतीसारखाच जग्गूचा भयंकर राग येत होता.

'मुलं कुठंत तुमची?'

'एक भंगार गोळा करायला जातो, आणि दुसरा.' तिला बोलवेना. ढास लागली. एकदम श्वासच कोंडला.

'बोलू नकोस फार. जाऊ दे. त्यानं निदान पोरांची तरी काळजी घ्यावी ना, लेकरांना काय ही शिक्षा.' फेलानी म्हणाली.

'जाऊ दे, पण तू त्याला काही जाऊन म्हणू नकोस. तो आणखी भडकायचा. दोन वेळचे तुकडे फेकतोय समोर तेही बंद व्हायचे.'

हे ऐकलं तसं फेलानी ताडकन् उठली आणि निघालीच. हातातला मुरमुऱ्याचा पुडा तिनं जग्गूच्या बायकोला देऊन टाकला. निघाली तसं तिच्या लक्षात आलं, की रक्ताच्या वासात काही तरी परफ्युमचा उग्र वास मिसळतोय. बाहेर जायच्या आधी मघाशी जग्गूनं अंगावर परफ्युम मारला असणार. तिला वाटलं जाऊन त्याला चांगलं खडसवावं, जाब विचारावा. तिच्या शांत स्वभावाच्या विरुद्ध तिचा भडका झाला होता, वाटलं– चांगलं सोलून काढावं त्याला. पण ती निघाली. उघड्या गटारीतली

ती घाण पाहत नाक-तोंड दाबून पाय उचलू लागली.

वाटेत रत्नाच्या आईचं घर लागलं. ती ओसरीतच बसलेली होती, मुऱ्ह्यांसाठी बांबूचे आरे बनवत होती.

'रत्नाची मां, काम जोरात चाललंय वाटतं.' फेलानीनं तिला हात हालवत हाक मारली.

'काही नाही, रोजचंच.'

'बाजार रिकामा गेला, तंगीच आहे सगळी.'

'हो गं, मी तर बस स्टॅण्डवर मुऱ्हे घेऊन बसले होते, दोन जोड विकले गेले, तेव्हा घरात तांदूळ आले.'

'मोनी त्या सिंगच्या गॅरेजमध्ये काम करतो. त्याला थोडे पैसे मिळाले म्हणून माझं निभावलं, नाही तर आमचेही वांधेच झाले होते.'

'बघ, मुलगा असला ना, की असा कामाला येतो. मला असता असा तरणा पोरगा, तर ही अशी भीक मागायची वेळ माझ्यावर आली असती का सांग?' हातातला पेपर बॅगचा गठ्ठा खाली ठेवत रत्नाच्या वडिलांनी एक जळजळीत टोमणा मारलाच. ते घरात गेले तसं फेलानीनं विचारलं,

'नजर आहे म्हणायची अजून शाबूत, निदान या बॅगा तरी बनवताहेत.'

'सगळं शाबूत आहे, दिसतं, खाता येतं घमेलं-घमेलं, झोपा काढता येतात, टोमणे मारता येतात; फक्त काम करवत नाही. तेव्हा अंगात ताकद नसते. मला आणि पोरींना शिव्या घालताना मात्र बळ संचारतं अंगात. काम म्हटलं, की आपल्याला मुलगा नाही, याचं असं दुःख दाटून येतं.'

'मग या बॅगा कुणी बनवल्या?'

'मी, दुसरं कोण बनवणार?'

'रत्ना?' एवढ्यात रत्नाविषयी वस्तीत बरीच चर्चा होती. ती सतत त्या ड्रायव्हरच्या बायकोच्या घरी असते. जॉनची आई म्हणत होती. ती तिथं घरकाम करते. तसं असेल तर बरंच आहे, नुसतं बसून खाण्यापेक्षा घरकाम तरी करावं. पण त्या बाईच्या घरी मोलकरीण म्हणून तरी जावं का? तिच्या घरी येणारी माणसं, त्यांच्या वखवखलेल्या नजरा, आपले नवरे शोधत येणाऱ्या बायका आणि त्या ड्रायव्हरच्या बायकोला देत असलेल्या शिव्या; सारंच भयंकर गलिच्छ होतं. रत्ना कुठंय या प्रश्नावर तिची आई काहीच बोलली नाही. खाली मान घालून गप्प बसली.

'तुझ्या छातीचं दुखणं बरंय का आता?'

फेलानीनं बोलणं सुरू ठेवायचं म्हणून विचारलं. पण ओशाळलेल्या रत्नाच्या आईनं खाली घातलेली मान काही वर केली नाही. तिनं काहीच उत्तर दिलं नाही. फेलानी समजायचं ते समजली. चालायला लागली. वाटेत ते ड्रायव्हरचं घर

लागलंच. त्या घराच्या छतावर नवा उंच अँटेना मिरवत होता. तिनं नुकताच रंगीत मोठा टीव्ही घेतल्याची चर्चा साऱ्या वस्तीत होतीच. वस्तीत नबीनच्या आणि दोरजीच्या घरी टीव्ही होते, पण ते ब्लॅक अॅण्ड व्हाइट. ड्रायव्हरच्या बायकोची गोष्टच वेगळी. तिच्या नवीन रंगरगोटी केलेल्या घरासमोर नवी कोरी चारचाकी उभी होती. घरातून गाण्यांचा आवाज कानावर पडत होता. मान खाली घालून फेलानी झरझर त्या घरावरून पुढे सरकली. पोटात ढवळलंच तिच्या. घसा कोरडा पडला.

बुलेनच्या घराजवळ पोचली, तर त्यानं झोपडीच्या समोर कुंपण म्हणून लावलेली एरंडाची झाडं उंचच उंच झालेली दिसली. चिमणी बसली, तर हिरव्या गर्दीत दिसणार नाही इतकी झाडं लांब-रुंद झाली होती. अंगणाच्या मधोमध बुलेननं एक नवीन रोप लावलेलं दिसलं. त्याच्याभोवती बांबूची भक्कम तटबंदी. बाजूची जमीन सारवलेली, तिथं एक छोटा दिवा उजळत होता. पण हे सारं पाहून न पाहिल्यासारखं करत फेलानी घरात शिरली. बुलेन घरातच असावा. त्याचा आवाज कानावर पडत होताच. आत जाऊन पाहिलं, तर हरी भंगुराचा तो नालायक कारटा बुलेनशी बोलत बसलेला होताच.

'ये कुरमणी, बस'-एक लाकडी स्टूल तिच्याकडं सरकवत बुलेन म्हणाला.

'सुमला कुठंय? बरी आहे?'

'ती काय बरी होणारे, वठलेलं झाड ते, त्याला का आता पालवी फुटायचीये?' -बुलेन विचित्र हसत म्हणाला.

तेवढ्यात एक केशरी रंगाचा डोखोना घालून सुमला आत आली. तो डोखोना तिला पेलवत नव्हता. लोळत होता. तिचे लांबसडक सुंदर केस डोक्यावर नव्हतेच, एक बारका क्रू कट तेवढा केलेला दिसला.

'केस का कापलेस हिचे? किती सुंदर होते?'

'उवा झाल्या होत्या गं खूप.'

'आणि हा डोखोना कशाला? तिला पेलवतोय तरी का? एखादी मॅक्सी आण ना तिला.'

तिचं वाक्य पूर्ण व्हायच्या आतच बुलेन एकदम खेकसलाच,

'हेच कपडे घालायचे आता. आपली संस्कृती आहे गं ती.'

'आपल्या जमातीच्या काही खाणाखुणा ठेवाल की नाही. का टाकाल सगळं संपवून? सगळ्याच बोडोंनी आता आपल्या जमातीचेच कपडे घालायला हवेत.' भंगुराचा पोरगा फेलानीच्या अंगावरच्या कॉटनच्या स्वस्त पांढऱ्या साडीकडं तुच्छतेनं पाहत म्हणाला,

'कुरमणी, तूही आता 'हे' कपडे वापरणं बंद करून आपल्या जमातीचे, आपल्या संस्कृतीची ओळख असलेलेच कपडे घालायला हवेत.'

‘आपले? आपल्या संस्कृतीची ओळख?’ बुलेन या अशा भाषेत बोलतोय हाच फेलानीसाठी मोठा धक्का होता.

‘तू बोडो आहेस हे विसरलीस? किनाराम बोडोची नात आहेस तू. तुझ्या अंगातही बोडोंचंच रक्त आहे, हे विसरू नकोस’ असं बुलेन म्हणाल्यावर पुढं काय बोलावं, हेच फेलानीला समजेना. ती गप्पच झाली.

‘आता एक खूप मोठं आंदोलन होणार आहे, आसामचं आंदोलन झालं ना, त्यापेक्षाही मोठं, आपल्याला राहायचंच नाही आता या आसाममध्ये. आपण आसमिया नाही, बोडो आहोत. आपल्याला आता आपलं स्वतंत्र राज्य मिळायलाच हवं. त्या राज्यासाठीच तर आता मोठा लढा उभारायचा आहे.’

‘लढा-आंदोलन? तू काय बोलतोहेस? कळतंय तुला?’

‘हो’ बुलेन अत्यंत ठाम निग्रहानं म्हणाला.

ते शब्द ऐकल्यावर तिच्या पायाखालची जमीनच हादरली. काही वर्षांपूर्वी ऐकलेले ते तोतरे शब्दच तिच्या कानात घुमायला लागले, ‘डोळे नाहीत, डोकी नाहीत, दादू-दीदा-झाडाच्या खाली. म्हाताऱ्यांचे मुंडके लटकत होते. रक्त. रक्त. रक्त...’

‘मग काय आपल्याला आपलं स्वतंत्र राज्य मिळायलाच हवं आता, पुरे झाला आता हा अन्याय.’ हरी भुंगेराच्या पोराचे डोळे आता आग ओकत होते. तो तावातावानं सांगत होता,

‘म्हणजे पुन्हा माणसांची खांडोळी, रक्ताचे सडे, संसारांची धुळधाण, हे सगळं न करता नाही का तुम्हाला आंदोलन करता येणार?’

‘नाही. त्यांचे मुडदे तर पाडावेच लागतील. आसमिया-आसमिया म्हणत त्यांनी काय केलं? सत्ता बळकावली, आता बसलेत खुर्च्या गरम करत. घुसखोरांना हाकलायचं म्हणत होते, कुठं हाकललं घुसखोरांना? परप्रांतीय अजूनही बसले आहेत, आपली रोजीरोटी पळवताहेत आणि त्याचं त्यांना आता काही वाटत नाही. मग आपल्याला, बोडोंना काय मिळालं? माझंच बघ, माझी सगळी जमीन गेली, घर गेलं, माझी बायको वेडी झाली, कुत्र्याचं जगणं जगतोय मी, ते कुणामुळं? आता मला माझा हक्क पाहिजे, माझं राज्य पाहिजे, स्वतंत्र बोडोलॅण्ड पाहिजेच.’ बुलेन शिरा ताणून बोलत होता.

तसा हरी भंगुराचा मुलगा उठला, निघून गेला.

‘आणि तूही त्या मिनोतीचा नाद सोड. तिच्याबरोबर राहू नको, भाषण करू नकोस तिच्याशी. ती छिनाल बाई आणि तिचं ते हरामी पोरगं.’ बोलता बोलता बुलेनचा आवाज एकदम मंदावला. तो हळूच म्हणाला,

‘तुला सांगतो तिचा तो हरामी प्रियकर आणि त्याचे काही मित्र उल्फातून सरेंडर

करणार आहेत. सरकारला शरण येणारेत. बघ मग तू, या भवानीच्या घरात कसा हैदोस चालतो. ते साले हलकट रोज रात्री गिधाडांसारखी हिच्यावर तुटून पडतील आणि ही बसेल मज्जा करत. छिनाल कुठली.'

फेलानीला त्याचं बोलणं आता ऐकवेना. खाली घातलेली मान तिला वर करवेना. सुमलाची पावलं वाजली तसं तिनं वर पाहिलं. त्या बिचारीचा डोखोना पुरता सुटला होता. फक्त पेटीकोट अंगावर उरला होता. तोही सगळा रक्ताळलेला. बुलेननं तो डोखोना पुन्हा एकदा तिच्या अंगाभोवती गुंडाळला, एका दोरीनं कंबरेभोवती बांधून टाकला. तो काचल्यानं सुमला कळवळलीच. फेलानीला हे चित्रच नवीन होतं, सगळंच अनोळखी. हे बुलेन आणि सुमलाही खूप वेगळेच होते.

'येते मी, मोनी येईलच आता. स्वयंपाक व्हायचाय.' असं म्हणत ती झटकन उठून निघालीच.

'कुरमणी, त्या झाडाला नमस्कार करून जा.' बुलेन ओरडलाच.

ऐकलं न ऐकलं करत ती निघाली. पण वाटलं आता या झाडाच्या फांद्या पिच्छा सोडणार नाहीत. कुठंही गेलं, तरी आता सुटका नाहीच...

तेवीस

मोनीचं दहावीचं वर्ष सुरू झालं. भल्या सकाळी तो शाळेत जायच्या. आधी शिकवणी मग शाळा असा त्याचा दिनक्रम सुरू झाला. म्हणता म्हणता वर्षं सरली. छोटासा मोनी दहावीच्या अवघड तयारीला लागला. मोनीला कॉलेजात पाठवायचं, खूप शिकवायचं म्हणत फेलानीनंही कंबर कसली.

पहाटे लवकर उठून, आंघोळ करून मोनीनं पटपट शाळेचं दप्तर भरलं. शाळेत जाण्याआधी पाणी भरून ठेवलं. लाकडं तोडून ठेवली. काही वांगी त्यानं भाजीसाठी घरात आणून ठेवली. ही रोपं त्यानंच लावली होती. पोराची बोटंही हिरवी होती. त्यानं बी नुसतं रोवलं, तरी सुंदर रुजायचं. मूळ धरायचं. त्याची लगबग पाहत फेलानी दिवसाढवळ्या उघड्या डोळ्यानं स्वप्न पाहू लागली. मोनी मोठा होईल, त्याचं स्वत:चं छानसं घर असेल. घराभोवती त्यानंच रुजवलेली बाग असेल. बागेत फळांनी डवरलेली झाडं, फुललेले गुलाब असतील. एखाद्या झाडाखाली मी मस्त बाजेवर बसेन आणि मांडीवर असेल मोनीचं गोडुलं बाळ. त्या बाळाला काऊ-चिऊच्या, राजाराणीच्या गोष्टी सांगत मी जेवायला घालेन. स्वप्न असं रंगात आलेलं असतानाच वांग्याचा काटा टचकन् बोटात शिरला आणि भळाभळा रक्तच व्हायला लागलं. फेलानी भानावर आली. हातालाच नाही, स्वप्नालाही काटा टोचलाच.

मोनी शाळेत गेला. फेलानीनं जेवून घेतलं आणि भराभर कामं आवरून मुरमुरे करायला बसली. उद्या बाजाराचा दिवस म्हणून तिनं कामाचा उरक वाढवला. मुरमुरे तयार झाले, दिवसभरात उरलेले दोन मुऱ्हेही तिला संपवायचे होते. हात भराभर उचलत ती कामं संपवत होती.

'कुरमणी... कुरमणी' बाहेरून बुलेन हाका मारत होता. हातातलं काम तसंच सोडून जाणं शक्य नव्हतं म्हणून तिनं आवाज देत त्याला घरातच बोलवलं. बसायला स्टूल देत डोळ्यानंच 'बस' म्हणून सांगितलं. त्यानं एका वर्तमानत्रात काही तरी गुंडाळून आणलं होतं. तसंही तो मोनीसाठी काही बाही अधनंमधनं घेऊन यायचाच. भोपळा नाही तर केळी, भाज्या किंवा एखादा मासा असा काही तरी खाऊ

आणला असेल, असं फेलानीला वाटलं. मात्र नेहमीसारखा तो पुडका तिच्या हातात तसा न देता त्यानं भराभरा त्यावर कागद काढून तिच्यासमोर धरला. त्यात एक हिरवा-लाल रंगाचा, पिवळ्या फुलांच्या काठांचा सुंदर डोखोना होता.

'शांतपणे जगायचं असेल, मुख्य म्हणजे जिवंत राहायचं असेल ना, तर यापुढं हे घाल' तो अत्यंत खवचटसारखं म्हणाला.

'हे काय आहे?'

'दिसत नाही काय आहे?' सगळा डोखोना नीट उलगडून दाखवत बुलेननं विचारलं.

'रंगीत कपडे? मोनीचे वडील गेले, मी विधवा आहे. माहितीये ना तुला.'

'आपल्या बोडो लोकांमध्ये असली काही भुक्कड परंपरा नाही. नवरा गेल्यावर बाईनं पांढरेच कपडे घालायचे, असा नियम आपल्यात तरी नाही.'

'पण मी आजवर कधीच असे कपडे घातलेले नाहीत.'

'मग आता घाल. अर्थात तुझी इच्छा म्हणा. घालायचे तर घाल नाही तर नको घालूस, पण काही बरं-वाईट झालं तर मला दोष देऊ नकोस. माझं काम आहे तुला खबरदार करायचं, ते मी केलं.'

'कुर्मा, तुझं डोकं ताळ्यावर आहे ना? असा का एकदम वागायला लागलाय?'- फेलानीला रडूच आलं.

'माझं डोकं फिरलंय का विचारतेस, माझ्या घरी जाऊन बघ, म्हणजे कळेल.'

'सुमलाला काही झालंय का? तिनं परत काही उपद्व्याप करून ठेवलाय का?'

काहीच उत्तर न देता बुलेन चालायलाच लागला. हातातलं काम सोडून ती त्याच्या मागं धावली. सुमलानं पोराला तर काही केलं नसेल म्हणत बुलेनला हाका मारू लागली. तसा बुलेन थांबला.

'कुरमणी, अगं ही माणसं आता आपल्या जीवावर उठली आहेत. आपल्या वाईटावर टपली आहेत. नको आता हे सारं, आपल्याला आपलं स्वतंत्र राज्य मिळालं तरच जगता येईल नाही तर तुकडे करून खातील ते आपले. म्हणून तर मीही त्या भंगुराचीच पार्टी जॉईन केलीये.'

'कसली पार्टी? आणि काय करणार काय आहेत ते?'

'ते आपल्याला नवीन-स्वतंत्र राज्य मिळावं म्हणून लढणार आहेत, आंदोलन करणार आहेत.'

'पण म्हणजे तुमच्या त्या राज्यात माझ्यासारख्यांना राहता येईल की, फक्त तुम्ही पार्टीवालेच तिथं राहणार?' फेलानीनंही तिरकस प्रश्न केला.

'राहावं ना, राहावं लोकांनी. पण आम्ही म्हणू तसं राहावं. त्या राज्यात आमचे कायदे, आमच्या परंपरा चालतील, त्यांचा आदर करून तसं राहावं.'

‘म्हणजे मागच्या वेळेसारखंच ना, मागचं आंदोलनही याच कारणांनी झालं. काय झालं त्याचं पुढं? लोकांची वाताहत झाली आणि पक्षातली लोकं मात्र गबर झाली, तेच तुमचीही पार्टी करेल, दुसरं काय?’ ती हसतच म्हणाली.

‘कुरमणी हसू नकोस, हा चेष्टेचा विषय नाही. आपल्या लोकांवर किती भयानक अत्याचार होताहेत, याची तुला कल्पनाही नाही. आता पाणी डोक्यावरून चाललंय.’

त्याचा संताप पाहून फेलानी गप्पच बसली. त्याच्याबरोबर शांतपणे चालू लागली. त्याच्या घरी पोहचली, तर सुमला अंगणात शांतपणे बसली होती. तिच्या अंगाभोवती करकचून बांधलेल्या लाल डोखोनाशी खेळत होती. बरी दिसत होती. मुलगाही शाळेत गेला होता. मग घरी जाऊन बघ, असं हा का म्हणाला असेल. सगळं तर ठाकठीक दिसतंय. निवडुंगाच्या झाडाखाली बसत ती संतापात अंगठ्यानं माती उकरू लागली. पण बुलेनला काही विचारायची तिची हिंमतच होईना.

घरातून कुणाच्या तरी कण्हण्याचा आवाज आला तसं तिनं आत डोकावून पाहिलं. तेरा-चौदा वर्षांची एक मुलगी पातळशी गोधडी पांघरून झोपली होती. कण्हत होती, रडत होती. थरथरत होती. तिच्या डोक्याशी एक पोक्त बाई बसली होती. डोक्यावरून हात फिरवत त्या मुलीला शांत करण्याचा प्रयत्न करत होती.

‘काय झालंय?’

ती बाई गप्पच.

‘बरं नाहीये? मलेरिया झालाय का?’

बुलेन संतापानं दातओठ खातच आत आला.

तेवढ्यात ती बाईच म्हणाली, ‘बघा, हे तुमच्या सरकारचे, तुमच्या पोलिसांचे प्रताप. माझ्या फुलासारख्या मुलीवर गिधाडांसारखे तुटून पडले ते. पार नासवून टाकली पोर त्यांनी.’ असं म्हणत त्या बाईनं पोरीच्या अंगावरचं पातळ पांघरून बाजूला केलं आणि दिसला एका कोवळ्या देहाचा पुरता चुथडा. त्या मुलीची छाती रक्तबंबाळ झालेली होती. चावून चावून चोथा फेकावा, तसे छातीवरचे ते दोन गोल उकलून पडले होते. सगळ्या अंगावर बोचकारल्याच्या, चावल्याच्या खुणा होता. आणि खालून भळाभळा रक्त वाहत होते, वेदनेनं विव्हळत तो जीव अस्ताव्यस्त पडला होता.

फेलानी हादरलीच. लचके तोडून सोडून दिलेलं ते शरीर तिला पाहवेना. त्या मुलीची, तिच्याबरोबरच्या बाईच्या शरीराचीच नाही, तर मनाची अवस्थाही मरणासन्नच होती. पण या साऱ्यात आपला काय दोष हेच फेलानीला कळेना. ती बाई ‘तुमचं सरकार, तुमचे पोलीस’ असं का म्हणत होती. सरकारशी, पोलिसांशी आपलं काय देणं-घेणं हेच तिला कळेना. मुख्य म्हणजे त्या बाईच्या नजरेत आपल्याविषयी एवढा

विखार का होता, आपल्याकडं का ती तिरस्कारानं पाहत होती, याचीही तिला काही उकल होईना.

बुलेन तिरमिरीत बाहेर आला, तशी त्याच्या मागोमाग तीही अंगणात आली. तो हातात कुऱ्हाड घेऊन जे मिळेल त्याच्यावर संतापून घाव घालत होता.

'पाहिलंस ना कुरमणी, पाहिलं काय केलंय त्या कुत्र्यांनी? नातेवाईक म्हणून नाव घ्यायला ही एक बाई फक्त जगात उरलीये. या एकाच बाईनं माझ्या वाईट दिवसांतही मला साथ दिली. माझ्यावर बहिणीची माया केली. ही पोर म्हणजे माझी भाच्ची. अभ्यासात खूप हुशार. तिला कॉलेजात शिकायला जायचं होतं. मामा मी तुझ्याबरोबर राहते, कॉलेजात जाते, म्हणून मागे लागली होती. आणि हे भोग आले तिच्या वाटेला.'

'म्हणजे पोलिसांनी तिच्यावर अत्याचार केले?'

'हो, मोर्चात गेली होती हाच काय तो तिचा गुन्हा.'

'कसला मोर्चा?'

'आसाम आंदोलनाच्या वेळेस नव्हते का मोर्चे निघत, तसाच एक मोर्चा. त्यांना त्या वेळी त्यांचे हक्क हवे होते, आता आम्हाला हवेत, म्हणून मोर्चा निघाला होता. माणसं-बायका-पोरं त्या मोर्चात सहभागी झाले होते. तर हे साले आसामी पोलीस, सरकारचे भडवे आमच्या पोरींवर भर रस्त्यात तुटून पडले. कुत्र्यासारखे मुलींच्या मागे लागले. सरकारचा शह नसता तर दिवसाढवळ्या पोलिसांनी हे काम केलं असतं का, सांग?'

'पण ही आंदोलनं नेमकी कशासाठी?'

'वेगळ्या राज्यासाठी. आसाममध्ये राहायचंच नाही ना आता, म्हणून तर आपली लोकं मोर्चे काढताहेत, आंदोलनं करताहेत. या हरामी कुत्र्यांसोबत आता राहायचंच नाही. साले हरामखोर, माजलेत नुसते. त्यांना धडा शिकवायलाच हवा. बघ तू, कुत्र्याच्या मौतीनं तडफडून मरतील साले. हरी भंगुराचा पोरगा आणि त्याच्यासारखे बरेच जण ट्रेनिंगला गेलेत. तिकडं पहाडात त्यांचा खास ट्रेनिंग कॅम्प चाललाय. बॉम्ब बनवायचं ट्रेनिंग घेताहेत ते. त्यांना येऊ देत परत, या साल्यांना असं मारू, की चितेवर जाळायलाही काही उरणार नाही. बघच तू आता.'

'हम्म्मम.'- तिनं एक दीर्घ उसासा टाकला.

'हे असले उसासे टाकू नकोस. तूही बोडो आहेस हे विसरू नकोस आणि तू बोडो आहेस म्हणून मी तुला पुनः पुन्हा सांगतोय, की जरा अवतीभोवती बघ. हे जग आता आपलं उरलेलं नाही. तेव्हा बोडोंसारखी वाग, त्यांच्यासारखेच कपडे घाल. आपल्या माणसांना धरून रहा नाही तर या आसमिया कुत्र्यांबरोबर तूही फुकट मरशील.'

तेवढ्यात सुमला अंगणात आली. तिनं अंगावरचा डोखोना काढून फेकला. तशीच ती त्याच्या पुढ्यात येऊन उभी राहिली. तिला तसं पाहून न राहवून फेलानी म्हणाली, 'तू हिंदू आहेस, सुमला कोच जमातीची आहे आणि मग हे बोडो अस्मितेचं खूळ तुझ्या डोक्यात घुसलं कुठून? वेगळं राज्य मागणाऱ्या आणि माणसांना पेटवणाऱ्या, डोकी भडकावणाऱ्या या माणसांच्या पार्टीत तू कशाला जातोस?'

'या कोवळ्या जीवानं त्यांचं काय बिघडवलं होतं? मोर्चा काय असतो, हेसुद्धा तिला माहिती नव्हतं. गंमत पहायला म्हणून पोर मोर्चात गेली आणि त्या हरामखोरांनी... तिच्यासारख्या किती मुली त्यांनी कुस्करल्या तेव्हा हे सरकार काय शेण खायला गेलं होतं? बोडोंच्या पोरी आहेत ना मग भोगा बापाची इस्टेट असल्यासारखं. आम्ही काय नामर्द वाटलो की काय त्यांना. एकदा सहन केलंय मी. आता नाही या सुमलाचा काय दोष होता. भोगतोय ना आम्ही.'

सुमला अंगावरचा डोखोना सोडत होती, गुंडाळत होती. भुकावली होती. भूक लागली, की ती बेफाम व्हायची. तिला वेळच्या वेळी खायला घातलं नाही, की ती सारं घर डोक्यावर घ्यायची.

'मी जाते, तापलेली वाळू पार निवून गेली असेल. मुरमुरे संपलेत, आज केले नाही तर उद्या बाजारात काय विकू नी काय खाऊ.' ती विषय बदलत म्हणाली. मग उसनं अवसान आणत वातावरण जरा निवळायचं म्हणून त्याला समजावत म्हणाली,

'एक सांगू कुर्मा, तू जे काही म्हणतोस, ते खरंही असेल. मला ते काही कळत नाही. मला एवढंच कळतं, की ही पोटाची खळगी भरणं सोपं नाही. एक दिवस काम केलं नाही तर उपाशी राहायची, लेकराला उपाशी ठेवण्याची पाळी येते. ते पाहवत नाही. काय वाट्टेल ते करा, पण आम्हाला उपाशी राहावं लागेल असं काही करू नका, बाजार बंद पाडू नका.'

ती दाराजवळ पोहोचतच होती, तेवढ्यात बुलेननं तिला थांबवलं. केळ्याच्या पानात काही तरी गुंडाळून तिच्या हातावर टेकवलं. त्यात पालेभाज्या होत्या.

'करून घाल, त्याला आवडतात फार.' बुलेन म्हणाला.

ते पुडकं हातात घेत ती म्हणाली, 'संसार उभारायला, माणसं जपायला आयुष्य पुरत नाही आणि त्या घराची राखरांगोळी करायला एक क्षण पुरेसा असतो. एका रात्रीत होत्याचं नव्हतं होतं; आपलं झालं तसं.'

एकाएकी हुल्लड माजली. सगळे लोकं एकाच दिशेनं सैरावैरा पळू लागले. जरा काही खुट्टं झालं, कुठं गर्दी दिसली, की बाकीचे सगळे तमाशा पाहायला हजर, वस्तीतल्या लोकांना या अशा टाइमपासची सवयच झाली होती. आता काय झालं

म्हणत फेलानीही त्या दिशेनं पाहू लागली.

समोर काही अंतरावर लातूची आई दिसली. नेहमीसारखी कळकट्ट. लोकांच्या घरी धुणी-भांड्याची कामं करायची. वयानं-परिस्थितीनंही झुकली होती. राहायची अत्यंत गलिच्छ. तिच्याकडं पाहिलं, तर कुणालाही वाटेल, की बाईचं कामही असंच ओशट असेल. पण तसं नव्हतं. काम ती अत्यंत स्वच्छ-चकाचक करायची. जवळपासचे लोक आमच्या घरी काम कर, म्हणत तिच्या मागं लागायचे.

भाऊ-भावजयीच्या सोबतीनं कशीबशी ती जगत होती. लग्नानंतर फक्त पाच महिन्यांनी तिचा नवरा तिला कायमचं सोडून निघून गेला होता. तो बिहारी होता. सुतारकाम करायचा. तिच्या भावासोबतच मजुरीवर जायचा. तेव्हापासून ही एकटीच. घरकाम करून कमवायची आणि दोन वेळचं शिजवून खायची.

पण नवऱ्याविषयी तिनं कधी तक्रारीचा सूर लावला नाही. माझा नवरा भला माणूस होता, असंच ती नेहमी म्हणायची. भावजयीनं त्याच्या मनात माझ्याविषयी विष कालवलं, माझा संसार मोडला, असं ती सगळ्यांना सांगायची. त्याचं तिच्यावर कसं खूप प्रेम होतं, ते दोघे एकत्र हिंदी सिनेमे कसे पाहायचे, त्यानं सोन्याची अंगठी कशी भेट दिली होती याचं वर्णन, तसंच एक खूप सुंदर साडी, त्याच्यावर मॅचिंग बांगड्या एकदा तो हौशीनं घेऊन आला होता. मी खूप कष्ट करीन, पण आपलं हक्काचं घर बांधीन, असं तो म्हणायचा; अशा बऱ्याच आठवणी ती सांगायची. पण भावजयीनं त्या सुखात माती कालवली, असं तिचं ठाम मत.

त्या प्रेमाच्या दिवसांत फुललेलं फूल म्हणजे हा लातू. आता तोही मोठा झाला होता, पण आईच्या घरी न राहता कायम मामा-मामीच्या घरीच राहायचा. त्यांना मूलबाळ नव्हतं, त्यामुळे ते दोघंही त्याचे लाड करायचे. मामाकडेच तो सुतारकाम शिकत होता. त्याच्याचबरोबर कामाला जायचा. घरी आला, की मामी चांगलंचुंगलं करून त्याला खिलवायची. तिच्याच घरी पंख्याची हवा खात तो झोपायचा. आपली कळकट आई, तिची जेमतेम कमाई, त्यातून आणलेले डाळ-तांदूळ आणि आईच्या सतत सूचना, सततची रडरड त्याला नको व्हायची.

तसा त्याला कामातही रस नव्हता. 'मला नाही जमत,' म्हणत तो काम थांबवून शांत बसायचा. मामा रागावला, त्यानं त्याला कामाला लावलं, की मामी त्याचा कैवार घ्यायची. 'राहू दे काम, ये घरी निघून, माझ्यासोबत रहा' म्हणत तिनंच त्याला हरकाम्या आणि ऐतखाऊ बनवून ठेवलं होतं. आईची 'काम कर-काम कर' भूणभूण म्हणूनच त्याला नको वाटायची. त्यापेक्षा मामी आवडायची. मामीनंच त्याचेही कान भरले होते.

त्याची आई मोठमोठ्यानं शिव्या देत नेहमी म्हणायची, 'या वांझोटीनं माझा नवरा पळवून लावला. आता माझ्या पोराला बिघडवतेय. त्याला माझ्यापासून

तोडतेय, साली हलकट.’ रोज रात्री हाच तमाशा. मामीची झोपमोड व्हायचीच, लातूचीही. तो उठून काही बोलायच्या आत मामी त्याला अडवायची. म्हणायची, ‘पागल झालीये रे ती, लक्ष नको देऊस, बसेल गप्प.’

आज मात्र या जन्माच्या वैरिणी एकत्र एकाच दिशेनं निघाल्या होत्या. साप-मुंगुसाची मैत्री झाल्यासारख्या शांत होत्या. लातू, त्याचा मामा, त्यांच्याबरोबर काम करणारे मजूर, जग्गू, नबीन, रत्नाचा बाप, ड्रायव्हर सगळे एकाच दिशेनं चालत होते. हे तसं नेहमीचंच होतं. वस्तीतले लोक एरवी एकमेकांशी कचाकचा भांडायचे, पण काही गडबड झाली, की ‘एक’ होत धावत सुटायचे. काय झालं-कसं झालं करत जे झालं त्याच्या चर्चा, अफवा आणि मतं यांना नुसतं उधाण यायचं.

पण आज कुणीच बोलत नव्हतं. सगळे साप पाहिल्यासारखे सुन्न उभेच होते. हादरले होते. थोडं पुढं जाऊन पाहिलं, तर बुरा दोरजीच्या घरासमोर गर्दी जमली होती. मिनोती आणि जॉनची आई तिथं आधीच पोहचल्या होत्या. फेलानीनं मिनोतीला विचारलं, ‘काय झालंय?’ तसं तिनं वाट मोकळी करून देत, तिलाच पुढं जाऊ दिलं, पाहू दिलं काय झालंय ते.

पाहिलं तर दोरजी आणि फूल दोघंही मान खाली घालून गुडघ्यावर बसले होते. दोघांनीही स्वत:चे कान धरले होते. नाक घासत होते. फूलचं दारू बनवण्याचं सामान रस्त्यावर इतस्तत: पडलं होतं. तापलेल्या उन्हात तो म्हातारा दोरजी बेशुद्ध पडायचाच बाकी होता. त्याचा झोक जात होता. तो इतका झुकला होता, की त्याचं डोकं जमिनीला घासत होतं. फूल नवऱ्याकडं पाहून मोठमोठ्यानं रडत होती. लोकं मात्र गप्प उभे. कुणीच काही म्हणायला, त्यांच्या मदतीला जायला धजत नव्हतं.

एकदम अंगात बळ आल्यासारखी फेलानी पुढं झाली. तिनं फूलला जवळ ओढलं. दोघी मटकन् खालीच बसल्या. तिच्या खांद्यावर डोकं टेकवून फूल रडू लागली. मग एकदम तिचे पाय धरत म्हणाली, ‘मोनीची मां, सांग ना त्यांना, सांग ना, मी का दारू बनवून विकते. त्याच्याकडून आता शिवणकाम होत नाही. पोट कसं भरायचं? औषधं कशी आणायची? औषध नाही मिळालं, तर तो मरून जाईल. त्याचा काही दोष नाही, त्यांना म्हणावं मला मारा, मारून टाका हवं तर, पण त्याला मारू नका. आजारी माणसाला कशाला मारता? त्याची काहीच चूक नाही. त्याला मारू नका, त्याला जगवायचं म्हणून तर मला हे सगळं करावं लागतंय, सांग ना त्यांना, समजावं ना.’

तो म्हातारा बायकोकडं पाहायचा प्रयत्न करत होता, पण त्याची मानसुद्धा वळत नव्हती. तो पुन्हा हेलपाटला. त्याच्याकडं पाहून फूलनं फेलानीचे पाय गच्च धरले. म्हणाली, ‘त्याला वाचव, त्याचा जीव वाचव. त्याला काही झालं तर मी कुणासाठी जगू? त्याला सोडा, त्याला मारू नका.’

‘गप्प बस, आता रडतेय. सोंग करतेय, ढोंगी कुठली. दारू बनवून विकत होती तेव्हा नव्हती का ही अक्कल? आता लोकांच्या हाता-पाया पडून काय उपयोग, नीच बाई.’- दोन तरणेबांड पोरं समोर उभी होती. त्यांच्या हातात बंदुका होता. त्यातलाच एकजण फूलच्या अंगावर खेकसला. बाकीची लोकं घाबरून दोन दोन पावलं मागं सरकली.

‘आता परत जर दारू बनवून विकली, तर तुकडे करून फेकू तुझे, याद राख. हिनंच नाही दुसऱ्या कुणीही दारू बनवण्याचा, विकण्याचा उद्योग केला, जुगार खेळला, आकडे लावले तर त्याचीही हीच गत करू, लक्षात ठेवा’, असं म्हणून त्यानं बंदूक काढली. हवेतच गोळीबार केला. लोक घाबरले. भेदरले. फेलानी मात्र तिथंच फूलजवळ बसली होती. फूल तसेही तिचे पाय सोडायलाच तयार नव्हती.

ती पोरं त्यांच्या जवळ आली. अत्यंत हळूच, अगदी नम्रपणे फेलानी म्हणाली, ‘माझं ऐका, तो म्हातारा खूप आजारी आहे. त्याला राहू द्या इथंच. मारू नका. कुठं जातील ते अशा अवस्थेत?’

‘दारू बनवताना आजारी नव्हता का म्हातारा?’

‘दारू मी बनवत होते, ते नाही. मला मारा, पण त्याला मारू नका. त्याला हाकलू नका इथून.’ फुल विनवत म्हणाली.

‘तोंड बंद कर तुझं.’

फूल गप्पच झाली. पण फेलानी म्हणालीच,

‘हा आजारी म्हातारा इथं कोपऱ्यात पडून राहिला, तर कुणाचं काय नुकसान होणार आहे. त्याच्यापासून कुणाला काय धोका आहे? त्याला मारून काय मिळणार! आधीच भाजीपाला झालाय त्याचा.’

शांतपणे बोलणाऱ्या नीडर फेलानीचा चेहराच अत्यंत खमका होता. मग त्यांना काय वाटलं कुणास ठाऊक. एक जण म्हणाला,

‘जा मरा. आत जाऊन गप मरा. जा आत, ऊठ गं भवाने.’

‘मी नको, मला मारा हवं तर.’

फेलानीनं म्हाताऱ्याला उठवलं. त्या पिस्तुलीला काडीची किंमत न देता ती त्या दोघांना घेऊन घरात गेली. म्हाताऱ्याला घोटभर पाणी दिलं. स्वतःच्या सदोरनेच त्याचं तोंड पुसून दिलं.

तसं ती पोरंही निघाली. मोटरबाईकवर जाऊन बसली. एक्सलेटर पिळत, घँ.ऽऽ आवाज करत तिच्याजवळ आली. फेलानी आतून घाबरलीच होती. मोनीला घेऊन केळीच्या कचऱ्याच्या ढिगात लपली तोच क्षण आठवला तिला. कुठल्याही क्षणी आपल्याला जिवंत जाळतील या भावनेनं आतड्यांना पीळ पडत होता, तेही आठवलं. पण ती गप्प उभीच राहिली.

‘तू आमच्यातलीच आहेस ना, मग या भेसळ रक्ताच्या माणसांसाठी आमच्याशी का वैर घेतेय, तुला का त्यांचा एवढा पुळका आलाय?’ एकजण म्हणाला.

‘या घुसखोरांना इथून जावंच लागेल, तू का त्यांच्यासाठी उगीच ‘आपल्या’ माणसांशी भांडतेय.’ दुसऱ्यानं विचारलं.

‘कुठं जातील ते?’ तिनं विचारलंच. पण तोवर ते एक्सलेटर पिळत निघूनही गेले.

कोण असतील ही पोरं? त्यांना स्वतंत्र राज्य हवंय कुणासाठी? कशासाठी? कुणाला त्यांच्या राज्यात राहू देतील? कुणाला हाकलून देतील? त्यांना वाटण्या हव्या आहेत. कशाकशाच्या वाटण्या करतील? नदीतून पाणी वेगळं करतील? झाडं वेगळी काढून नेतील? काली बुरीला तिच्या काली मातेपासून वेगळं करू शकतील? माझ्यापासून वेगळं करू शकतील? सुमला-मिनोती, जॉनची आई, जग्गूची बायको, फुल या बायका एकमेकींहून वेगळ्या कशा? त्यांची दुःख कोणत्या जातीत वेगवेगळी करायची? एका राज्यातून दुसऱ्या राज्यात जायला पक्ष्यांनाही बंदी घालतील का? नदीत पोहणाऱ्या माशांना सीमारेषा आखून देतील का? फुलांचा गंध कसा रोखून धरतील? एका जमातीनं फुलांचा सुवास घ्यायचा, बाकीच्यांना मनाई असे नियम करता येतील का? परागकणांना अडवून धरतील की काय ही माणसं? हे सारं जमणार नसेल, तर मग या माणसांना राज्य, जमिनी हे सारं वेगळं का हवं? कशासाठी हा अट्टहास?

पण या मूलभूत प्रश्नाचं उत्तर तिच्याकडे नव्हतंच.

फेलानी घरी पोहचली तेव्हा काळोख व्हायला लागला होता. कामं पडली होती. मुरमुरे बनवायचे होतेच. स्वयंपाक करायचा होता. कपडे धुवायचे होते. आभाळ भरून आलं होतं. पाऊस कधी पडेल याचा नेम नव्हता. त्यात तिची सदोर रक्तानं माखली होती. बाजारात जायला तेवढी एकच बरीच सदोर तिच्याकडं होती. रक्ताचे डाग तसेही निघणं अवघड, लवकर धुतले नाही तर निघणार नाहीतच.

काली बुरीच्या अंगणातल्या मोरीवर ती कपडे धुवायला घेऊन गेली. मोनीनं मोरी इतकी सुंदर केली होती, की कपडे धुणंही सोपं झालं. सदोरवरचे रक्ताचे डाग धुता धुता तिचं मन तिला विचारत होतं, आपल्याही रक्तात किती वेगवेगळ्या माणसांच्या रक्ताची सरमिसळ झालेली आहे.

तिची आजी, रत्नमाला? ती अहोम. आसमियाच.

आजा-माहूत किनाराम बोडो.

तिची आई? ती नक्की कोण? तिच्यात कुणाचं रक्त जास्त असेल अहोम की बोडो?

आणि तिचं काय? तिच्या शरीरात तर बंगाली खितीश घोषचं रक्त. म्हणजे ती बंगाली का?

पण तिच्या पोटात तर कोच जमातीच्या माणसाचं पोर वाढलं.

मग ते पोर नक्की कोण?

कोण आपण नक्की, फेलानीला प्रश्नच पडला. मग तिला रत्नमालाची ती सोन्याची माळ आठवली, किनारामच्या आईनं कधी तरी डोखोना घातला असेल, तिच्या आईच्या बंगाली शंखाच्या बांगड्या, मोनीच्या जन्माच्या वेळेला त्याच्या वडिलांनी दिलेले पारंपरिक कोच मुगा कपडे, असं बरंच काही तिच्याकडं होतं. त्यातलं नेमकं तिनं काय घालायचं? तेव्हा बैश्य म्हणत होते, की त्या बांगड्या काढून फेक, तू बंगाली नाहीस, आसामी आहेस हे कळू दे लोकांना. आणि आता बुलेन म्हणतोय, की तू आसामी नाहीस बोडो आहेस ते लोकांना कळावं म्हणून डोखोना घाल. ते दोन बंदूकधारी धमकी देऊन गेलेत, की त्या भेसळ रक्ताच्या लोकांची संगत ठेवायची नाही. नाही तर तिची खैर नाही.

म्हणजे जगायचं असेल तर आता काय काय करायला हवं?

आकाशात ढगांची बेसुमार गर्दी झाली होती. पाऊस झाला तर मुरमुरे बनणारच नाहीत. सगळं सादळून जातं. रोजीरोटी महत्त्वाची, रक्ताची गणितं नंतर असं म्हणत तिनं भरभर कपडे धुतले. मुऱ्हे बनवायला घेतले. मोनी भूक भूक करत येईल. स्वयंपाक व्हायचा होताच. हे सगळं चटचट करत तिनं मुरमुरे बनवायला घेतले. ताज्या मुरमुऱ्यांचा गंध, वाफेनं पसरलेला मंद दरवळ घरभर पसरला.

फेलानीचे रक्ताचे हिशेब मात्र अर्धवटच राहिले.

चोवीस

सोसाट्याचा वारा आणि तुफान मुसळधार पावसानं साऱ्या वस्तीला धारेवर धरलं.

वादळच ते; वाऱ्याच्या वेगानं आलं. तीन-चार तास त्यानं सारं झोडपून काढलं आणि मग हळूहळू शांत झालं. मिणमिणत्या कंदिलासमोर काली बुरी ध्यान लावून, डोळे मिटून शांत बसली. वादळ येईल, जोरदार वारं सुटेल, अशी शंका जरी आली, तरी काली बुरी झोपायचीच नाही. कंदील उजळवून शांतपणे बसून राहायची. तिच्या घराचे वासे मोडकळीस आले होते. छप्पर गळायला लागलं होतं. घरभर पाणी गळायचं. एखाद्या मोठ्या वादळात घर सहज पडेल इतकं मोडकळीला आलं होतं. फेलानी राहायची त्या भागात मोनीनं बुलेनच्या मदतीनं जरा डागडुजी केली. काही टेकू लावले. फेलानीनं काली बुरीलाही कितीदा विनवलं, की मी पैसे खर्च करते; पण आपण थोडी तरी घराची मरम्मत करू. पण काली बुरी ऐकेचना. तिला फक्त दुर्गापूजेचे वेध लागले होते. एक पै ती दुसऱ्या कशावरही खर्च करायला तयार नव्हती.

वादळ शांत झालं. काली बुरी झोपली, याची खात्री करून घेऊन फेलानीही झोपायला गेली. अंथरुणावर पडताच मोनीलाही चटकन गाढ झोप लागली. फेलानी मात्र जागीच. तिचा काही डोळा लागेना. सारं जग झोपलं, पण फेलानीला मात्र हजारो चिंता खात होत्या. हजार प्रश्नांचे किडे तिचं डोकं कुरतडतच होते.

मध्यरात्र होत आली असावी, तेवढ्यात फेलानीचं दार वाजलं. बाहेरून मिनोती घाबऱ्याघुबऱ्या आवाजात हाका मारत होती.

'मोनीची मां, मोनीची मां, दार उघड. अगं उघड ना पटकन्. झोपलीहेस का?'

फेलानी वैतागलीच. आधीच तिला झोप लागत नव्हती. जरा डोळा लागला, तर ही अशी धाडधाड दार वाजवत हाका मारत आली.

'काल झालंय काय?'

वादळात झाड तर नाही पडलं हिच्या घरावर? पोरगं तर नाही आजारी पडलं? नेमकं झालं काय म्हणून ही अशी मध्यरात्री धावत आली, असा विचार करत

फेलानीनं दार उघडलं, तर मिनोती पोराला कडेवर घेऊन उभी. तेवढ्या अंधारातही ते गोबरं, देखणं बाळ हसरं दिसत होतं आणि मिनोती मात्र थकलेली, कधीही कोलमडून पडेल इतकी घाबरलेली दिसत होती.

'ये.'

'जेवण-बिवण?'

'नाही?'

'पोरगं पण उपाशीच आहे?'

'हो.'

फेलानीनं चुलीपाशी ठेवलेला भात काढला. काहीही झालं तरी सगळं अन्न संपवायचं नाही, घासभर तरी ठेवायचंच, अशी तिची जुनी सवय होती. तिनं कांदा चिरला. थोड्या तेलात कांदा परतून फोडणीचा भात केला. मिनोतीनं तो भात पोराला भरवला. भात खाऊन ते बाळ झोपलं, तसं उरलेला भात मिनोतीनं खाऊन टाकला. बाळाला मोनीच्या शेजारी झोपवून मिनोती शांत बसली. फेलानीनंही तिला काही विचारलं नाही. थोड्या वेळानं तीच म्हणाली, 'बाहेर व्ऱ्हांड्यात जाऊन बसायचं का?'

शाईच्या दौतीचा मोनीनं एक कावळा बनवला होता. त्यात रॉकेल भरलं, की तो भगभगीत पेटून उजळत राहायचा. तो कावळा हातात घेत फेलानी तिच्याबरोबर व्ऱ्हांड्यात आली. थोडा चंद्रप्रकाश होता, म्हणून फेलानीनं तो कावळा विझवून टाकला.

'तो आलाय का?'

'नाही.'

'मग एवढ्या रात्री तू अशी? झाड पडलं का घरावर?'

'नाही.'

'मग?'

'घरात कुणी शिरलंय तुझ्या?'

'हो, चारजण आहेत. त्याच्याच पक्षातले, त्याचे सहकारी.'

'कधी आले?'

'भर पावसात आले मघाशी.'

'किती जण आहेत?'

'चार जण.'

'काय करताहेत?'

'झोपलेत.'

'मग त्यांना काही पाहुणचार नाही केलास? जेवायबिवायला घातलं असशीलच.'

'नाही, जेवण्यासारखी अवस्थाच नाही त्यांची.'

'का?'

'सगळे जण आजारीच आहेत. दोघांना तर जुलाब होताहेत, रक्त पडतंय अक्षरश:. दुसऱ्या दोघांना खूप ताप आहे. अंग भाजतंय त्यांचं. ही चांगल्या घरची पोरं आहेत गं, आपल्यासारखं कुत्र्यासारखं जीणं त्यांना माहितीच नाही. माती-धूळ-खकाणा-फुफाटा त्यांना सवयच नाही त्याची. लाडाकोडात वाढलेली, ऐशोआरामात जगलेली पोरं ही, आज काय त्यांची अवस्था झालीये बघ. आणि कशासाठी हे सगळं. आपल्या कल्पनेपलीकडचं आहे सारं.'

'कुणाला कसल्या हाका येतात आणि कुणाच्या डोक्यात कसलं वारं शिरतं हे आपण कसं सांगणार? ज्यानं-त्यानं आपल्या मनाची ग्वाही घ्यावी. आपण करतोय ते चूक की बरोबर हे शेवटी ज्याचं त्याला तरी माहिती असतंच ना!'

'त्यांच्या अंगाला अनेक ठिकाणी जळवा लागलेल्या आहेत. रक्त वाहतंय. अंगावर कांजण्या उठाव्यात तसे दिसताहेत त्यांचे चेहरेसुद्धा. पायाला प्रचंड खरचटलंय, जखमा आहेत, पाय भप्प सुजलेले आहेत. मी त्यांना लाल सा करून दिला, तो पिऊन ते झोपले.'

'कुठून आलेत ते?'

'माहिती नाही, पण फार लांबून आले असावेत असं वाटतं.'

'आणि तू विचारलं नाहीस त्यांना, की इथं का आलात? त्याच्यामुळं का?'

'एकदा ते त्याच्याबरोबर आले होते. तेव्हा मी त्यांना जेवायला घातलं होतं. रात्रभर राहिलेही होते ते माझ्या घरात. आता का आलेत माहिती नाही, पण दऱ्याखोऱ्यातून लपतछपत आले असावेत.'

'अगं, पण तू त्यांना घरातच का घेतलंस?'

फेलानीच्या या प्रश्नावर ती एकदम गप्पच झाली.

'त्याच्यामुळे. तो तुला जीव की प्राण आणि हे त्याचे दोस्त. तुला निभवायलाच हवं ना नातं! का तुला त्याच्याविषयी एवढा कळवळा? केलंय काय त्यानं तुझ्यासाठी आजवर? मरशील तू त्याच्यापायी, फुकट मरशील तू, लक्षात ठेव.'

हे ऐकलं आणि मिनोती एकदम उसळलीच. संतापून म्हणाली,

'त्याला का या सगळ्यात ओढतेस? तुला का त्याचं एवढं जहर आहे? जळतेस तू, तुम्ही सगळ्याच जळता माझ्यावर. त्याच्यासारखा माणूस तुमच्याकडं पायपुसणं म्हणूनसुद्धा पाहणार नाही, म्हणून तुम्हाला माझा हेवा वाटतो ना? त्याचं माझ्यावर प्रेम आहे. तो माझ्या ओढीनं येतो. मला त्याच्यापासून मूल झालंय, हे सारं सहन नाही होत तुम्हाला, अगदी तुलाही.'

त्याच्याविषयी काही बोललं की मिनोती हे असं तोफांड हमखास करायची.

फेलानीनं तिच्याकडं दुर्लक्षच केलं. फेलानी गप्पच बसली. मिनोतीनं मनातलं सारं ओकून काढलं आणि मग आपण काय बोललो, हे लक्षात आल्यानं ती जरा ओशाळलीच. हळूच म्हणाली,

'काही तरी भयंकर मोठा घोळ असला पाहिजे.'

'पोलीस किंवा आर्मीवाले मागावर आहेत का त्यांच्या?'

'ते कसले घाबरतात पोलीस आणि आर्मीवाल्यांना?'

'मग?'

'ते काय बोलत होते, ते मला काही धड कळत नव्हतं, पण काही तरी मोठी भानगड असेल हे नक्की.'

'मग काही तरी भानगड आहे कशावरून?'

'ते आले, मी त्यांना हात-पाय धुवायला गरम पाणी करून दिलं.'

'गरम पाणी? ते कशाला? तेही या एप्रिलच्या उन्हाळ्यात. कमाल आहे.'

'त्याला कायम गरम पाणीच लागायचं, मी त्यांच्या घरी काम करायची ना, तेव्हापासूनची त्याची सवय. या लोकांना गार पाण्याची सवय नसते गं, मला माहितीये.'

'आणि म्हणून तू त्याच्या मित्रंनाही गरम पाणी करून दिलंस.'

तिच्या प्रत्येक वाक्यासरशी फेलानीचा संताप संताप होत होता. पण मिनोतीला काहीच सांगून उपयोग नव्हता. त्याच्या प्रेमात ती पुरती पागल होती. तो म्हणाला असता जीव दे, तर काही विचार न करता जीव द्यायला गेली असती.

'मग मी त्यांना लाल सा दिला, थोडे मुरमुरे दिले.' मिनोती सांगू लागली.

'माझ्या घरात दोन डाळिंब होते, मग मी त्याचा ज्यूस केला. जुलाब होत होते म्हणून दोघांना तो ज्यूस दिला. ते म्हणाले, तू झोप शांतपणे. आम्ही पहाट होताच निघून जाऊ, पण मीच त्यांना अंथरुण-पांघरुण काढून दिलं. त्यांनी बाळाचंही खूप कौतुक केलं. काय म्हणाले माहितीये...'

फेलानी मनात म्हणाली, काय म्हणणार तुझ्या मूर्खपणाचा फायदा घेत होते.

'ते म्हणाले, हा एकदम त्याच्या बाबासारखाच दिसतो.' हे सांगतानाही मिनोती लाजून लालेलाल झाली. त्याच्या नुसत्या आठवणीनं तिला मोहरून आलं. फेलानी तिच्या चेहऱ्यावरचा त्याही अवस्थेतला आनंद पाहत होती.

'मग पुढं काय झालं?'

'त्यांचा काही तरी वाद चालला होता, भांडतच होते.'

'कसला वाद?'

'मला काही फार कळलं नाही त्यातलं.'

'तरी, काय बोलत होते ते तर सांग.'

‘ते कुठल्या तरी विदेशी कंपनीला अत्यंत घाणेरड्या शिव्या देत होते. याच विदेशी कंपनीनं त्यांना बंदुका चालवण्याचं, बॉम्ब फोडण्याचं ट्रेनिंग दिलं. आता ते कंपनीवाले यांच्याकडे खूप पैसे मागताहेत. ते पैसे त्यांना द्यायचे म्हणून ही माणसं चहामळे मालकांकडे खंडणी मागत फिरताहेत.’

‘त्यात काय नवीन नाही, खंडण्या मागणं, लोकांना लुटणं, गोळ्या मारणं हे त्यांना सवयीचंच झालंय. त्या मारवाड्याला कसं मारलं पाहिलं ना आपण.’

‘मी तुला सांगतेय ना, ते काय बोलत होते मला काही धड कळत नव्हतं. पण एकशिंगी गेंड्यांना मारून ते शिंगं विकायचं, असं ते काही तरी म्हणत होते. त्या कंपनीवाल्यांनी त्यांच्याकडे दोन शिंगं मागितली आहेत म्हणे. त्यांच्यापैकी एकानं दोन गेंडे मारून शिंगं त्यांना दिली. त्यावरूनच त्यांचा काही तरी वाद चालला होता. संतापलेलेच होते. त्यांच्याकडे ड्रग्जही आहेत, त्या विदेशी कंपनीच्या सांगण्यावरूनच त्यांना ड्रग्जची वाहतूक करावी लागतेय. ही असली कामं करावी लागतात म्हणून ते संतापलेले होते. पिस्तूल चालवण्याचं ट्रेनिंग देऊ पण त्या बदल्यात एक बँकही लुटून पैसे आणून द्या, असं त्या कंपनीवाल्यांनी सांगितलं. यांनी तेही केलं. त्या कंपनीनं मग या पोरांना पिस्तुली दिल्या, पण त्या सगळ्याच खराब झालेल्या, बिनकामाच्या निघाल्या. म्हणून ही माणसं भयंकर संतापलेली दिसली. म्हणजे त्यांच्या बोलण्यातून मला एवढंच कळलं.’

‘म्हणजे आता ते कंपनीवाले यांच्या मागावर आहेत तर.’

‘काय माहिती नाही, पण त्यांच्याच पक्षात फूट पडली आहे. काहीजण पार्टी सोडून द्यायचा विचार करताहेत.’

‘पार्टी सोडून काय उपयोग? पोलीस-आर्मीवाले सोडणार आहेत का यांना असंच?’

‘ते मला नाही माहिती?’

‘आणि तुझ्या ‘त्याचं’ काय?’

मिनोती काहीच बोलली नाही.

‘काय विचारतेय मी, तू त्यांना विचारलं नाहीस का, ‘तो’ कुठंय?’

‘विचारलं ना.’

‘मग?’

‘तोही पार्टी सोडून देणार आहे, असं म्हणाले.’

‘मग काय, तो तुझ्याकडं येईल परत ना.’

‘मला नाही माहिती.’

‘का? तुला आनंदाच्या उकळ्या नाही फुटल्या, तो परत येणार म्हणून.’

मिनोती पुन्हा गप्पच झाली.

'आल्यावर तुला आणि तुझ्या मुलाला घरी घेऊन जाईल. हीच माझी बायको असं सगळ्यांना सांगेल, हो की नाही?'

मिनोती खाली मान घालून गप्पच.

'आणि त्याच्या सेवेत हजर होत तू आनंदानं तो म्हणेल तेव्हा, म्हणेल तिथं त्याच्याबरोबर आनंदानं झोपशील. धन्य होशील.'

मिनोती यावरही शांतच होती.

'तुझ्यासाठी, पोरासाठी पैसे कमावून आणेल का तो, सांग ना.'

मिनोती गप्पच.

'अगं सांग ना, बोल ना काही तरी.. काय कसल्या आशेवर त्याची वाट पाहतेस तू, ते तरी सांग.'

खाली मान घालून बसलेल्या मिनोतीची नजर वर करून पाहायची हिंमत नव्हती. फेलानी मात्र जाम भडकली होती. एवढ्या तावातावानं बोलणं, हा तिचा स्वभाव नव्हता. पण मिनोतीचं असं वाहवत जाणं, जीवावर बेतेपर्यंत त्याच्यामागं वेडं होणं तिला पाहवत नव्हतं.

'मी काय बोलतेय कळतंय का तुला? बोल ना आता, एवढी का गप्प बसलीहेस, दे ना उत्तर. कळत कसं नाही तुला. अगं, तुला वापरतोय तो. वाट्टेल तेव्हा अंगाखाली घेतो, वाटेल तेव्हा फेकून देतो. पान खाऊन थुंकून टाकावं, तसं जगण्यातून थुंकून टाकतो तुला प्रत्येक वेळेस. हे कळत कसं नाही तुला?'

मिनोती फक्त सुन्न बसून राहिली. काहीच बोलली नाही.

पहाट व्हायला आली होती. पक्ष्यांचा किलबिलाट सुरू झाला. फेलानीचं भडकलेलं डोकं मात्र शांत व्हायला तयार नव्हतं.

'उजाडायला लागलंय, जा तू आता. गेले असतील ते एव्हाना, मलाही जरा पडू दे.' असं फेलानीनं म्हणताच मिनोतीनं झोपलेल्या लेकराला कडेवर घेतलं आणि एक शब्द न बोलता फेलानीच्या घरातून निघून गेली. फेलानीही मोनीजवळ जाऊन आडवी झाली.

बाजारात बोहणी तरी चांगली झाली. एका माणसानं तिचे सारे मुऱ्हे विकत घेतले. मुरमुरेही चटकन् विकले गेले. मुरमुरे होतेच भारी, एकदम चांगल्या प्रतीची साळ होती. त्यामुळे कुरकुरीत मुरमुरे पटकन् संपले. हल्ली मोनीही बांबूच्या आणि वेताच्या सुंदर वस्तू बनवायला लागला होता. पेन्सिल स्टॅण्ड, फुलांच्या परड्या, स्वयंपाकघरातल्या वस्तू ठेवायला छोटंसं स्टॅण्ड, असं बरंच काय काय तो बनवत होता. त्याचं काम इतकं नाजूक, सुंदर आणि आकर्षक होतं, की कुणीही पटकन् त्या वस्तू विकत घ्यायचं. आजही दोन परड्या सोडल्या, तर फेलानीच्या सगळ्या वस्तू विकल्या गेल्या.

मिनोती आणि जॉनची आई काही आज तिच्यासोबत बाजारात आल्या नव्हत्याच. त्या दोनच परड्यांसाठी बसून राहणं, काही तिला प्रशस्त वाटेना. ती दमली होती. रात्रभर झोप झाली नव्हतीच, डोकं दुखत होतं. भणभणत होतंच. एक कप चहा प्यावा असं वाटलं, पण एकटीनं जग्गूच्या टपरीवर जावंसंही वाटत नव्हतं. शेवटी ती घरी निघाली. थोडी पुढं जात नाही तोच नबीननं हाक मारली.

'मामी, आज लवकर निघालीस?'

'हो, जाते आता.'

'परड्या किती सुंदर आहेत, बघू.'

फेलानीनं पुस्तकाच्या गंजावर परड्या ठेवल्या.

'कोणी बनवल्या? मोनीनं?'

'हो, त्यानंच केल्या.'

'किती सुंदर केल्या आहेत, निगुतीनं विणलेल्या दिसतातच, फुलं बघ किती नाजूक-खरीच वाटतात, मला दे ना एक.'

फेलानी त्याच्या दुकानासमोरच फतकल मारून बसली. पूर्वीचा तिच्यातला संकोच कुठच्या कुठं पळून गेला होता. तिच्या मैत्रिणींसारखी तीही कुठंही बसून मस्त चहा प्यायला शिकली होती. पूर्वी तर मोठ्यानं किंवा ओरडून बोलणंही तिला माहिती नव्हतं, आता तिचाही आवाज चढायला लागला होताच. फेलानी काळाबरोबर बदलली होतीच.

'घे ना,' त्याला परडी देत ती म्हणाली.

'एक नको, दोन्ही दे मामी, घरात कांदे-बटाटे कुठंही पडलेले असतात. या परड्यांचा उपयोग तरी होईल.'

'वा! घरात लक्ष वाढायला लागलं तुझं. मनात लाडू फुटायला लागलेत ना आता.'

नबीन फक्त हसला. मग फेलानीच म्हणाली,

'या परड्यांचे पैसे नको देऊस, जे काय होतील त्यातून तुझे आधीचे पैसे काढून घे आणि उरलेच काही तर त्यातून एक पेन्सिल आणि खोडरबर फक्त दे.'

'चहा घेणार? की दुसरं काही सांगू?'

'या शहरी माणसांसारखं बोलणं जमायला लागलं तुला. एकदम औपचारिकपणे विचारतोहेस.'

दोघंही खळखळून हसले.

'सांग चहा, पण लवकर सांग, मी दमलेय रे, घरी जाऊन थोडावेळ पडेन म्हणतेय.'

'का? रात्रभर मुरमुरे करत बसली होतीस की काय?'

तेवढ्यात एक पोऱ्या तिच्यासाठी चहा घेऊन आला. पाय लांब करून बसत तिनं गरमागरम चहाचा एक घोट घेतला आणि म्हणाली,

'मिनोती आली होती रात्री. वादळ ओसरलं आणि या बाई आल्या.'

'एवढ्या रात्री कशाला आली होती? सुपारीचं झाड पडलं, की काय तिच्या घरावर? किती दिवस झाले मी तिला सांगत होतो की ते झाड कललंय, पडेल पण ऐकत नाही ती.'

'झाड नाही, चार माणसं येऊन पडले होते तिच्या घरात.' फेलानीच्या बोलण्यातला कडवटपणा जात नव्हता. नबीनही जरा सावध होत म्हणाला,

'तो परत आला होता की काय?'

'ती पोरगी फुकट मरेल रे एक दिवस. पण बोलणार काय, वस्फटल्यासारखी वाट्टेल ते बोलते.'

'गेले की आहेत अजून?'

'गेले असतील, पहाटेच जाणार होते.'

नबीनला सारं सांगून टाकावं, असं तिला फार वाटत होतं. पण दुकानात गिऱ्हाईकांची वर्दळ होती. एक मुलगा आला आणि पेन घेऊन गेला. मग एक बाई छोट्या मुलाला घेऊन आली, तिला वह्या घ्यायच्या होत्या. मग एक म्हातारा आला. त्याच्याकडं वेळच वेळ होता. खिशातून काही तरी कागद काढून, मग हातातल्या भिंगानं त्यावरची अक्षरं वाचत तो बराच वेळ रेंगाळला. त्याला पुस्तकं घ्यायची होती, तर बराच वेळ काहीबाही उचलून पाहत होता. तेवढ्यात फेलानीलाही त्यानं दोन वह्या काढून दिल्या. नबीनला बोलायला फुरसतच नव्हती.

तेवढ्यात पेपर टाकणारा पोऱ्या सायकलवरून आला. त्यानं नेम धरून पेपरची पुंगळी फेकली, ती बरोबर नबीनच्या मांडीतच येऊन पडली. हे पेपरवाले सायकलवरून न उतरता, पेपरच्या पुंगळ्या कशा काय फेकतात, याचं फेलानीला फार अप्रूप वाटायचं. त्याचा नेम कधी तरी तर चुकावा आणि पुंगळी भलतीकडेच पडावी असं तिला फार वाटे. पण तसं कधी घडलं नाही. आत्ताही पेपर बरोबर नबीनजवळ येऊन पडला.

किती दिवस झाले मोनी 'आपल्या घरी पेपर लाव' म्हणून तिच्या मागं लागला होता. पण खर्चात आणखी एक भर नको म्हणून तिनं कायम तो विषय टाळला. सध्या दिवस बरे होते. बाजारात बऱ्यापैकी विक्री होत होती. पण परिस्थितीचा भरवसा नव्हता. पैसा साठवणं भाग होतं. पावसाळ्यासाठीची बेगमी आत्ताच करून ठेवावी लागणार होती. पण निदान आजतरी मोनीसाठी पेपर घ्यावाच, असं तिला वाटलं. तसा तिनंही एक पेपर विकत घेतला.

नबीननं ताजा पेपर उलगडत वाचायला सुरुवात केली. पहिल्या पानावर

चहाच्या मळ्यात गोळीबार झाल्याची बातमी होती. पाल म्हणून एका मजुराची आणि जैन नावाच्या एका चहामळा मालकाची खंडणीसाठी हत्या झाल्याची हेडलाइन होती.

तिच्या काळजाचा ठोकाच चुकला. मिनोतीचं बोलणं आठवलं. खून करून ती माणसं काल मिनोतीच्या घरात लपली होती. नबीननं पेपर बाजूला ठेवत एका कागदात फेलानीला दोन वहया बांधून दिल्या. तशी ती उठली. घरी जायला निघाली.

'जाते, माणसांचे मुडदे पडण्यापलीकडं दुसऱ्या काही बातम्या या पेपरातही दिसत नाहीत.'

'या पोरांची डोकी फिरलीहेत मामी. फार भयानक चाललंय सगळं', नबीन म्हणाला. अलीकडच्या काळात तिला नबीनचा बरा आधार वाटत असे. त्याच्याशी बोलून मन मोकळं करावं, मिनोतीची सगळी कहाणी सांगावी, असं तिला फार वाटलं. पण आत्ता बोलणं बरं नव्हतं.

'काय होईल पुढं, काय वाटतं?' तिनं विचारलं.

'काही तरी तर होईलच, पण आपल्यावर काही परिणाम होईल, आपल्याला फार बरे दिवस येतील असं काही वाटत नाही. नावाचाच बदल, जीणं चालूच राहणार.'

नबीन हसला. मग म्हणाला, 'हा बाजार सुरळीत चालू राहिला पाहिजे, बाकी काहीही हो, म्हणजे निदान पोटाचे प्रश्न तरी छळणार नाहीत.'

'खरंय तुझं. काहीही झालं, तरी पोट जाळावंच लागतं.' असं म्हणत तिनं मुरमुऱ्याच्या रिकाम्या बाचक्यात वह्या टाकल्या आणि निघाली. पण आज तशी काही घरी पोहचण्याची घाई नव्हती. आरामात निघाली. मन बेचैन होतंच. कालच्या वादळी पावसानं सगळं धुऊन निघत चकचकीत झालं होतं. समोर डोंगर निळे दिसत होते. पर्वतावरचे बर्फाचे पांढरे थर वितळलेले होते. अवतीभोवती सारं शांत होतं. वाऱ्याबरोबर चालताना तिच्या मनावरचं ओझंही हलकं होत गेलं. विचार विरले. आता ती एकटी चालत होती, स्वत: स्वत:च्या सोबत. ना मोनी होता, ना जॉनची मां, ना मिनोती, नबीन, काली बुरी... कुणीही तिच्या मनाच्या कक्षेत नव्हतं. अगदी तो खरखरीत हाताचा स्पर्शही काही क्षण ती विसरली. आकाशाचा हात धरायला निघालेले निळसर पर्वत फक्त तिच्या सोबतीनं चालत होते.

फेलानीला वाटलं, या पर्वतांवरही माणसं राहायला येतील का? शेती करतील का? गावं वसतील का? शहरं गजबजतील का? का पर्वतांच्या पोटात घनदाट जंगलं असतील? मिनोतीचा तो सुंदर राजकुमार त्याच जंगलात कुठं तरी लपून बसलेला असेल का? आणि ते त्याचे मित्र? आता ते कुठं असतील? याच जंगलात गुडूप झाले असतील का? त्यांच्या अंगाला डसलेल्या जळवांच्या जखमा सुकल्या

असतील का? जुलाब थांबले असतील का? ताप उतरला असेल, की चढला असेल? चांगल्या घरची पोरं ही, चांगली शिकून-सवरून नोकरीला लागली असती, तर कसं झालं असतं त्यांचं आयुष्य? पोराबाळांच्या घरात सुखानं पाणी भरलं असतं कदाचित? आणि आज मात्र ते जंगलात, दऱ्याखोऱ्यांत जीव वाचवून पळताहेत. बॉम्ब कसे बनवायचे नी पिस्तुलींनी गोळ्या कशा मारायच्या, हे शिकताहेत. माणसं मारण्याचं आणि खंडणी मागण्याचं प्रशिक्षण घेताहेत. आणि एवढं करून हाती काय, तर कुणाची तरी गुलामीच. त्या विदेशी कंपनीची. त्यांच्यासाठी माणसं मारुन पैसे लुटावे लागताहेत. माणसांनाच नाही, तर जनावरांनाही मारावं लागतंय. हे कसले लढे नी कसल्या अस्मिता?

सूर्य मावळतीला झुकला होता. आकाश आपला रंग बदलत, वेगवेगळे आकार दाखवत होतं. उंच पर्वतशिखरांकडे, काळ्या होत जाणाऱ्या त्यांच्या पायथ्याकडे पाहत ती चालत होती. पावलं सराईतासारखी घरची वाट चालत होती. मन भलतीकडंच उडत होतं. पर्वतांच्या हाका ऐकत होतं, अशाच हाका त्या बंदूकधारी मुलांनाही ऐकू येत असतील, आताशा तर बुलेनलाही या वाटा पुकारू लागल्या आहेत.

त्या अंधाऱ्या निबिड वाटा माणसं गडप करून टाकतात. माणसांची श्वापदं होतात.

असं वाटलं आणि ती एकदम हादरलीच. भीतीनं पायात कापरं भरलं.

आणि पर्वतांच्या हाका मागे पडत, घराची ओढ तिला 'लवकर चल' म्हणू लागली...

पंचवीस

काली पूजेची तयारी जोरात सुरू झाली होती. काली बुरीची इतक्या वर्षांची परंपरा गेल्या दोन वर्षांपासून खंडित झाली होती. पैसा नाही म्हणून ती काली पूजा मनासारखी साजरी करू शकली नाही. यंदा मात्र तिनं पै-पै जोडली होती. यंदा पूजा होणार, या भावनेनंच म्हातारीच्या अंगात हत्तीचं बळ संचारलं होतं. वस्तीतही पूजेच्या तयारीच्या उत्साहाला उधाण आलं होतं. ती पूजा एकट्या काली बुरीची उरलीच नाही. सारी वस्तीच पूजेच्या तयारीत मग्न झाली. ज्याला जे जमेल, जसं जमेल तसं जो-तो करत होताच. कामावरून परतला की जग्गू आणि त्याचे मित्र वस्तीत फिरून पैसे-वस्तू-धान्य गोळा करत फिरायचे. सक्ती कुणावर नव्हती. ज्याची जशी ऐपत तसं तो द्यायचा. पैसे तर कुणाकडंच फार नव्हते. लोकं धान्य मात्र द्यायचे.

जग्गू महादेव बनून घरोघर जायचा. त्याच्याकडं वाघाच्या कातड्यासारखं प्रिंट असलेली एक पिवळी लुंगी होती. ती धोतरासारखी नेसून, अंगभर राख फासून, डोक्यावर जटाधारी मुकूट चढवून त्याची स्वारी निघायची. हातात डमरू घेऊन तो डम-डम-डम करत फिरायचा. लोकंही भक्तिभावानं त्या महादेवाला काही ना काही द्यायचेच. दर वर्षी त्याचा हा कार्यक्रम होता. कालीपूजा झाली, की लुंगी धुऊन, इस्त्री करून ठेवून द्यायचा. यंदा दोन वर्षांनी लुंगी काढली, तर ती बऱ्याच ठिकाणी विरली होती. कुठं कुठं फाटलीही होती. तेवढीच सेवा म्हणत जग्गूची आजारी बायको त्याही अवस्थेत उठून बसली. तिनं जमेल तशी ठिगळं त्या लुंगीला लावली आणि जग्गू यंदाही जोगवा मागायला निघाला. विशेष म्हणजे निघताना तो महादेव बायकोच्या पुढ्यात जाऊन उभा राहिला. डमरू वाजवत त्यानं महादेवासारखं तांडवही बायकोला करून दाखवलं. बायको आणि तो बऱ्याच दिवसांनी एकत्र मनापासून खूप हसले. ती बाई तिच्या साऱ्या वेदना विसरली. त्यानं दिलेल्या यातना, केलेली फसवणूक, बोललेले घाव सारं विसरत तिनं महादेव झालेला नवरा डोळे भरून पाहून घेतला.

काली बुरीच्या अंगातही काली मांचा संचार झाला. तीही हातात उजळलेला दिवा घेऊन घरोघर जोगवा मागायला जाऊ लागली. वस्तीतली भुतं बनलेली पोरं बरोबर असायचीच. महादेवही सोबत जायचा. सगळे डमरू वाजवून आईच्या आगमनाची वर्दी द्यायचे. डमरू जास्त वाजायला लागले, की महादेव जमिनीवर लोळण घ्यायचा आणि काली माता त्याच्या छाताडावर पाय ठेवून उभी राहायची. लोक मनोभावे नमस्कार करत, यथाशक्ती मदत करत. तांदूळ-डाळ, भाज्या, जे जमेल ते आईच्या ओटीत घालत.

फेलानी लांबून ही सारी मजा-मजा पाहत होती. विशेष म्हणजे काली बुरीच्या किरकोळ शरीरयष्टीत संचारलेलं हत्तीचं बळ पाहत होती. पण दुर्गापूजेची तयारी म्हणजे शेकडो कामं, त्यातली बरीच अजून बाकी होती. प्रसादासाठी फुटाणे आणि फळं हवी होती. गावातल्या सगळ्या लोकांसाठी महाप्रसाद म्हणून खिचडी करावी लागे. त्यासाठी काही किलो तांदूळ-डाळ, भाज्या, तेल, मसाले सगळं तयार ठेवावं लागणार होतं. धार्मिक विधींसाठी काही महत्त्वाचं साहित्य आणणं भाग होतं. पाच रंगांच्या आणि पाच वासांच्या, पाच प्रकारच्या फुलांची पावडर लागणार होती. पूजेसाठी विविध झाडांची पत्री, पाच झाडांची खोडं हे सगळं आवश्यकच होतं. हे सारं कसं होणार, फेलानीला प्रश्नच होता, पण काली बुरींच्या इच्छेपुढं सगळं सोपं होतं. काली बुरी झपाट्यानं सारं करत होती. बाकी काही नाही, तर काली बुरीला रोज सकाळी आपल्या बरोबर जेवायला बसवायचं, हे तिनं ठरवून टाकलं होतं. मोनीबरोबर रोज ती काली बुरीलाही जेवायला घालायची. अर्थात उपाशी राहून राहून म्हातारीचं पोट खपाटीलाच गेलं होतं. हाडांना चिकटलं होतं. चिमणी तरी जास्त खात असेल, इतकं कमी काली बुरी जेवायची. कितीही आग्रह केला, तरी चार घासाच्या वर जेवत नसेच.

काली पूजा एका दिवसावर येऊन ठेपली होती. नेमका त्याच दिवशी शहरातून एक भव्य मोर्चा निघणार होता. 'आसामपासून बोडोलॅण्ड वेगळा द्या,' म्हणत तो मोर्चा शहरभर फिरणार होता. शेकडो बायका त्या मोर्चात डोखोना घालून सहभागी झाल्या होत्या. पुरुषांच्या गळ्यात ओरणाई म्हणजेच बोडो पद्धतीचे लाल-पिवळे उपरणे होते. हायस्कूलच्या मैदानावर त्या मोर्चाचा समारोप होणार होता. तिथंच एक जाहीर सभाही आयोजित करण्यात आली होती. त्या गदारोळात आठवडे बाजार भरलाच नाही. फेलानी कालीमातेच्या पूजेच्या तयारीत रमली होती, तसंही तिनं मुरमुरे-मुऱ्हे काहीच बनवलं नव्हतं. त्यामुळं नुकसान काही झालं नाही.

तिन्हीसांजा होता होता पूजेला सुरुवात झाली. काली बुरी स्वत: तीन भल्यामोठ्या कढयांमध्ये खिचडी रांधायला उभी होती. फेलानी, मिनोती, जॉनची आई तिच्या मदतीला होत्याच. तीन मोठ्ठाल्या कढयांमध्ये खिचडी रटरटून शिजली. मध्यरात्र

होता होता काली बुरीच्या अंगात देवीचं वारं आलं. केसांच्या जटा झाल्या. तिनं तीन कबुतरं नरडी मुरगळत हातानंच चिरली. त्यांचं रक्त आईच्या अंगावर शिंपडत त्यांचा बळी दिला. जमलेले सारे भक्तगण काली बुरी समोर लोटांगण घालत होते. ते दृश्य पाहण्याची हिंमत फेलानीत नव्हती. आजवर कधीच ती अशा वेळी तिथं थांबत नसे. ती घराच्या पायऱ्यांवर शांतपणे बसून राहायची. आजही ती तशीच बसली होती. तेवढ्यात भक्तांमध्ये मोठा जल्लोष झाला. लोक जयजयकार करत होते. काय झालं पाहायला फेलानी धावली, तर काली बुरी जमिनीवर देवीसमोर निपचित पडली होती. लोकांमध्ये खिचडीचं महाप्रसाद म्हणून वाटप सुरू झालं होतं. लोकं खात होते. गप्पा मारत होते. काली बुरी मात्र देवीसमोर शांत झोपलेली. नेहमी असंच व्हायचं.

पण आज किती वेळ झाला, तरी काली बुरी उठून बसेचना. लोकांचा आरडाओरडाही जोरात सुरू होता. एकच कल्लोळ. खिचडीच्या कढाया रिकाम्या होत आल्या होत्या. फेलानी ताडकन् काली बुरीच्या जवळ गेली. एरवी ती काली बुरी उठून बसल्यावर तिच्यासाठी पाणी किंवा गरम चहा घेऊन जायची. पण आज आधीच जवळ जात तिनं काली बुरीला उठवायचा प्रयत्न केला. पण तिला हात लावताच फेलानीनं एकच किंकाळी ठोकली. काली बुरीचं शरीर एकदम थंड पडलं होतं, दगड जसा. हाताची नाडी लागतच नव्हती. काली बुरी काली मातेबरोबरच निघून गेली होती. लोकं जमा झाले. त्या अद्‌भुत श्रद्धेनं दंग झाले. जो तो काली बुरीच्या दर्शनाला धावू लागला. काली बुरी म्हणजे त्यांच्यासाठी साक्षात देवीचंच रूप होतं. तिच्या अंतिम दर्शनासाठी रेटारेटी सुरू झाली.

जॉनची आई घराकडं धावली. अस्थमानं हैराण झालेल्या नवऱ्याला ती दर्शनाला घेऊन येणार होती. काली बुरीच्या अंतिम दर्शनानं, तिच्या पवित्र शरीराच्या नुसत्या स्पर्शानं तिचा नवरा ठणठणीत बरा होईल, अशी तिची श्रद्धा होती. तिचीच कशाला, सगळ्यांचीच ती श्रद्धा. जग्गूही घराकडं धावला, त्याचं घर तसं लांब होतं. पण आपल्या मरणासन्न बायकोला तो दर्शनाला घेऊन येण्यासाठी घराकडं निघाला. तिला तशाच अवस्थेत घेऊन आला. तिच्या रक्तानं माखलेल्या कपड्यांचा कुबट वास एकदम सगळ्यांच्या नाकात गेला. जग्गूनं बायकोला काली बुरीच्या शेजारी झोपवलं. पण लोकं आरडाओरडा करायला लागले, 'इथं पवित्र जागी तिला नको ठेवूस, म्हणून मागे लागले, तसा तो तिला घेऊन गेला.' फूल म्हाताऱ्या नवऱ्याला कसंबसं घेऊन आली. फेलानीलाही सगळ्यांनी सांगितलं, की काली बुरी नमस्कार कर. पण दुःखात बुडालेली फेलानी नुसती बसून होती. पहाट झाली, की सूर्योदयाला काली बुरीवर अंतिम संस्कार केले जाणार होते. त्याच्या आधी तरी फेलानीनं तिचं दर्शन घ्यावं, म्हणून बायका तिला समजावत होत्या. फेलानी मात्र गप्प बसून होती.

'मामी!' नबीन घाबराघुबरा होत ओरडत आला.

त्याला काली बुरीचं काय झालंय, याची काही कल्पनाच नव्हती.

'वाईट बातमी आहे, फार वाईट झालंय. मी तुला म्हणालो नव्हतो, या पोरांचं काही खरं नाही, भयंकर काही तरी होणार आहे,' तो सांगत होता.

'कोण पोरं? काय झालंय?'- फेलानीला कळतच नव्हतं, तो काय सांगतोय.

'सरकार बरखास्त झालंय. सगळा ताबा आता सैन्यानं घेतलाय. माणसं अशी जमलेली दिसली, की ते गोळ्या घालतील आता.' नबीन एका श्वासात सांगत होता. फेलानीच्या डोक्यात मात्र काली बुरी, तिचं अचानक जाणं, लोकांचं वागणं, असं बरंच काय काय होतं. पण तिच्या तोंडातून शब्दच फुटेना.

'काली बुरी गेली रे.' एवढंच कसंबसं तिच्या तोंडातून निघालं. तिला खरं तर वाटत होतं, की धावत जावं आणि काली बुरीचं शरीर उचलून आणावं. काय सांगावं, ती नेहमीसारखी उठून बसेल. पाणी मागेल, 'चहा दे' म्हणेल. तिच्या अशक्त शरीरात ताकत नसली, तरी आवाजातली जरब कायम असायची. उगीच गर्दी करत लोक तिला वेटोळं घालून बसलेत.

पण पहाट झाली तशी लोकांनी अंत्यसंस्कारांची तयारी सुरू केली. तिरडीसाठी बांबू आणले. सामान आणलं. काली बुरी शेवटच्या प्रवासाला निघाली, तशी एक बाई जोरात रडू लागली. त्या वेळी त्या गर्दीला जाणवलं, की आपल्याला मदत करणारी काली बुरी माणूसच होती. तेव्हा अनेकांच्या डोळ्यांना पाण्याच्या धारा लागल्या, काली बुरी मात्र निघून गेली, कायमची.

नदीकिनारी आणि अभयारण्यात सैन्याचा खडा पहारा सुरू झाला होता. सगळीकडं एक ताणयुक्त सन्नाटा होता. सागवानाच्या घनदाट जंगलात चिमणीनं फडफड केली, तरी सैन्य सतर्क होत होतं. लोकांनी नदीकडं लांबून जाणाऱ्या रस्त्यानं जायचं ठरवलं. नदीच्या काठावर काली बुरीवर अंत्यसंस्कार झाले आणि एका रात्रीत सगळंच कायमचं बदलून गेलं.

काली बुरीच्या अंगणात दर्शनाला येणारी माणसं रोडावली. फेलानीच्या लक्षात आलंच होतं, हातावर पोट असलेली माणसं इथली. कुणासाठी रडत बसायलाही त्यांच्याकडं वेळ नाही. तशी ऐपतही नाही. फार तर एक-दोन दिवस; मग माणसं पुन्हा आपापल्या कामाधंद्याला लागली. काम नाही, तर जेवायला नाही अशी सगळ्यांचीच गत. काली बुरीला त्यांनी देवीसारखं पुजलं, ती गेल्यावरही श्रद्धेनं लेकरंबाळं घेऊन ते दर्शनाला आले. पण तिच्यासाठी रडायला वेळच नव्हता. आता नवीन आव्हान उभं होतं. सगळ्या परिसराला सैन्यानं घेरलं होतं.

जंगल हा या वस्तीचा मोठा आधार होता. जळाऊ लाकूड, नारळं, भाज्या, फळं, मासे सगळं जंगलातूनच यायचं. पण आता सैन्यानं जंगलात जायलाच मनाई

केली होती. जग्गूचा पोरगा आणि त्याचे मित्र नेहमीसारखे फिरत फिरत जंगलात गेले, तर सैन्यानं त्यांना हुसकून लावलं.

पण वस्तीतली माणसं झुरळं झाली होती. झुरळासारख्याच वृत्तीनं जगत होती. काय वाट्टेल ते होवो, जगणं सोडत नव्हती. समस्येवर काही ना काही तोडगा काढायचीच. मुख्य अडचण झाली, ती जळाऊ लाकडाची. त्यावरही त्यांनी उपाय शोधला. मिनोतीच्या घराजवळ एक शिसमचं भलंमोठं झाड होतं. लोकांनी त्याच्या पायथ्याशी विषार औषध घातलं. झाड शेंड्यापासून झुकायला लागलं आणि एक दिवस पडलंच. सगळ्या वस्तीनंच त्या झाडाचं लाकूड वाटून घेतलं. लोक एकदा शिजवून दोनदा खायचे. लाकूड तसं फार लागत नव्हतंच. भलं मोठं झाड सगळ्यांनी लाकूड नेलं तरी उरलं. मोनीनंही त्यातलं बरंच लाकूड घरी आणून साठवणूक करून ठेवली.

फेलानीनं काली बुरीच्या घराला काही दिवस कुलूपच लावून ठेवलं. पण लोक कालीमातेच्या दर्शनाला यायचेच. फेलानीचा या घराशी संबंध काय, असा प्रश्न मात्र कुणीच विचारला नाही. त्या घरात ती फक्त भाडेकरूच होती, पण काली बुरीच्या घरावर लोकांनी तिचा अधिकार गृहीतच धरला होता. घर म्हणायलाच काली बुरीचं, वस्तीत कुणाकडंच घराच्या मालकीची काही कागदपत्रं नव्हतीच. काली बुरीकडंही नव्हतीच. फेलानीचं काम त्यातून वाढलं. तिला मंदिराची स्वच्छता करावी लागायची. रोज संध्याकाळी देवीसमोर न चुकता दिवा उजळवावा लागे. रोजच्या रोज दानपेटीत येऊन पडणाऱ्या पैशाचा हिशेबही ती चोख ठेवायची. त्याच पैशातून ती दिव्याचं तेल आणायची.

एक दिवस तिला काली बुरीच्या घरातून काही तरी खुडबूड ऐकू आली. तिला वाटलं उंदीरच असणार. तिनं कुलूप उघडून पाहिलं. घरात कोंदट वास येत होताच. मग तिनं दारं-खिडक्या उघडून दिल्या. पलंगाखालून खुडबूड आवाज येत होता. ती खाली वाकली. पलंगाखाली लहान-मोठ्या बऱ्याच पेट्या होत्या. हात घातला तसा एक साप सरसरत निघून गेला. तो गेला, याची खात्री करून तिनं पेट्या पुढं ओढल्या. उंदरांनी आधीच कपडे आणि वस्तू कुरतडून ठेवल्या होत्या.

ज्या पेट्यांना कुलूप होतं, त्या कशा उघडायच्या? फेलानीला प्रश्नच पडला. ती क्षणभर थांबली, 'आपण उघडाव्या की नाही पेट्या' तिला प्रश्नच पडला. काली बुरी चाव्या कुठं ठेवायची हे तिला माहिती होतंच. तिनं चावीनं एक पेटी उघडली तर त्याच्यात जटांची लांबलचक गंगावनं. त्या जटा पाहून तर लोक चकित व्हायचे. हे काली बुरीनं कुठून आणलं असेल, तिला जरा उत्सुकताच वाटली. पण त्यांच्याच मदतीनं तर ती आरतीची काली बुरी झाली होती. आणि जगलीही तशीच लाल मिरचीसारखी, ठसक्यात आणि मानानं. कुणाची हिंमत नाही झाली तिच्याकडं पाहायची. कालीसारखी निडर जगली. त्वेषात आणि अभिमानानं जगली.

तिला ती पहिल्यांदा इथं आली तो दिवस आठवला. काली बुरींच्या हातचं माशाचं कालवण, भात आणि फणसाच्या गऱ्यांचा वास. हातात छोटी पांढरी मिरची घेऊन धावून आलेली काली बुरी आठवली.

त्या म्हणत होत्या, 'बाईनं या मिरचीसारखं असलं पाहिजे, जगलं पाहिजे.' संतापानं थरथरणारं ते शरीर म्हणत होतं, 'दिसायला छोटी पण तोंडात गेली तर आगीनं भाजून टाकायची धमक पाहिजे.' रडणाऱ्या फेलानीवर चिडत, संतापात त्या सांगत होत्या, 'हेच तर मला बायकांचं आवडत नाही, कशाला रडतेस कशाला तू? रडणं, रडणं, गळके डोळे नुस्ते. तुला रडण्याशिवाय दुसरं काही येतं का? कुणासाठी रडतेस? कशासाठी रडतेस? पुरुष पाहिजे तुला आयुष्यात? कशाला? त्यानं तुझी काळजी घ्यावी. तुला जेवू-खावू घालावं, चांगले कपडे द्यावेत. लाड करावेत म्हणून? आणि मग एक दिवस तो तुला पोटूशी करून निघून जाईल, मग काय करशील? रडशील?'

फेलानीला ते सारं आठवत रडूच आलं. पण हातात ते जटांचं गंगावणं घेऊन ती म्हणाली, 'मी नाही रडणार, कधीच नाही रडणार. मी पांढरी मिरची होवू शकेन की नाही मला माहिती नाही, पण मी खंबीर होईन, खमकी होईन हे नक्की.'

बराच वेळ ती तिथंच बसून राहिली. कुणाच्या तरी पावलांचा आवाज आला तशी सावध झाली. पाहिलं तर कुणीच नव्हतं. कुणीतरी देवीच्या दर्शनाला येऊन निघून गेलं होतं. फेलानीनं त्या जटा पुन्हा पेटीत घातल्या, कुलूप लावून पेटी आत सरकावून दिली. तिनं घर झाडलं, उंदराचा त्रस नको म्हणून बराच पसारा आवरून ठेवला. आणि आंघोळीसाठी घरी गेली.

आंघोळ झाल्यावर तिनं देवीसमोर दिवा लावला.

मंदिरात उभ्या उभ्याच तिला दिसलं की चार-पाच आर्मीवाले ड्रायव्हरच्या घराकडे चालत जात होते. तिन्हीसांजेला आर्मीवाल्यांचं तिकडं काय काम असावं? पण आताशा ड्रायव्हरच्या बायकोची दहशत वाढली होती, तिच्या आर्मीतल्या संपर्काचा धाक ती लोकांना दाखवायची.

पण हे सारं मनातून बाजूला करत फेलानी देवीसमोर उभी राहिली, काली बुरींचा चेहरा नजरेसमोर आणत तिनं देवीला मनापासून हात जोडले.

सव्वीस

भल्या सकाळी मिनोती आणि ड्रायव्हरच्या बायकोचं जोरदार भांडण सुरू झालं.

सगळी गल्ली जमा झाली. त्या दोघी सख्ख्या शेजारी. पण दोघींमधून विस्तव जात नसे. त्यांच्या कुरबुरी सुरूच असायच्या. पण हे भांडणं जरा जास्तच भयंकर होतं. आठवडाभरासाठी पुकारलेल्या बंदमुळे सगळीच माणसं घरात हातावर हात धरून बसली होती. काम नाही, बाजार नाही, त्यामुळे पैसा नाही. जेवण्याखाण्याचे वांधे झाले होते. हे असं भांडण म्हणजे इतर लोकांसाठी फुकट तमाशा, तुफान मनोरंजन. भांडणाचा आवाज वाढताच लोकांची गर्दीही वाढू लागली.

ड्रायव्हरच्या घराभोवती तारांचं उंच कुंपण होतं. दोन्ही बाजूनं दोघीजणी उभ्या होत्या. यापूर्वीही एकदा 'मिनोती आमच्या बागेतून भाज्या चोरते,' अशी कुरापत काढून ड्रायव्हरच्या बायकोनं भांडण उकरून काढलं होतंच. एरवीही ती मिनोतीला टोमणे मारायचीच. मिनोतीसारखे चोर शेजारी राहतात म्हणून हा कुंपणाचा खर्च बोकांडी पडला, असं येता-जाता म्हणायची. मिनोती सहसा कधी उलट उत्तर द्यायची नाही. वाऱ्याशी भांडण्यात काही अर्थ नव्हता आणि त्या बाईच्या तोंडाला तर हात लावणं शक्यच नव्हतं. त्यात ड्रायव्हरच्या बायकोचे 'कनेक्शन', तिचा पैसा, तिच्यामागे उभा तिचा नवरा आणि तिचे नसते उद्योग या सगळ्यांत तिच्याशी भांडण्यात काही मतलबच नव्हता.

जरा काही झालं, की ती आर्मीवाल्यांना बोलवायची. तिचे त्यांच्याशीही चांगले 'संबंध' होतेच. लोक तिला घाबरायचे. मिनोतीही तिला वचकूनच असायची. त्यात ड्रायव्हरच्या बायकोला मिनोतीच्या भूतकाळाची, तिच्या व्यक्तिगत आयुष्याची खडान्‌खडा माहिती होती. ती चोवीस तास मिनोतीच्या घरावर लक्ष ठेवून असायची. मिनोती काय खाते-पिते, तिच्याकडं कोण येतो, याचा सगळा तपशील बाईनं जमवलेला होताच. मिनोती हे सारं बिनबोभाट सहन करत होती. पण आज तिचंही डोकं तडकलंच.

एकतर बंद. हाताला तंगी. त्या संघटनेचा धाक असा, की लोक घरातून बाहेरच पडत नसत. बंद म्हणजे बंद. मिनोतीनं साठवलेले सगळे पैसे संपले होते. मुलगा

उपाशी कसा ठेवणार? बरं दुसऱ्या कुणाकडं तरी कसे पैसे मागणार? सगळेच फाटके... एकादशीच्या घरी काय शिवरात्र जाणार? म्हणून न राहवून तिनं ड्रायव्हरच्या बायकोकडे उसने पैसे मागितले. बंद संपला, की ताबडतोब परत करीन, असं आश्वासनही दिलं. पण ड्रायव्हरच्या बायकोला तिला छळायचं निमित्तच मिळालं. पैसे कमवण्याचा सोपा मार्गच तिनं मिनोतीला सांगितला. मिनोतीला तो अपमान सहन झाला नाही आणि ती पेटून उठली.

'तू साली हरामखोर मला धंद्यावर बस म्हणतेस.' ती किंचाळलीच.

'तू कोणती सती सावित्री वाया चालली. वेश्याच तर आहेस. मग कर ना धंदा असं भीक मागण्यापेक्षा.' ड्रायव्हरच्या बायकोनं तमाशाच सुरू केला.

'परत म्हण, म्हण मला वेश्या. जीभ हासडून टाकीन तुझी.'

'एकदा काय शंभरदा म्हणेन, वेश्या. वेश्येला वेश्या नाही म्हणणार तर काय म्हणणार. बाकीच्यांपुढं कर ही सोंगं, पण मला नको सांगू. मला माहितीहेत तुझे सगळे धंदे.'

'कसले धंदे गं, सगळी वस्ती पाहते, मी बोजे घेऊन बाजारात भाज्या विकायला बसते. बाजारात कुणी तसल्या धंद्यावर नाही बसत; पण तुला काय कळणार. तुला पलंगावरून उतरायला फुरसत मिळेल तर ना.'

'कशाला नाटक करते, शहरात काम करत होती, तेव्हा कुणाला कसं खूश करायचं हे शिकलीहेस ना तू. आता कशाला हे नाटक?'

'तुझ्यासारखी नीच बाई मी कुठं पाहिली नाही. साली मला धंदा कर म्हणते.' मिनोतीचा बांध आता फुटला होता. गर्दी जमा झाली होतीच.

'रडून रडून गाव गोळा कर, पण माझं तोंड उघडलं ना तर तुझी सगळी अंडीपिल्ली बाहेर काढीन मी.' ड्रायव्हरची बायको तोऱ्यात म्हणाली.

'काढ ना काढ, सांग ना लोकांना, की मला हे मूल लग्नाशिवाय झालंय... सांग, मला कुणाच्या बापाची भीती नाही.'

'बिनलग्नाची पोरं फक्त वेश्यांनाच होतात ना, मग मी तुला वेश्या म्हटलं तर एवढं झोबलं का?'

'तू तुझं बघ गं, म्हणायलाच नवरा आहे, पण रोज संध्याकाळी नवरे बदलणारी बाई तू.'

हे भांडण आता लोकांसाठी तुफान मनोरंजन ठरायला लागलं होतं. वेश्या, नवरे बदलणे, बिनलग्नाचा मुलगा, लोकांना मज्जाच येत होती.

'या पोराचा बाप कोण, हे जर मी आर्मीवाल्यांना सांगितलं ना, तर त्याला फरफटत आणतील इथं. तो नाही भेटला ना तर तुला धरतील. नागवं करून गिधाडांसारखे एकाच वेळी पाच-दहा जण तुटून पडतील ना तुझ्यावर तेव्हा उतरेल

तुझा हा माज.'

'ओये, ती गिधाडं मला नागवं करतील, हिंमत करावी कुणी. सगळ्या वस्तीला माहिती आहे रोज त्या आर्मीवाल्यांसमोर नागवं उताणतडक कोण पडतं ते. त्या गिधाडांची भीती वाटते म्हणून लोकं गप्प आहेत. समजलं?'

'मला बोलतेस, मी काही तुझ्यासारखी वेश्या नाही. बिनलग्नाची पोरं नाही काढली मी. मला नवरा आहे. माझं घर आहे. थांब दाखवतेच तुला' असं म्हणत ती कुंपणावरून उडी मारून मिनोतीच्या अंगणात आली. तिनं मिनोतीच्या झिंज्या धरून तिला जमिनीवर लोळवली आणि लाथा मारायला सुरुवात केली. पण बघे गप्पच उभे.

'वाचवा, वाचवा.' मिनोती ओरडत होती.

तो दारूडा ड्रायव्हर लुंगी सावरत घरातून कसाबसा धावत आला. कुंपणापाशी नुसताच उभा राहिला. मग हळूच म्हणाला, 'अगं ए महामाया, माझं रक्त पितेस ते कमी आहे का? त्या बिचारीला का मारतेस?'

मग लोकांकडे पाहत म्हणाला, 'अरे पाहताय काय डोळे फाडून आवरा तिला. मारून टाकेल ती त्या बाईला. उभे काय राहताय, नामर्द कुठले. या बाईचा, माझ्या बायकोचाच कुणीतरी एकदाचा नायनाट करा रे, मी तरी सुटेन.'

हे ऐकताच त्या बाईनं मिनोतीला सोडलं आणि नवऱ्याकडं मोर्चा वळवला. त्याच्यावर ओरडत ती म्हणाली, 'हे बघा, आले महाराज. जन्मभर बायकोच्या कमाईवर बसून खाल्लं, आत्ताही माझ्याच पैशानं दारू ढोसतोय आणि माझाच नायनाट करायला निघालाय. तुला मोठा पुरुष असल्याचा माज आहे ना, इथं उभ्या असलेल्या कुठल्याही बाईला तुझ्या गांडीत हात घालून पाहायला सांग, म्हणजे कळेल लोकांना नुसता मांसाचा गोळा कसा लोंबतोय ते.'

'मुस्काट फोडीन मी तुझं आता, फार बोललीस. तुला माहिती नाही मी किती खतरनाक माणूस आहे. साले, तुला दिल्लीहून गाडी विकत आणून दिली, तीही स्वस्तात. त्याचं तुला काही नाही, तुझे लड्डे आणून देतात का तुला असलं काही.'

ड्रायव्हर लडखडत, पण हिंमत करून बोलत होता.

'गाडी आणली कुणाच्या पैशानं? माझ्या. तू कसला रे पुरुष? तू साला नपुंसक.'

हे नवरा-बायकोचं भांडण आता असंच चालणार... त्यात काही नवीन नाही असं म्हणत गर्दी पांगायला लागली. मिनोती अजूनही रडतच होती. लाथा बसल्यानं तिला उठता येत नव्हतं. कुणी तरी विचारलंच, की त्या तोफांड्या बाईच्या कशाला नादी लागलीस? कुणी तरी म्हणत होतं, घरात जा, पोराला काही तरी खाऊ घाल.

'पोराचं पोट भरायचं, पण त्यात भरायचं काय? दगडं?' जॉनची आई

मिनोतीला जवळ घेत म्हणाली.

'पोरासाठीच तर निर्ल्लजासारखी त्या बाईकडं पैसे उसने मागायला गेली होती ना' कुणी तरी दुसरं म्हणालं.

'मग?' गर्दीतलाच एक प्रश्न.

'मग काय पैसे तर उसने दिले नाहीच, आर्मीवाल्यांबरोबर झोप, असा सल्ला दिला त्या हलकट बाईनं.' फूल संतापून म्हणाली.

मिनोतीचा मुलगा तिच्या जवळ येऊन उभा राहिला. त्यानं हे भांडण ऐकलं असणार. ते गोजिरवाणं लेकरू हसणंच विसरून गेलं होतं. उदास चेहऱ्यानं तो फक्त उभा होता.

'बाळा, भूक लागलीये?' रत्नाच्या आईनं विचारलं.

'हो' त्यानं मान डोलावली.

'माझ्या घरी चल, मी तुला भात वाढते.' रत्नाची आई अभिमानानं म्हणाली. तिच्या डोळ्यांत एक हसू फुललं. आठवडाभर बंद असल्यानं प्रत्येकाच्याच घरात खायचे वांधे होते. त्यात रत्नाची आई जेवायला नेते, म्हटल्यावर सगळ्यांनीच कान टवकारले. मुलगा नसलेल्या या बाईची मुलगी शहरात राबत होती म्हणून तर सगळी वस्ती उपाशी असताना ही माऊली मात्र दोन वेळचं जेवत होती. आपल्याला मुलगीच असल्याचं तिला आज सार्थक झाल्यासारखं वाटलं.

तेवढ्यात मोनीची मां तिथं पोहचलीच. तिला कुणी तरी या भांडणाविषयी जाऊन सांगितलं, तशी ती काम सोडून धावत आली. या अशा भांडणापासून ती लांबच राहायची; पण मिनोतीला मारहाण झाली म्हटल्यावर ती धावत आली. मिनोती रडतच होती, पण 'आधी जाऊन पोराला काही तरी खाऊ घाल, तू खा' असं म्हणत फेलानीनं तिला रत्नाच्या आईच्या घरी पाठवलं. मिनोतीचे हाल पाहून तिला भरून आलं. पण तिच्याहीकडं पैसे नव्हतेच. मोनी गॅरेजमध्ये काम करत होता. त्याचे पैसे आल्यानं मायलेक जेवू तरी शकत होते.

रिकामटेकड्या लोकांना मात्र बोलायला एक विषय मिळाला. मिनोतीविषयी त्यांची उत्सुकता जास्तच वाढली. त्यात तोंडी लावायला बंदचा विषय होताच.

'हे तर काहीच नाही; ते आता मोठा बंद पुकारणार आहेत.' एकजण म्हणाला.

'सलग शंभर तासांचा बंद.'

'तीनशे तासांचा असेल म्हणे तो बंद.'

'तीनशे नाही रे हजार तासांचा असेल.'

लोकांचं तर्क लढवणं सुरूच होतं.

मग एकजण म्हणाला,

'अर्थात तरी आपण काही मरणार नाही. आपण कसले मरतोय. चांगले चिवट आहोत. मरू म्हणता मरण येणार नाही.' लोकांना त्यांनी आधी सोसलेल्या यातना आठवत होत्याच.

'कुत्र्या-मांजरासारखं जगतोय आपण. उपाशी राहायची तर काय आता सवय झालीये.' एकजण म्हणत होता.

दुसरा एकजण म्हणाला,

'या बंदमुळे हाल फक्त आपलेच होताहेत. तिकडं शहरात लोकं मस्त टीव्ही पाहतात, जेवतात, सुटी एन्जॉय करतात, दारू पितात, पोटभर जेवतात.'

'बंद जाहीर होण्याच्या आदल्या दिवशीच मार्केटमधून मटण, चिकन, मासे, अंडी सगळं गुल झालं होतं. लोकांना खबरा असतील म्हणून तर त्यांनी विकत घेऊन ठेवलं.' आणखी एकजण म्हणाला.

'माशांच्या किमती तर आकाशाला भिडल्या आहेत.'

लोकं अशा गप्पा मारायचे. मध्येच गप्प होऊन जायचे.

तेवढ्यात तिथून एक दारूडा जाताना दिसला. हातात बाटली, फुल टाईट. तो म्हणत होता, 'मी दाखवतोच एकेकाला, धडाच शिकवतो साल्यांना. सगळ्यांची वाट लावून टाकीन मी.'

जे शुद्धीत होते त्यांनाही असं वाटत होतं. त्यांच्या पोटात भुकेचा भडका उडाला होता. ती आग कुणाकुणाला जाळेल, याचा काही नेमच उरलेला नव्हता.

सत्तावीस

घोंघावत आलेल्या जोरदार वादळानं पुन्हा एकदा सारं जंगल झोडपून काढलं. जमिनीत घट्ट मुळं रोवून उभी असलेली झाडंही या वादळात उन्मळून पडतील, सारं जंगल साफ होईल, अशी भीती वाटावी, इतका जोरदार वारा आणि बेफाम पाऊस झाला होता. त्या वाऱ्यात बांबूच्या झोपड्या काय तग धरणार? आपण मरणार, असं गृहीत धरून सगळी वस्ती काहीही न करता आपापल्या घरांत मुकाट बसून राहिली. जे होईल ते होईल, म्हणत डोळे घट्ट मिटत झोपूनही गेली.

पण उजाडलं, तेव्हा लोकांचा स्वत:च्या डोळ्यांवर विश्वासच बसेना. एवढ्या पावसातही ते जंगल ठाम उभंच राहिलं, वादळाला तोंड देत. काही फांद्या पडल्या. काही कोसळून दुसऱ्या झाडांवर आपटल्या, पण एकही झाड उन्मळून पडलं नाही. लोकांची घरंही वाचली, फार नुकसान झालं नाही. कुणाला दुखापतही झाली नाही. वादळांना तोंड देत जगण्याची माणसांची सवय या जंगलानं स्वत:लाही लावून घेतली असावी. म्हणून तर वादळ येऊन गेल्याचा साऱ्या वस्तीला कोण आनंद झाला. गुळाच्या ढेपेला मुंगळे चिकटावेत, तशी माणसं सारं काम सोडून जंगलात धावली. फुकटचं आणि आयतं लाकूड मिळणार म्हणत पळतच सुटली.

लाकडं गोळा करता करताच बातमी फुटली– दोन दिवसांनंतर शंभर तासांचा बंद पुकारण्यात येणार आहे. ही बातमी म्हणता म्हणता कानोकानी झाली. अनेक माणसं तर भीतीनं मोडूनच पडली. शंभर तास बंद म्हणजे काम नाही. रोजगार नाही. खायचं काय, लेकरा-बाळांना काय द्यायचं, या काळजीनं लोकांचं डोकंच बधिर झालं. हा झाला, की तो बंद, मग मोर्चा, आंदोलनं एकामागून एक सुरूच होतं. जिथं पोट भरायची मारामार तिथं या मोर्चे आणि बंदमुळे जीव जास्तच मेटाकुटीला आला. त्यातून काही माणसांची ठिकाणावर असलेली डोकी भडकली. त्यांचेही 'अतिरेकी' झाले. स्वतंत्र राज्य मिळालं, तरच आपल्या या यातना संपतील म्हणून तेही काम-धाम, बायका-पोरं, संसार सोडून बंद पुकारू लागले. आंदोलनात सहभागी होऊ लागले. पण काही लोकांना उगाच वाटत होतं, हे बंदच नाटक सरकार फार काळ

खपवून घेणार नाही. केंद्रातलं सरकार हस्तक्षेप करेल आणि या संघटनांना वठणीवर आणेल. स्वतंत्र राज्य मागणाऱ्या संघटनांच्या प्रतिनिधींना दिल्लीतून चर्चेसाठी बोलावणं आलंय, वाटाघाटी होतील, प्रश्न सुटतील, अशी माहितीही काही लोक देत होते. मात्र काही लोक शंका व्यक्त करत होते, की तोडगा निघालाच नाही, सरकारनं हस्तक्षेप केलाच नाही, तर त्याचा अर्थ एकच; सरकारला हे आंदोलन हवंय. माणसं मेली तर मरेनात का. हा भाग अशांत राहणं सरकारच्याही सोयीचंच आहे. यात सगळं राजकारण आहे. जेवढी माणसं तेवढी मतं, पण सगळ्यांत महत्त्वाचा प्रश्न सगळ्यांचाच होता, पोटाची खळगी भरायची कशी?

स्वयंपाक करायचा म्हणून तांदळाचा डबा उघडला, तर तांदूळ पार तळाशी गेलेले होते. जेमतेम दोन दिवस पुरतील, एवढे तांदूळ शिल्लक होते. मुरमुरे बनवण्यासाठीची साळ तर कधीची संपली होती. काटकसर करून थोडे बहुत पैसे वाचवले होते तेवढेच हाताशी होते. पण शंभर तासांचा बंद झालाच तर तेवढे पैसे तरी पुरतील की नाही, शंकाच होती. भात शिजताच, त्याच्यावर झाकण घालून ती लगबगीनं बुलेनच्या घरी पोहचली.

बुलेन अंगणात लाकडंच तोडत होता. हातातल्या कुऱ्हाडीनं लाकडावर सरसर वार पडत होते. लहान-मोठ्या ढपल्या हवेत उडून जमिनीवर पडत होत्या, इतका जास्त त्याच्या कुऱ्हाडीचा जोर होता. त्याचं पोरगं कुठं दिसत नव्हतं. सुमला फक्त ब्लाऊज आणि परकर घालून अंगणात बसली होती. तिचा डोखोना बाजूलाच पडला होता. मातीत लोळून सगळा बरबटलेला होता. ब्लाऊजची खालची बटणंही उघडीच होती. पूर्वी सुमलाची भारदार उघडी छाती पाहून फेलानीची नजर चटकन् खाली जायची. आता तिला त्या उघड्यावाघड्या देहाकडं पाहून काहीच वाटलं नाही. सुमलाच्या छातीवरचे घट्ट उभार आता सुरकुतून पार खाली ओघळले होते. त्यांचं रूप सरून फक्त कातडीनं झाकलेले मांसाचे लिंबाएवढे गोळे तेवढे उरले होते. बुलेनचं तिच्यावरचं लक्ष पुरतं उडालं होतं, त्याचं तिच्यावरचं प्रेमही आटलं होतं. त्याच्या आयुष्यात तिची जागा नव्याच प्रेमानं घेतलं होती, त्या अतिरेकी संघटनेनं त्याच्यावर आता गारूड केलं होतं. सुमला दोन्ही हातानं कराकरा डोकं खाजवत होती. तिच्या डोक्यात बुजूबुजू उवा झाला होत्या. केसातून तरतर चालत मानेवर फिरत होत्या. लिखांनी केसांच्या जटा भरून गेल्या होत्या. अत्यंत घाणेरडी, किळसवाणी दिसत होती सुमला.

'सुमलाचं हे असं काय झालंय?' फेलानी बोलूनच गेली.

'माझ्यामुळं झालंय का, मी केलंय का तिचं असं माकड, मी उठवलंय का तिला माणसातून?' बुलेन तिरसटासारखा म्हणाला. त्याची भाषा, बोलणं, पाहणं सगळंच बदललं होतं, हातातली कुऱ्हाड मातीत दाणकन फेकत आत्ताही तो

तिरक्यातच शिरला.

‘तिच्याच माणसांनी तिचा घात केला, हे तुलाही माहितीये.’

तिला काहीच उत्तर न देता तोडलेल्या ढलप्यांवरच बुलेननं सपासप वार चालूच ठेवले. हाडामांसाच्या माणसांचे तुकडे करत असावा, अशा त्वेषात त्याची कुऱ्हाड चालत होती. त्याचे डोळे लाल झाले होते. संतापानं चेहराही लालबुंद झाला होता. आग होती त्याच्या वागण्यात. तरी तिनं विचारलंच,

‘ऐकतेय ते खरंय का, शंभर तासांचा बंद पुकारणार आहेत म्हणे, खायचं काय आमच्यासारख्यांनी?’

‘हो खरंय. बघच तू आता. कसा सोक्षमोक्षच लागतो ते.’

त्याचं हे वाक्य ऐकून संताप झाला तिचा.

‘अरे पण का? कशासाठी असं आमच्या जीवाशी खेळताय?’

‘स्वतंत्र राज्यासाठी, कळलं.’

‘असा काय त्या स्वतंत्र राज्यात सोन्याचा धूर निघणार आहे आणि तुमचं राज्य मिळाल्यानं असा काय आपल्या जगण्यात कायापालट होणार आहे? मागच्या वेळेस काय झालंय, ते दिसतंय ना. विकासाची स्वप्न दाखवणाऱ्यांनी जगण्याची राखरांगोळी करत स्मशान करून टाकली गावंच्या गावं.’

‘मर ना, तूही त्यांच्यातलीच आहेस. हरामखोर कुठली. जा, दुसरा नवरा बघ एखादा त्यांच्यातलाच.’ बुलेन आता अर्वाच्य बोलायला लागला होता.

‘हे जे काय बरे दिवस आलेत ना, त्यांचीही माती करा तुम्ही. आमचे मुडदे पाडा आणि गाजवा त्यांच्यावर सत्ता.’

‘हो, चालेल तसं करू. मुडदे पाडू, पण आम्हाला आमचं स्वतंत्र राज्य मिळालंच पाहिजे. तुझी अक्कल चुलीपुरती. बाहेर जाऊन बघ. आसामी पोलीस आमच्या माणसांचे कसे मुडदे पाडतायत. रस्त्यात आमच्या पोरींना नागवं करून अंगाखाली घेताहेत हरामखोर.’

‘हे सगळं तुला कोण सांगतं, तो हरी भंगुराचा नालायक कार्टा. तो शेळीचोर, तो तुला आता सगळ्यांत जास्त प्यारा झालाय, त्याची भाषा बोलतोय तू.’

‘तू म्हण गं त्याला शेळीचोर, पण शेर आहे तो शेर. पार्टीत त्याला केवढा मान आहे. तुला काय कळणार म्हणा.’

‘हो कसला मान? लोकांच्या बकऱ्या चोरायचा?’

हे ऐकून बुलेनचा इतका संताप झाला, की घाव घालायला उचललेली कुऱ्हाड त्याच्या हातातून लांब फेकली गेली आणि लाकडांत गच्च रुतून बसली.

‘त्याला आता बॉम्ब बनवता येतो. एक धमाका आणि हजारो माणसं मुंग्यांसारखी चिरडून जळून खाक.’ बुलेन बोलता बोलता एकदम थबकला. आपण काय बोलून

जातोय, हे त्याच्या लक्षात आलं.

'छान, मस्त. चालू द्या. बंद पुकारा. बॉम्ब फोडा. आगी लावा, जाळून टाका सगळं. सगळ्या माणसांनाही त्या आगीत जिवंत जाळून राख करा त्यांची. आणि मग सुखानं रहा तुमच्या त्या राज्यात.'

किती तरी वेळ शांत बसलेली सुमला एकदम लाडात येत त्याच्या जवळ गेली. त्याच्या पायात-पायात करत त्याला हात लावायला लागली.

'तिच्याकडं बघ जरा, तू काय करून ठेवलयेस तिचं. हाडाचा सांगाडा झालाय नुसता. जरा तिचा तरी विचार कर.' फेलानी म्हणाली.

'तुझं तू बघ. मला अक्कल शिकवू नकोस. आणि स्वत:चा जीव प्यारा असेल, तर हे भिकार कपडे फेकून आपला डोखोना घाल, जरा 'आपल्या' माणसात ये.'

'हे जे काय कपडे मी घातलेत ना, ते माझं अंग आणि अब्रू झाकायला पुरेसे आहेत. मला वेगळा ड्रेसही नको, वेगळं राज्यही नको आणि वेगळी ओळखही नको. अंगभर कपडा आणि दोन वेळचं पुरेसं जेवणं यापेक्षा मला जास्तही काहीही नकोय. पण तेवढं तुम्ही मिळू देऊ नका आम्हाला आता.'

'बाजू हो, लांब जाऊन मर तिकडंच.' बुलेन करवादलाच.

तो हे आपल्याला म्हणाला, की सुमलाच्या अंगावर खेकसला हे काही फेलानीला कळलं नाही. पण मग जास्त काहीही न बोलता ती तिथून निघाली. मागं वळून पाहिलं, तर तो संतापानं फणफणत लाकडांवर घाव घालत होता. लालेलाल झाला होता, डोळे आग ओकत होतेच.

तिचंही डोकं तापलं होतंच. जरा शांत व्हावं, कुणाशी तरी बोलावं असं वाटून ती वाटेत जॉनच्या आईच्या घरी गेली. तिच्या नवऱ्याची तब्येत दिवसेंदिवस जास्तच खालावत चालली होती. त्यात हा बंद. हातात पैसा नाही. तरी ही बाई कुरकुर न करता, हसतमुखानं घर चालवत होती. कामं होतीच कुठं म्हणा, पण तरी तिचा काही ना काही उद्योग सुरूच असायचा. ती मुरमुरे बनवायची, मग कागदी पिशव्या तयार करायची, जमल्यास मुऱ्हेही बनवायची. मधल्या काळात तिनं एक नवीन कामही धरलं होतं.

वस्तीच्या बाजूलाच, मुख्य रस्त्याच्या पलीकडं एक नवीन कॉलनी उदयास आली होती. नवी कोरी पांढऱ्या रंगात उजळलेली अनेक घरं झाली होती. सुंदर बागा तयार करण्यात आल्या होत्या. वृक्षारोपण करून हाळीनं झाडं लावली गेली. बॅरिकेड्स लागले, स्पीड ब्रेकर आणि त्यावरचे पांढरे पट्टे दिसू लागले. मिल्ट्रीवाल्यांची आता एक नवीन वस्तीच इथं उदयाला आली होती. मिल्ट्रीचा कॅम्पही सुरू झाला. त्यांच्या कुटुंबासाठी सोयीचं म्हणून आसपास मग लॉण्ड्री, सलून, तीन एसटीडी-पीसीओ, पान टपरी, चहाचे ठेले, किरकोळ दुकानं असे उद्योगही सुरू झाले. त्याच

भागातल्या एका दुकानात तिला मसाले कुटून द्यायचं काम मिळालं. चोवीस तास ती राबायची. झोपेत वेळ वाया जातो म्हणून पाठही टेकवायची तसदी घेत नसे.

एवढं करूनही पैसे पुरत नव्हतेच. बहुतेक पैसा नवऱ्याच्या औषधांवरच खर्च होत असे. महागडी इंजेक्शन टोचून टोचून ती त्याला जिवंत ठेवण्याचा प्रयत्न करतच होती. त्याला दम्याचा ॲटॅक आला, त्यातून तो सहीसलामत बाहेर आला, की तेवढ्यापुरतं तिला बरं वाटायचं. त्यात पदरात दोन मुलं, वाढत्या वयाची. भूकभूक करायचीच. आयुष्यानं तिला शिणवण्याचा चंगच बांधला होता; पण बाई मोठी हिमतीची. तिच्या कपाळावर कधी आठ्या आल्या नाहीत, तिचं हसू आटलं नाही. कपाळावर ठसठशीत कुंकू लावून ती ताठ मानेनं जगाकडं पाहायची.

'काय अफाट ताकदीची बाई आहे, एकदम बुलंद. हरायची नाही.' लोक तिच्याविषयी कौतुकानं नाही, तर आदरानं बोलायचे. कुणी विचारलंच की, 'येतं कुठून तुझ्यात हत्तीचं बळ?' त्यावर तिचं नेहमी एकच पालुपद.

'मी काय नाजूकसाजूक नाही तुमच्यासारखी. मऊमऊ भात खात लाडाकोडात नाही वाढले. शेळीचं कच्चं दूध पिऊन जगले मी. ते दूध आता असं अंगात उसळतंय.'

'कसाही असला, तरी नवरा आहे बाईला. अंथरुणावर पडून असला, कसाही असला, तरी नवऱ्याचा आधार मोठा असतो. त्यात त्या नवऱ्यानं नाही म्हणायला हक्काचं छप्पर दिलंय डोक्यावर, मालकीचं घर. त्यात छोटी वाडी, त्यातला भाजीपाला, पदरात दोन पोरं, बाईच्या जातीला अजून काय हवं! नशीब एका बाजूनं छळतं, पण दुसऱ्या बाजूनं देतंच काही तरी.' काही बायका तिचा असा चक्क हेवा करायच्या.

फेलानीला वाटलं, जावं जरा. तिच्याशी बोलावं. डोकं तरी शांत होईल. बंदच्या काळात जगायचं कसं, विचारू तिला. काही तरी सुचवेलच ती. फेलानी घरात पोहचली, तर जॉनची आई नवऱ्याच्या पाठीला कोमट तेलानं मालिश करत होती. बाजूलाच दोन्ही मुलं बसलेली होती.

'ये, ये, आज कशी काय एवढी माझी आठवण आली.'- जॉनच्या मांने खळखळून हसत विचारलं.

'बुलेनकडं गेले होते.'

'बुलेनचं काय बाबा आता, नेता झालाय तो. वेगळं राज्य हवंय त्यांना. माहितीये ना तुला.'

'म्हणून तर गेले होते, की हे सारं खरंय की अफवा आहेत.'

'खरंच आहे मोनीची मां सारं. बघ ना वस्तीतल्या किती घरांतली पुरुष माणसं कामासाठी बाहेरगावी निघून गेली. एकेकट्या बायका मागे उरल्या आहेत.'

‘कुठं गेले? गुवाहाटीला?’

‘गुवाहाटी जवळ आहे. बहुतेक लोक तिकडेच गेलेत. काही दुसऱ्या शहरातही गेलेत बिचारे काम शोधत. कलाईगाव तर बारा-तेरा किलोमीटरवरच आहे, काही तिथं गेले. मंगलडोई काही लांब नाही, तीस किलोमीटर तर आहे इथून. छोटं शहर आहे, काही तिकडं गेले. सुतारकाम करणारे मात्र सगळे गुवाहाटीलाच गेलेत.’

लातूची आई सांगत होती, ‘पोरगं मामाबरोबर गुवाहाटीला जातंय म्हणून.’

‘आता ती कुठं भेटली तुला?’

‘काली मातेच्या दर्शनाला आली होती, पोराला सांभाळ म्हणत देवीला विनवत होती.’

ते ऐकून जॉनची आई एकदम खळखळून हसली. मग त्या बाईची नक्कल करत म्हणाली, ‘तिनं देवीलाही सांगितलं असेल. माझा नवरा भला माणूस होता. मला सिनेमाला न्यायचा. एकदा तीनशे रुपयांची साडी आणून दिली, मॅचिंग बांगड्या दिल्या, सोन्याची अंगठीही दिली. तो म्हणाला होता, ‘मी जागा घेईन, वडाच्या झाडाखाली आपलं छोटंसं घर बांधीन. पण त्या नीच बाईनं माझ्या संसारात माती कालवली. त्याच्या मनात विष भरलं. वाट्टोळं-वाट्टोळं होईल तिचं.’ केसातून तरतर चालणारी ऊ काढत, नखानं टचकन् नखावर मारत बोलण्याची लातूची आईची नक्कलही जॉनच्या आईनं हुबेहूब केली.

फेलानी पोट धरधरून हसली. हसता हसता तिच्या डोळ्यांत एकदम पाणीच आलं. आयुष्यात एवढं सोसलं होतं, की आता असं मोकळं हसायचीही तिला भीतीच वाटायची. जॉनच्या आईच्या ते लक्षात आलं.

मग तिनं फेलानीचीच नक्कल करत, तिच्याच पद्धतीनं बोलायला सुरुवात केली.

‘तू नेहमी म्हणतेस तसं म्हण ना, जगण्याची सगळी दुःख तिच्याच बोकांडी का येऊन बसतात. सगळ्या पीडा तिचाच पत्ता शोधत का येतात. तरी जगतेय बिच्चाऽऽरी. हेच एक आश्चर्य.’ म्हण ना, बिच्चाऽऽरी!

फेलानी जसं बिच्चाऽऽरी म्हणायची, तसंच जॉनच्या मांनं म्हटल्यावर ती पुन्हा एकदा खळखळून हसली. तिच्या जवळ जात तिच्या खांद्यावर हात ठेवून म्हणाली, ‘कुठून येतं गं तुझ्यात एवढं बळ, एवढी भरभरून जगायची ताकत कुठून आणतेस?’

‘काही नाही गं, कशाला उगीच काळजी करतेस. काही होणार नाही, काही मरतबिरत नाही आपण, तडफडून जगू, पण जगू.’ जॉनची मां म्हणाली.

मग तिनं फेलानीला गरमागरम लाल चहा दिला. मग हळूच एक मातीची सुरई दाखवली. त्या सुरईत तिनं अडल्यानडल्याला उपयोगी पडतील म्हणून तांदूळ भरून ठेवले होते. थोडे पैसेही कुठं कुठं लपवून ठेवलेले होतेच. आणि मग तिनं एक

जुनाट खोकं उघडलं. त्याच्या तळातून तिनं तिच्या आयुष्यातली सर्वांत मौल्यवान वस्तू काढली. एका रुमालात बांधून ठेवलेली सोन्याची अंगठी. तिनं फेलानीला दाखवली.

'माझी आई श्रीमंताघरची लेक होती. लग्न करून सासरी येताना दागिन्यांनी मढली होती. गेली अचानकच. त्यानंतर माझ्या वडिलांनी दुसरं लग्न केलं. त्यांनी आईचे सगळे दागिने माझ्या त्या सावत्र आईला देऊन टाकले. त्यातून तिनं ही एक अंगठी तेवढी मला दिली. आईची खूण एवढीच! हे एवढं सगळं सध्या आहे. भागेल कसंतरी, निभवेन मी, दुसरं काय?'

'पण मिनोतीचं काय? फूल, रत्नाची आई, जग्गू, नबीन. काय करतील गं सगळे?'

'त्यांचं ते पाहतील. करतील काही तरी. करावंच लागेल. पण तुझं काय? तू काय करशील?'

'पंजाबी गॅरेजमध्ये त्यांनी बसच्या दोन चेसी आणल्या आहेत. त्यावर ते तिथंच बॉडी लावून बस तयार करायचं म्हणताहेत. त्यांनी मोनीला घेतलंय कामावर. त्या पैशांतून कसं तरी भागेल, असं निदान वाटतं तरी आहे.'

'नशीबवान आहेस, असं पोरगं मिळालं. म्हणता म्हणता लेकरू हाताशी आलं तुझ्या.'

अंगणात बसलेल्या जॉनच्या वडिलांना खोकल्याची जोरदार उबळ आली. ते बायकोला हाका मारू लागले. त्यांना धाप लागली होती. श्वास घेता येत नव्हता. जॉनच्या आईनं तशातही फेलानीला सांगितलं,

'तू जा घरी. नको काळजी करूस. मी जरा यांचं औषध घेऊन येते. परत त्यांना ॲटॅक आलाय बहुतेक. हा बंद मिटला ना, की मी त्यांना गुवाहाटीच्याच दवाखान्यात घेऊन जाणार आहे. लातूच्या मामाला मी चौकशी करायला सांगून ठेवलंय.'

फेलानी घराकडं निघाली. जॉनच्या आईशी बोलून तिला जरा हलकं वाटत होतं. जग्गूच्या दारावरून जात होती तेवढ्यात जग्गू बाहेर आला.

'मोनीची मां, बरेच दिवसांत दिसली नाहीस?'

'इथंच आहे, जॉनच्या आईकडं गेले होते.'

'शंभर तासांचा बंद, कळलं ना?'

'तेच बोलत होतो आम्ही आत्ता.'

'बरेच लोकं आता वस्ती सोडून चाललेत. काही गेलेही.'

'तुझं काय?'

'मी कुठं जाऊ? माझ्या पायात मोठी धोंड आहे ना, तिला घेऊनही जाता येत नाही. सोडूनही जाता येत नाही. मेली एकदाची तर सुटेन तरी मी.'

‘असं काय रे बोलतोस?’

‘मग काय बोलू? संताप होतो माझा. स्वत:चाच राग येतो. मी काहीच करू शकत नाही गं.’

‘हा बंद मिटला, की तिला गुवाहाटीच्या दवाखान्यात घेऊन जा, होईल ती बरी.’

‘ठरवतो गं मी नेहमी. पैसे साचवतो. आत्ताही साचवले होतेच, पण आता हा बंद. मग खायचं काय? तेच पैसे खर्च होऊन जातील. संपतच नाहीत कटकटी. खरं सांगतो, कधी कधी तर असं वाटतं, त्या रेल्वेच्या रुळांवर जाऊन झोपावं. ट्रेन आली, की एका मिनिटात खेळ खल्लास, सुटका तरी होईल माझी या सडक्या जिंदगीतून.’

‘काय बोलतोयेस? तुला काही झालं, तर त्या आजारी बाईकडं, तुझ्या लेकराबाळांकडं कोण पाहील? त्यांचा तरी विचार कर.’

‘काही होत नाही गं, काही मरत नाही आपण. आपल्याला हे असं मरतमरत जगायची सवयच झालीये. मरायची हिंमत आहे कुणात इथं?’ जग्गू हसतच म्हणाला.

फेलानीला वाटलं खरंय ते. मरायची हिंमत नाही. मरता येत नाही म्हणूनही जगतातच माणसं. चालता चालता वाटेत कढीपत्त्याचं एक छान झाड दिसलं. तिनं दोन-तीन डहाळ्या तोडल्या आणि हातात घेऊन निघाली. कोवळ्या पानांची चटणी मोनीला फार आवडते, करूच आज असा विचार करत तिनं पावलांना वेग दिला.

घरी कामं वाट पाहत होतीच.

अठ्ठावीस

हा बंद वेगळाच होता. तशी माणसं एव्हाना छोट्या-मोठ्या बंदला सरावलेली होती, पण तरी शंभर तासांचा बंद म्हणजे जरा अतीच होतं. हाताला काम नाहीच, पण पोट रिकामं आणि डोकं तर पुरतंच रिकामं. काम नाही तर रिकाम्या वेळेत करायचं काय? मुख्य म्हणजे खायचं काय? त्यात सगळीकडं सैन्याचा खडा पहारा, घराबाहेर फिरायलाही बंदीच होती.

मोनी रोज सकाळी लवकर उठून गॅरेजमध्ये कामाला जायचा. सकाळी नाश्ता करून तो घराबाहेर पडला, की रात्री आठ-नऊ वाजताच परत यायचा. गॅरेजमध्ये दुपारचं आणि रात्रीचंही जेवण मिळायचं. जेवूनच यायचा. घरातला कर्तबगार तरुण पुरुष वागतो तसा तो आता वागायला लागला होता. घरासाठी वाणसामान तोच आणायचा. बंद असला, दुकानांची शटर डाऊन असली, तरी मागच्या दारानं चोरीछुपे विक्री व्हायचीच. मोनी अशीच मागच्या दारानं खरेदी करायचा. त्यामुळे बंदच्या या काळात फेलानीला विशेष काही त्रास जाणवला नाही.

जॉनची आई म्हणाली तेच खरं झालं. लोकं आपापल्या वाटा शोधतात. जगायचा प्रयत्न करतात. खटपटी-लटपटी करून जगताताच. फूलने काही घरी धुण्याभांड्याची कामं करायला सुरुवात केली. बंद असला, तरी श्रीमंत लोकांच्या घरचं काम काही बंद होत नाही. जग्गू रोजंदारीच्या मिळेल त्या कामावर जायला लागला. बंदमुळे त्याचा चहाचा ठेला बंदच पडला. रत्नाच्या आईनं घरी मसाले, आमटीचं कोरडं वाटण बनवून घरोघर जाऊन विकायला सुरुवात केली. मिनोती तिच्याबरोबर दारोदार भटकायला लागली. लातूच्या आईला घरकाम होतंच, ते सुरूच राहिलं. नबीननं पुस्तकांचा ठेला आर्मी कॅम्पजवळ लावायला सुरुवात केली.

आणि बाकीचे काही शहरात कामाला निघून गेले. जमेल तसे पैसे घरी पाठवू लागले.

नेहमी नेहमी होणाऱ्या बंदच्या काळात मिल्ट्री कॅम्पजवळ मात्र एक छोटा बाजार भरू लागला. आर्मीवाल्यांच्या कुटुंबांनाही गरजा होत्याच. भाजीपाला आणि वस्तू

लागायच्याच. वस्तीतले लोक आजूबाजूच्या गावांतून भाजीपाला आणून तिथं विकू लागले. आर्मीवाल्यांनाच कशाला, ज्यांनी बंद पुकारला त्यांनाही पोट होतंच! भाज्या, किरकोळ वस्तू, धान्य, औषधं त्यांनाही लागायचीच. त्यामुळे त्यांनी आणि सैन्यानं काही बाबतींत छुपा करार केला होता. त्यातलाच एक म्हणजे बंद असला, तरी हा बाजार सुरू राहायचा. या बाजारात बंदच्या काळात, सैन्याच्या पहाऱ्यात लोकं नदीत मासेमारी करू लागले. ते मासे याच बाजारात दामदुप्पट भावात विकले जाऊ लागले. मागच्या रविवारी तर एक भलामोठा बोकड कापून मटणाचीही सरसकट विक्री झाली. मटण घेणाऱ्यांत बंद पुकारणारे आणि आर्मीवालेच आघाडीवर. बाकीच्यांना ते मटण परवडणं शक्यच नव्हतं.

थोडक्यात काय, बंदच्या काळातही लोक नीट जगायला शिकले.

जॉनच्या आईची अवस्था मात्र भीषण होती. खायचे वांधे होते. बाहेर कामासाठी जाता येत नव्हतं. नवऱ्याची तब्येत ढासळतच होती. औषधांसाठी पैसे नव्हते. ते जमवले, तरी हवी ती औषधं मिळत नव्हती आणि मिळाली तरी त्याचा काही परिणाम होत नव्हता.

फेलानी तिच्या घरी गेली. नेहमीसारखी जॉनची आई नवऱ्याच्या पाठीला मालिश करत हसत उभी नव्हतीच. म्हाताऱ्याची तब्येत फारच रोडावली होती. अंगावरच्या पातळ अंथरुणात तो आहे की नाही हे कळतही नव्हतं. जवळ जाऊन पाहिलं, तर त्याचे ओठ, हाता-पायाची बोटं, पावलं निळी पडायला लागली होती. त्याला धाप लागली होती. श्वास घेताच येत नव्हता. कुणी तरी आपल्याजवळ येऊन उभं आहे, एवढं त्याला कळलं, पण तो माणसांना ओळखत नव्हता.

'माझी सिगारेट' दोन शब्दांपलीकडं काही आवाज फुटेना.

'घे, ढोस, मर एकदाचा. या फुंकण्याच्या सवयीनंच तर छातीचा पार खुळखुळा करून टाकला, तरी लाज नाही. मागतोच आहे सिगारेट.' जॉनची आई संतापात आली. एक पेटवलेली सिगारेट तिच्या हातात होतीच.

'मी कमवत होतो.' तो बारीक आवाजात पुटपुटला.

'कमवत होतो तेव्हा तीन-चार पाकिटं दिवसाला सिगारेट प्यायचो, आता एकीला मौताद झालोय, बायकोला जड झालोय.' बोल ना बोल. जॉनची आई त्याच्या अंगावर ओरडतच होती. ओरडतच तिनं त्याच्या ओठापाशी ती सिगारेट नेली. एका पफच्या पलीकडं त्याला धूर आत घेववेनाच. ठसका लागला. तशी तिनं ती सिगारेट तोंडातून काढली फेकून दिली. त्यावर तो पुन्हा काही तरी पुटपुटला. पुन्हा जॉनची आई खेकसली,

'मरायला टेकलास, पण बोल तू. कुठल्या लङ्‌घ्याला सिगारेट दिलीस? माझ्या तोंडचा घास काढला. म्हण. म्हणच.'

त्या म्हाताऱ्याला श्वास घेताच येत नव्हता. घरघर लागल्यासारखा आवाज येत होता.

जॉनच्या आईनं बाहेरून काही तरी औषध आणलं. एक पंप होता. तो त्याच्या नाकाजवळ नेला. त्याला श्वास घ्यायला लावला, तेही त्याला जमेना. कसंबसं इनहेलरनं काम केलं आणि म्हातारा जरा शांत झाला. जॉनची आई हताश होत मागच्या अंगणात जाऊन बसली.

'ये, बस. हे असंय सगळं.' असं म्हणत तिनं अंगणातल्याच चुलीवर चहाचं आधण ठेवलं. मीठ घालून दोन कप लाल-सा म्हणजेच लाल चहा केला.

'बाहेर का चूल मांडलीयेस, पावसात कसं होईल?'

'धुरानं त्याला जास्त त्रास होतो. उबळ येते. म्हणून चूल बाहेर आणली. पाऊस आला तर करीन आतल्या चुलीवर, पण सध्या बरंय हे. काहीच समजत नाही गं, काय करावं? मुरमुरे बनवायला जमलं नाही, काहीच नाही, काय करू?' असं म्हणत ती एक कप लाल सा नवऱ्यासाठी आत घेऊन गेली. त्याला चहा पाजून बाहेर आल्यावर म्हणाली,

'औषधांचा काहीच परिणाम होत नाहीये.'

'मग, करणार काय?'

'काय करणार, डॉक्टरकडं जाते. इंजेक्शन टोचावंच लागेल त्याला.'

'बंद आहे सगळं, डॉक्टर कुठं मिळेल आता?'

'मेडिकल स्टोअर उघडं असतं, त्यालाच पकडून आणते आता.'

वस्तीतल्या लोकांसाठी तो मेडिकलवालाच डॉक्टर झाला होता. तोच त्यांचा एकमेव आधार. अडीनडीला तोही धावून यायचा. त्याचं नाव शिवा बोडा. डॉ. रजनी सैकियांचं कोलकात्यात इंदू फार्मसी नावाचं मेडिकल स्टोअर होतं, ते एमबीबीएस डॉक्टर होते. त्यांच्याकडे हा कंपाउंडर म्हणून काम करायचा. तिथंच इंजेक्शन देण्यापासून बरंच काही शिकला. इथं वस्तीत आल्यावर त्यानं स्वत:चं मेडिकल स्टोअर टाकलं. डॉक्टर नसलेल्या गरिबांच्या वस्तीचा तोच डॉक्टर बनला. जॉनची आई आता त्यालाच घरी बोलावून आणणार होती.

'पण पैसे?'- तिच्या जुनाट सुटकेसच्या तळाशी असलेल्या चुरगुळेल्या नोटा फेलानीनं त्या दिवशी पाहिल्या होत्याच.

'पैसे संपले गं सगळे, आता ती अंगठी विकते. गहाण तरी ठेवते.'

'पण कुणाला?'

तशी जॉनची आई उठली. घरात जाऊन ती अंगठी घेऊन आली. म्हातारा शांत झाला होता. कुणाला ओळखत नव्हता. जॉनची आई येऊन गेली, हे त्याला कळलंही नाही.

‘मघाशी किती शिव्या देत होता, सिगरेट मागत होता. आता गपगार पडलाय. वाचेन ना गं तो, का...?’ जॉनची आई हताश होत म्हणाली.

‘काय हे, तुझ्याकडं पाहून तर मी जगायला शिकतेय. तूच अशी हताश होऊ नकोस, उमेद सोडू नकोस.’

‘माझ्याबरोबर येतेस? ड्रायव्हरच्या बायकोच्या घरी?’

‘तिच्या घरी?’ फेलानी दचकलीच.

‘ही सोन्याची अंगठी विकत घेऊन मला पैसे देऊ शकेल, असं आहे कुणी दुसरं?’

वडिलांकडे लक्ष द्या, असं म्हणत ती उठली. फेलानीचा हात हातात घेत तिला ‘चल’ म्हणत विनवू लागली.

‘एकटीनं जाणं बरं दिसत नाही गं. लोक काय म्हणतील उद्या. मी कशाला गेले होते तिथं. मीही...’

तरी फेलानी जागची हलली नाही.

‘आपण दोघी गेलो ना तर चर्चा होणार नाही, लोकं आपल्याला ओळखतात. कुणी पाहिलं, तरी तसला काही संशय घेणार नाहीत. चल ना.’

फेलानीला तिचा आग्रह मोडवेना. त्या तिच्या घरी पोहचल्या. आता घराभोवती आणखी उंच बांबूचं कुंपण घालण्यात आलं होतं. अंगणात चकचकीत फरशा बसवल्या होत्या. त्यांना दारात पाहून ड्रायव्हरची बायको एकदम मधाळ सुरात म्हणाली,

‘या. या. आज आमची वाट कशी चुकलात दोघी?’ त्या दोघी आत गेल्या. मऊ मऊ सोप्यावर बसल्या. मग ड्रायव्हरच्या बायकोनं रत्नाला हाक मारली.

‘रत्ना इथंच राहते का आता?’ जॉनच्या आईनं विचारलं.

‘नाही गं, येते टीव्ही पाहायला. मला घरकामात थोडी मदतही करते. रत्ना, दोन कप चहा आण.’

रत्ना आत गेली आणि एका ट्रेमध्ये दोन सुंदर कपात दूध घातलेला सुगंधी चहा, बिस्किटं, एकेक नारळाची वडी असं घेऊन आली.

‘घ्या ना. ही वेगळ्या प्रकारची नारळाची बर्फी आहे. माझ्या मामांनी आणली. ते खूप श्रीमंत आहेत. दागिन्यांची दोन दुकानं आहेत त्यांची. या गरीब भाच्चीला ते भेटायला आलेत. येताना त्यांनी माझ्यासाठी या बांगड्या आणल्या.’ हातातल्या चार नव्या कोऱ्या चमचमत्या सोन्याच्या बांगड्या दाखवत ती बोलत होती.

रत्ना एका वाडग्यात सुपारी घेऊन आली. ती पुढ्यात ठेवत तिनं ड्रायव्हरच्या बायकोला मामा बोलावत असल्याचा निरोप दिला. ती आत गेली. जाताना तिच्या चांदीच्या साखळ्या छुमछुम वाजतच गेल्या.

‘चल ना, जाऊ आपण. कसंतरीच होतंय.’ फेलानी म्हणाली.

शेजारच्या खोलीतून हसण्या-खिदळ्याचे आवाज येत होते. वेताचा पडदा वाऱ्यावर हलला तशा फेलानीला उंची दारूच्या बाटल्या रांगेत मांडून ठेवलेल्या दिसल्या. लोकं म्हणायचेच, की ड्रायव्हरची बायको आर्मीच्या कॅम्पमधून स्वस्तात दारूच्या बाटल्या आणते. बाहेर दुप्पट-चौपट किमतीनं विकते. त्या धंद्यात तिला चांगली बरकत आली होती. तिचं कनेक्शनही बरंच वाढलं होतं.

‘चल ना, जाऊ आपण’ फेलानी पुन्हा म्हणाली.

‘अगं, मला अंगठी तर देऊ दे.’

त्याच वेळी ड्रायव्हरची बायको आत कुणावर तरी खवळली होती. बराच वेळ झाला कुणी बाहेर येईना, तशी त्यांनी रत्नाला हाक मारली. मग ड्रायव्हरची बायको बाहेर आली.

‘ही अंगठी ठेव. म्हातारा आजारी आहे. मला पैसे हवेत. गहाण ठेव, मी फेडीन नंतर पैसे.’ अंगठी पुढे करत जॉनची आई म्हणाली. बेरकी हसत ड्रायव्हरच्या बायकोनं ती अंगठी हातात धरली. आणि मग एकदम नाक उडवत म्हणाली,

‘ही सोन्याची नाही, पितळेची आहे. पितळावर सोन्याचं पाणी चढवलंय.’

जॉनच्या आईनं झटक्यात अंगठी तिच्या हातातून हिसकावून घेतली आणि फेलानीला म्हणाली, ‘चल.’

त्या उठल्या, तेवढ्यात एक पोरगा ड्रायव्हरला घेऊन आला. तो फुल टल्ली होता. कुठं तरी गटारीत पडून चिखलानं माखला होता.

‘हे डुक्कर कुठं पडलं होतं?’ ड्रायव्हरच्या बायकोनं विचारलं.

‘गप गं तू, छिनाल कुठली!’ ड्रायव्हर ओरडला.

‘चहाच्या मळ्यात, मजुरांच्या वस्तीत पडलेला होता.’ तो पोरगा म्हणाला.

‘मग तिथंच पडू द्यायचा. मरू द्यायचा. इथं कशाला आणला. जा आता नळाखाली धर त्याला. थू.’ ती म्हणाली.

तेवढ्यात ड्रायव्हर झोक जाऊन खाली पडला. भडाभडा ओकला, दारूच्या वासानं सगळ्या खोलीत दुर्गंधी पसरली.

त्या घरातून बाहेर पडताच जॉनची आई मुख्य रस्त्याच्या दिशेनं चालू लागली.

‘आता कुठं?’ फेलानीनं विचारलं.

‘आर्मी कॅम्पच्या थोडंसं पुढं. एक सोनाराचं दुकान आहे. जंगलाला लागून आहे अगदी. तो म्हातारा तिथंच राहतो. त्या म्हाताऱ्या सोनाराकडं जाऊ चल.’

जॉनची आई एकटी जायला काही तयार नव्हती. फेलानीला तिचं मन मोडवत नव्हतं. त्या दोघी सोनाराच्या घरी गेल्या. ती आत गेली. फेलानी बाहेरच थांबली.

एका मिनिटात जॉनची आई बाहेर आली. तिचा चेहरा पार उतरला होता. डोळे निस्तेज दिसत होते. एकदम भयाण भाव चेहऱ्यावर घेऊनच ती आली.

'काय झालं?'

सोनार पण तेच म्हणाला, 'अंगठी पितळेची आहे?'

जॉनच्या आईनं काहीच उत्तर दिलं नाही. ती तिरमिरीत चालायलाच लागली. तिनं फेलानीकडं मागं वळून पाहिलंही नाही. फेलानीनं हाका मारल्या, पण ती थांबली नाही. एवढी जोरात गेली, की फेलानीनं पळण्याचा प्रयत्न केला, तरी तिला गाठता आलं नाही. म्हणता म्हणता ती दिसेनाशी झाली.

'धक्का बसलाय तिला मोठा. शांत झाली की येईल, अशी स्वत:चीच समजूत काढत फेलानी घराच्या दिशेनं निघाली. मोनी आला असेल; चाव्यापण आपल्याचकडं आहेत म्हणत भराभर चालत घरी आली. मोनी दारात वाट पाहत उभाच होता.

'कुठं गेली होतीस एवढ्या रात्रीची? बाहेर काय चाललंय, समजलं ना आज काय झालं ते?' मोनी अगदी मोठ्या माणसासारखा काळजीनं म्हणाला.

'काय झालं?'

'दोन गटांत गोळीबार झाला.'

'मग आता?'

'बंद संपला, की कर्फ्यू लागेल सगळीकडं. कधी काय होईल नेम नाही. तू अशी बाहेर एकटी-दुकटी रात्रीची फिरत जाऊ नकोस. गरज नसेल तर घरातून बाहेरच पडू नकोस.'

तिनं मोनीकडं पाहिलं. गुडघ्याएवढं पोर आईची काळजी घेण्याइतपत, घर चालवण्याइतपत मोठं झालं होतं. अकालीच मोठं झालं खरं तर हे पोर, असंही तिला वाटलं. पण तरी एक समाधान तिच्या मनभर पसरलं. त्याच समाधानानं ती स्वयंपाकाला लागली.

थोड्या वेळानं मिनोती आली. फेलानी आणि ती गप्पा मारत बसलेल्याच होत्या, तेवढ्यात जॉनची आई आली. फेलानीचा स्वत:च्या डोळ्यांवर विश्वासच बसेना. काही तासांत एखादा माणूस एवढा भयानक बदलू शकतो, हेच तिला खरं वाटेना; जॉनच्या आईचा अवतार भयंकरच होता. केस मोकळे, पिंजारलेले होते. गोल कुंकू पुसून त्याचा कपाळावर पार मळवट भरला होता. तीच लाली डोळ्यांत उतरून डोळे लालेलाल झालेले होते. बुब्बुळं बाहेर येतील, असे भयानक दिसायला लागले होते.

'जॉनची मां, अगं हे असं काय झालंय, असं काय करतेय?' फेलानी विचारतच होती, मिनोती तिच्यामागं धावली तोपर्यंत जॉनची आई जाऊन थेट त्या कालीमातेसमोर

बसली. हात जोडून काही वेळ गप्पच बसून राहिली.

‘आज कालीमातेनं मला दर्शन दिलं.’ ती जोरात ओरडून म्हणाली, पण त्या आवाजात नेहमीचा आनंद नव्हता. भयानक कातर आवाजात ती सांगत होती, थरथरत होती.

‘अगं असं काय करतेय, ये जरा हात-पाय तोंड धू. काही तरी खा. तुला बरं वाटेल.’ फेलानी तिच्याजवळ गेली.

तशी ती पुन्हा खेकसली. लांब होत म्हणाली, ‘मी आज नदीवर मासे पकडायला गेले होते. तिथं एका वेताच्या काठीवर काली मां बसलेली होती.’ असं म्हणत तिनं पुन्हा हात जोडले.

मग एकदम वारं आल्यासारखी जमिनीवर पाय पसरून बसली. दोन्ही पाय लांब केले, साडी वर केली आणि स्वतःच्या दोन पायांच्या मध्ये हात घालत म्हणाली, ‘इथून, माझ्या योनीतून देवी मां, माझ्या शरीरात घुसली.’ किती तरी वेळ ती तशीच लोकांना देवी कशी आत घुसली, हे दाखवत बसली.

मग म्हणाली,

‘देवी आता माझ्या पोटात येऊन बसलीये, माझ्या पोटात.’

तेवढ्यात जॉन धावत आला. बाकी लोकांनीही गर्दी केली. आईची ती अवस्था पाहून ते पोरगं रडायलाच लागलं. तिला हलवत सांगू लागला, ‘मां, बाबांना गादीत जोरदार जुलाब होताहेत, लघवी होतेय, ते कसं तरी करताहेत, घरी चल ना.’ तेवढ्यात त्याची बहीणही आली. तीही आईला तेच सांगू लागली. पण कसंच काय, तिला शुद्धच नव्हती.

ती उभी राहिली आणि रडायलाच लागली, ‘मला भूक लागलीये, मला दूध हवंय, देवीला भूक लागलीये, देता की नाही.’

फेलानी आणि मिनोती जॉनच्या आईला घरी घेऊन गेल्या. तिकडं त्या म्हाताऱ्यानं शेवटचा श्वास घेतला. त्याचं प्रेत घरात पडलं होतं, माणसं जमली होती. मुलं रडत होती आणि जॉनची आई मात्र खायला मागत होती. वस्तीतल्या प्रथेप्रमाणं लोकांनी त्याच्या अंत्यसंस्कारासाठी जी काही तयारी करायची होती ती केली. थोडेबहुत पैसे जमा करून म्हाताऱ्याच्या शेवटच्या विधीसाठी सामान आणलं. तिकडं नदीकाठी त्या म्हाताऱ्याची चिता धडधडून पेटली.

इकडं मात्र जॉनची आई भडकलेलीच होती. ती ओरडत होती,

‘मला दूध हवंय.’

‘मला दोन कबुतरं हवी आहेत. मला रक्ताची तहान आहे.’

‘केळात साबुदाणा कालवून आणा, मला खायचाय.’

‘दुध-केळी-मिठाई, मला आत्ताच्या आत्ता हवी आहे.’

‘कालीमातेला भूक लागलीये.’

‘द्या मला, नाही तर मी शाप देईन तुम्हाला. जळून खाक व्हाल सगळे.’

तो मेलेला म्हातारा, रडणारी मुलं, गर्दी, बंद, सैन्याचा पहारा, दोन संघटनांचा गोळीबार... सगळं मागं पडलं आणि सगळ्यांना आपल्या तालावर फक्त एकच बाई नाचवत होती. हवं ते मागत होती. लोकांनीही देवीचं वारं आलं म्हणत उदबत्त्या लावल्या, तिला जे हवं ते आणून दिलं.

तिकडं जॉनची आई कबुतराच्या नरड्या पिरगळून त्यांचं रक्त पीत होती आणि इकडं फेलानी सार्वजनिक हापशावर बसून ढसढसा रडत होती. एक हसरी, हिमतीची, खमकी बाई अशी पुरती उद्ध्वस्त झालेली पाहावी लागत होती.

तिचा हसरा चेहरा, खळखळून हसणं, मदत करणं, माया लावणं, सारं फेलानीला आठवत होतं. एका रात्री फेलानीच्या अंगावर चिंधी नसताना याच बाईनं फाटकी का होईना गोधडी तिच्या अंगावर आणून घातली होती.

आणि आज?

म्हाताऱ्या सोनाराच्या दुकानातून बाहेर येईपर्यंत ती चांगली होती. तिथून बाहेर पडल्यावर कुठं गेली देव जाणे. त्यानंतर फेलानीला दिसली ती एकदम याच भयानक अवतारात. एकदम पिसाटूनच आली. इतकी शालीन बाई, लोकांसमोर पाय फाकून आपलं गुप्तांग दाखवत बसली. हे असं कसं झालं एकदम? का तिनं सगळ्या काळज्या, सगळे उपचार, सगळ्या जगापासूनच स्वत:ला मुक्त करून घेतलं. आता कबुतराच्या रक्तानं बरबटलेला तिचा चेहरा सगळ्या जगाला वेठीस धरायला निघाल्यासारखा दिसतोय.

फेलानी किती तरी वेळ त्या हापशापाशीच बसून राहिली.

मोनी घरी आला, तेव्हा कुठं तिला घरात जायचा धीर झाला.

एकोणतीस

बंदचे शंभर तास उलटले एकदाचे. ताण निवळला. दुकानं उघडली. बाजार भरले. माणसं जरा मोकळा श्वास घेत घराबाहेर पडली. जी कामासाठी दुसऱ्या शहरात गेली होती ती सुटी घेऊन घरी परतली.

बाकी साऱ्यांचं जगणं मागच्या पानावरून पुढच्या पानावर सुरू झालं, पण मीराच्या आईची मात्र दुनियाच बेचिराख झाली. तिचा नवरा कमल मिस्त्री. तो सुतारकाम करायचा. तो माणूस बरा होता, पण दारूचं व्यसन होतंच. अधन-मधनं दारू लागायची. हातात पैसा आला, की तीन पत्ती लावायला जुगाराच्या अड्ड्यावरही जायचा. बंदच्या काळात पोट भरायचं म्हणून त्यानंही गुवाहाटी गाठलं. एका ठेकेदाराकडं कामाला लागला. मजुरीच करायचा, पण तरीही वस्तीत मिळणाऱ्या पैशापेक्षा गुवाहाटीत मिळणारा पैसा किती तरी जास्त होता. सुरुवातीला सगळं चांगलं सुरळीत सुरू होतं, पण म्हणता म्हणता गोष्टी बदलल्या.

गुवाहाटी महागडं शहर, राहायची सोय नव्हती. इतर पाच-सहा सुतारांबरोबर तो एका भाड्याच्या खोलीत राहायचा. खोली कसली बोळकांडंच ते, पण निदान हाडं टाकण्यापुरती जागा होती. बांबू लावून उभारलेला चौकोन म्हणजे बाथरूम आणि बाहेर संडास. एकावेळेस सगळी माणसं खोलीत बसूही शकणार नाही एवढी लहान जागा. पण सुतारकाम शिफ्टमध्ये चालायचं, त्यामुळे सहा-सात मिळून त्या खोलीत कोंबून राहायचे. त्यांच्या खोलीपासून थोडीच दूर एक अशीच सामायकीची खोली होती, पण बायकांची. पाच जणी त्या खोलीत एकत्र रहायच्या. बीना, भारती, अवशी, क्रिष्णा, राणी. काही बायका पार्ट टाइम काम करायच्या, काही फुल टाइम. बीना आणि राणीचं लग्न झालं होतं, पण नवऱ्यांना काही कामधंदा नाही म्हणून त्या स्वतःच गुवाहाटीत काम शोधत आल्या होत्या. क्रिष्णा आणि भारतीचं लग्न व्हायचं होतं. अवशीला नवऱ्यानं टाकलेलं होतं. काळ्याभोर रंगाची आणि डोळ्यांची ती हट्टीकट्टी बाई, उफाड्याचीच. हसली की सुंदर दिसायची. या पाच जणी मिळून भाडं वाटून घेत एका खोलीत राहू

लागल्या. मात्र काही दिवसांत कमल मिस्त्री आणि अवशीचं प्रेमप्रकरण सुरू झालं. समायिक खोली सोडून त्या दोघांनी एक वेगळी खोली भाड्यानं घेतली. ते एकत्रच राहू लागले.

अशा बातम्या पसरायला कितीसा वेळ लागतो. गुवाहाटीत नवऱ्याचं लफडं सुरू असल्याची बातमी मीराच्या आईच्या कानावरही पोहचलीच. 'घरी निघून ये' असा निरोप तिनं नवऱ्याला हजारदा पाठवला, पण तो काही परत आला नाही. शेवटी तिनं मीराला सोबत घेतलं आणि थेट गुवाहाटीला तो राहत होता तिथंच जाऊन धडकली. राणीनं तिला बरीच मदत केली. राणीही याच वस्तीतली. तिनं मीराच्या आईला साथ दिली. तीच मीराच्या आईला गुवाहाटीत त्याच्या रूमवर घेऊन गेली.

मीराची आई त्याच्या खोलीत जाऊन बसली. कमल मिस्त्रीचे पूर्वीचे रूममेट्स खोलीत डोकावत होते. त्याची बायको पाहायला येत होते. त्या खोली नावाच्या चौकोनात एकच छोटासा पलंग होता. मीरा आईला चिकटून आणि तिची आई पाय पोटाशी घेऊन एका कोपऱ्यात किती वेळ बसून राहिल्या. कमल मिस्त्री घरी आला. त्या दोघींना खाण्यासाठी त्यानं बाहेरून पुरी-भाजी आणून दिली. संध्याकाळी अवशी कामावरून घरी परतली. मीराच्या आईकडं पाहिलं न पाहिलं करत स्वयंपाकाला लागली. तिनं मटण केलं, भात केला. मीराची आई एका जागी बसून जे चाललंय ते फक्त पाहत होती. थोड्या वेळानं राणी आली आणि मीराला तिच्या खोलीत घेऊन गेली.

अवशीनं मीराच्या आईला एका ताटात वाढून दिलं. मग सतरंजी घालून, मच्छरदाणी लावून दिली. 'इथं डास फार आहेत,' एवढं एकच वाक्य ती तिच्याशी बोलली. मीराची आई मात्र गप्पच. तिनं तोंडातून एक शब्द काढला नाही. रात्री कमल मिस्त्री घरात आला. तोवर मीराची आई अंथरुणावर डोळे मिटून पडली होती. बायको झोपली की नाही, हे त्यानं वाकून पाहिलं. त्याला वाटलं झोपलीये. मग लाइट बंद करून अवशी आणि तो जवळजवळ बसले. दोघांनी ग्लासात दारू भरून घेतली. पीत पीत इकडच्या तिकडच्या गप्पा मारल्या. मटण-भात खाल्ला. घरात दुसरं कुणी आहे, आपली बायको इथं येऊन ठेपलीये, तिला काय उत्तर द्यायचं, हे प्रश्न जणूकाही त्यांना शिवलेही नाहीत.

मिस्त्रीची बायको येऊन धडकली, आता काय तमाशा होणार, याची उत्सुकता आजूबाजूच्या लोकांमध्ये होती, पण बायको असताना दुसरी बाई घरात ठेवतोच कशी? असा जाब काही त्याला कुणी विचारला नाही. गुवाहाटीसारख्या मोठ्या शहरात लोक तसेही इतरांच्या व्यक्तिगत आयुष्यात नाक खुपसत नाहीत, तशी रीत नाही म्हणा किंवा त्यांना वेळ नाही म्हणा. वस्तीत कुणी असं वागलं असतं तर सारं

गाव जमा झालं असतं. फूल जरा एखाद्या व्यक्तीकडं पाहून हसली, तरी लोकांच्या भुवया उंचवायच्या. मिनोतीनं नवे कपडे घातल्याची गावभर चर्चा व्हायची. नबीन एखाद्या मुलीशी नुस्तं बोलताना दिसलास, तरी त्याची काही भानगड आहे का, तो त्या मुलीशी लग्न करणार आहे का, अशा चौकशा लोकं करायला लागायचे. आणि इथं शहरात मात्र बायको-मुलीच्या समोर एक माणूस दुसऱ्या बाईबरोबर राजरोस मज्जा करतो, पण कुणाला काहीच देणंघेणं नाही.

ते दोघं पलंगावर झोपले. मीराची आई झोपेचं सोंग घेत डोळे मिटून टक्क जागी तशीच हालचाल न करता पडून राहिली. ती अवघड रात्र तिनं श्वास रोखून धरत काढली. आपला नवरा आपल्या डोळ्यांदेखत एका परक्या बाईबरोबर झोपतो, या भावनेनं तिलाच मेल्याहून मेल्यासारखं झालं.

'झोपली वाटतं बावळट?' अवशीचा दारू चढलेला आवाज त्याला विचारत होता. तो काहीच बोलला नाही. मग थोड्या वेळानं त्याचा घोरण्याचा आवाज यायला लागला. १४ वर्षे रोज रात्री मीराच्या आईनं तो आवाज ऐकला होता. आणि आज मात्र दुसरीच बाई त्याला कवटाळून झोपली होती. मीराच्या आईला हा अपमान सहन होत नव्हता. पहाटे ती उठली. समोर तिचा हक्काचा नवरा होता. इतकी वर्षं रोज पहाटे जाग आली, की ती त्याच्या जवळ जात असे, केसातून हात फिरवत त्याचा हात स्वत:भोवती गुरफटून घेत असे. आजही तिचा हात त्याच्या दिशेनं निघाला होता, पण मग एकदम ती भानावर आली. आता सारंच संपलं होतं.

पण ते संपवणंही सोपं नव्हतं. तिच्या बहिणीसारखाच तिचाही संसार मोडून पडला होता. अनू तिची सख्खी बहीण. एका बंगाली माणसाशी तिनं हट्टानं लग्न केलं. लग्नानंतर पहिल्याच वर्षी मूल झालं आणि त्यानं तिला टाकली. आता ती लोकांच्या घरी धुणीभांडी करते. लोक अजून म्हणतात, की तो माणूस भलाच होता. हिच्या बहिणीतच काही तरी खोट असली पाहिजे, नाहीतर लग्नानंतर जेमतेम वर्षाच्या आत कशाला कोण बायकोला टाकेल? आता पुन्हा गावभर चर्चा, हिलाही नवऱ्यानं टाकल्याची. या बहिणींमध्येच काही तरी खोट असेल. ह्यांनाच नवरे सांभाळता येत नाहीत. नवऱ्यांना सुख देता येत नाही; म्हणून तर नवरे त्यांना टाकतात, असंही म्हणायला लोक मागंपुढं पाहणार नाहीत. बायकोकडून हवं ते मिळत नसेल म्हणून तर तो माणूस दुसऱ्या बाईकडं गेला ना, असं लोक खुलेआम म्हणू लागले, तर आपण कुणाकुणाचं तोंड धरणार असा मीराच्या आईला प्रश्न पडला. त्या दिवशी सकाळी ती नवऱ्याशी एक शब्द बोलली नाही, वाद घातला नाही, त्याला शिव्याशाप दिले नाहीत. तिनं मीराला घेतलं आणि वस्तीत परत आली.

परत येताच पाच-सहा घरी धुण्याभांड्याचं काम घेतलं. मुलाला शाळेतून काढून घेतलं आणि एका किराणा दुकानात नोकरीला लावून दिलं. बंद मिटता मिटता मीराची आई बदलूनच गेली. एकदम वेगळीच दिसायला, वागायला लागली. पूर्वी दात विचकून बावळटासारखं हसणारी ती बाई एकदम गंभीर झाली. तिचं बावळट हसू विरलं. कामापलीकडं तोंड उघडणंच तिनं बंद करून टाकलं. हातात थोडा पैसा आला. तिनं घरावर नवे पत्रे चढवले. घराजवळ हातपंप बसवून घेतला. माझा नवरा गुवाहाटीत पैसा कमावतो, आम्हाला पैसे पाठवतो. असंच ती लोकांना सांगू लागली. त्या रात्री तिथं काय घडलं, हे तिनं कायमचं मनात गाडून टाकलं.

स्वत:च्या हिमतीवर ती बाई जगायला लागली. जॉनची आई मात्र जगणंच काय, स्वत:लाही विसरून गेली. तिच्या घरावरच अवकळा पसरली. ती एका जागी बसून राहायची. घर म्हणजे कचराकुंडीच. जिकडेतिकडे कचरा, घाण आणि पसारा. मातीचे किडे घरात वळवळायला लागले. खरकट्या भांड्यांत अळ्या, किडे फिरू लागले. तशा परिस्थितीत जॉननं काही तरी कमवत निदान आपलं पोट भरायची सोय केली. पण त्याला स्वयंपाक येत नसे. तरी चूल पेटवून, फुंकणीनं विस्तव फुलवत तो कच्चंमच्चं शिजवू लागला. त्याची धाकटी बहीण आईच्या पोटात दोन घास जावे, म्हणून तिला भरवण्याचा प्रयत्न करत असे.

त्यांची आई मात्र भानावरच नव्हती. ती अंगणात गप्प बसून राहायची. केस पिंजारलेले, कुंकवाचा भलामोठा मळवट. मधूनच जोरात ओरडायला लागायची. 'दूध द्या. कबुतरं द्या' म्हणत मागण्या करायची. मधूनच येणाऱ्या-जाणाऱ्यांना हाका मारायची. साडी वर करून पाय फाकून बसायची आणि दोन पायांच्या मध्ये बोट दाखवत म्हणायची, 'बघा, बघा इथूनच काली माता माझ्या अंगात शिरली, पोटात जाऊन बसली.'

कित्येक दिवसांत तिनं आंघोळ केलेली नव्हती. तिच्या पिंजारलेल्या केसांच्या जटा व्हायला लागल्या होत्या. डोळे लालेलाल झाले होते. वस्तीतले लोकच नाही, तर शेजारपाजारच्या गावातूनही आता लोक तिच्या दर्शनासाठी येऊ लागले. देवी अंगात आलीये, अशी चर्चा गावोगावी पसरली. लोक फळं, दूध, मिठाया घेऊन तिच्या दर्शनाला येऊ लागली. अर्थात ती त्यांपैकी कुठल्याच वस्तूला हात लावायची नाही. संध्याकाळ झाली, की जॉन आणि त्याची बहीण सगळा पसारा एका जागी गोळा करून ठेवायचे. जॉनची मां तोंडात अन्नाचा कण घ्यायला तयार नव्हती. पाणी प्यायला तयार नव्हती. अशक्त झाली होती. तिला हात टेकवून स्वत:चं स्वत: उठताही येईना. दृष्टी अधू व्हायला लागली. माणसांनाही ओळखेनाशी झाली.

फेलानी आणि मिनोतीलाही पोट होतं. त्यांना बाजारात जावंच लागे. बाजारातून

परत येताना त्या जॉनच्या घरी जायच्या. मैत्रिणीकडं पाहून पोटात तुटायचं, पण काहीच करता येत नव्हतं. जॉनची मां नुसती बसून होती. लोकांनी तिच्यासमोर दिवे उजळवले होते. उदबत्त्या धूर सोडत होत्या. केळीच्या पानांवर प्रसादाची साखर, साबुदाणा, फळं, कबुतरं अस्ताव्यस्त पडलेली होती.

मिनोती आणि फेलानीला पाहूनही तिच्या डोळ्यांत ओळखीची कुठलीच खूण उमटली नाही. तोंडातल्या तोंडात काही तरी पुटपुटली, पण तेही त्यांना कळलं नाही. त्यांनी तिच्या माथ्यावर तेल ओतलं, केस विंचरायचा प्रयत्न केला. डोळ्यांवर पाण्याचे शिपके मारले; पण ती हुं की चूं न करता शांत बसून राहिली. मिनोती वाटीभर तेल घेऊन मांत्रिकाच्या घराकडं धावली. इडापीडा टळावी म्हणून त्यानं मंतरून दिलेलं तेल ती जॉनच्या आईच्या केसांना लावणार होती. तिचा मुलगा आजारी पडला, की ती नेहमी असंच करायची. तेवढ्यात दोन्ही मुलं घरी आली. जॉनच्या खांद्यावर लाकडाची मोळी होती. मुलं असहायपणे आईकडं पाहत उभी होती. तिच्यासमोरचे पैसे, फळं त्यांनी गोळा करून ठेवून दिले.

'आईनं काही खाल्लंय?' -फेलानीनं विचारलं.

'नाही.'

'तुम्ही दोघांनी?'

'आता भात करून खातो.'

मुलं घरात गेली. फेलानी जॉनच्या आईचं खांद्यावरून गळणारं डोकं धरून किती वेळ बसली. त्या जटा तिला पाहवत नव्हत्या. काली बुरीच्या जटा अशाच होत्या. पण त्या जटांनी गरीब-बिचाऱ्या आरतीचं खमक्या काली बुरीत रूपांतर केलं. काली बुरी कधी कधी रात्री तांडव नृत्य करायची. सकाळी तिचेही ओठ काळेनिळे पडायचे. काली बुरीसारखंच जॉनच्या आईच्या अंगातही खरंच देवीचं वारं संचारलं असेल का, तिला प्रश्नच पडला.

पण तिला आठवत होतं, तांडव करून झालं, ते वारं गेलं, की काली बुरी पटकन सामान्य माणसांसारखी वागायला लागायची. काही तरी खायची, पोटासाठी काम करायची, मुरमुरे बनवायची, गोधड्या शिवायची. चटकन माणसात यायची. पण या बाईचं काय? पहिल्यांदा तिनं पाय फाकून स्वत:वरचा ताबा सोडला त्या दिवसापासून ती स्वत:लाच विसरून गेली आहे. तेव्हापासून तिनं स्वत:हून अन्नाचा कण खाल्ला नाही. पाणी प्यालं नाही. काली बुरी बनून 'आरती'ला जगण्याची प्रेरणा मिळाली. काली बुरीचं आयुष्य ती मन:पूत जगली. ही बाई मात्र स्वत:लाच विसरून गेली. तिची जगायची इच्छाच संपली. आता तिला फक्त मरायचं होतं. जॉनच्या आईनं आपलं डोकं फेलानीच्या खांद्यावर ठेवलं, तो भार काही फेलानीला सहन होईना. तेवढ्यात मिनोती ते मंतरलेलं तेल घेऊन आली.

‘काय गं, काही म्हणतेय का?’ तिनं विचारलं.

‘काय म्हणणारे, मरणार ही अशानं, पाहवत नाहीयेत हिचे हाल आता.’

दोघी बायका तिच्याजवळ बसून फक्त ढसढसा रडत होत्या. मात्र फेलानीचं बोलणं रस्त्यावरून जाणाऱ्या-येणाऱ्यांनी ऐकलं. बातमी गावभर पसरली, की जॉनची मां कधीही मरेल, शेवटच्या घटका मोजतेय. एक बाई उजळलेला दिवा घेऊन आली. तो तिच्यासमोर ठेवत डोळे मिटून प्रार्थना करू लागली. फेलानीनं जॉनच्या आईला घट्ट धरलं. लोकं प्रसाद म्हणून काहीबाही घेऊन येऊ लागले तशी ती चिडलीच. गर्दी वाढायला लागली. लोकं आता आजारी माणसांना घेऊन येतील, प्रेताच्या स्पर्शानं आजार बरा होण्याची आस धरत गर्दी करतील, हे तिनं हेरलं. गर्दी व्हायला लागताच तिनं लोकांना हाकलून लावायला सुरुवात केली. प्रचंड गर्दी जमा झाली होतीच. फेलानी त्या गर्दीत जॉनच्या आईला छातीशी धरून बसली होती.

‘इथं गर्दी करू नका, जा इथून. मला तिला डॉक्टरकडं न्यायचंय. तिच्यावर उपचार करायची गरज आहे. मरेल ती अशानं, तिच्या लेकरांचा तरी विचार करा.’ फेलानी लोकांना हात जोडून विनवत होती. लोक ऐकेनात तेव्हा मोठमोठ्यानं ओरडायला, किंचाळायलाच लागली. त्या गर्दीतलंच कुणी तरी म्हणालं, ‘मला तर वाटतं, देवीचं वारं हिच्याही अंगात शिरलं की काय.’

मिनोती आणि फेलानी तिच्याभोवती बसल्या. मीराची आई मदतीला धावली. तेवढ्यात गावातला तो डॉक्टरही येऊन पोहचला. त्यानं सांगितलं, शरीराचा आजार काही नाही, त्यांची जगण्याची इच्छाच संपली आहे. ती जागी करायला पाहिजे म्हणजे त्या बऱ्या होतील. तिच्या अंगात देवी नाही, तिच्या पोटात कुणीही शिरलेलं नाही, हे तिनं मान्य केलं. तर ती पुन्हा चांगली होईल. काली बुरीच्या अंगातलं वारं आणि हे वारं यात फरक आहे हे तर त्या तिघींनाही जाणवत होतंच. आपल्याला जगता यावं, म्हणून एकीनं देवीचं रूप घेतलं, आपण काय आणि कशासाठी करतोय, याचा तिला पुरता अंदाज होता आणि दुसरी मात्र, तिला कळतच नव्हतं, की आपण स्वत:चं काय करून बसलोय. जगण्याची इच्छाच सरल्यानं ती स्वत:ला फक्त संपवत होती. फेलानी तावातावानं लोकांना खूप बोलली. म्हणाली– ‘ही बाई मरायला टेकलीये, आम्ही तिच्या पोटात दोन घास जावेत, म्हणून प्रयत्न करतोय, तिच्यावर उपचार करण्यासाठी जीवाचं रान करतोय आणि तुम्ही ती मरायची वाट पाहताय, का तर तिच्या प्रेताच्या स्पर्शानं तुमचे आजार बरे व्हावेत म्हणून? इतका स्वार्थीपणा तर रानटी म्हणवणारी माणसंही करत नाहीत. तुम्ही तर माणसं आहात.’ लोकं पांगले. पण या तिघी तरी किती दिवस तिच्याजवळ बसून राहणार होत्या. त्यांच्या मागे त्यांचे व्याप होतेच. मग त्यांनी पाळ्या लावल्या. एकजण तरी

आळीपाळीनं जॉनच्या आईजवळ बसून राहायच्याच. जॉनची आई आता तुटक तुटक का होईना बोलायला लागली. लोक दर्शनाला यायचेच. ती बसल्या बसल्या प्रत्येकाच्या डोक्यावर हात ठेवत त्यांना आशीर्वाद द्यायची. आपल्या आशीर्वादानं, स्पर्शानं लोक खरंच बरे होतील, असं तिला वाटायलाही लागलं होतं. या साऱ्या चक्रातून तिला कसं बाहेर काढायचं, याचाच विचार तिन्ही बायका रात्र-दिवस करायच्या. मीराच्या आईच्या डोक्यात एक भन्नाट कल्पना आली. 'हिला जग्गूच्या बायकोला आशीर्वाद द्यायला सांगू. खरंच हिच्यात शक्ती असेल तर होईल ना ती बरी, आणि नाहीच झाली, तर आपण हिला पटवून देऊ की आता हा वेडेपणा बंद कर.' मिनोतीलाही ही कल्पना आवडली.

'पण ती जग्गूच्या बायकोला ओळखेल तरी का?'

'जग्गूच्या बायकोलाही ती असाच आशीर्वाद देईल, असं वाटतं का तुला?'

'हे बघ, जग्गूच्या बायकोची अवस्था खरंच मरणासन्न आहे, बरं होण्याच्या पलीकडं गेलीये बिचारी.'

'आणि हिच्या स्पर्शानं ती बरी झाली नाही, तर हिला कळेलच ना आपण काय म्हणतोय ते. समजेल की काही आपल्या अंगात दैवी शक्ती संचारलेली नाहीये.'

'पण आपण तिला इथं कसं आणणार?'

'पण मग हिला तरी तिकडं कसं नेणार?'

तिघी जणी एकमेकींना शंका विचारत, जोरदार योजना करत होत्या. मग शेवटी त्यांचं ठरलं, की हिलाच त्यांच्या घरी न्यावं लागेल, कसंही करून न्यायचंच.

बाजारात गेलं नाही तरी चालेल असा एक दिवस निवडून त्या तिघी जॉनच्या आईला जग्गूच्या घरी घेऊन गेल्या. जग्गूची बायको रक्ताळलेल्या गोधड्यांच्या ढिगात निपचित पडून होती. डोळे खोबणीला चिकटलेले, दात पुढे आले होते. हाडांचा सांगाडा उरला होता फक्त. कुजलेल्या मांसाच्या गोळ्यासारखं तिचं गर्भाशय एका बाजूला पडलं होतं. कपड्यांवर रक्ताचे डाग होतेच, खरं तर तिच्या अंगावर कपडेही नव्हते. स्वच्छ कपडे घालायला उरलेही नव्हतेच. तिच्या उशाशी पाण्याची बाटली आणि शिळ्या झालेल्या ब्रेडचा अर्धामुर्धा पुडा पडलेला होता.

जॉनची आई जग्गूच्या बायकोकडं रोखून पाहत होती.

'ओळखलंस हिला.' फेलानीनं विचारलं. त्यावर तिनं नाही म्हणत मान हलवली.

'कर तिला बरं, लाव तिला हात, लाव म्हणतेय ना.' काली बुरीच्याच भाषेत, तशाच आवाजात, त्याच अधिकारवाणीनं फेलानीनं जॉनच्या आईला सांगितलं.

जॉनच्या आईनं तिच्या डोक्यावर हात ठेवला, पण सर्रकन काढत पटकन् बाहेर जायला निघाली. दारापाशी जाऊन थांबलीही. जग्गूची बायको बिचारी ढुंगणानं सरकत तिच्यापाशी आली. तिच्यामागं तिचं ते गर्भाशयही फरफटत आलं. रक्ताची

एक जाड रेष ओढली गेली. त्यावर माशाही घोंघावत आल्या. ती बाई जॉनच्या आईच्या पायाशी वाकली. नमस्कार करत सुटली. जॉनची आई मात्र मोठमोठ्यानं विचित्र हसत तिच्या घराच्या बाहेर पडली.

मग फेलानी रोजच जॉनच्या आईला जग्गूच्या घरी घेऊन जाऊ लागली. दुसरीकडं औषधोपचार, इंजेक्शन यांचाही मारा सुरू केला. आता जॉनची आई निदान स्वत:च्या पायावर उभं राहून चालण्याइतपत तरी बरी झाली होती.

त्या रात्री जग्गूची बायको गेल्याचं कळलं. त्या तिघी जॉनच्या आईला जग्गूच्या घरी घेऊन गेल्या. पण त्या पोहचेपोहचेपर्यंत शेजारपाजारच्या लोकांनी तिचं प्रेत घराबाहेर आणलंही होतं. प्रेतावर माशा घोंघावत होत्या. त्या माशा उडवायलाही कुणी जवळचं तिथं नव्हतं. त्या चौघी बाहेर प्रेताजवळच उभ्या होत्या. तिरडी बांधली जात होती.

'बघ, गेली ती, नाहीच ना बरी झाली.' फेलानी हळूच तिच्या कानात म्हणाली. मग पुन्हा तिला दटावत म्हणाली,

'जा ना, कर ना तिला स्पर्श, ओतना तिच्या निर्जीव शरीरात प्राण. कर ना तिला जिवंत जा ना. देवी आलीये ना तुझ्या अंगात मग!'

'सांग, तू तिला परत जिवंत करू शकतेस का?'

'देवीला सांग ना, तिला जिवंत करायला, सांग.'

'तिचा आजारही बरा कर, जा जिवंत कर तिला.'

'जा, लोक बघ मूर्ख, घेऊन जातील तिला आता. जा लवकर'

तिन्ही बायका एकामागून एक तिच्या कानात सतत हेच बोलत होत्या. जॉनच्या आईनं तिच्या दिशेनं एक पाऊल उचललं. परत थांबली. तेवढ्यात लोकांनी प्रेत उचलून तिरडीवर ठेवलं, 'राम नाम सत्य है'चा गजर झाला. लोकांनी खांदा देत तिचा शेवटचा प्रवास सुरूही झाला.

ती अत्यंयात्रा दिसेनाशी होईपर्यंत जॉनची आई त्याच दिशेनं पाहत होती. आणि मग एकदम माघारी वळली. नेहमीसारखी झपाझप पावलं उचलत घरी पोहचली. मिनोती आणि फेलानी अक्षरश: धावतच तिच्यामागं निघाल्या. त्या तिला हाका मारत होत्या, थांब म्हणत होत्या. तशी ती थांबली. तिच्या डोळ्यांत नेहमीच्याच ओळखीच्या खुणा प्रकटल्या होत्या. नजर बदलली होती. ती पटकन् म्हणाली, 'जरा दणकून खात जा, म्हणजे पायात बळ येईल.'

जॉनची आई घरी पोहचली. त्या दोघीही धापा टाकत पोहचल्या. तेवढ्यात मीराची आईही आली. तिच्या घरावरच्या नव्या छपराकडे पाहून जॉनची आई तिची चेष्टा करत म्हणाली, 'काय लॉटरी लागली की काय नवीन छप्पर आलं डोक्यावर.'

जॉनला हाका मारतच ती घरात शिरली.

'जॉन, माझ्या सोन्या कुठं आहात रे पोरांनो. आणि घराच का असा उकीरडा करून ठेवलाय. बाबा कुठंत तुमचे?' असं म्हणत पदर खोचून हातात झाडू घेऊन ती रपारप झाडायलाही लागली. सवयीनं केसाचा बुचडा बांधायचा म्हणून हात वर केले तर केस हातात येईचनात. बांबूच्या भिंतीला लटकवलेल्या फुटक्या आरशाच्या तुकड्यात ती स्वतःचे केस पाहायला गेली आणि दचकलीच.

'हे काय, माझे केस कुठं गेले?' तिनं शेजारीच उभ्या फेलानीला विचारलं.

'मी कापून टाकले ते, खूप उवा झाल्या होत्या तुझ्या केसात.'

'आणि माझ्या कपाळावरचं कुंकू? अशा बोडक्या कपाळानं फिरतेय की काय मी गावभर?' असं म्हणत आरशाजवळच ठेवलेलं टिकल्यांचं पाकीट तिनं उचललं. त्यातली एक टिकली ती कपाळावर टेकवणार तेवढ्यात मीराच्या आईनं ते पाकीट तिच्या हातातून हिसकावून घेतलं. जॉनच्या आईनं तिन्ही बायकांकडे पाहिलं. मीराच्या आईच्या हातातून पाकीट घेत लांब भिरकावून दिलं. फतकल मारून खाली बसली आणि छाती पिटत जोरजोरात रडायलाच लागली. तिघी बायका तिच्याभोवती बसल्या. त्यांनी तिला रडू दिलं. मग थोड्या वेळानं मीराची आईच बोलली,

'रडू नको जॉनची मां, जे झालं ते वाईट झालं. पण निदान नवरा मेला असं तरी तुला आता म्हणता येईल. माझं बघ. नवरा असून, मी विधवेचंच जीणं जगतेय.' असं म्हणत तीही जोरजोरात रडायला लागली.

'तरी तुझं बरंय गं बाई, लोकांना दाखवायला निदान नवरा तरी आहे तुला. माझं काय? मला तर नवराही नाही, मी त्याचं पोर जन्माला घातलं, पण तो माझा कुणीही नाही.' मिनोतीला हुंदका दाटून आला.

'माझं नशीब तर सगळ्यांत वाईट गं बायांनो. सोन्यासारखा संसार एका रात्रीत जळून खाक झाला. माझा नवरा मेला की नाही, मेला तर कसा मेला हेसुद्धा मला माहिती नाही. तो जळून मेला, की गिधाडांनी-कावळ्यांनी त्याला टोचून खाल्ला, देव जाणे. मला तर त्याची सतीगतीही करता आली नाही, अंतिम संस्कार कसले काय, साधा त्याच्या नावानं एक दिवा उजळला नाही कधी.' फेलानीही आता हमसून हमसून रडायला लागली. नवरा गेल्याचं दुःख इतकी वर्षं तिनं काळजात दाबून धरलं होतं, आज शेवटी तो बांध फुटला.

किती तरी वेळ त्या बायका रडत बसल्या होत्या. चौघींचं नशीबं चार प्रकारचं, कोण कुणाचं दुःख हलकं करणार?

अंधार झाल्यावर त्यांची मुलं त्यांना शोधत जॉनच्या घरी येऊन पोहचली. काळोखात बसून रडणाऱ्या त्यांच्या आया पाहून गांगरली.

त्या रात्री तिथं आसवांचे पाट वाहिले, पण मनं हलकी झाली हेच खरं!

तीस

दैव बलवत्तर म्हणायचं, की नशीब फळफळलं... काही कळायला मार्ग नव्हता. पण बऱ्याच दिवसांत वस्ती आणि टाउनशिप परिसरात सारं शांत शांत होतं. बाजार नीट भरत होता. शाळा-कॉलेजं वेळेवर नेमानं सुरू होती. सामान्य माणसं जसं नाकासमोर शांततेत जगतात, तसं सुसह्य आयुष्य माणसांच्या वाट्याला अचानकच आलं. बंद नाही, मोर्चे नाही, आंदोलनं नाही, काहीच नाही. सगळं सुखनैव चाललेलं होतं. चार पैसे वेळेवर मिळायला लागल्यानं माणसंही जरा सुखावली, सुस्तावली होती. हसून पाहत होती. चिंतेचं मळभ ओसरायला लागलं होतं. ब्रह्मपुत्रेच्या वर वर-शांत सहज वाटणाऱ्या विशाल पात्रासारखं सगळं संथ वाटत होतं. पण ब्रह्मपुत्रेचा तरी काय नेम असतो, आत्ता शांत वाटते, पण तिच्या पोटात काय गुडूप झालंय कुणाला कळत नाही. आणि मग तिला अचानकच असं उधाण येतं की त्या रौद्र रूपाच्या कल्पनेनंही अंगावर शहारे यावेत.

तसंच काही तरी टाउनशिपमध्येही घडलं. सारंच सुखात चाललं होतं. शांततेत माणसं जगायलाही लागली, पण अचानक संथ पाण्यात भोवरा यावा आणि त्याच्या पिसाट वेगात सारं काही भिरभिरून जावं तसंच झालं, माणसांचंच नाही तर जगण्याचंही भिरभिरंच झालं. एक दिवस भर बाजारात, त्या मारवाड्याच्या जुन्या कपड्याच्या दुकानाशेजारीच प्रचंड मोठा बॉम्बस्फोट झाला. स्फोट इतका भयंकर होता, की बाजारात वादळ यावं, तशा वस्तू दूरदूरपर्यंत भिरकावल्या गेल्या. रक्तामांसाचा सडा पडला. माणसांची आणि जनावरांची भाजलेली, कोळसा होऊन पडलेली शरीरं इतस्तत: फेकली गेली. किंकाळ्या आणि कर्कश आवाजानं सारा आसमंत गुदमरून गेला.

बाजाराच्या मध्यभागी कपडे आणि दागिन्यांची दुकानं होती. दुपारच्या वेळी याच भागात सर्वांत जास्त गर्दी व्हायची. सकाळी दहा ते अकराच्या दरम्यान माणसं मासे, मटण, भाज्या विकणाऱ्या ठेल्यांसमोर गर्दी करायची. तिथली गर्दी ओसरली, की हा भाग माणसांनी फुलून जायचा. सकाळी स्फोट झाला तेव्हा सुदैवानं त्या भागात

कमी गर्दी होती. त्यामुळे जे मेले त्यांची ओळख पटवणं तरी सोपं झालं. जखमींना तातडीनं उपचारासाठी दवाखान्यात नेता आलं.

स्फोटानं हादरलेली पण जीव वाचवत पळालेली माणसं आपापल्या वस्तीच्या दिशेनं धावत निघाली. स्फोटानंतर काही क्षणांतच सैन्यानं सारा बाजार ताब्यात घेतला. माणसं हबकली होतीच, काही रडत होती. काही जखमी झाली होती. एखादं झाड पडलं, त्यावर घरटी बांधून राहणारी पाखरं जशी सैरभैर होऊन सैरावैरा उडतात, कलकलाट करतात तशीच स्फोटानंतर माणसं आपापले सगेसोयरे शोधत पळू लागली. पण त्यानं गदारोळ वाढला. कोण-कुठं का पळतंय, हेच कुणाला कळत नव्हतं.

मोनीही शाळेतून पळत, धापा टाकत कसाबसा घरी पोहोचला. स्फोट झाला तेव्हा त्याची आई बाजारातच होती. त्या स्फोटात आणि नंतरच्या पळापळीत तिच्या अंगावरची सादोर कुठं तरी पडली, पण त्याचंही तिला भान नव्हतं. तिला फक्त मोनीची काळजी होती. पोरगं सुखरूप असेल की नाही या काळजीनं तिच्या जीवाचं पाणी पाणी झालं होतं. मोनी-मोनी करत ती आरोळ्या ठोकत होती. दुसरीकडे जॉनच्या आईला पळता पळता जोरदार ठेच लागली. पायाच्या अंगठ्याचं नखच उडालं. रक्ताची धार लागली, तो पाय तसाच घेऊन ती घराकडं निघाली.

मिनोतीचा अवतार तर भयानक झाला होता. तिचे केस विस्कटले होते, अंगावरचं ब्लाऊज फाटलं होतं. आणि पोराच्या डोक्यावर एक मोठ्ठं टेंगुळ आलं होतं. मीराच्या आईचं कोंबडीची पिलं घालून न्यायचं डालगं रिकामं झालं होतं. स्फोटानंतरच्या रेटारेटीत तिचं डालगं उलटं झालं आणि पिलं पांगली. दोन पिलं फक्त हाताला लागली. ती तिनं छातीशी घट्ट धरून आणली. कोंबडीची आणि बदकाची पिलं विकून चार पैसे येतील, त्यातून भाज्यांची लागवड करू, असं बरंच काही तिनं ठरवलं होतं. ते मातीमोल झालं. नुकसान झालं म्हणून ती छाती पिटून घेत होती.

शिबानीच्या आईनं बनवलेले सगळे मुऱ्हे तुटले. नबीनची पुस्तकं सायकलवरून पडली, हरवलीच. फूलने विकायला नेलेली मसाल्याची पाकिटंही अशीच रस्त्यात सांडून गेली. लातूची आई एक भारीतली धोतरजोडी खरेदी करायला गेली होती. त्यासाठी तिनं बरेच पैसे साठवले होते. रेटारेटीत ते पैसेही हरवले.

हातावर पोट असलेली ही सारी माणसं. स्फोटात माणसं किती मेली यापेक्षा आपलं काय नुकसान झालं, किती झालं, याचाच हिशेब ती आधी लावत होती. त्यानंतर स्फोटात किती माणसांचा बळी गेला याची चर्चा सुरू झाली. सुदैवानं वस्तीतली सारी माणसं वाचली होती. पत्ता नव्हता तो एकट्या जग्गूचाच.

सगळी माणसं परतली, तरी जग्गू काही वस्तीत परत आला नाही. तसंही

बायको गेल्यापासून तो भ्रमिष्टासारखाच फिरत असे. घरीही क्वचितच यायचा. त्यानं एका मुलाला हॉटेलात कामाला लावून दिलं, तर एकाला गॅरेजमध्ये चिकटवलं. बायको जिवंत होती, घरात सडक्या रक्ताचा वास येत होता, तेव्हा तरी ही माणसं त्या बाईसाठी घरी यायची. आता तर तिघंही अधनंमधनंच घरी यायचे. जग्गूही नाही म्हणायला रोज कामावर जायचा, चहाची टपरी चालवायचा. लाडू-वड्या बंद झाल्यानंतर त्याचा धंदा मंद होता, पण तरी टपरी चालूच होती. ती गेल्यावर त्यानं चहाची टपरीही बंद करून टाकली. तो ड्रायव्हरच्या बायकोच्या घरी दारू विकायचं काम करायला लागला. त्याच्या बदल्यात ती त्याला रोज फक्त एक दारूची बाटली देण्याचं आमिष दाखवायची. वाट्टेल तेवढं राबवून घ्यायची. कुत्र्यासारखी हाडतूड करायची. नंतर तो आजारीच पडला. त्याच्या पोटात मरणाच्या वेदना व्हायच्या. तो कळवळत पडायचा. आता त्याचा ड्रायव्हरच्या बायकोला काही उपयोग नव्हता. एक दिवस तिनं त्याला लाथा-बुक्क्यांनी मारलं आणि घरातून हाकलून दिलं. त्याला असा मार खाताना वस्तीत अनेकांनी पाहिलं.

त्यानंतर तो दिवस दिवस बाजारात कनुलालच्या शेजारी बसून राहायचा. कनुलाल कासार होता. टोपलीत रंगबेरंगी सुंदर काचेच्या बांगड्या घेऊन बाजारात यायचा. चहाच्या मळ्यात काम करणाऱ्या बायका मुख्यत्वे त्याचं गिऱ्हाईक. त्या हौसेनं खूप बांगड्या घ्यायच्या. चहाची पानं खुडणाऱ्या नव्या मुली आता पूर्वीसारख्या साडी नेसत नसत, त्या सुटसुटीत पंजाबी ड्रेसच घालायला लागल्या होत्या. त्यांना पैसेही बरे मिळायचे, स्वच्छ-टापटीप घरात राहायच्या. बोनसमधून मिळालेल्या पैशातून घेतलेल्या सायकलवरून फिरायच्या. मात्र त्यांची बांगड्यांची हौस काही बदलली नव्हती.

कनुलाल बायकांना बांगड्या भरायचा आणि जग्गू त्याच्या शेजारी बसून बांगडी भरले ते हात फक्त बघत राहायचा. कितीदा तरी मिनोती, फेलानी आणि जॉनच्या आईनं त्याला त्याच्या या रसिकतेविषयी चिडवलं होतं. त्याची चेष्टा केली होती. मग एकदा फूल आणि मीराच्या आईनंच त्यांना सांगितलं, की 'जग्गूची बायको लग्न करून आली तेव्हा हातभर बांगड्या घालायची. खूप सुंदर तर दिसायचीच, पण तिला बांगड्यांची खूप हौसही होती.'

कनुलाल बसायचा त्याचा भागात हा बॉम्बस्फोट झाला. त्या भागात फुटलेल्या काचेच्या बागड्यांचा खच पडलेला होता असं लोकं सांगतात. एका बाईचा तर हातच तुटून पडलेला होता. त्या हातातल्या बांगड्या एकमेकींना चिकटल्या होत्या. काही आतडी सर्वत्र विखरून पडली होती. एका आतड्यात तर पिवळ्या बांगड्याची एक लांब माळच रुतून बसली होती. त्यांना नंतर कळलं की, जग्गूच्या बायकोला पिवळ्या बांगड्या फार आवडायच्या, ती कायम पिवळ्याच बांगड्या घालायची. नवी

नवरी होती तेव्हा तर जग्गूला तिच्या या पिवळ्या बांगड्यांचंही फार अप्रूप वाटे.

जग्गू त्यानंतर कधीच परतून आला नाही. कुणाला दिसलाही नाही.

त्या रात्री वस्तीत कुणीच झोपलं नाही. प्रचंड सन्नाटा होता. माणसं दहशतीनं फक्त दारं-खिडक्या लावून घरात बसली होती. कुणाच्याही घरी चूल पेटली नाही. लेकराबाळांना दुपारचं होतं ते आई-बापांनी खाऊ घातलं, पण बाकी सारी माणसं तशीच बसून राहिली. घरोघरची बाळंही त्या रात्री रडली नाहीत, की जागलीही नाहीत. लोकांच्या डोळ्यांसमोरून बाजारातला रक्तामांसाचा चिखल हटत नव्हता. आपण वाचलो, नाहीतर त्या चिखलात मांसाचा एक तुकडा आपलाही असता, या भीतीनं माणसं हादरून गेली होती. डोकी बधिर झाली होती.

साऱ्या वस्तीतून एकच मोठमोठ्यानं रडण्याचा आवाज येत होता. सुमला रडत होती. तिला भूक लागली होती.

'मला भात पाहिजे. ओई... भात द्या... भात.' ती मोठमोठ्यानं भोकाड पसरून रडत होती. बुलेन घरी नसणारच, एरवीही तो हल्ली घरी फार कमीच यायचा. आलाच तरी रात्री यायचा. त्यांचा छोटुसा मुलगा जमेल तशी आईची काळजी घ्यायचा, पण लहान लेकरू ते किती करणार? सुमला मात्र दिवसेंदिवस अशक्त आणि हट्टी होत चालली होती. नबीनचं घर त्यांच्या शेजारीच होतं. त्याला जेव्हा जमेल तेव्हा तो सुमलाला काही तरी खायला नेऊन द्यायचा. तिला शांत करायचा.

रात्रीच्या त्या सुनसान वातावरणात एकदम गाड्यांचे ब्रेक दाबले गेल्याचा आवाज आला. काही बुट थाडथाड करत उतरले आणि कुठं तरी चालत गेले. कुणाला काही कळायच्या आत सैन्यानं वस्तीला वेढा घातला. सगळ्यांना कळून चुकलं, की आर्मीवाले हरी भंगुराचा पोरगा आणि बुलेनला पकडायला आलेत. नेमकं त्याच वेळेस बुलेनला सुमेलाचं रडणं असह्य झालं. त्याला झोपायचं होतं पण झोप लागेना. मग त्यानं थोडा भात शिजवला, बटाटे उकडवले आणि तिच्या पुढ्यात नेऊन ठेवले. तिचं खाणं झालं, की जाऊन झोपायचं, असं तो ठरवत होता. ती खात होती. तो तिथंच त्यांच्या अंगणात एका मुऱ्ह्यावर बसून डुलक्या घेत होता. त्याला प्रचंड झोप येत होती. तेवढ्यात आर्मीवाले तिथं आले. एकानं लाथेनंच एक मुऱ्हा त्याला फेकून मारला. तो खाली पडला, तसं त्यांनी त्याला लाथांनी तुडवला. त्याच्या नाजूक जागी प्रचंड लाथा मारल्या. तो ओरडत होता, रडत होता, विनवत होता, पण त्यांनी त्याला प्रचंड चोपला. त्याची शुद्धच हरपली. त्यांनी त्याला ओढतच नेलं. लोक हा तमाशा फक्त पाहत होते. त्याला का पकडून मारताहेत, हेच कुणाला कळेना. त्याला ते ओढत नेत होते आणि त्याच्या पायांच्या मधून रक्ताची धार लागली होती.

उजाडलं तरी सगळीकडं सैन्याचा पहारा होताच. ते वस्तीत यायचे. लोकांच्या

घरांची झडती घ्यायचे. बुलेनच्या घराची तर कितीदा तरी झडती झाली. हरी भंगुरा आणि त्याची बायको तर कधीच ही वस्ती सोडून निघून गेले होते. त्याचंही घर सैनिकांनी नीट धुंडाळलं. या सगळ्यांत सुमलाचे मात्र प्रचंड हाल होत होते. बुलेन कधी तरीच यायचा, तिला झाडाला बांधून घालायचा. ती तशी बांधलेली दिसली, की लोकांना कळायचं बुलेन रात्री येऊन गेला. झाडाला बांधलेलं नसलं, की मात्र ती घरोघर जेवण मागत फिरायची. बकाबका खायची. सगळं सांडून ठेवायची. कुठंही रस्त्यात झोपून जायची. एकदा बुलेन आला आणि त्याच्या मुलालाही घेऊन गेला. सुमला आता कायमच खुली फिरू लागली.

सुमला फेलानीच्या घरी कायम यायची. ही बाई आपल्यावर माया करते, हे तिला कळून चुकलं होतं. फेलानीही तिची काळजी घ्यायची, तिला जेवू घालायची. त्या स्फोटानंतर मोनीची शाळा बंदच झाली होती. तो सिंगच्या गॅरेजमध्येच कामाला जाऊ लागला. एकदा तर भल्या सकाळी सिंग स्वत: त्याला घ्यायला आले होते. तुमचा मुलगा हुशार आहे, कामाला वाघ आहे, सगळ्या गोष्टी भराभर शिकतोय, असं त्यांनी सांगितल्यावर तिचा ऊर अभिमानानं भरून आला. पण तो गाडी चालवतो, याचीच तिला फार भीती वाटायची. कधी कधी तिला वाटायचंही, की मोनीला सांगावं 'सोड ते गॅरेजमधलं काम.' पण सांगणार कसं! काळ असा अवघड, पोट भरायचं, तर आहे ते काम टिकवणं आवश्यकच होतं. शिवाय सिंग त्याला कामाचे पैसेही चांगलेच द्यायचे, घर तर त्यावरच चालत होतं.

पण सुमलामुळे फेलानीची फार फरफट व्हायला लागली. छोटं मूल सांभाळावं तसं तिला सांभाळावं लागत असे. तिला आंघोळ घालायची, कपडे घालून द्यायचे, केस विंचरायचे, जेवायला घालायचं... कामं संपत नव्हती. अनेकदा तर तिला थोपटून झोपवावंही लागे. फेलानीला त्या बाईची दयाच यायची. काय आयुष्य जगली एके काळी आणि तिची अशी वाताहत झाली. रेडिओ जसा एकदा तुटलं की तुटला, कितीही दुरूस्त करा, त्याची खरखर कमी होत नाही आणि आवाजही मधाळ ऐकू येत नाही. सुमलाच्याही आयुष्याच्या सगळ्या तारा तुटल्या होत्या.

नबीनला आर्मीवाले घेऊन गेले, त्याला आठवडा होऊन गेला. त्याचा काय गुन्हा होता? एका वेड्या बाईला जेवायला घातलं त्यानं ही त्याची चूक? खरं-खोटं काय ते कळत नव्हतं, पण आर्मीवाल्यांनी त्याचं काय केलं, या विषयी वस्तीत बऱ्याच वावड्या उडत होत्या. कुणी म्हणायचं त्यांनी उलटं टांगून नबीनला मिरचीची धूरी दिली, त्याच्या अंगावर गरम पाणी ओतलं, त्याची सगळी कातडी सोलवटून काढली. कुणी सांगत असे, की त्यांनी नबीनच्या गुप्तांगावरच जखमा केल्या, त्याच्या सगळ्या गोट्या तुडवल्या. त्याचं जननेंद्रिय कापून काढलं. लोकं सांकेतिक भाषेत एकमेकांना सांगायचे, की त्याची वांगी-बटाटी त्यांनी कापून काढली.

भूक आणि भीतीनं पार पोखरलेली वस्तीतली माणसं हळूहळू चिडायला लागली. एक साधासा, पुस्तकं विकून पोट भरणारा पोरगा, ज्यानं आजवर माशी मारली नाही, त्याला आर्मीवाले उगीच छळताहेत, असं सगळ्यांचंच ठाम मत होतं. बुलेन अतिरेकी झाला. त्याच्या वेड्या बायकोला त्यानं जेवायला घातलं हे खरंय, पण म्हणून तो काही अतिरेकी ठरत नाही. वेड्या बाईला जेवायला घालणं, हा काही कायद्यानं गुन्हा नाही. माणुसकीची ही अशी अघोरी शिक्षा लोक पहिल्यांदाच पाहत होते.

लोकांचा संताप वाढत होता. एके दिवशी कसे काय माहिती नाही, पण कुणी न बोलावता लोक वस्तीतल्या मुख्य रस्त्यावर जमले. काय करायचंय हे कुणालाच माहिती नव्हतं, ठरलंही नव्हतं. पावसाळा सुरू झाला होता. गच्च भरून आलं होतं. विजा कडकडायला लागल्या. जोरदार पाऊस कोसळायलाही लागला. त्या पावसात लोकं मिल्ट्री कॅम्प ऑफिसमध्ये शिरले. बायका पुढं होत्या. बायका थेट आत गेल्या. पुरुष बाहेरच थांबले. तीन तास त्यांनी सैन्याच्या अधिकाऱ्यांशी वाद घातला आणि तीन तासांनंतर मिनोती आणि फेलानी नबीनला आधार देत बाहेर घेऊन आल्या.

नबीनला चालताही येत नव्हतं. लातू तेवढ्यात एक ढकलगाडी घेऊन आला. नबीनकडे पाहत त्यानं उगीच काही तरी हसण्याचा प्रयत्न केला आणि मग त्याला उचलून ढकलगाडीवर ठेवलं. जवळ उभ्या सगळ्याच पुरुषांच्या लक्षात आलं, की नबीनच्या गुप्तांगावर सूज आहे. घरी जाता जाता त्यांनी त्या वस्तीतल्या डॉक्टरला सोबत घेतलं. त्या डॉक्टरने त्याचं ड्रेसिंग केलं. औषधं लिहून दिली. बाहेर आला तर त्याच्याही डोळ्यांत पाणी होतं. कसंबसं ते पुसत त्यानं गर्दीला सांगितलं. 'काळजी घ्या त्याची. मी औषध दिलंय. होईल तो बरा लवकरच.' डॉक्टर गेले. गर्दीही पांगली.

शेजारीपाजारी जमेल तशी नबीनची काळजी घेत होते. सुमलाला फेलानी सांभाळत होती. मीराची आई जॉनच्या आईची देखभाल करायची आणि मिनोतीनं नबीनला सांभाळायची जबाबदारी स्वत:हून स्वीकारली. नबीनकडे थोडा पैसा होता, त्यामुळे मिनोतीला निदान स्वत:चे पैसे तरी त्याच्यासाठी खर्च करावे लागले नाहीत.

फेलानी मात्र मेटाकुटीला आली होती. त्यांचीच हातातोंडाची गाठ होती. त्यात सुमला खा खा करायची. त्यात फेलानीकडं काम नव्हतं. मोनीच्या एकट्यावर सगळा भार येऊन पडला होता. सुमलाला असं पोसणं त्यालाही फारसं रुचत नव्हतं, कारण पैसाच पुरत नव्हता. फेलानीलाही वाटे, जाऊ द्यावं हिला बाहेर, खाईल कुठं तरी काही तरी. पण त्या निरागस जीवाची याद आली, की तिच्या घशाखाली घास उतरायचाच नाही. ती सुमलाला शोधायला जायची, शोधून घेऊन यायची.

त्या दिवशी घरात काहीच नव्हतं. तांदूळही संपले होते. कोंड्यात बटाटा घालून

फेलानीनं मोनीपुरतं काही तरी शिजवून ठेवलं. सुमला घरात होतीच. हिचं काय करायचं फेलानीला कळत नव्हतं. मोनीला विचारलं, तर तो गप्पच राहिला. स्फोट होऊन दहा दिवस उलटले होते. बाजार बंदच होता. मोनीच्या पगारात त्या दोघांचं कसंही भागलं असतं, पण तिसऱ्या माणसांचं ओझं त्यांना पेलवत नव्हतं. त्यात आपल्याच पोराचा थकला भागला चेहरा पाहून फेलानीनं ठरवलं, की सुमलाला तिच्या घराच्या अंगणात झाडाला बांधून घालायचं. आपण तरी किती करणार? तिच्या नवऱ्यानं तिची काय ती सोय लावावी. निर्णय बुद्धीनं घेतला खरा, पण तिचं मन काही मानत नव्हतं. विचार करता करता तिचा डोळा लागणार तेवढ्यात दार वाजलं.

'कुरमणी, ओई कुरमणी.'

'कोण आहे?'

'मी आहे, मी. कुरमणी.'

तिनं दार उघडलं तसं बुलेन झटक्यात आत शिरला. त्यानं सैन्याचा गणवेश घातलेला होता. पाठीला बंदूकही लटकलेली होती. दुसरी कंबरेच्या पट्ट्यात लावलेली होती. तिनं पटकन दार लावून घेतलं.

'हे घे.' त्यानं पैशाचं एक पुडकं तिच्या हातात कोंबलं. त्या घाईत काही नोटा जमिनीवर पडल्या. त्याचा आवाज ऐकून चटईवर झोपलेली सुमलाही जागी झाली. त्याला पाहून धावत त्याच्याकडं आली. बुलेननं तिच्याकडं जळजळीत नजरेनं पाहिलं. तिच्या अंगावर फेलानीनं चढवलेला लाल स्कर्ट त्याला अजिबात आवडला नसावा. तिचा अगदीच बोंगा दिसत होता, हाडांवर कपडे फक्त लटकत होते. एकेकाळचे छातीवरचे तजेलदार घट्ट उभार पार सुकून गेले होते. अंगाला जळवा लागून रक्त शोषलं जावं, तशी ती पार सुकून गेली होती. आईच्या ओढीनं लेकरू धावावं, तशी ती बुलेनला पाहून त्याच्याकडं धावली. त्याला जाऊन बिलगली. काय वाटलं माहिती नाही, बुलेननं खिशातून आणखी नोटा काढल्या.

फेलानीनं एक छोटा कावळा लावला, त्या प्रकाशात तिला बुलेनचा चेहरा आता स्पष्ट दिसत होता. तो पहिल्यापेक्षाही जास्त देखणा, हट्टाकट्टा आणि करारी दिसत होता. त्यानं जे जॅकेट घातलं होतं, त्यात तर त्याचं पीळदार शरीर जास्तच उठून दिसत होतं. सुमला त्याच्याजवळ गेली. त्याच्या पायाला घट्ट मिठी मारून बसली. त्यानं तिच्याकडं पाहिलं. क्षणभर त्याच्या डोळ्यांत ते पूर्वीचंच प्रेम झळकून गेलं. मात्र क्षणभरच, पुन्हा त्याच्या चेहऱ्यावर, त्याच्या डोळ्यांत तोच विखार उतरला.

तेवढ्यात फेलानीच्या लक्षात आलं, की सुमला त्याच्या अंगचटीला जात त्याच्या दोन पायांच्या मध्ये असलेल्या गोट्यांशी, तरारून उभ्या राहिलेल्या त्या

मांसल गोळ्याशी खेळतेय. हा असा उघडावाघडा लैंगिक खेळ पाहून तिच्या डोक्यातून पायापर्यंत झिणझिण्याच आल्या. असंच एक दृश्य तिनं काही वर्षांपूर्वी त्यांच्या घरातही पाहिलं होतं. तेव्हा तर सुमला तरुण होती, देखणी होती, शरीर भरलेलं होतं. ती थोडी बरीही व्हायला लागली होती. स्वयंपाक करायची. घर आवरून ठेवायची. त्या दिवशी संध्याकाळी कशावरून तरी बुलेन बराच भडकलेला होता. सुमला त्याच्या अंगचटीला आली, की तो तिला ढोसून बाजूला करायचा. बुलेननं त्याच्या कंबरेभोवती एक गमोसा गुंडाळलेला होता. तो जवळच येऊ देईना म्हटल्यावर सुमलानं त्याचा गमोसा बाजूला केला आणि त्याच्या त्या उभट मांसल गोळ्याला, त्या टणक गोट्यांना हलकेच कुरवाळू लागली. बुलेन हळूहळू शांत झाला. म्हणजे त्याही अवस्थेत तिला कळत होतं, की हा माणूस आपल्याला जेवायला घालतो, तो 'आपला' आहे. त्याला खूश करण्याचं तंत्र तेव्हाही तिला अवगत होतं.

ते दृश्य दाराच्या फटीतून फेलानीनं पाहिलं होतं.

आजही ती तेच करण्याचा प्रयत्न करत होती. तिच्यातल्या बाईनं त्याच्यातल्या पुरुषाला हाका मारत होती. सुमलाची ती अवस्था पाहून फेलानीच्या डोळ्यांत पाणीच आलं होतं. आज तर परिस्थिती त्याहून वाईट होती. तेव्हा तरी तो तिला कोपरानं ढोसत होता, आजतर त्यानं बुटानंच तिला बाजूला लाथाडलं. ते पाहून फेलानी भडकली. तिनं सुमलाला बाजूला केलं आणि बुलेनपासून दूर नेऊन बसवलं. सुमला चिडली, ओरडायला लागली. पण फेलानीनं तिला बळजबरी झोपायला लावलं. मग ती बुलेनकडं गेली. ती भयंकर संतापलेली होती. थरथरत होती. खाली पडलेले पैसे तिनं उचलत गोळा केले.

'हे घे.'

'तू या वेडीची इतकी काळजी घेते आहेस, तुला थोडीशी मदत म्हणून देतोय.'

तिनं त्या नोटांचा चुरगुळा करून बुलेनच्या अंगावर फेकला. त्याला एक सणसणीत लगावून देत ती म्हणाली, 'साला हलकट, डुक्कर कुठला. सगळे पुरुष तुम्ही सारखेच. बाईच्या शरीरावर फक्त मजा मारायची. हवी तेवढी चोदायची आणि मग फेकून द्यायची. तुम्हाला फक्त हवस कळते. ती भागली, की हाडामांसाच्या देहाचं तुम्हाला काहीच वाटत नाही.'

असं म्हणून फेलानी फतकल मारून, पाय पसरून बसली. मग ओरडतच म्हणाली,

'तुमची भूक महत्त्वाची, सत्तेची भूक, बाईच्या शरीराला ओरबाडण्याची भूक, पैशाची भूक... संपतच नाही ना! लोकांना मारून कमावलेले हे पैसे घेऊन तू माझ्या दारात आलास, लाज नाही वाटली तुला. मला या पापाच्या पैशाचा माज दाखवतोस.'

'तू कसला रे मर्द, तू कसला पुरुष. बायको सुकली, आत्ता तिला अंगाखाली घेताना मजा वाटेनाशी झाली, तर तिला झाडाला बांधून ठेवायला लागला. माझ्या अंगावर पैसे फेकून तिला सोडून जाताना तुला शरम नाही वाटली. अरे मनाची तरी थोडीफार बाळगायची होती. तुझे पैसे उचल आणि तोंड काळं कर इथून. लोकांचे मुडदे पाडून कमावलेलं हे पाप माझ्या घरात नको, निघ. चल निघ इथून.' असं म्हणत तिनं आणखी एकदा त्याच्या कानफटात लगावून दिली.

हातातली बंदूक आदळत तो म्हणाला, 'तुला या सगळ्याची किंमत मोजावी लागेल. मला माहिती होतं, लक्षात आलंच होतं माझ्या, की त्या साल्या भडव्या कोच नवऱ्याला तू अजून विसरलेली नाहीसच. एवढा माज दाखवतेस ना, बघ तू आता मी काय करतो.' त्याच्या तोंडाला दारूचा वास येत होता. शब्दाबरोबर दारूचा भपकारा उडत होता.

'जातो की नाही इथून, निघ. तोंड दाखवू नकोस मला परत.'

भडकलेला रॉकेलचा कावळा विझायला आल्यानं ज्योत मोठी झाली होती. प्रकाश पसरला तसं समोर अंधारात तिला एक मुलगी दिसली. ती मुलगी थेट तिच्या घरातच आली. बुलेनशी काही तरी लाडिक बोलली. बुलेनच्याच भाषेत, बोडोमध्ये काही तरी बोलत असावी. तीही बुलेनसारखीच गोरीपान, गुलाबी होती. तिच्या छातीवरची सादोर तिचं सौंदर्य झाकण्यासाठी कमी आणि दाखवण्यासाठी जास्त हलत होती. उफाड्याची पोर, टंच होती. एकदम भरलेली टप्पोरी-ताजी शेंग. छातीवरची उसळी तर अशी, की ते दोन गोल उसळत कधी समोरच्यावर आदळतील सांगता येऊ नये. तिनं पटकन् येत बुलेनच्या कंबरेभोवती हात घातला. संतापानं लाल झालेला त्याचा चेहरा क्षणार्धात निवला. त्याचा हात धरून ती मुलगी त्याला घराबाहेर घेऊनही गेली. मग काही सेकंदानं परत आत आली.

'तो देतोय ते पैसे ठेव. लवकरच हजार तासांचा बंद पुकारण्यात येणार आहे. माज करू नकोस. उपाशी मरशील.' तिनं फेलानीला अत्यंत मधाळ शब्दांत समजावलं.

फेलानी पुन्हा भडकली. स्वत:चीच छाती पिटत म्हणाली, 'ते पैसे घे आणि तूही निघ इथून. पुकारा काय बंद पुकारायचे ते. लोकांना मारा, घरं जाळा, त्यातून जगलो, तर जगू आम्ही नाही तर मरू. पण हे पाप मला नको.'

फेलानी संतापानं थरथरत होती. छातीवर मणभर ओझं ठेवावं, श्वास कोंडावा तसं तिला गुदमरल्यासारखं होत होतं. तिला जोरजोरात ओरडावंसं वाटत होतं.

'मूर्खपणा करू नकोस. त्याचा चांगुलपणा तरी बघ, वेड्या बायकोसाठी तो पैसे द्यायला आलाय. एवढं तरी करतं का कुणी, लोकं चांगल्या बायकांना सोडतात. ही तर ठार वेडी आहे.' तिनं पुन्हा त्याची वकिली केली.

'काही गरज नाही. मला जमेल तसं तिला पोसेन, नाही जमलं तर मारून टाकेन. तू निघ इथून, तुझे फुकट सल्ले नकोत मला.' संतापून तिनं त्या मुलीलाच विचारलं, 'तू तरी कशी निलाजरी गं, त्याची बायको जिवंत असताना त्याच्याबरोबर झोपायला निघालीयेस.'

'बायको?' त्या मुलीनं गुर्मीत उलट प्रश्न केला. ती निघूनही गेली. फेलानी मात्र दारात उभी राहून जोरजोरात ओरडत होती.

'या असल्या माणसांचा काही भरवसा नाही. त्यांना रक्ताची चटक लागलीये. त्यांची हावरट भूक कधीच संपणार नाही. ना सत्तेची, ना पैशाची, ना शरीराची. ते लुटतील, ओरबाडतील, माणसांना वापरतील, फेकून देतील. हा माणूस असाच हावरट भुकेनं पागल झालाय. ती भूक कधीच शमणार नाही. ते कधीच सुखानं जगणार नाहीत. इतरांना जगू देणार नाहीत. त्यांच्या नादी लागू नकोस.'

बुलेन आणि ती मुलगी दिसेनासे झाले, तरी फेलानी बडबडतच होती. सुमला आत खोलीत बसून रडत होती. फेलानी दारातच बसलेली. मोनी तिच्याजवळ आला. आपल्या आईला एवढं चिडलेलं, एवढं संतापून बोललेलं त्यानं कधीच पाहिलं नव्हतं.

'ओई मा, काय झालं गं, का इतकी चिडली आहेस.' त्यानं घाबरंघुबरं होत विचारलं.

'मरण आलं तरी या अशा माणसांच्या वाऱ्यालाही तू उभं राहायचं नाहीस, तू असं काही केलंस, तर माझं नखही तुला दिसणार नाही लक्षात ठेव.' ती त्याला सांगत होती.

'पण मी असं का करीन?'

'तेच म्हणतेय, इमानदारीनं चटणी-भाकरी कमावून खा. तीही नाही मिळाली तर उपाशी रहा. मरायची वेळ आली तर मर; पण लोकांना मारून, त्यांना लुटून पैसे कधीही कमावू नकोस, सांगून ठेवते.'

मोनी त्याच्या आईच्या चेहऱ्याकडं फक्त एकटक बघत राहिला. सुमला रडत बाहेर आली. हुंदके देत फेलानीला चिकटली. मोनीच्या आईनं तिला जवळ घेतलं आणि मग दोघी बराच वेळ फक्त रडत राहिल्या. काळीकुट्ट रात्रच तेवढी सोबत होती.

एकतीस

त्या दिवशी सकाळी जे व्हायला नको होतं तेच झालं.

अभयारण्याच्या जवळ एका शिसमाच्या झाडाखाली सुमलाचं शरीर छिन्नविच्छिन्न अवस्थेत पडलं होतं. तिच्या अंगावर कपड्याचा बोळाही नव्हता. उघड्यावाघड्या छातीवर सुकलेल्या रक्ताची फक्त ठिगळं होती, दोन्ही पायांच्या बेचकीतून वाहणारं रक्त काळं-निळं होतं साकळलं होतं. तंगड्या फाकलेल्या अवस्थेतच ते प्रेत झाडाखाली निश्चल पडलेलं होतं.

सुमला मोनीच्या आईच्या मागे मागेच जायची. फेलानी बाजारातून परत येईपर्यंत याच झाडाखाली बसून राहायची. त्या दिवशीही ती याच झाडाखाली बसलेली लोकांनी पाहिली होती. भूक लागली म्हणून जाणाऱ्या-येणाऱ्याकडं खायला मागत होती. जवळच आर्मीचा कॅम्प होता. तिथले लोक तिच्या पुढ्यात एखादा ब्रेडचा तुकडा, एखादं बिस्कीट टाकायचे. पण त्या दिवशी झाडाच्या जवळच बांबूच्या झुडपात तिला कुणी तरी ओढत फरफटत नेलं असावं. तिच्या शरीराशी वाट्टेल तसा खेळ करत, धारदार हत्यारानं तिच्यावर सपासप वार केले असावेत. रक्ताचे लांबचलांब ओघळ शिसमाच्या झाडाभोवती दिसत होतेच. खाटकानं बकरी कापून तिचा खिमा करावा, तसं सुमलाच्या शरीरावरच्या नाजूक भागांना कुटून कुणीतरी विकृत आनंद उपभोगला होता.

त्या सकाळी फेलानी घरीच होती. सकाळची कामं, बाजारात जायची तयारी, मुरमुऱ्यांची बाचकी बांधणं एका बाजूला सुरूच होतं. दुसरीकडं मात्र डोक्यात सुमलाचाच विचार, त्या वेडीनं रात्र कुणाच्या दारात काढली असेल, हा विचार फेलानीला काही सुचू देत नव्हता. कारण आदल्या दिवशी संध्याकाळी सुमलाला एकटीलाच सोडून ती मोनीबरोबर सरदारजीच्या घरी पार्टीला गेली होती. नातू झाल्याच्या आनंदात सरदारजीनं सगळ्यांना जेवायला बोलावलं होतं. मोनीलाही आग्रह करकरून सांगितलं होतं, आईला घेऊन येच. म्हणून मोनीही सरदारजीचीच लाल कार घेऊन आला. एअरकंडिशण्ड कार, शांत-हळुवार संगीत; फेलानीला

नवीनच होता हा अनुभव. त्यात सरदारजीच्या मुलानं दिलेली जीन्स आणि टी शर्ट घालून मोनीही एकदम उंचापुरा-देखणा दिसत होता.

आईला मोठी चक्कर व्हावी, म्हणून मोनी जरा लांबच्या मार्गानं गाडी चालवत निघाला.

'मां, मीही अशीच गाडी घेईन. कुलदीपचे पप्पा म्हणालेत, तुला बँकेचं कर्ज मिळवून देतो. तसं झालं तर अशी कार आपल्या दारात उभी राहील. तुलाही जरा आराम, किती दिवस तू अशी मुरमुरे विकत फिरशील.'

फेलानी काहीच बोलली नाही. त्याच्या पाठीवर पडलेला एक केस हातानं झटकत फक्त हसली.

सरदारजीच्या घरी खूप लोक जमले होते. पार्टीही रंगात आलेली होती. पण सुमला फेलानीचा पिछा सोडत नव्हती. तिनं काय खाल्लं असेल, कुठं झोपली असेल या विचारांनी फेलानी अस्वस्थ होत होतीच. मग तिनं स्वत:लाच समजावलं, आपण नाही हे पाहून सुमला मिनोतीकडं किंवा जॉनच्या आईकडं गेली असेल. काही होत नाही एखादा दिवस आपणही जरा बाहेर आलो तर.

दुसऱ्या दिवशी मात्र अघटित घडलेलं कळलंच. बातमी कळली, तशी ती धावतच त्या शिसमाच्या झाडाजवळ गेली. सुमलाचा तो उघडावाघडा रक्ताळलेला देह पाहून मटकन् खालीच बसली.

हसऱ्या चेहऱ्याची, भरल्या अंगाची सुमलाच फेलानीच्या डोळ्यांसमोर सारखी उभी राहत होती. वेडसर लहरीतही बुलेनला रिझवणारी, त्याच्या संतापातही त्याच्याजवळ मायेनं घोटाळणारी सुमला कशी होती आणि आज एखाद्या जनावरानं लचके तोडल्यासारखा हा तिचा देह असा रक्ताळून पडलाय. एखाद्या वाघानं हल्ला करावा आणि शेळी मारून टाकावी, तिची हाडं खाताना त्याच्या तोंडातून आवाज निघावेत, तसे आवाज फेलानीला घेरायला लागले.

पोलिसांनी प्रेत व्हॅनमध्ये ठेवलं. पण उंचपुरी ती बाई काही त्या गाडीत मावेना. कुणीतरी मग इतक्या जोरात तिचा पाय आत ढकलला, की गुडघ्याचं हाड तुटल्याचा कडकड आवाज फेलानीला ऐकू आला. जिवंतपणी जिला जगण्यानं छळलं, तिच्या देहाच्या वाट्याला मेल्यावर सुद्धा असे भोग यावेत, हे फेलानीला पाहवेना. साऱ्या यातना, सारे भोग यातून सुटली सुमला, हाल हाल होऊन मेली, पण सुटली एकदाची. फेलानी मात्र त्या धक्क्यानं आणखी खचली.

वस्तीतलं वातावरण तसंही आता खूपच बदललं होतं. सगळ्या भागात सतत सैन्याची गस्त. खडे पहारे. किती तरी नवीन दुकानं सैन्याच्या सोईसाठी नव्यानं सुरू झाली. प्रत्येक घर गुत्ता झालं, घरटी दारूचे साठे केले जाऊ लागले. ड्रायव्हरच्या बायकोची मात्र चांदी होती. तिच्या घरावर आणखी नवा मजला चढला. घरात नवा

टीव्ही, कोराकरकरीत फ्रीज आला.

नबीन एक दिवस मिनोतीला म्हणाला, मला ड्रायव्हरच्या बायकोकडे घेऊन चल. त्याला ड्रायव्हरच्या बायकोकडून काही पैसे कर्जाऊ घ्यायचे होते. तब्येत बरी झाली होती. नव्यानं कामधंदा सुरू करायचा होता. त्यानं साठवलेले सारे पैसे औषधपाण्यावर खर्च झाले होते. आता काम सुरू करायचं, तर भांडवल हवं होतं. वस्तीत ड्रायव्हरच्या बायकोशिवाय दुसऱ्या कुणाला बरकत होती. मिनोतीनं त्याला ड्रायव्हरच्या बायकोच्या दारात नेऊन सोडलं आणि ती निघून गेली. तिला मांत्रिकाकडं जाऊन लेकासाठी मंतरलेलं तेल आणायचं होतं. पाठमोऱ्या मिनोतीकडं नबीन फक्त पाहत राहिला. वस्तीतल्या डॉक्टरनं त्याला एकदा सांगितलं होतं, मिनोतीच्या मुलाच्या आजारावर आपल्या इथं तरी काही उपचार उपलब्ध नाहीत. त्याच्या हृदयाला छिद्र आहे. त्यावर इथं काय उपचार करणार? मिनोती मात्र मिळेल त्या दगडावर डोकं ठेवत पोराच्या तब्येतीसाठी नाक घासत होती. नबीनला वाटलं, या बाईनं आपल्याला आजारपणात जी मदत केली, ते उपकार कधीच फिटण्यासारखे नाहीत.

मिनोती गेली, नबीन मात्र ड्रायव्हरच्या बायकोच्या दारात्च उभा होता. त्याला आत पाऊल टाकवेना. रात्रही बरीच होत आली होती. पण घर मात्र दिव्यांच्या लखलखाटानं उजळून निघालं होतं. अख्ख्या वस्तीत असं चकाचक घर कुणाचंच नव्हतं. चप्पल दाराबाहेर काढून ठेवत नबीन दबकतच आत गेला. आर्मी स्टाईल क्रू कट केलेले चार-पाच लोक तिथं दारू पीत बसले होते. त्यांना चढली होती, आवाज जडावले होते. बरळत होते.

'ये ये, ये आत. बस.' ड्रायव्हरची बायको नबीनला पाहत अगदी मिठ्ठास आवाजात म्हणाली. लालजर्द रंगाची साडी, तशाच लालेलाल बांगड्या, ओठांवर लालभडक लिपस्टिकचा थर अशा भडक अवतारात ड्रायव्हरची बायको अंगाला हेलकावे देत चालत होती. तिथलं एकूणच वातावरण नबीनला काही झेपलं नाही, पण पैसे उसने घ्यायचे म्हणून तो बसला.

तो खुर्चीवर टेकला, तशी ती त्याच खुर्चीच्या हातांवरच टेकत त्याच्या अंगावर रेलून बसली. त्या माणसांनी तिच्या हातावर पैसे टेकवले आणि ते निघून गेले. तशी तीही उठली आणि आत गेली. परत आली तोच अंगावरचं लाल ब्लाऊज बदलून. आता ब्लाऊजच्या जागेवर दोन दोऱ्यांनी छाती तोलून धरणारी एक लंबुळकी चिंधी फक्त होती. त्याच्यावरून साडीचा सुळसुळीत पारदर्शक पदर सावरत येतच तिनं हात उंच वर करत फॅन लावला.

मग स्वत:च्या छातीवर पदराच्या पंख्यानं वारा घालत हसतच म्हणाली, 'नको वाटतो हा उकाडा, अंगावर कपडा ठेवू नये इतकं उकडतंय, नाही?'

मग तिनं एका ग्लासमधे काही तरी बाटलीतून ओतलं. फ्रीजमधून आईस क्युब काढत टुबक्कन त्यात टाकला. त्याच्यापुढे ग्लास धरत म्हणाली, 'घे. पहिल्यांदाच आलाय ना माझ्या घरी. तू माझ्याकडं येशील असं मला स्वप्नातसुद्धा कधी वाटलं नव्हतं.'

'ड्रायव्हर?' नबीन काही तरी बोलायचं म्हणून बोलला.

'पडला असेल कुठं तरी गटारात दारू पिऊन. दुसरं जमलंय काय त्याला आजवर?'

'असं का म्हणतेस?'

काही तरी बोलायचं म्हणून नबीन परत बोलला. खरं तर त्याला पैशाचा विषय काढायचा होता. पण जीभ रेटत नव्हती.

'मग काय रे? बायकोच्या पैशावर तुकडे मोडणारा हरामी तो. त्याला येतं काय दुसरं? खातो, ढोसतो आणि पडतो कुठं तरी' असं म्हणत तिनं अगदी हुंदका दाटून आल्याचं नाटक केलं. मग आवंढा गिळतच म्हणाली,

'तुला काय सांगू माझे हाल. तो दारू पिऊन येतो आणि मला अंगाखाली घेतो. तुटून पडतो माझ्यावर. कसा ओरबाडतो, कसा तुडवतो, कुदवतो, काय सांगायचं तुला. एकदाचा त्याचा आत्मा शांत झाला, की पडतो घोरत. मी मात्र सगळी रात्र डोळ्यांतून पाणी काढत बसते.' रडत रडतच तिनं नबीनच्या खांद्यावर डोकं टेकवलं.

'माझ्याविषयी काहीच वाटत नाही का रे तुला.' तिनं मग त्याला थेटच विचारलं.

नबीन एकदम उसळलाच. संतापत म्हणाला, 'काय चाललंय काय तुझं, समजलीस काय मला तू.'

ते ऐकून तिचं रडू गायबच झालं. हसायलाच लागली ती एकदम. खिदळतच म्हणाली,

'काय समजणार? ये ना जवळ. का उगीच असं फटकून राहतोय. ये ना, माझ्यात ये. कशाला उगीच वेळ.'

नबीन ताडकन् उभा राहत म्हणाला,

'हे बघ, मी चार पैसे उसने मागायला आलो होतो. व्याजासह परत करीन. देशील का बोल.'

आपण एकदाचा मुख्य विषयाला हात घातला याचंच नबीनला समाधान वाटलं.

'तीन हजार रुपये हवेत मला.'

'ये ना, आ..त. असेच घेऊन जा. परतही करू नकोस. व्याजही देऊ नकोस.'

त्याला हाताला धरून ती बेडरूममध्ये घेऊन गेली. मोठ्ठा ऐसपैस दिवाण होता.

त्याला लागूनच कपाट. त्या कपाटातून पैसे काढत तिनं ते नबीनला दिले. नबीननं पैसे घेतले तसा मद्याचा तोच ग्लास त्याच्या पुढ्यात धरत म्हणाली, 'घे ना. दारू नाहीये. साधं लिंबाचं सरबत आहे.'

पैसे देऊन ती उपकार करतेय, असं वाटून नबीनला आता तिला नाही म्हणवेना. तो घटाघट ते सरबत प्यायला. त्याच्या घशातून पोटात काही तरी सर्रकन सरकत गेलं. मग डोक्यात सळसळ झाली. एकदम हलकं हलकं वाटायला लागलं. पाय जमिनीवर पडेचनात. तेवढ्यात त्याच्या शरीरावरून एक हात फिरायला लागला. तो स्पर्श त्याला सुखावत होता. त्याच्या दोन पायांच्या मध्ये एकदम हालचाल वाढली. आता तिचा हातही त्या उभ्या राहिलेल्या मांसाच्या गोळ्यावरून फिरायला लागला. नबीनला ते सारं हवंसं वाटलं, पण तरीही तो भानावर होता. जे घडतंय ते चुकीचं आहे, इतपत जाणीव त्याही अवस्थेत त्याला झालीच.

'निघतो मी' असं म्हणत त्यानं तिला बाजूला ढकललं. पण तो धक्का इतका जबरदस्त होता, की ती बाई लांब जाऊन पडली. झाल्या अपमानानं ती नागिणीसारखी फिस्कारतच उठली आणि मग त्याला जोरदार हिसका देत म्हणाली,

'तसंही तुझ्याच्यानं काय होणार आहे रे. वस्तीत लोकं म्हणतातच, की तुझी पार लोळागोळा चिकट भेंडी झालीये. त्या आर्मीवाल्यांनी पार चेंदामेंदा केला तुझा. उरलंय काय आता? जोर आहे कुठं तुझ्या गांडीत. दे माझे पैसे. निघ इथून, भेंडी कुठला.'

त्याच्या हातातून पैसे हिसकावून घेत तिनं तोंडाचा पट्टा सुरू केला.

त्याचं हलकं होत जाणारं डोकं, एकदम चक्रावलंच. ही बाई काय बोलतीये, त्याला समजेना. पण आपल्या पौरुषत्वालाच ही बाई आव्हान करतेय, आपल्याला षंढ म्हणतेय, हे मात्र त्याला समजत होतं. त्याच्यातला 'पुरुष' खवळून जागा झाला. त्यानं तिला खसकन् जवळ ओढली. तिला हाताला धरून गदागदा हलवत म्हणाला,

'काय बोलतेस? आर्मीवाल्यांनी माझा चेंदामेंदा केला. मी भेंडीची लोळागोळा भाजी झालोय? माझ्या गांडीत दम नाही? माझा आता उभाच राहत नाही? दाखवतोच तुला थांब.'

ते ऐकून ती आणखी खदाखदा हसायला लागली. तसा तो आणखी चिडला.

'हसतेय का तू? हसतेय का?' तो संतापतच होता.

'घे' आणखी एक दारूचा ग्लास तिनं त्याच्यापुढं धरला. चिरलेला कांदा त्याच्या अंगावर भिरकावला.

'पी, पी. अशी दारू पाहायला मिळणार नाही तुला. एक आर्मीवाला मला खूश करण्यासाठी घेऊन आला होता.'

ती दारू त्यानं एका दमात गटकावली. आणि मग तिला स्वत:जवळ आणखी घट्ट धरत म्हणाला, 'पण तू हसतेय का?'

तिच्या अंगाभोवती त्याचे हात आवळले जात होते. तिचा हात आता पुन्हा त्याच्या शरीरावरून फिरत होता. आजवर कधीही न अनुभवलेलं एक वेगळंच सुख, एक वेगळाच स्पर्श तो अनुभवत होता.

'लोकं खोटं बोलतात रे.' ती त्याला आणखीनच उचकवत होती. तसा तो पिसाटून तिच्या अंगावर अधिक त्वेषानं तुटून पडत होता.

'काय बोलतात?'

'ते काही का म्हणेनात. तू काही भेंडीची चिकट लोळागोळा भाजी नाहीयेस.'

'काय म्हणालीस?'

'आर्मीवाल्यांना काही जमलं नाही, तुझ्यात दम आहेच. आहे ना?' ती हसत म्हणाली.

'हसू नकोस तू. तुला दम दाखवतो.'

पिसाटला हत्ती मग शांत होईपर्यंत गाळात डुंबतो, तसा नबीन तिच्या शरीरात खोल खोल शिरत गेला.

सकाळी आठ वाजता अनेकांनी नबीनला ड्रायव्हरच्या बायकोच्या घरातून खाली मान घालून निघताना पाहिलं. सगळ्या वस्तीत बातमी पसरली, की रात्रभर नबीन ड्रायव्हरच्या बायकोच्या घरात होता. नबीन तिच्याबरोबर झोपला याची चर्चा गावभर सुरू झाली. नबीन मात्र जो घरात शिरला, ते शिरलाच. त्यानं स्वत:ला घरात कोंडून घेतलं.

जॉनची आई, मोनीची आई, फुल सगळ्यांनी त्याचं दार कितीदा वाजवलं, पण त्यानं दार उघडलं नाहीच. सकाळी ड्रायव्हरच्या बायकोनं नवऱ्याला तीन हजार रुपये घेऊन नबीनच्या घरी पाठवलं. त्याचे पैसे तो विसरून गेला, अशी बतावणीही केली. नबीननं अर्थातच ते पैसे काही घेतले नाहीतच.

तो नेमका बाजारचा दिवस होता. बंद असला, तरी आता आर्मीवाल्यांच्या कृपेनं बाजार नियमित भरत असे. त्यात हजार तासांचा बंद लवकरच पुकारला जाणार आहे, अशी कुणकुण लोकांना लागलीच होती. जो तो त्यासाठीची बेगमी करायला लागला होता. पावसाळ्याआधी मुंग्या जशा पळापळ करत अन्न साठवतात, तशी माणसं फक्त जगण्यापुरतं अन्न-धान्य, पैसा साठवायच्या घाईत होती. नबीनकडं लक्ष देत, त्याची मनधरणी करायला वेळ होता कुणाला? जो तो आपापल्या कामावर निघून गेला.

धावपळ थोडी कमी झाली, की वेळात वेळ काढून मिनोती नबीनकडं जात असे.

पण तिच्याही डोक्यावर हजार तासांच्या बंदमध्ये जगायचं कसं, खायचं काय याची घोर चिंता होतीच. दहा किलो तांदळाचा साठा करण्याइतपत जरी पैसे कमावता आले, तरी आपण आणि आजारी पोर कसेबसे तग धरू, असा तिचा होरा होता. त्यासाठी ती जीवाचं रान करत होती. मसाल्याची लहान लहान पाकिटं करून विकत होती. मुरमुरे बनवत होती, मुऱ्हे बनवत होती. कधी तरी तिला वाटायचं, की कामधंद्यासाठी सरळ गुवाहाटीला जावं. पण लहान लेकराला तिथं कुणाच्या भरवशावर ठेवणार, हा प्रश्न होताच. इथंच मुलासाठी वेळ काढणं अवघड होतं होतं; तिथं जाऊन कसं निभावणार, हा प्रश्न होताच.

तरी सारी कामं आवरल्यावर ती नबीनसाठी कपभर चहा घेऊन त्याच्या घरी गेली.

पण घरात पाऊल ठेवताच तिनं जोरदार किंकाळी ठोकली.

नबीननं स्वत:वरच सपासप वार करत स्वत:चीच वांगी-बटाटी कापून काढली होती.

स्वत:चेच नाजूक भाग कापून काढत त्यानं मांसाचे गोळे इतस्तत: फेकले होते.

त्याच्या अंथरुणात तो रक्ताच्या थारोळ्यात पडलेला होता.

ओरडतच ती रस्त्यावर आली. माणसं जमा झाली. मग कुणीतरी डॉक्टरला आणलं. औषधं-इंजेक्शनचे पैसेही लोकांनी जमवून दिले. नबीनवर उपचार सुरू झाले, पण तो किती तरी काळ बेशुद्धच होता.

पण परिस्थितीच अशी, की कोण कुणाची काळजी करणार? सगळ्यांच्याच डोक्यावर हजार तासांच्या बंदची तलवार लटकत होती. त्यात जगायचं कसं. ही भ्रांत होती. नबीनही त्याच्या दुखण्यातून थोडा सावरला. त्यानं एका माहितीच्या दुकानदाराकडून उधारीवर पुस्तकं घेतली. सायकलवरचं दुकान पुन्हा थाटलं. बंदची काळी सावली गडद व्हायला लागली, तसं लोकं विसरूनही गेले, की नबीन ड्रायव्हरच्या बायकोबरोबर झोपला होता, त्यानं स्वत:चीच वांगी-बटाटी कापून काढली. लोक सुमलालाही विसरून गेले. तिच्या देहाच्या चिंधड्याही त्यांना आठवेनात.

त्यांना फक्त एकच गोष्ट आठवत होती.

हजार तासांचा बंद पुकारला गेलाच, तर आपलं काय?

त्या काळात जगणार कसं?

खाणार काय?

बत्तीस

‘मोनीची मां... मोनीची मां...’

मिनोतीच. दुसरं कोण एवढ्या मध्यरात्री येणार? तिचा तो राजकुमार आला असणार, नाहीतर त्याचे ते माजुरडे मित्र तरी अवतरले असणार म्हणून आल्यात बाईसाहेब. असा विचार करत चरफडतच फेलानीनं दार उघडलं.

‘या.’

तसं हे आता नेहमीचंच झालं होतं. मध्यरात्री मिनोतीचं लेकराला घेऊन येणं आणि त्या लेकराचं न हसता नुसतं भिरभिरत पाहणं... एव्हाना फेलानीला सरावाचं झालं होतं.

‘जेवण?’

‘केलंय.’

जेवण झालंय म्हणजे तोच आला असणार, हे फेलानीनं ताडलं. त्याचे मित्र असते, तर त्यांना खायला-प्यायला न घालता मिनोती तशीच निघून आली असती. पण तो आलाय म्हटल्यावर बाईसाहेबांनी निगुतीनं रांधलं असणार. त्याला आंघोळीला गरम पाणी करून दिलं असणार, पंखा ढाळत जेऊ घातलं असणार आणि मग ही आपल्या घरी आली असणार... हे सारं आता फेलानीला पाठ झालं होतं.

‘आलाय ना तो?’

‘हो.’

‘पण मला तर कळलं होतं, की तो जेलमध्ये आहे, होता ना?’

‘हो, पण ज्यांना नुसतं संशयावरून पकडलं होतं, त्या लोकांना सोडलं आता त्यांनी.’

‘सोडलं? की हाच जेल तोडून, मुडदे पाडून पळून आलाय.’ अत्यंत खवट आवाजात फेलानीनं विचारलं. मग म्हणाली, ‘त्या विदेशी माणसाचा खून यांनीच केला ना? त्याची ती गोरी बायको वेड्यासारखी नवऱ्याला जंगलात शोधत फिरत होती, आठवतंय ना? त्या खुनी माणसाला तू परत घरात घेतलंस?’

‘त्यानं नाही मारलं त्या माणसाला, तोच माणूस यांना मारायला आला होता. पळापळ झाली, त्यात तो माणूस नदीत पडला आणि बुडून मेला.’

‘हो, त्यानंच सांगितलं असणार तुला हे सारं. तो मोठा सत्यवादी हरिश्चंद्र. त्यानं सांगितलं आणि तू ठेवलास लगेच विश्वास.’

तिचा उपरोधही मिनोतीच्या लक्षात आला नाही. तिचे गाल आनंदानं लाल-गुलाबी झाले. ती लाजलीच. पण तिचा तो चेहरा पाहून फेलानीचा जास्तच संताप झाला. त्या हरामखोर माणसाविषयी हिला अजूनही एवढं प्रेम का वाटतं, हेच फेलानीला कळेना. फेलानीचा वैताग तिच्या चेहऱ्यावर स्पष्ट दिसत होता.

‘मोनीची मां, मला माहितीये गं, तुला नाही आवडत तो, त्याचं असं येणं. मला कळतं, पण मी तरी काय करू? तो आला, की मला खूप आनंद होतो. जगावंसं वाटतं आणि या वेळेस तर तो किती तरी दिवसांनी आलाय ना.’

‘मग आनंदाच्या भरात झोपला असाल आपण त्याच्याबरोबर आनंदानं. केला असेल त्याचा आत्मा शांत. नाही का, बोल ना.’

मिनोती गप्पच झाली.

‘एकटाच आलाय, की वरात आणलीये बरोबर?’

‘एकटाच आलाय, म्हणजे ते सगळे तिकडं पहाडात होते. बाकीचे लोक गेलेही जवळच्या जंगलात. तिकडं लपलेत. हा फक्त एकटा मला भेटायला आलाय. जाईल रात्री उशिरानं निघून.’

‘तेच तर तेवढ्यातल्या तेवढ्यात केला ना तू त्याचा बिछाना गरम?’

‘नाही गं, त्यानं जवळ घेतलं मला. पण तसलं काही आम्ही केलं नाही. आणि या वेळेस तो सगळं मागं सोडून एक नवीन सुरुवात करायची म्हणून आलाय.’

‘तुझ्याशी लग्न का करणारे?’

‘हो, तसं म्हणालाय तो.’ मिनोती पुन्हा लाजली.

‘मिनोती, अगं बंद कर हा मूर्खपणा. मरशील तू फुकट अशानं. तो फसवतोय गं तुला. हवं तेव्हा वापरतोय. नालायक साला, मरत कसा नाही तिकडंच एकदाचा. एखादी गोळी लागून मेला, तर सुटशील तरी तू.’ फेलानी कळवळत म्हणाली.

‘असं नको गं म्हणूस!’

‘हो, बरोबर आहे. नकोच बोलायला, मीच काय इथं सगळे जळतात ना तुझ्यावर, म्हण ना, की आम्ही जळतो तुझ्यावर. त्याच्या पायाखालचं पायपुसणं होण्याची लायकी नाही आमची. तो तुझ्यावर जीव ओवाळून टाकतो हे सहन नाही होत आम्हाला. बोल. बोल. ऐकायची तयारी आहे माझी.’

मिनोती गप्पच बसली. मग पुन्हा फेलानीनंच प्रश्नांची सरबत्ती सुरू केली.

‘सरेंडर केल्यावर कुठं राहणार आहे तो?’

‘आधी सुरुवातीला तर त्याच्या कुटुंबातच राहीन म्हणतोय; मग स्वत:चं घर बांधायचं ठरवलंय.’

‘तो म्हणालाय का, तुला घेऊन जाईन म्हणून? का तो विषयच नाही. बाई गं, बघ ना डोळे उघडून, तो गाजर दाखवतोय तुला.’

मिनोतीनं काहीच उत्तर न देता, समोरची गोधडी उचलली. जमिनीवर टाकली. पोराला त्यावर झोपवलं. स्वत:ही आडवी झाली. फेलानीही तिच्या बाजूला जाऊन झोपली.

‘मिनोती, खरंच तुला वाटतं, की तो तुझ्याशी लग्न करेल?’

‘करेल गं, त्याच आशेवर तर जगतेय. त्यासाठीच तर असं बिनलग्नाचं मूल वाढवतेय. नाहीतर कशासाठी जगू? तो चांगलाय गं, त्याच्या कातडीचा रंग जितका गोराय ना त्याहून स्वच्छ, निर्मळ आहे त्याचं मन. तो म्हणतोय तर करेल माझ्याशी लग्न.’

‘त्यानं पैसे दिले तुला या वेळी?’

‘हो.’

‘आणि घरात काय लपवून ठेव म्हणून सांगितलंय?’

‘आहे बरंच काही! पण ते सारं तो आता सरेंडर करणार आहे. त्याच्याकडं खूप पैसे आहेत, शस्त्रास्त्रं आहेत, ते सारंच तो पोलिसांच्या स्वाधीन करणार आहे.’

‘तो आल्याचं ड्रायव्हरच्या बायकोनं पाहिलंय का?’

‘पाहिलंय. पण तिला आता त्याची ताकद कळून चुकलीये. म्हणून तर ती माझ्या वाट्याला जात नाही. नाहीतर एव्हाना तिनं मला कच्चं खाल्लं असतं.’

कुशीवर वळली तशी मिनोतीच्या छातीवरची सादोर बाजूला सरकली. तिची भारदार छाती ब्लाऊजमधून दिसत होती. बांबूच्या कुडातून चांदण्याची तिरीप आत आली, तशी फेलानीला तिच्या स्तनांवर दातानं चावून काळंनिळं झाल्याची भलीमोठी खूण चटकन् दिसली. त्यानं बळजबरीनं तिला अंगाखाली घेतली असणार याचीच ती खूण होती. मिनोती काही बोलली नाही, पण तिला झोप लागत नव्हती. ती अस्वस्थ या कुशीवरून त्या कुशीवर होत राहिली.

‘काय झालं, काय होतंय?’ फेलानीनं विचारलं.

तशी ती हुंदके देत रडायलाच लागली. फेलानीला मात्र एकदम काली बुरीच आठवली. इतक्या वर्षांत काली बुरीच्या डोळ्यांत तिनं कधी एक आसू पाहिला नाही. आत्ता काली बुरी असती, तर काय म्हणाली असती हे तिला एकदम आठवलं. तिच्या सुरकुतल्या हातांचा स्पर्श एकदम तिच्या अंगाभोवती फिरला. मिनोती रडतच होती. तिच्या पाठीवर हात ठेवत, धीर देत फेलानी म्हणाली,

‘रडू नकोस. बाईच्या जातीला असं मुळूमुळू रडणं, नाजूकसाजूक, हळवं असणं

परवडत नाही. तसं राहिलं, की लोक दाबतात आपल्याला. त्यांच्या नखांचे-दातांचे चावे मग आपल्याला अंगभर खुणा होत छळतात. काली बुरी काय म्हणायची माहितीये? ती म्हणायची, प्रत्येक बाई ही पांढऱ्या तिखटजाळ मिरचीसारखी असली पाहिजे. दिसायला लहान, पण तिच्याशी खेळलं, तर तोंड जाळून खाक करेल.'

'तुला जमलंय हे सारं? तुझ्यात आहे अशी आग?'

'आहे. ती नसती तर मोनी आणि मी आज जे ताठ मानेनं जगतोय ते मला जमलं नसतं. तुलाही जमेल, झोप आता. पण तुझ्या अंगाला चिकटणाऱ्या, तुझ्यावर रुबाब करणाऱ्या दातांचा आणि नखांचा बंदोबस्त मात्र तुलाच करावा लागेल.'

'नको गं असं बोलूस.'

'नाही बोलत. जेव्हा गळ्याला तात लागेल ना तेव्हा तुझे डोळे उघडतील.'

पुढं काही बोलण्यासारखंच उरलं नाही म्हणून दोघीही झोपल्या. मिनोतीनं फेलानीला गच्च मिठी मात्र मारली. आईच्या कुशीत शिरावं तशी मिनोती फेलानीला चिकटली.

हजार तासांच्या बंदची भीती सगळ्यांना छळत होतीच. पण इतकी दिवस जी अफवा वाटत होती, तो बंद पुकारला गेलाच. सगळी वस्ती ओस पडली. पुरुष माणसं काम शोधत शहरात निघून गेली. मागच्या बंदच्या वेळेस फक्त पुरुषच बाहेरगावी गेले होते. या वेळेस अनेकजण बायकोसह कुटुंबालाही घेऊन गेले. जे मागं उरले ते आर्मी कॅम्पजवळ कायम सुरू असणाऱ्या मार्केटमध्ये काहीबाही विकून पोट भरू लागले.

मीराच्या आईनं लाल भोपळ्याचे वेल चांगले वाढवले. पोसले. काही भोपळे वाळवून त्यांचं बी ती करून ठेवत असे. काही विकत असे. तिच्या दृष्टीनं ते भोपळे हाच तिचा मोठा आधार होता. लाल भोपळा चिरून त्याच्या फोडी ती बंदच्या काळातही आर्मी मार्केटमध्ये विकायची. त्यामुळे तिच्या हातात बरा पैसा खुळखुळत होता.

मोनीची मात्र वाताहत व्हायला सुरुवात झाली. त्याची शाळा बंदच्या काळात कायमची बंद झाली. तो आता सिंगच्या गॅरेजमध्ये नियमित कामाला जाऊ लागला. ड्रायव्हर म्हणून काम करू लागला. त्याच्या कुटुंबाला कुठं घेऊन जायचं असेल, तर घेऊन जायचा. ते काम नसेल त्या काळात सरदारजीच्या गॅरेजमध्ये काम करायचा. त्याची आई मुऱ्हे बनवायचीच. आता सामानसुमान आणायची जबाबदारी मोनीनं उचलली होती. तो मार्केटमधून सगळं सामान आणायचा. ती मुऱ्हे बनवायची आणि फक्त संध्याकाळी बाजारात नेऊन विकायची. ते विकले गेले, की तिला बरं वाटायचं. नाहीच झाली विक्री, की तिचा जीव कसनुसा व्हायचा. मुरमुरे बनवणं मात्र

आता थांबलं होतं. मुरमुरे-मुऱ्हे बनवून दारोदार जाऊन विकणं मोनीला काही आवडत नसे. आपल्या आईनं चिक्कार कष्ट केले. आता तिनं अशी वणवण करू नये, असं त्याला वाटायचं. त्याच वेळी त्याच्या डोक्यात एक मारुती व्हॅन घ्यायचं भूत शिरलं होतं. गाडी घ्यायची. स्वत:ची टॅक्सी सर्व्हिस सुरू करायची, असं त्यानं घाटलं होतं. फेलानीचा जीव मात्र तुटायचा. इतका हुशार मुलगा, पण त्याचं शिक्षण थांबलं. त्याच्या शिक्षणाची किती स्वप्नं पाहिली होती, ती अर्धवटच राहिली, असं वाटून तिच्या पोटात खड्डा पडायचा. पण तिच्याच काय सगळ्यांच्याच पोरांच्या शिक्षणाची वाताहत झालेली दिसत होतीच.

मिनोती आणि जॉनच्या आईनं लोणची बनवायला सुरुवात केली. मिनोतीकडं मसाल्याचं सामान आणि तेल आणायलाही पैसे नव्हते. जे जमवले तेच कसेबसे तिनं वापरले, काम सुरू केलं. तिचा सगळा पैसा मुलाच्या औषधांवरच खर्च व्हायचा. तरीही तिची खटपट चालूच असायची. आता दोघीजणी लोणची विकायला आर्मी कॅम्प बाजारात बसू लागल्या.

फूलने पुन्हा दारूचा गुत्ता सुरू केला. फूलच्या घट्टमुट्ट शरीराचा नजरेनं भोग घ्यायचा म्हणून लोकं पुन्हा गर्दी करू लागले. रत्नाची आई चार घरी धुण्याभांड्याची कामं करू लागली. ती खंगतच चालली होती. पण शारीरिक कष्टांपेक्षा मानसिकदृष्ट्या ती खचली होती. रत्ना आता ड्रायव्हरच्या बायकोकडेच मोलकरीण म्हणून राहायला लागली होती. कितीदा आईनं बजावलं, त्या घरी जाऊ नकोस. पण ती ऐकत नसे. उजाडताच ती ड्रायव्हरच्या बायकोकडं जायची आणि रात्र झाल्यावरच यायची. त्यात रत्नाच्या वडिलांची कटकट सुरूच, मुलगा न झाल्याचा सगळा दोष त्या बिचाऱ्या बाईला देत तो माणूस अखंड बडबडत राहायचा.

बंदही आता तसा लोकांच्या अंगवळणी पडायला लागला होता. बंदमध्येही जगण्याचे मार्ग लोकांनी शोधलेच. पण तो आनंद अल्पजिवीच ठरला. भीतीच्या अजगरानं पुन्हा माणसांना विळखा घातलाच.

एक दिवस डॉक्टर त्याच्या दवाखान्यातून घरी जात असताना सायकलवरून आलेल्या दोन पोरांनी त्याला गोळ्या घातल्या. डॉक्टर रस्त्याच्या कडेला असलेल्या दगडांवर कोसळला आणि जागीच गेला. त्या लोकांनी डॉक्टरकडं खंडणी मागितली होती. ती देणं त्यांच्या आवाक्याबाहेरचं होतं, म्हणून त्या पोरांनी त्याला संपवला. अख्ख्या वस्तीत दुसरा कुणी डॉक्टर नव्हता. सरकारी इस्पितळातल्या डॉक्टरांनी आठवड्यातून तीनदा वस्तीला भेट देणं अपेक्षित होतं, पण ते वस्तीकडं फिरकायचेही नाहीत. त्यात सरकारी वसाहतीही ओसाड पडलेल्या. रंग उडालेल्या भिंती, पडलेले पोपडे, अस्ताव्यस्त वाढलेली झाडं... सगळा मळकट, भकास माहौल. या भागानं गेल्या कित्येक वर्षांत सूर्य पाहिला नसेल, इतकं सगळं भयाण दिसायचं. कुठं

गवताच्या चार हिरव्या काड्या उगवलेल्या दिसायच्या नाहीत. नुसता रखरखाट.

अशा वातावरणात माणसांना दवापाणी देणारा तो एकमेव डॉक्टर होता. त्याच डॉक्टरचा मृतदेह सरकारी इस्पितळाच्या व्हांड्यात पडला होता. त्याचे पांढरे केस, पांढऱ्या भुवया तशाच होत्या. त्याचा चष्माही मिटल्या डोळ्यांवर तसाच लटकत होता. गायब झालं होतं ते फक्त जिवंतपणाची खूण सांगणारं हसू. तो नेहमी म्हणायचा, 'काय बिशाद बरं नाही वाटणार! मी असताना बरं वाटलंच पाहिजे.'

तशी आशा लावणारंही आता कुणी उरलं नाही. संध्याकाळ होता होता वस्तीवाल्यांच्या ताब्यात त्याचं प्रेत देण्यात आलं. सुनसान रस्ते. पोलीस आणि आर्मीवाल्यांचा पहारा. त्यात अंत्ययात्र निघाली. जॉनची मां, मिनोती, फेलानी, मीराची आई, रत्नाची आई... सगळ्या जणी छाती बडवत, रडत त्या डॉक्टरला शेवटचा निरोप देत होत्या. पण बायका स्मशानात जात नाहीत, म्हणून अर्ध्या वाटेवरूनच परतल्या.

परतीच्या वाटेवर आर्मीवाले कॅम्पमधून जाऊ देईनात. रस्ता बंद. भाताचे मळे तुडवत त्या वस्तीत पोहचल्या.

रात्र होता होता बातमी फुटली. आर्मी कॅम्पमध्ये एक प्रेत पडलंय आणि ते बुलेनचंच आहे, असं लोकं म्हणत होते. बुलेनच नाही, तर हरी भंगुराच्या मुलालाही आर्मीनं गोळ्या घातल्या असंही काही जण म्हणत होते. आज रात्री कयामत होणारे, त्यांचे साथीदार त्यांची प्रेतं न्यायला येतील आणि गोळ्यांचा पाऊस पाडतील, असं लोकं एकमेकांना सांगत सतर्क करत होते.

त्या रात्री वस्तीत कुणीच झोपलं नाही. आर्मीच्या गाड्या येत-जात होत्या. त्यांचे आवाज ऐकू येत होते. सकाळ होता होता खबर पक्की झालीच. आर्मीवाल्यांनी पाठलाग करून ज्याला गोळ्या घातल्या, तो बुलेनच होता. त्याच्या अंगावर आर्मीवाल्यांना बऱ्याच पिस्तुली आणि बॉम्ब सापडले. त्याच रात्री गुवाहाटीला त्याचं प्रेत रवानाही करण्यात आलं.

त्या दिवशी आर्मी कॅम्पजवळचं मार्केट बंदच होतं. अफवांचा बाजार फक्त गरम होता.

कुणी म्हणत होतं, आज रात्रीच ते वस्तीला आग लावून देतील. आपल्याला जिवंत जाळतील.

कुणी म्हणत होतं, शहरात दोन जिवंत बॉंब सापडलेत. ते बुलेनच्या मृत्यूचा बदला नक्की घेतील.

कुणी म्हणायचं, आज रात्री इथं रक्ताचा पाऊस पडेल. नदीचं सगळं पात्र लालेलाल होऊन जाईल. आता खैर नाही. जगण्याची काही गॅरंटीच नाही.

बंद पुकारून दहा दिवस उलटून गेले होते. विषबाधा झाल्यानं वस्तीत दोन मुलं

दगावली होती. भुकेपोटी जंगलात जाऊन त्यांनी काही तरी झाडपाला खाल्ला होता. एका मुलानं विषारी मशरुम खाल्ली, पण नशीब चांगलं म्हणून तो बचावला. सुदैवानं त्याच वेळी एक डॉक्टर वस्तीत आला होता, म्हणून पोरगं वाचलं. पण वस्तीतलं वातावरण मात्र दिवसेंदिवस भयाण झालं. लोक छोट्या छोट्या गोष्टींवरून भांडायला लागले. लाल भोपळ्याची एक फोड, एखादा बटाटा यावरूनही भांडणं पेटू लागली. त्यातल्या त्या आर्मी कॅम्पजवळचा बाजार सुरू असला, तर बरं नाही तर मग घरबसल्या भांडण्याशिवाय दुसरा काही उद्योगच उरायचा नाही.

रक्ताच्या चिळकांड्या उडण्याच्या लोकांच्या चर्चा मात्र त्याच वेळी खऱ्या ठरू लागल्या.

म्हाताऱ्या दोरजीच्या दुकानात 'त्यांनी' काही पत्रं टाकली. त्याच्या डोक्यावर पिस्तूल लावून त्याच्याकडून पैसे वसूल केले. आणि त्याला सांगितलं, की आमची पत्रं घरोघर पोहचवायची जबाबदारी तुझी. त्या पत्रात स्पष्ट लिहिलेलं होतं, की प्रत्येक घरातून तीस हजार रुपये जर आम्हाला नाही मिळाले, तर जे म्हाताऱ्या डॉक्टरचं झालं तेच तुमचंही होईल.

तीस हजार रुपये एवढी रक्कम वस्तीत कुणी पाहिली काय पण ऐकलीही नव्हती. लोकांनी टायगरचा म्हणजेच हरी भंगुराच्या मुलाचा खूप शोध घेतला. पण तो काही सापडला नाही. मग कुणी तरी दुसरा शोधून त्याचे पाय धरले. मांडवली झाली आणि घरटी पाच हजार रुपये द्यायचे मान्य झाले. ते पैसेही दोन किंवा तीन हप्त्यांत द्यायची मुभा मिळाली.

पण तरीही पाच हजार रुपये ही सगळ्यांसाठीच फार मोठी आणि अशक्यच रक्कम होती.

जॉनच्या आईनं अंगणातलं जुनं झाड जळाऊ लाकूड म्हणून विकून टाकलं. त्याचे तिला ५०० रुपये मिळाले.

मीराच्या आईनं सगळे भोपळे विकून टाकले. हातातल्या बांगड्याही विकल्या.

मिनोती आणि रत्नाच्या आईला मात्र प्रत्येकी शंभर रुपये जमवणंही जमलं नव्हतं.

नबीनने त्याच्या होलसेलरकडून तीनशे रुपये उसने आणले.

लातूच्या आईनं कबुतरं विकून काही पैसे जमवले.

टपरीवाल्या रामूचा बंदमुळे धंदा होतच नव्हता, तरी त्यानं कसेबसे दोनशे रुपये आणले.

मोनीनं सरदारजीकडून तीनशे रुपये उसने घेतले.

वस्तीतल्या लोकांनी तितरं, बदकं, कबुतरं, कोंबड्या, शेळ्या, झाडं, घरातली भांडीकुंडी असं जे जे विकता येणं शक्य होतं ते ते सारं विकलं. पण तरी सगळ्यांचे

मिळून जेमतेम पाच हजार रुपये जमा झाले? इथे तर प्रत्येकी पाच हजार रुपये जमा करायचे होते?

'त्यांच्या' पुढं लोकांनी पाच हजार रुपये ठेवले, पाय धरले. पण त्यांचं म्हणणं एकच, उरलेले पैसे लवकरात लवकर द्या, नाहीतर फुकट मराल.

काहीजण तर भीतीनं तसेही अर्धमेलेच झालेले होते. कुणातच जगण्याचं त्राण उरलं नव्हतं.

त्याच रात्री आणखी एक बातमी फुटली.

'त्या' लोकांना सरकारने वाटाघाटीला बोलावलं असल्याचं कळलं. बंद मागे घेण्यात आल्याचंही समजलं. लोकं खूश झाले. बाजार परत सुरू होणार या आशेनं लोकं पुन्हा आठवडे बाजारात पोहोचले.

जॉनची आई लिंब, फेलानी आणि रत्नाची आई मुऱ्हे, मिनोती भाजीपाला, लातूची आई कागदी पिशव्या, फुल कढीपत्त्याची पानं, नबीन त्याची पुस्तकं, रामू त्याचं वाणसामान असं सगळं घेत मार्केटमध्ये पोहोचले. नेहमीसारखे हसत होते. गप्पा मारत होते. जसं काही घडलंच नाही अशा रीतीनं दिलखुलास हसून घेत होते. संकटं, भीती, मरणयातना खूप होत्या; तरी माणसं जगणं, हसणं विसरली नाहीत. गरिबीनं त्यांच्यातले मैत्रीचे बंध असे घट्ट बांधले, की एकमेकांबरोबर हसणं-रडणं त्यांच्या जगण्याचाच भाग झालं.

जगण्याचं हे रूप अतर्क्य आणि अविश्वसनीयच होतं.

पण म्हणून तर त्याला 'जगणं' म्हणतात. जे सगळ्या शक्यतांना पुरून उरतं... ते जगणं.

सगळं थांबलं, तरी जगणं कुठं थांबतं?

तेहतीस

आठवडे बाजाराचा दिवस.

लोक भराभर पावलं उचलतं बाजारात निघाले होते. बऱ्याच चकाचक गाड्यांची गर्दी जंगलालगतच्या रस्त्यांवर दिसत होती. बहुतेक कार लाल रंगाच्या, नव्या कोऱ्या, आलिशान. त्या गाड्यांमधून आलेली माणसंही एकदम सुटाबुटातली. इतके महागडे आणि नवे-कोरे, हायफाय कपडे घातलेली माणसं वस्तीतल्या लोकांनी टीव्हीतसुद्धा क्वचितच पाहिली होती. त्या माणसांबरोबर फाटके, उपाशी चेहऱ्याचे, खंगलेले मजूरही होतेच. त्यांच्या हातात कुदळी, फावडी, मोठमोठ्या कुऱ्हाडी, करवती होत्या. एक भलंमोठं झाड डोळ्यांसमोर धाडकन् पडलं, तशी माणसं थबकली. पाखरं एकच गलका करत आकाशात उडाली. त्यांची घरटी असलेलं झाड बुंध्यापासून तुटत जमिनीवर कोसळलं तशी ती वेडी पाखरं जीवाच्या आकांतानं ओरडायला लागली. सगळीकडे कुऱ्हाडींच्या घावांचे आवाज घुमायला लागले. सैरभैर झालेले पक्षी त्या पडक्या झाडांभोवती घिरट्या घालायला लागले. हे एवढे पक्षी इथं राहत होते? आपल्याला कधी दिसले कसे नाहीत, असा विचार करत माणसं किती तरी वेळ पक्ष्यांचा तो असहाय आकांत फक्त पाहत राहिली.

मिनोती, फेलानी, जॉनची मां गर्दीत उभ्या होत्या. कबुतराचं एक घरटं तेवढ्यात त्यांच्या पायाशीच येऊन पडलं. त्या घरट्यात दोन अंडी होती आणि दोन नुकतीच अंड्यातून बाहेर आलेली इटुकली पिलंही होती. त्या दोघांचे डोळेही अजून उघडलेले नव्हते. घरटं पडलं, तशी ती पिलं वेदनेनं फक्त कण्हल्यासारखी चिवचिवली. कबुतरांची एक जोडी तेवढ्यात घरट्याजवळ आली आणि चोची उघडून कर्कश ओरडायला लागली. पंख फडफडत घरट्यात पाहू लागली. घरटंच मोडून पडलं, अंडी फुटली, दोन लहान पाखरं आता कुठं ठेवायची या भावनेनं ती कबुतरं पिसाटलीच होती. ते दृश्य पाहवत नव्हतं.

त्या कबुतरांचा आकांत, ते मोडकं घरटं पाहून तिन्ही बायका तिथंच थिजून गेल्या. भीतीनं गोळाच आला त्यांच्या पोटात. पाखरांचा कर्कश आक्रोश त्यांच्या

कानात घुमतच होता.

पण तेवढ्यात मिनोतीचा चेहरा एकदम उजळला. आनंदानं नाचणंच फक्त बाकी उरलं होतं. समोर एक भली मोठी पांढरी कार येऊन थांबली होती आणि त्या कारमधून मिनोतीचा तो राजकुमार उतरला होता. काय त्याचा तो रुबाब, थाटमाट. बघ्यांच्या सगळ्या नजरा एकदम त्याच्यावरच खिळल्या. महागडी फॅशनेबल शॉर्ट त्यानं घातली होती, त्यावर एक घट्ट टी शर्ट. त्या शर्टावरची नारळाची हिरवी झाडं, त्यातून डोकावणारा पिवळाधम्म सूर्य आणि डोळ्याला मोठ्ठा काळा गॉगल. उंचापुरा, राजबिंडा माणूस तो. अगदी एखाद्या फिल्मी हीरोसारखा दिसत होता. आपण एखादा सुपरस्टार पाहतोय, असंच कुणालाही वाटावं. कुठल्याही क्षणी सिनेमासारखं गाणं सुरू होईल आणि धावत जाऊन हा हीरो धबधब्याखाली उभ्या ओलेत्या प्रेयसीला मिठीत घेईल, असा फिल्मी सीन वाटावा इतका 'तो' आकर्षक दिसत होता.

मात्र त्याला पाहताच नेहमीप्रमाणे फेलानीच्या तळपायाची आग मस्तकात गेलीच. मिनोतीला हातानंच ढोसत ती म्हणाली, 'चला, निघा आता. ही माणसं झाडं तोडतील, जंगलं साफ करतील आणि पैसे कमावतील. आपल्याला काय त्याचं, आपण लागा आपल्या कामाला.' एवढं म्हणून ती चालायला लागली तशा बाकीच्याही बायका निघाल्या. मिनोतीही त्यांच्या मागून चालायला लागली, पण तिची नजर मात्र सतत मागे वळून वळून 'त्याला'च पाहत होती.

संध्याकाळी सगळ्या जणी बाजारातून परतल्या तेव्हा दोन भलेमोठे ट्रक लाकडांच्या ओडक्यांनी भरलेले दिसले. जंगलाचा भलामोठा भाग झाडं तोडून एकदम साफ झाला होता. ओकीबोकी जागा आणि भकास उघडंवाघडं आकाश तेवढं दिसत होतं. रस्त्याला लागून असलेली बरीच जमीन आता मोकळी झाली होती. सूर्य मावळतीला झुकला होता. सकाळी आपापली घरटी झाडांच्या भरवशावर सोडून गेलेली पाखरं घरट्याकडं परतायला लागली होती. पण परत येऊन पाहतात तर घरटीच काय, झाडंही गायब झाली होती. बेभान झालेले पक्ष्यांचे थवे आकाशात घिरट्या घालत होते. पाखरांचा तो कल्ला ऐकवत नव्हताच. लालसर झालेलं आकाश आणि अंधारून येणारी रात्रीची गाज त्या पाखरांना भिववत होती. तो भयाण आक्रोश कानात घेऊनच साऱ्या जणी वस्तीकडं निघाल्या. ती पाखरं आता रात्री कुठं राहतील, हा प्रश्न जीव कुरतडत होताच.

त्या दिवसानंतर बघता बघता ते अभयारण्य कुऱ्हाडीच्या घावांनी भूईसपाट व्हायला लागलं. रोजच्या रोज जंगल तुटत होतं. जमीन मोकळी होत होती. वस्तीतल्या अनेक माणसांना आयतं कामचं मिळालं. झाडं तोडायची, ट्रकमध्ये लाकडं भरायची असं काम सुरू झालं. अतिरेकी कारवायांचा भाग असलेली, पण आता सरकारला शरण आलेली म्हणजेच ज्यांनी 'सरेंडर' केलंय, अशी ही माणसं,

एकाएकी श्रीमंतच झाली. लोक म्हणत, की सरकारनंच त्यांना पैसा दिलाय. जंगल साफ करायचं हे काम सरकारच्याच परवानगीनं चाललंय. अतिरेकी संघटनेतून बाहेर पडत जे तरुण सरकारला शरण आले त्यांना स्वत: मुख्यमंत्र्यांनीच त्यांच्या निधीतून रग्गड पैसा दिला, असंही लोक बोलू लागले. त्यातूनच त्यांपैकी अनेकांनी जंगलातल्या मोकळ्या झालेल्या जमिनीवर मोठमोठे लांबलचक खड्डे खणले. त्यातून तळी बांधली. त्या तळ्यांमध्ये माशांची पैदास सुरू केली. काहींनी कुक्कुटपालन आणि डुक्करपालनाचा व्यवसायही सुरू केला. बरेच नवीन लोक या काळात वस्तीत आणि या जंगल परिसरात राहायला आले. जंगलाचा तर सफायाच झाला. पहाडांच्या पायथ्याशी काही झाडं तेवढी जंगलाच्या जुन्या खुणा सांगत उभी उरली.

'सरेंडर' केलेल्या आणि वस्तीतच राहायला आलेल्या 'त्या' तरुणांपैकी अनेक जण संध्याकाळी ड्रायव्हरच्या बायकोच्या घरी जमायचे. दारूचा गुत्ताच होता तो. तिथं रात्री उशिरापर्यंत माणसं पीत बसायची. ड्रायव्हरच्या बायकोच्या घरी जमणारी गर्दी वाढायला लागली होती. मदत हवी म्हणून ती आता रत्नाला रात्री उशिरापर्यंत तिच्याच घरी ठेवून घेत असे. पिणाऱ्यांना चखणापण लागायचाच. त्यासाठी मग तळलेली कोळंबी, मटण, स्प्रिंग रोल असं काय काय बनवावं लागे. रत्ना हे सारं काम करायची.

एकदा पीत बसलेल्या तरुण ग्राहकांसाठी रत्ना चखण्याच्या प्लेट्स घेऊन गेली. टेबलावर प्लेट्स ठेवून वळली, तर तिच्यासमोर एक राजबिंडा, अत्यंत देखणा तरुण बसलेला. त्याच्यावरून तिची नजर हटेना. तिच्याही नकळत ती त्याला पाहत पुतळ्यासारखी उभीच राहिली. तिनं टीव्हीवर पाहिलेला उंच, गोरा, किरमिजी डोळ्यांचा हीरो अगदी असाच दिसायचा. 'तो' तोच होता, मिनोतीचा राजकुमार. त्यानं रत्नाच्या कोवळ्या चेहऱ्याकडं पाहिलं, त्याच्या 'अनुभवी' नजरेनं सहज ओळखलं, हे पाखरू तर आपण काहीच न करता अलगद जाळ्यात आलंय.

'ही कोण? इथं काय करतेय? टीव्हीवरच्या एखाद्या सिरिअलमध्ये सहज काम मिळेल या मुलीला. कसलीये ही.' त्यानं रत्नाला ऐकू जाईल अशा बेतानं ड्रायव्हरच्या बायकोला विचारलं.

'माझ्याकडं काम करतेय, धाकट्या बहिणीसारखीच आहे माझ्या.' ड्रायव्हरच्या बायकोनं अगदी खोल आवाजात तुटकपणे सांगितलं. पूर्वी अतिरेकी असलेल्या या पोरांना ती तशी वचकूनच होती. अजूनही त्यांच्याकडे बंदुका होत्याच. त्यांची पोहोच तिला चांगलीच माहिती होती.

'किती निरागस, नितळ चेहरा आहे.' अगदी सहज कौतुकानं बोलावं, त्या बोलण्याला कसलाही 'वास' येऊ नये इतक्या कोमल स्वरात तो म्हणाला. पण त्याचा तीर अचूक निशाण्यावर लागला होता. खुद्द 'तो' आपल्याला सुंदर, निरागस

म्हणतोय, हे ऐकूनच रत्नाचं मन थुई थुई मोर झालं.

'गरिबी फार वाईट. एवढासा जीव पण किती कष्ट करावे लागत असतील, कपडे पहा तिचे, लक्तरं झालीयेत नुसती.' तो पुन्हा सहानुभूतीच्या स्वरात म्हणाला.

रत्नाला अगदी भरून आलं. बहिणीनं आणलेली कुणाची तरी उतरण मी अंगावर चढवते. धड कपडे नाहीत, चेहऱ्याला लावायला साधी पावडर नाही. लिपस्टिक, परफ्युम असं काही पहायलाही मिळत नाही ही आपली दर्दभरी कहाणी रत्नाला खरं तर त्याला सांगायची होती, पण तिच्या तोंडातून शब्दच फुटेना.

अचानक ती ढसढसा रडायलाच लागली. पुढच्याच क्षणाला तो तिच्या जवळ येऊन उभा राहिला. मग त्यानं तिचा हात धरला आणि थेट ड्रायव्हरच्या बायकोच्या बेडरूममध्येच घेऊन गेला. ड्रायव्हरच्या बायकोनं त्या भल्यामोठ्या पलंगावर एक स्वस्तातली फुलाफुलांची बेडशीट टाकली होती. त्यानं तिला हळूच तिथं बसवलं. मग कवेत घेत, स्वतःच्या खांद्यावर तिचं डोकं टेकवत म्हणाला, 'रडू नकोस. शांत हो. खूप हाल होताहेत ना तुझे. मन मारून जगताना जीव घुसमटतोच माणसाचा. पण हेही दिवस जातील. एकदा मी घेऊन जाईन तुला बाहेर. जे हवं ते घे मग. पण रडू नकोस. एवढा गोड चेहरा, रडल्यावर बघ कसा दिसतोय.'

आपण तिला धीर देतोय, आधार देत शांत करतोय, असा आव आणत त्याचा हावरट हात तिच्या अंगावर सरसर फिरत होता. योग्य 'वळणावर' थांबत, त्या वळणाचा अंदाज घेत होता. रत्नाही त्याला हवं ते करू देत रडल्यासारखंच करत राहिली. डोळे मिटून त्याच्या खांद्यावर डोकं रेललं तसं तिला त्याच्यासोबत तीच दिसू लागली. त्यानं दिलेलं लाल फूल हातात घेऊन त्याच्यासाठी अधीर झालेला स्वतःचा चेहरा पाहून मनातच लाजली. बराच वेळ तिच्या शरीराभर फिरणारा त्याचा हात मग थांबला. तिला तसंच सोडून तो निघूनही गेला. ती मात्र त्याच्यातच हरवलेली, तिथंच बसून राहिली.

काही वेळानं बाहेरून पुरुषांच्या हसण्याचा आवाज आला तशी ती भानावर आली. पैसे देऊन ते तरुण घराबहेर पडले होते. खिदळत होते. कुणी तरी म्हणालं, 'जीतदा, मानलं यार, तुला.'

'कुठंही गेला, तरी पाखरं मिळतातच याला.'

'हो, स्वतःहून येतात फुलपाखरं याच्याकडं, आता कुणी याच्या मिठीत स्वतःहून शिरलं तर काय करील बिच्चारा.' त्याच्याबरोबरची पोरं म्हणत होती. तो मात्र आपण बाजी मारल्याच्या खुशीत फक्त गालातल्या गालात हसत होता.

रत्ना ते सारं ऐकत स्वतःवर खूश होतच होती तेवढ्यात ड्रायव्हरची बायको किंचाळतच बेडरूममध्ये शिरली.

'काय गं ए भवाने, समजतेस काय तू स्वतःला?' रत्नाच्या झिंज्या धरत ती

म्हणाली.

‘तो काय तुझा लङ्या होता की काय, झोपायलाच निघाली होतीस त्याच्याबरोबर. निर्लज्ज कुठली. तुझ्या आईनं माझ्या भरवशावर तुला इथं पाठवलं. चार कामं करशील, दोन पैसे मिळतील, पोट भरेल म्हणून तुला काम दिलं; तर तू हलकट, इथं माझ्या घरात धंदाच करायला बसली. माझ्याकडं दोन वेळा फुकटचं गिळतेस, टीव्ही पाहत बसतेस त्यानं भागत नाही का तुझं? बोल ना, बोल. आता का दातखीळ बसली? चार माणसांसमोर तो तुझ्या अंगावरून हात फिरवत होता आणि तू मस्त करू दिलंस. नागडं केलं असतं त्यानं तर लगेच उताणतडक पडत झवूच दिलं असतंस त्याला.’ तिच्या झिंज्या धरत, तिला बुकलत ड्रायव्हरच्या बायकोच्या तोंडाचा पट्टा सुरूच होता. तसंच केसांना धरून फरफटत तिनं रत्नाला दारापाशी आणलं आणि घराबाहेर ढकलून दिलं.

रत्ना एक शब्द बोलली नाही. तिला प्रत्युत्तर दिलं नाही. उठली. कपडे झटकले. केसांचा अंबाडा बांधला आणि घराकडं निघून गेली. घरी कुणाला काही सांगण्याचा प्रश्नच नव्हता. आई कामात गढलेली आणि वडिलांविषयी तर काही न बोलणंच उत्तम. पण रत्नाच्या वडिलांना पोरीच्या ‘गुणां’ची कुणकुण लागली होतीच. तोंड बंद ठेवायचे पैसेही त्यांनी रत्नाच्या हीरोकडून उकळले.

रत्नाच्या अंगावरचे धुरकट, बुरकुलं आलेले कपडे गायबच झाले. नवे कोरे फॅशनेबल कपडे, त्यांना परफ्यूमचा सुगंध, नवे उंच टाचांचे सॅण्डल तिच्या अंगावर मानानं मिरवू लागले. तिचा चेहराही अधिक उजळला. तिचं हसू तर तिच्या चेहऱ्यावर मावत नसे. एक देखणा, पॉवरफूल, पैसेवाला तरुण आपल्यावर फिदा झालाय याचा माज करत न फिरण्याइतपत ती बावळट नव्हती. त्याच्या बाईकवरून ती राजरोस फिरू लागली. अनेकांनी तिला त्याच्या कारमध्ये, पुढच्या सीटवर बसून शहरभर फिरताना पाहिलं.

तिकडं जंगलाचा सफाया सुरूच होता. घनदाट जंगल नावाला उरलं नाही, महाकाय वृक्ष कधी काळी इथं उभे होते, याच्या खाणाखुणाही पुसट व्हायला लागल्या. हिरवागार परिसर बोडका झाला. सगळं उदास-भकास झालं. जंगलच कशाला, मिनोतीचंही तेच झालं. तिची सगळी स्वप्नं, सगळ्या आशाच धुळीस मिळाल्या. ज्याच्या भरवशावर ती जगत होती, तोच दुसऱ्या बाईला घेऊन तिच्या डोळ्यांसमोर राजरोस फिरायला लागला. स्वत:पेक्षा जास्त विश्वास ज्याच्यावर ठेवला, जगाच्या शिव्या खाऊन, अपमान पचवून ज्याचं पोर बिनलग्नाचं वाढवलं, त्याच माणसानं असा विश्वासघात करावा, हे तिला सहनच होईना. तिची जगण्याची आशाच संपली.

एक दिवस मिनोती घराच्या अंगणातच बेशुद्ध पडलेली नबीनला दिसली. तो

धावत गेला, तर तिच्या तोंडातून फेस येत होता. तिनं उंदीर मारण्याचं औषध खाऊन आत्महत्या करण्याचा प्रयत्न केला होता.

मिनोतीनं विष खाल्ल्याची बातमी वस्तीत पसरली त्याच दिवशी रत्ना अत्याधुनिक कपडे घालून 'त्याच्या'बरोबर जाताना अनेकांनी पाहिली. तो आपल्याला सिनेमात काम करायला घेऊन जातोय, असंही तिनं एक-दोघांना जाताना सांगितलं.

मिनोतीला मात्र फेलानीसह वस्तीतल्या बायकांनी मरू दिलं नाही. तिचा जीव तर वाचलाच, पण बायकांनी तिला धीरही दिला. जगण्याची उमेदही दिली.

महिनाभरानं रत्ना परत आली. जाताना त्याच्या कारमध्ये गेली होती. येताना भकास चेहऱ्यानं बसमधून धक्के खात आली. या महिनाभरात उरलंसुरलं जंगलंही संपत आलं होतं. सगळंच निर्दयपणे कापून काढण्यात आलं होतं. रत्नाचंही तेच झालं होतं. सुपारी वाटेल तशी चघळून थुंकून टाकावी, तितक्या सहजपणे त्यानं रत्नाला वापरून फेकून दिलं.

रत्नाच्या आईनं पोरीला पाहताच तिला बेदम बडवायला सुरुवात केली. वेताच्या काठीनं वाट्टेल तसं मारलं. रत्ना जमिनीवर पडली होती आणि तिची आई मात्र धाप लागेपर्यंत तिला मारत होती. इतकं मारलं, पण रत्नानं तोंडातून शब्द काढला नाही. तिचे ओठ फुटले, किती ठिकाणी खरचटलं, हिरवं-निळं झालं. पण रत्ना मुकाट मार खात राहिली. वडील मात्र अंगणात नुसता हा तमाशा पाहत शांत बसून होते.

रत्नाची आई हातातली काठी फेकून गुडघ्यात तोंड खूपसून रडत बसल्यावर त्यांनी तोंडाचा पट्टा सुरू केला. 'काय करणार माझ्यासारखा बाप. मी हा असा घरात बसलोय. आज माझा एखादा तरणाताठा मुलगा असता, तर त्या हरामखोराची काय बिशाद होती माझ्या पोरीला असं उचलून न्यायची. त्या कुत्र्याला त्यानं जिवंत सोडला नसता. पण सगळ्या फिंद्र्याच जनल्या या बाईनं त्याला काय करणार आता.'

त्यानं रत्नाच्या आईलाच शिव्याशाप देणं सुरू केलं.

फेलानी नुकतीच बाजारातून आली होती. भराभर घरातलं काम आवरत होती. तितक्यात रत्नाची आई तिला घेऊन आली. मोनी सरदारजीचं गाडीभाडं घेऊन गुवाहाटीला गेला होता. सुनं सुनं घर फेलानीला खायला उठलं होतं. त्या दोघी आलेल्या पाहून फेलानीला बरंच वाटलं.

रत्नाकडं पाहून तिला कसंसंच वाटलं. फुलासारख्या पोरीचा पार चोळामोळा झाला होता.

'आमच्याबरोबर चल ना जरा.' रत्नाची आई म्हणाली.

'कुठं?'

'नेऊन गाडू गं या कार्टीला कुठं तरी, सुटेन मी एकदाची.'

'असं का म्हणतेस? झाली तिची चूक, दे सोडून.'

‘तू आमच्याबरोबर येशील का तेवढं सांग. माझा तुझ्यावर विश्वास आहे म्हणून आलेय तुझ्या दारात. या पोरीनं शेण खाल्लं, ते पाप पाडू आता.’

‘किती महिने झालेत?’

‘चार.’

‘पण म्हणजे करणार काय आहेस तू?’ फेलानीनं ताडकन् विचारलं.

‘आहे माझ्याकडं त्याची सोय, पण अजून एखादी बाई लागेल मला सोबत, म्हणून म्हणतेय चल ना आमच्याबरोबर.’ घशातला आवंढा गिळत विनवण्या करत रत्नाची आई म्हणाली.

‘आणि माझ्यात हिंमत नाही गं, एकटीनं हे करायची, चल ना तू.’

‘येते, पण जायचं कुठं?’

‘स्मशानात. कसाई खती थान आहे ना, तिथं जाऊ.’

फेलानीनं त्या स्थानाविषयी ऐकलं होतं. पूर्वी म्हणे त्या जागी बायकांचा बळी दिला जायचा. तेच कसाई खती थान. आता तिथं कुणी जात नसे. बायका तर तशाही स्मशानात जात नाहीत, तिथं जायचा प्रश्नच नाही. त्या जागी कुणी गेलं तर मरतंच असा एक अपसमजही पसरलेला होता. जंगलाच्या मधोमध ती जागा, आसपास कोब्रा नाग बरेच फिरतात, असंही लोक सांगत.

‘खती थान?’ फेलानीनं कसंबसं विचारलं.

‘काही नाही होणार चल. आपण त्या स्थानापाशी नाही जायचं. मी पाहून आलेय, तिथून जवळच एक वडाचं झाड आहे. आपण त्या झाडाखाली जे करायचंय ते करू आणि परत येऊ चटकन्. दुसरी कुठली जागाही नाहीये, या पोरीच्या अख्ख्या आयुष्याचा प्रश्न आहे.’

फेलानीला त्या बाईच्या नजरेला नजर देता येईना. रत्नाकडं तर पाहायचीही तिची हिंमत होत नव्हती. कुठला सोस या पोरीला कुठं घेऊन गेला. आता तिची आई म्हणतेय तसं ते पोट पाडून सुटका करून घेणं, या पलीकडे दुसरा काही पर्यायही उरलेला नव्हता.

फेलानीनं कुलूप घेतलं, दाराला लावलं आणि म्हणाली, ‘चला.’

निघता निघता रत्नाची आई कालीमातेच्या मंदिरात गेली. दानपेटीत तिनं दोन-तीन नाणी टाकली. डोळे मिटत हात जोडले. मंदिराबाहेर येताना फेलानीला म्हणाली,

‘मंदिराची काय गं अवस्था झालीये, छत कधीही कोसळेल. कालीमातेच्या अंगावरचा रंगही उडायला लागलाय. नवीन रंग लावायला पाहिजे. मुसळधार पाऊस आला तर काही खरं नाही देवीचं. संकटच आहे म्हणायचं हे. अर्थात तू तरी काय करशील म्हणा, इथं आपलीच हाता-तोंडाची गाठ पडायची मारामार झालीये. देऊळ कसं सावरणार?’

‘काली बुरीनं एकवेळ उपाशी राहून हे मंदिर जपलं. फार धीराची बाई होती ती, आणि मरताना माझ्यासारखीच्या भरवशावर सोडून गेली कालीमातेला, देवळाची निगा राखणं मला नाही जमत तिच्यासारखं हे खरंय.’ फेलानी हताशपणे म्हणाली.

तो विषय तिथंच सोडून दोघी भराभर पावलं उचलत निघाल्या. रत्ना त्यांच्यापाठोपाठ एखाद्या यंत्रासारखी निर्विकार चालत होती. फेलानी मनात विचार करत होती, की आज काली बुरी असती, तर या अशा परिस्थितीत तिनं काय केलं असतं? काय म्हणाली असती? का संतापत म्हणाली असती, ‘रडा, रडा नुसत्या. रडायला पुरुषाचाच खांदा कशाला पाहिजे तुम्हाला? लाड करायला, दोन वेळचं फुकटचं जेवू घालायला? पुरुष मिळायला काय लागतं गं, मिळेलही. करेलही तो तुम्हाला हवं ते, डोक्यावरच काय पण अंगाखालीही घेत हवं तेवढं चोंबाळेल आणि संपली त्याची भूक की देईल सोडून. चघळलेलं हाडूक कुत्रं फेकून देतं, तसं फेकेल कुठं तरी नेऊन.’

संतापानं लालेलाल झालेल्या काली बुरीचा चेहराच फेलानीच्या नजरेसमोर उभा राहिला. ती तणतणत म्हणत होती, ‘चार टिपं गाळून दाखवली ना, का वस्तीतले संटे जमतील तुझ्याभोवती. त्यातला एखादा जवळ आला, की त्याला अजून रडून दाखवायचं म्हणजे मग तो चढेल तुझ्यावर नी देईल तुला जे हवं ते, परिणाम मात्र त्याला नाही तुलाच भोगावे लागतील. पोट काढून फिरायचंच असेल तर रडा, फुक्कट रडा.’

तिला एकदम आठवलं– एकदा काली बुरीनं तिला महाकालीचं चित्र दाखवलं होतं. पुरुषाला आपल्या पायाखाली ठेचत त्याच्यावर सत्ता गाजवणारी ती काली मां, तसं बाईनं व्हावं, असं काली बुरीला फार वाटायचं. चालता चालता काली बुरी अशी वेगवेगळ्या संदर्भात फेलानीला आठवत राहिली. तिचे शब्द कानात घुमत राहिले.

त्या तिघी स्थानापाशी पोहचल्या. सूर्य मावळतीला झुकला होता, पण अजून बाहेर तसा उजेड होता. या घनदाट जंगलात मात्र चांगलंच अंधारून आलं होतं. दाट झाडी, बऱ्याच वेली एकमेकांत गुंतून हालत होत्या, झाडं नाही चालतेबोलते प्राणीच असावेत, असा भास होत होता. भीतीच वाटावी असा भयाण सन्नाटा होता.

रत्नाला आईनं जमिनीवर झोपायला सांगितलं तशी ती पटकन् आडवी झाली. फेलानी झर्रकन चालत रत्नाजवळ जाणार तेवढ्यात तिला ठेच लागली. अडखळली, तर खाली एक चंद्राकार दगड. तो तासलेला असावा. जमिनीवर झोपलं, तर माणसाचं मुंडकं बरोबर त्या अर्धचंद्री दगडात चपखल बसलं असतं. तिनं त्या दगडाला हात लावला तसा एकदम तिच्या अंगावर काटाच आला. कोणे एके काळी योर राजा इथं या अशाच दगडांमध्ये बायकांचा बळी द्यायचा, हे तिला आठवलं, तशी ती सर्रकन मागं सरकली.

खाली जमिनीवर सर्वत्र लाल-काळ्या मुंग्या होत्या. रत्ना जमिनीवर आडवी. मुंग्या तिच्या अंगावर चढल्या. एक मुंगी तर तिच्या दंडाला कडकडून चावली. काही तिच्या मानेवर, पोटावर, चेहऱ्यावर चढल्या. त्या मुंग्या तिला चावत होत्याच. पण रत्नाला जणूकाही होतच नव्हतं. कसलीच वेदना जाणवत नसावी अशी ती पोर निपचित पडून राहिली. रत्नाच्या आईनं हातानंच जमतील तशा त्या मुंग्या झटकल्या. आणि रत्नाची मान उचलून त्या अर्धगोल दगडात ठेवली. मापात बसल्यासारखं रत्नाचं मुंडकं त्या दगडात बसलं. मग आईनं शक्य तेवढे तिचे दोन्ही पाय फाकवले. एक वेताची बारीक तासलेली काठी तिनं सोबत आणली होती. ती तिनं खालून रत्नाच्या आत-आत ताकत लावून घुसवली. तशी रत्ना जोरात किंचाळली. मग ती काठी त्याच ताकदीनं तिनं बाहेर ओढून काढली. त्या साऱ्याचा तिच्यावर इतका ताण आला, की स्वत:ची छाती दाबत ती बाई एकदम काळीनिळीच पडायला लागली. श्वास फुललाच एकदम. फेलानीला कळेना, की आधी कुणाला सावरावं. रक्ताच्या थारोळ्यात पडलेल्या त्या मुलीला की तिच्या आईला?

तशाही अवस्थेत रत्नाची आई किंचाळली, 'मोनीची मां, उभी नको राहूस. आत हात घाल तिच्या. बाहेर काढ ते. अगं वेळ नाहीये हातात. त्या पोरीचा जीव जाईल अशानं. लवकर काढ तो मांसाचा गोळा, नाहीतर तो वर चढायचा, तिची धडधड वाढतेय छातीची, मरेल ती अशानं. घाल हात आत.'

तिकडं रत्ना किंचाळत होती, इकडं तिची आई काळीनिळी पडत जमिनीवर कोसळली. फेलानीला काहीच सुचेना. पण तिनं झपकन् रत्नाच्या योनीमार्गात हात घातला आणि जे मांस हाताला लागलं ते ओढून सर्रकन बाहेर काढलं. तो ताजा मांसाचा गोळा, वळवळल्यासारखा हालत होता. रत्नाची आई पुन्हा ओरडली, 'फेक ते लांब नेऊन पटकन्.'

फेलानीनं हातातल्या त्या मांसाच्या गोळ्याकडे पाहिलं. मुलाचा इटुकला गर्भ होता तो, जेमतेम नऊ इंचाचा. चेहरा नुकता आकार घेत होता. शरीराला वेगवेगळ्या फांद्या फुटाव्यात तशा त्या मांसाला बारक्या लांबट फांद्या होत्या. डोळ्यासारखं काही तरी होतं पण तेही गच्च मिटलेलं. धावतच तिनं लांब जाऊन तो गोळा फेकला आणि तिची पापणी लवायच्या आत कोल्ह्यासारखा काही तरी प्राणी आला आणि तो गोळा घेऊन निघूनही गेला.

रत्ना वेदनेनं कळवळत कशीबशी उठून बसली. पण तिच्या आईला उठवेना. ती म्हणाली, 'तुम्ही दोघी जा. मला उठवणार नाही. चालवणारही नाही. माझं आता काही खरं नाही.' हातानं ती छाती चोळतच होती. निळं पडायला लागलं होतं तिचं शरीर. तशीच रत्ना जवळच्या तळ्याकडं धावली. पानात थोडंसं पाणी आणत तिनं आईच्या चेहऱ्यावर शिंपडलं. मग तिनं पुन्हा डोळे उघडले.

‘मां.’- रत्ना रडत रडत आईला हाका मारत होती.

‘त्या पिशवीतला दुसरा ड्रेस घाल, हे रक्ताळलेले कपडे इथंच फेक कुठं तरी.’

रत्नानं कपडे बदलले. खाली रक्ताची धार लागली होती, तिथं बोळा घालावा तसे कापडाचे तुकडे निकरमध्ये घातले. पण आग होत होतीच. रक्त वाहत होतं. असह्य वेदना होत होत्याच. फेलानीच्या मदतीनं तिनं आईला उठवलं. दोघी मिळून कशाबशा त्या आजारी बाईला घेऊन चालू लागल्या.

कशाबशा वस्तीत पोहोचल्या आणि रत्नाची आई कोसळली. गेलीच. मुलीची सुटका करून देत त्या माऊलीनं डोळे मिटले. गर्दी जमली. रडारड सुरू झाली. रत्नानं तर रडून आकांत करायला सुरुवात केली. पण फेलानीनं त्या गर्दीतून तिला बाहेर काढत घरात नेलं, तिचे कपडे पुन्हा रक्ताळले होते, ते बदलायला लावले. जे लोकांना कळू नये म्हणून तिच्या आईनं धडपड केली, ते गुपित सांभाळणं फेलानीचं काम होतं. म्हणून तर तिनं कुणालाही कळू न देता रत्नाला तिथून बाहेर काढली. घरात नेऊन झोपवली.

काही तासांनी रत्नाची मोठी बहीण गुवाहाटीहून आली. काबाडकष्ट करून त्या मुलीनं थोडेबहुत पैसे साठवले होते. त्यातून आईचे अंत्यसंस्कार केले. काही दिवसांनी रत्नाला थोडं बरं वाटलं तशी रत्ना घराबाहेर पडू लागली. त्या दिवशी रत्नाच्या कपड्यांवरचे डाग कुणी पाहिले नव्हतेच. कुणाला काही संशयही आला नाही. रत्ना मात्र दिवस दिवस अंगणातल्या झाडाखाली कोरड्या डोळ्यांनी बसलेली असायची. त्या डोळ्यांमध्ये प्रेम-आनंद-राग अशी काहीच भावना उरलेली नव्हती.

मात्र काही दिवसांनंतर रत्ना वस्तीतल्या बायकांबरोबर बाजारात मुऱ्हे विकायलाही जाऊ लागली. लोकांना तिच्याविषयी सहानुभूतीही वाटू लागली. कुणी कुणी म्हणायचंही, ‘आईच्या जाण्यानं हाय खाल्ली पोरीनं, वजन किती कमी झालंय, किती खराब झालीये तब्येत.’

अर्थात सहानुभूतीच्या कोरड्या शब्दांआड लोकं चौकशा करायचेच. प्रश्नांचे बाण तिला छळायचेच.

‘आता मुऱ्हे कोण बनवतं? तू? तू कधी शिकलीस हे काम?’

‘आणि वडील? त्यांच्यात काही सुधारणा?’

‘गुवाहाटीतली बहीण पाठवतेय ना अजूनही पैसे? की आई गेली, संपलं सगळं?’

रत्ना काहीच बोलत नसे. कुणाकुणाला बोलणार? काय सांगणार.

रत्नानं बाजारात जायला सुरुवात केल्यापासून तिच्या वडिलांची जुनी टेपही पुन्हा सुरू झाली.

‘सगळ्या फिंदऱ्याच जनल्या त्या बाईनं. एक पोरगा झाला असता तर अशी

वेळ आली असती का आपल्यावर? त्या बाईमुळं माझं नशीबच फुटलं, बरबाद झालो मी.'

फुटक्या नशिबाची बरबादी काय असते, हे रत्नाला चांगलं माहिती होतं. या अशा शब्दांचं तिला काहीच वाटेनासं झालं.

चौतीस

फेलानीचं घर त्या दिवशी वेगळ्याच आनंदात न्हाऊन निघालं होतं.

आसामी बिहू लांब होता, पण फेलानीच्या घराला मात्र खूप दिवसांनी आनंदाच्या बिहूचं तोरण लागलं होतं. वस्तीतली सगळी जीवाभावाची माणसं तिच्या घरी जमली होती. फेलानीनं स्वत: खमंग, चमचमीत पदार्थ बनवले होते. त्याच्यासोबत लाल चहा अर्थात लाल सा होताच. सगळी माणसं घरात खरं तर अंगणातच बसली होती. आणि त्या अंगणात उभी होती मोनीची सेकंड हॅण्ड पांढरी शुभ्र कार. त्या कारलाच गराडा घालून माणसं बसली होती. कार जुनीच होती. काही ठिकाणचा रंग उडाला होता. कुठं कुठं घासली गेली होती. कुठं कुठं धूळही होती. अनेकजण हात लावून कार पाहत होते. कौतुकाचे आणि मायेचे हात त्या गाडीवरून फिरत होते. अख्ख्या वस्तीला मोनीचा अभिमान वाटत होता. फेलानीनंही डोळे भरून ती कार पाहून घेतली. लोकं मोनीचं कौतुक करत होते ते ऐकून ती भरून पावली. आपला एवढुसा मोनी आज खरंच मोठा झाला असंच तिला वाटलं. पण तरीही स्वत:च्या मालकीची गाडी घेण्याइतकं मोठं झालं पोर, यावर तिचा विश्वास बसेना. अभिमानानं ऊर दाटून आला तिचा.

माणसं घरोघर परतली, तसा मोनी गाडीत जाऊन बसला. इंजिन स्टार्ट करत आईला हाका मारू लागला, 'मां, चल ना! आपण चक्कर मारून येऊ. तुला एक राउंड देतो. उद्या मी गाडी स्टॅण्डवर लावणार आहे. चल ना आपण फिरून येऊ.'

फेलानीनं नवीन मेखला-सादोर घातली. हे नवीन कपडेही मोनीच तिच्यासाठी घेऊन आला होता. फेलानीनं आरशात स्वत:ला पाहिलं. परकरी पोरीच्या उत्साहानं स्वत:कडं पाहतच राहिली. तिला वाटलं, ती सोन्याची माळ आज घालावी गळ्यात. तरुणपणी नटायचो तसं नटावं. तिच्यातली ती तरुण अवखळ मुलगीच तिला आरशात दिसत होती, सुंदर-उत्साही आणि खळखळून हसणाऱ्या त्या फेलानीला जवळ घ्यावं, असंच वाटलं.

फेलानी लेकाच्या शेजारी गाडीत जाऊन बसली. पावसाच्या पाण्यानं भरलेले

खड्डे चुकवत, रस्ता नसलेल्या रस्त्यावरून मोनी सावकाश गाडी चालवू लागला. गार वारं सुटलं होतं. फेलानी डोळे मिटून सीटला डोकं टेकवून त्या वाऱ्यासरशी डोलू लागली.

मोनी मात्र बोलतच होता. काहीबाही सांगत होता.

'मां, दरमहा कुलदीपच्या वडिलांना मला तीन हजार रुपये हप्ता द्यावा लागेल, पण देईन. फिटेल गाडीसाठी घेतलेलं कर्ज पटकन्.'

'तीन हजार?' एवढी मोठी रक्कम ऐकून फेलानीला धक्काच बसला.

'जमेल गं, गाडी भाड्यानं देता येईल. येतील पैसे.'

फेलानीनं डोक्यात काही तो पैशाचा भुंगा शिरू दिला नाही. राधिका नदीच्या काठावरून गाडी चालली होती. नदीवरचं थंड वारं तिला जास्तच सुखावत होतं. आज किती तरी वर्षांनी ते रखरखीत हात आपल्या अवतीभोवती आहेत, असं तिला क्षणभर वाटलं. भास झाला, की तो म्हणतोय, 'मालती, आपल्या लेकाला किती हिमतीनं मोठं केलंस तू. कर्तबगार निघाला पोरगा. एवढ्या लहान वयात स्वतःची चारचाकी घेतली. अजून काय हवं, मालती करून दाखवलंस तू. करून दाखवलंस.'

त्याच्या आठवणीनं तिच्या डोळ्यांत पाणीच आलं. कर्तबगार मुलाचं हे रूप पाहायला तो जिवंत नाही, या जाणिवेनं तर अजूनच जीव कासावीस झाला.

'रोको.' असा कडक आवाज कानावर पडला, तशी ती एकदम भानावर आली. मोनीनंही करकचून ब्रेक दाबत गाडी थांबवली होती. काही सैनिक होते. त्यातल्या एका दोघांनी खिडकीतून भसकन् आत येत गाडीत काय आणि कोण कोण आहे ते पाहिलं.

'लायसन्स?'

मोनीनं काही कागदपत्रं काढून त्यांना दाखवतच होता, तेवढ्यात एकजण पुन्हा हिंदीतच ओरडला, 'इधर दो. आओ इधर आओ' हातांनीच खूण करत त्यांनी त्याला गाडी वळवायला लावली. गाडीचे हेडलाइट चालूच ठेव, असा हुकूमही दिला. नदीचं पात्र गाडीच्या लाइटनं उजळलं, तर समोर सैन्याची ही भलीमोठी फौज. शे-सव्वाशे सैनिक, त्यांच्या पायात गमबूट, चिखलात पहारी-फावड्यांनी ढोसत ढोसत ते काही तरी शोधत होते.

'काय शोधताहेत काय ते?' फेलानीनं मोनीला हळूच विचारलं.

'इथं चिखलात कुणाला तरी मारून गाडलेलं असेल, ते प्रेत शोधताहेत ते.' मोनीचा चेहरा पांढराफट्ट पडला होता. त्यानं अगदी हळू आवाजात आईला 'गप्प बस' म्हणत एवढंच सांगितलं.

तेवढ्यात त्याच्या गाडीचे लाइट्स बंद झाले. पुन्हा एकदम अंधार झाला. मोनीनं त्या जवानांना सांगितलं, की माझ्या गाडीत फार पेट्रोल नव्हतंच. ते संपलं

असेल, नाहीतर बॅटरी उतरली असेल, आता नाईलाज आहे. सैनिकांनी मग त्याला घरी चालत जायची परवानगी दिली. दोघं मायलेक वस्तीत परतले. आल्या आल्या त्यानं सगळ्यांना नदीपात्रात कुणाला तरी गाडलं असल्याची माहिती सगळ्यांना दिली. तेवढ्यात सैन्याचे जवानही येऊन पोहचलेच. त्यांनी वस्तीतल्या पुरुषांना सांगितलं, हातात बॅटऱ्या, टेंभे घेऊन आमच्याबरोबर नदीवर चला. तिथं नदीकिनारी प्रेतं गाडली असल्याचा संशय आहे. आत्ताच्या आता शोध घ्यायचाय त्याचा.

वस्तीतले पुरुष जवानांबरोबर रवाना झाले. मध्यरात्र व्हायला आली होती. मोनी आणि नबीन सोबतच होते. तेवढ्यात मोनीच्या पायाला एक मानवी जबडा लागला. त्याच्यावर काही गोगलगायी सरपटत होत्या. त्यानं जवानांना हाक मारली आणि तो गाळ उपसायला सुरुवात केली. बरंच खोल खणलं तरी फारसं काही हाताला लागेना.

जवळजवळ चार फुट खोल खणल्यावर एक हात भसकन वर आला. म्हणता म्हणता एक-दोन नाही सात प्रेतं त्यांनी उपसून काढली. शेवटचं प्रेत एका तरुण धिप्पाड माणसाचं होतं. त्या माणसाचा हात एकदम उजेडात दिसला आणि त्या हाताच्या बोटातली अंगठी एकदम चमकली. ती पाहताच नबीनने एक मोठ्ठी आरोळी ठोकली. पण तेवढ्यात शेजारीच उभ्या जवानानं नबीनवर बंदूक रोखत त्याला बजावलं, 'चूप रहो!'

प्रेतं बाहेर आली तसं सैन्याच्या लक्षात आलं, की या सातही तरुणांना गोळ्या घालण्यापूर्वी खूप बेदम मारलं असावं. नदीकिनारी खोल खड्डे खणून त्यात भरपूर मीठ ओतत त्यांना शिस्तशीर इथं गाडण्यात आलं. सगळा पंचनामा करत सैन्यानं प्रेतं ताब्यात घेतली, तोपर्यंत पहाट व्हायला आली होती. माणसं घरी परतली. घरोघर आयाबाया जाग्याच होत्या. आपापल्या माणसांची आतुरतेनं वाट पाहत होत्या.

मोनी घरात न येताच आल्या आल्या अंगणातल्या नळाखालीच आंघोळीला बसला, यावरून फेलानी जे समजायचं ते समजली. रिवाजाप्रमाणं फेलानीनं एका मातीच्या वाडग्यात थोडं गवत घातलं, त्यात थोडं सुकं खोबरं ठेवलं आणि ते पेटवलं. आरती घेतो तसा तो धूर स्वत:च्या डोक्यावरून, चेहऱ्यावरून फिरवत मोनी घरात आला. त्यानं ओले कपडे दाराबाहेरच काढले आणि फक्त गमोसा स्वत:भोवती गुंडाळला. फेलानीनं तो वाडगाही तसाच दाराबाहेर ठेवून दिला. कुणाच्या मयतीला जाऊन आलं, की हे सारं करण्याची प्रथा होती. कोण कुठली माणसं माहिती नव्हतं, पण तरी एका वेळी सात प्रेतं पाहून आलं होतं फेलानीचं पोर. मोनी घरात आला तसं तिनं तुळशीच्या पानानं पाणी त्याच्या डोक्यावर, अंगावर शिंपडलं.. मोनी थोडावेळ झोपतो म्हणाला, पण त्याला आणि फेलानीलाही झोप काही लागेना.

दुसऱ्या दिवशी उजाडलं तेच अघोषित बंदच्या रूपात. सगळीकडं स्मशान शांतता. सात प्रेतं सापडल्याची बातमी वस्तीत चर्चेचा विषय झाली होती. पोलीस आणि आर्मीवालेही जिकडंतिकडं फिरत होते. एकदम काही आर्मीवाले मिनोतीच्या घरी जाताना दिसले. त्यांनी तिला घेरलं आणि बळजबरी व्हॅनमध्ये बसवायला लागले. ती ओरडत होती, प्रतिकार करत होती, पण आर्मीवाले तिला फरफटत नेत होते. तिचा छोटा मुलगा तिच्यामागं रडत चालला होता. लोकं जमले होते. गर्दी झाली, पण सगळे बघे; कुणी काही बोलेचना. मिनोती मात्र ओरडत होती, 'मला का नेताय? माझं तुम्ही काय कराल, हे मला माहितीये, मला सोडा.'

तिचा आरडाओरडा बंद करायचा म्हणून एका जवानानं तिला बंदुकीनं एक ठोसा लगावला. दुसऱ्या एकानं तिच्याविषयी अर्वाच्य बडबड सुरू केली. तिसरा तिचे केस धरत तिला गाडीपाशी खेचत नेऊ लागला. तिच्या किंकाळ्यांनी सगळी वस्ती हादरली, पण बघी गर्दी काहीच करायला तयार नव्हती. फेलानी हे सारं पाहत होती. एका क्षणी तिचा संयम संपला. ती धावतच त्या जवानांपाशी गेली आणि ताडकन् म्हणाली, 'तिला का नेताय? तिचा काय गुन्हाय? तिनं मारलंय का त्या सात लोकांना? मारलं तर मारलं, तिनं तिथं नेऊन गाडलं का त्यांना त्या नदीपात्रात?'

फेलानीची हिंमत पाहून आणखी पाच-दहा बायका मिनोतीजवळ सरकल्या. मग पुरुषांनीही मिनोतीच्या भोवती गर्दी केली. नबीनही मिनोतीच्या अगदी शेजारी येऊन उभा राहिला. तिला मारायला एका जवानानं पुन्हा बंदूक उलटी केली, तशी मिनोती फेलानीच्या मागं लपली. नबीनने मग हिंमत करून तो बंदुकीवाला हात धरला. बाकीचे पुरुषही त्याच्या मदतीला धावले. माणसं घाबरलेली होतीच; पण आता एकजुटीनं उभी तरी होती.

'बोला ना, उत्तर द्या. या बाईचा गुन्हा काय? काय केलंय म्हणून तुम्ही तिला अटक करायला आला आहात?' फेलानीनं जास्तच आक्रमक होत विचारलं.

'काय केलंय तिनं?'

'ही किरकोळ बाई सात-सात माणसांचा खून करू शकेल, असं तुम्हाला तरी खरंच वाटतं का?'

'चार चार फुटांचे सात खड्डे खोदण्याची ताकत आहे हिच्यात?'

'खून करून, सात सात प्रेतं नदीपात्रात ओढत आणू शकते ही?'

'सात माणसांना गाडता येईल एवढं मीठ तरी विकत घ्यायची ऐपत आहे का हिची?'

'मग का तुम्ही या गरीब बाईच्या मागं लागला आहात?'

फेलानी एकामागून एक प्रश्नांची सरबत्ती करत होती. इकडे मिनोतीभोवती सारी

वस्तीच गोल करून उभी राहिली. मिनोतीनंही रडणं बंद केलं आणि शांत उभी राहिली. माणसांची ही ताकत पाहून आर्मीवाले तिथून गुपचूप बाहेर पडले.

आर्मीवाले निघून गेले. माणसं पांगली, तसा नबीन त्या रात्री मिनोतीला आपल्या घरी घेऊन गेला. त्यानंतर मिनोती रोज दोघांचा एकत्रच स्वयंपाक करू लागली. त्याच्या घराची साफसफाईही तीच करायची. जेवायला त्याची रोज वाट पाहायची. लोकांनीही शेजारधर्म आणि संकटकाळाचे दोस्त म्हणून हे नातं मान्य केलं होतं. पण एक दिवस मिनोतीनं आपलं भाड्याचं राहतं घर सोडलं आणि सामानसुमान घेऊन ती नबीनच्याच घरी राहायला गेली. तिच्या या निर्णयाची वस्तीभर चर्चा झालीच, पण लोकांना एक विचित्र घटनाही पुन्हा आठवली.

एकदा घरकाम आटपून मिनोती नबीनच्या बागेत काही तरी खड्डा खणत बसली होती. तिचा मुलगा शाळेत गेला होता. तिचं आवडतं कुत्रंही आसपास नव्हतं. काही महिन्यांपूर्वी तिला कालू सापडला होता. छोटूसं पिलू होतं, पण अंगभर खरुज झालेली. नबीननं औषध लावून लावून तो कालू बरा झाला. आता तर चांगला हट्टाकट्टा जवान झाला होता. मिनोती नबीनच्या बागेत रातराणीचं रोप लावत होती. ते रोप खड्ड्यात ठेवणार तेवढ्यात कालू लांबून विव्हळतच तिच्याकडं धावत आला. जमिनीवर लोळण घेत होता. पूर्ण रक्ताळलेला होता. त्याच्या जननेंद्रियातून रक्ताची धार लागली होती. मिनोतीनं धावत जाऊन पाहिली तर तिला धक्काच बसला. कुणी तरी धारदार शस्त्रानं त्याच्या लैंगिक अवयवांवरच वार केले होते. ते अवयव विकृतपणे कापून काढण्याचा प्रयत्न केला होता. त्याची ती अवस्था पाहून मिनोती किंचाळली, तसा शेजारच्याच ड्रायव्हरच्या घरात प्रचंड हशा पिकला. जोरजोरात काही लोक हसत होते. ड्रायव्हरच्या बायकोबरोबर दारू पीत बसलेली काही नालायक माणसं भसाड्या आवाजात हसत होती.

मिनोती तशीच धावत रस्त्यावर आली. ड्रायव्हरच्या घरासमोर जाऊन उभी राहत तिनं आपली सादोर कंबरेभोवती घट्ट गुंडाळली आणि स्वत:ची मांडी ठोकत तिनं त्या माणसांना आव्हानच दिलं,

'अरे हे भडव्यांनो, तुमच्या गांडीत एवढाच दम असेल ना, तर मला दाखवा. पाहू तुमचं लंड किती उभं राहतंय ते?'

कालू विव्हळत होता. मोठमोठ्यानं ते कुत्रं रडत होतं आणि त्यात मिनोती जोरजोरात ओरडत होती.

'आता येतंय का ऐकू? हरामखोर साले,' ती छाती पिटत ओरडतच होती.

'तुमच्या गांडीत एवढा दम असेल ना तर बाहेर या. अशी थोबाडं लपवू नका, छप्पन पुरुष पाहिलेत मी, काय चाटायचंय काय तुमच्या गांडीतल्या त्या मांसाच्या गोळ्याला. आग लावा त्याला आग. अरे मर्द म्हणजे काय हे तरी माहितीये कारे

भडव्याहो तुम्हाला? ज्याचं काळीज सुपाएवढं असतं ना, ज्याला माणुसकी कळते तो मर्द. तुमच्यासारख्या बैलांना 'पुरुष' नाही म्हणत, नपुंसक आहात तुम्हीच साल्यांनो. तुमची ती काय गरमागरम वांगी-बटाटी असतील ना तिकडंच भाजा आणि माजा. पण माझ्या वाटेत येऊ नका, कारण भडव्यांच्या गर्दीत मला खरा मर्द भेटलाय, जगू द्या आता तरी मला सुखानं.'

मिनोती मग बराच वेळ भर रस्त्यात बसून ढसढसा रडली. शांत झाल्यावर उठली. तिनं कालूच्या जखमा धुतल्या. त्याला औषध लावलं. त्याला जवळ घेत त्याच्या पाठीवरून हात फिरवला. तो कुत्राही मग शांत झाला. कण्हत कण्हत तिच्या पायापाशी पडून राहिला. किती वेळ ती दोघं तशीच बसून होती.

एक दिवस अचानक काय वाटलं कोण जाणे, मिनोती उठली आणि तडक रत्नाच्या घरीच गेली. 'त्याच्या' हातातल्या अंगठीविषयी रत्नाला काही माहिती आहे का, हे तिला विचारायचं होतं. त्यानं ती हिऱ्याची अंगठी मिनोतीकडं एकदा ठेवायला दिली होती. बरेच दिवस ती मिनोतीकडं होती. नबीननं ती अंगठी एकदा पाहिलीही होती. तीच अंगठी घातलेल्या माणसाचं प्रेत त्या दिवशी सापडलं हे रत्नाला माहिती असेल का? तिला नबीननं सांगितलं असेल का? खरंच तो रत्नाला फक्त सिनेमात काम द्यायचं म्हणून घेऊन गेला होता, की आणखी काही? त्यानं तिला काही त्रास दिला का? आपल्याला नेमकं काय करायला लावलं हे रत्नाला कळलं तरी असेल का?

का रत्ना फक्त फिल्मी खयाली पुलावच शिजवत होती? रत्नाला कधी आपल्याविषयी मत्सर वाटला असेल का? महिनाभर ती त्याच्यासोबत राहिली. त्यानं तिलाही सांगितलं असेल का, माझं घर बांधून झालं की तुला घरी नेतो. आपण लग्न करू? आपल्यासारखं तिनं सोपवलं असेल का स्वतःला पूर्णतः?

मिनोतीला असंख्य प्रश्न छळत होते. हे सारं थेट रत्नालाच विचारायचं म्हणून मिनोती तिच्या घरी गेली. रत्ना बागेत होती. भाज्यांच्या वाफ्यांना पाणी देत, माती उकलत होती. रत्नानं कोरड्या नजरेनं मिनोतीकडं पाहिलं. तिचं ते तरणताठं, उफाड्याचं शरीर पाहून मिनोतीला पुन्हा तोच प्रश्न पडला, 'त्यानं' घेतलंच असेल ना हिला अनेकदा अंगाखाली?

'खरं सांग रत्ना, त्यानं काय केलं तुझ्याबरोबर, छळलं तुला?'

'त्यानं नाही.'

'मग?'

'त्याचे मित्र. दिवसाकाठी मला जंगल्यातल्या एका बंगल्यात घेऊन जायचे. शूटिंग दाखवतो म्हणायचे आणि सगळे एकदमच.'

रत्ना ढसढसून रडायला लागली. तिचं बुड टेकलं होतं तिथं रक्ताचा ओलसर

डाग पडलाय हे मिनोतीच्या लक्षात आलं. जरा वेळानं ती हलली तसा पुन्हा तो डाग दुसरीकडं पडला. नाकाला झिणझिण्या आणणारा कुबट रक्ताचा वासही मिनोतीच्या नाकात गेलाच. हा वास वस्तीतल्या बायकांच्या नाकाला परिचयाचाच होता.

'तू काही औषधं घेतीहेस का?' मिनोतीनं विचारलं.

'नाही?'

'मग त्रास काय होतोय तुला?'

'पोटात दुखतं माझ्या खूप, रक्तही खूप वाहतंय, पू झालाय.'

'उद्या आपण सरकारी दवाखान्यात जाऊ, मी येते तुझ्याबरोबर.'

'तुझ्या बहिणीला माहितीये हे सारं.'

'हो...'

रत्ना पुन्हा रडायला लागली. मिनोतीनं आपले प्रश्न ठेवले बाजूलाच. आणि त्या मुलीला जवळ घेत तिनं छातीशी धरलं. ज्या मायेनं तिनं कालूला जवळ घेतलं होतं, त्याच मायेनं तिनं रत्नालाही धीर दिला.

'तुला माहितीये का, त्या दिवशी जी सात प्रेतं सापडली नदीकाठी, त्यात 'त्याचं'ही प्रेत होतं. नबीननं एका प्रेताच्या बोटात तीच हिऱ्याची अंगठी पाहिली.' दोघीही मग त्याच्या आठवणीत हरवून गेल्यासारख्या गप्पच बसल्या. ती हिऱ्याची अंगठी, त्याची चमक, ते देखणे हात हळूहळू चिखलात खोल रुतत गेले.

रत्नाच्या खांद्यावर हात ठेवत मिनोती निघाली, तसा तिच्या नाकात तो रक्ताचा कुबट वास गेला. जग्गूच्या बायकोजवळ गेलं, की जसा वास यायचा, तसाच हा वास होता.

'रत्ना, लहान आहेस तू अजून. त्या नीच-हलकटांनी छळलं तुला. पण अशी माणसं पुढंही भेटतील. सावध रहा. अजून खूप जगायचंय तुला. काळजी घे.'

'मला नाही गं जगायचं. मागच्या वर्षी याच काळात मां मला सोडून गेली. मीही आता मरेन. मला दिसतंय माझं मरण, मला खरंच नाही जगायचं आता.'

'मरणं इतकं सोपं असतं रत्ना, तर अजून काय हवं होतं? मी कितीदा मरायचं ठरवलं, प्रयत्नही केला, पण मरण नाहीच आलं. मरता येत नाही म्हणून तरी जगावंच लागतं. आपण म्हणू तेव्हा मरण तरी कुठं येतं!'

'तू सध्या नबीनसोबत राहतेय ना?'

'तुला कुणी सांगितलं?'

'चांगला माणूस आहे तो.'

'आहेत म्हणायची अजून काही अशी चांगली माणसं, दुसरं काय?'

रत्ना गप्पच होती. तशीच दगडी नजरेनं पाहत होती.

'मी सुद्धा कंटाळलेय गं या जगण्याला रत्ना. दिलंय काय आयुष्यानं मला

आजवर? छळलंय नुसतं. आयुष्यभर जाच नुसता, अर्थात तुला तरी काय मिळालंय म्हणा माझ्यापेक्षा वेगळं?'

तिचं ऐकून रत्ना म्हणाली, 'ती माणसं खूप डेंजर आहेत. ताकद आहे. पॉवर आहे त्यांच्याकडं मोठी.'

'खरंय! ताकद, सत्ता. म्हणून तर ते असे माजलेत. त्यांच्या हातात बंदुका आहेत, बॉम्बगोळे आहेत, पैसा आहे आणि ते पुरुष आहेत. लिंगपिसाट पुरुष. ते म्हणतील, ती बाई अंगाखाली घेऊन चोळामोळा करायची हावरट ताकदही आहेच ना त्यांच्यात.'

'पण त्यांना एवढी ताकत दिली कुणी गं?

'आपल्यासारख्या माणसांनीच, दुसरी कुणी? लोकं त्यांना घाबरतात आणि ते माजतात. जाऊ दे, उद्या जाऊ आपण दवाखान्यात.'

मिनोती घराबाहेर पडतच होती तेवढ्यात रत्नाचे वडील बाहेरून आले. त्यांची तीच जुनी टेप पुन्हा सुरू झाली. 'एक मुलगा जनता नाही आला त्या मूर्ख बाईला, मला मुलगा असता ना तर...'

आत जाऊन त्यांनी पाठमोऱ्या रत्नाच्या पाठीत एक जोरदार लाथ मारली.

जेवायला वाढ म्हणाले.

रत्ना जमिनीवर पडत स्वत:लाच म्हणाली, 'हीच ती ताकद, हाच माज. काय करणार पण आपण?'

रत्नाच्या वडिलांचे शिव्याशाप सुरूच राहिले. रत्ना मात्र जे काय होतं घरात ते रांधायला लागली.

नशीब म्हणत स्वीकारलं तिनं सारंच.

पस्तीस

मोनी भाडं घेऊन लांबच्या गावी गेला होता. रात्रीचा प्रवास. चार पैसे जास्त मिळतात म्हणून तो रात्रीचं भाडंही घेऊन जायचा. सारं घर शांत होतं. फेलानीला घरातही फारसं काम नव्हतंच. त्यात मोनीला आईची काळजी फार म्हणून तो जास्त काम करायचा. त्याला आईसाठी अटॅच संडास-बाथरूम असलेली एक खोली बांधायची होती. घरातच थेट पाण्याचा नळ घ्यायचीही त्याला घाई झाली होती. तशी ती दोघं अजूनही काली बुरीच्याच घरात राहत होती. हे घर सोडावं असं एकदा-दोनदा फेलानीला वाटलंही, भाडं न देता फुकट राहणं तिला पटत नव्हतं. पण वस्तीत साऱ्यांनीच खूप आग्रह केला, 'कुठं जाता, इथंच रहा.' मंदिराची तरी देखभाल कुणी तरी करतंय त्यामुळे, असं साऱ्यांचंच मत. म्हणून मग फेलानी त्याच घरात राहिली.

मोनीनं तातडीनं मंदिर फक्त दुरुस्त केलं. त्यानं बांबू काढले आणि तिथं सिमेंटच्या पक्क्या भिंती बांधल्या. अर्थात मोनी एकटाच नाही तर सारं गावच त्याच्या मदतीला येत होतं. ज्याला जे जमेल ते काम त्यानं मंदिराच्या जिर्णोद्धारासाठी केलं. पण सगळ्यांत जास्त मदत केली ती रजत मिस्त्रीनं. तो रोज काम संपवून ठरलेल्या वेळेत मदतीला यायचाच.

रत्नाही रोज सकाळ-संध्याकाळ मंदिरात झाडू मारायची, साफसफाई करायची. फेलानीला ती घरकामातही मदत करायची. फेलानीच्या सोबत जेवण करून मगच रात्री घरी जायची. आता कुठं ती जरा जरा हसायला लागली होती. तिची तब्येतही जरा सुधारली होती. मिनोतीनं वेळीच डॉक्टरकडे नेलं म्हणून निदान आजार तरी बळावला नाही. काळ हेच औषध, हळूहळू ही पोर सारं विसरून जगायला लागेल, असं फेलानीलाही वाटायला लागलं होतं.

फेलानीला मात्र नवाच त्रास सुरू झाला. पूर्वी अंथरुणावर पडल्यापडल्या तिला झोप लागायची. घरोघर फिरत मुरमुरे विकायची तेव्हा तर कधी एकदा झोपेन, असं व्हायचं. आता मोनीनं तिचं ते काम कमी करून टाकलं होतं. मोनी फक्त रात्री

एकदाच घरी जेवायचा. म्हणजे सकाळी स्वयंपाक कमीच. त्यात उरलीसुरली मदत रत्ना करायची. उकरून उकरून घरात कामं तरी किती काढणार, तरी फेलानी घड्या केलेल्या कपड्यांच्या पुन: पुन्हा घड्या करत, साफसफाई करत वेळ काढायची. पण झोप मात्र उडालीच. अंथरुणात तळमळत पडून राहावं लागायचं. तरी झोप काही यायची नाही आणि झोप येत नाही तेव्हा काळज्या मात्र हजार वाटांनी येत छळायला लागतात.

मोनीला सोडून असं एकटं राहायची फेलानीला सवय नव्हतीच. पण आता मोनी असा कधी कधी रात्री बाहेर राहायचा. आजही मोनीला रात्री परतणं शक्य होतं, पण तरी तो आला नाही, हे तिनं ताडलं होतं. विचारलंच तर सांगेल, 'वाटेत धोके किती तुला तर माहितीच आहे. त्यात गाडी चालवून मी दमलो म्हणून मित्राकडं राहिलो एवढंच. तू नको विचार करत बसू!' अर्थात त्यानं शंभर कारणं सांगितली, तरी एव्हाना खरं कारण काय आणि तो रात्री कुठं राहतो, हे फेलानीच्या लक्षात आलंच होतं.

मिण्टू हा मोनीचा जीवाभावाचा मित्र. गुवाहाटीच्या वाटेवर साधारण निम्म्या अंतरावर नदीकिनारी त्याचं घर. एरवी कधी मोनी दमत नसे. रात्रीचे धोके त्याला दिसत नसत, पण या रस्त्यानं जायचं असलं, की हमखास आपल्या लेकाला हे सगळे बहाणे आठवतात याचं गुपित काय, हे फेलानीनं तसं माहितीच होतं. आपलं पोरगं याबाबतीतही मोठं झालं, असं वाटून तिला खुदकन् हसूच आलं.

गेल्याच महिन्यात मोनी तिला घेऊन हाजोच्या मंदिरात गेला होता. येताना ते मिण्टूच्या घरी थांबले. आपण आईला घेऊन येणार आहोत, हे मोनीनं त्यांना आधीच सांगितलं असणार, हे फेलानीच्या अनुभवी नजरेला घरात पाय ठेवताच जाणवलं. घराच्या फाटकापासून बागेपर्यंत आणि दारापर्यंत सगळीकडे उत्तम साफसफाई नुकतीच झालेली दिसत होती. मऊशार लाल मातीचा ओला चिकटपणा पायाला जाणवत होता. मिण्टूची बहीण रिना. एकदम नटूनथटून चांगले कपडे घालून फेलानीच्या पुढ्यात येऊन उभी राहिली. कपाळावर टप्पोरं लालभडक कुंकू, कानातले देखणे झुबे तिचा चेहरा अधिकच खुलवत होते. मुलगी देखणी तर होतीच, पण नम्रही वाटली. पितळेच्या घासून घासून लख्खं केलेल्या ताटलीत तिनं उत्तम बिस्किटं आणली. चहाचे कप आणून ठेवले. मुलीचं वागणं-बोलणं अगदी घरंदाज होतं. फेलानीला मनोमन आवडली मुलगी. फेलानी रिनाच्या आईसोबत बाहेरच्या खोलीत बोलत बसली होती तेवढ्यात 'थोडा अजून चहा हवाय' म्हणत निमित्त करत मोनी स्वयंपाकघरात गेला. फेलानीच्या तिखट कानांनी तेवढ्यातही त्यांचं बोलणं ऐकलंच.

'मी नेहमी येतो, तेव्हा नाही मिळत का ही बिस्किटं दुकानात? आजवर मला

कधी कुणी दिली नाही ती?’

‘नाही मिळत, सासूबाई येणारेत म्हणून खास आणलीत ती. बाकी नेहमी येणाऱ्यांसाठी नो बिस्कीट’ रिना त्याला चिडवत म्हणाली तसे दोघे खळखळून हसले.

हे सारं आठवतच फेलानीनं झोपायचा प्रयत्न केला. पण तरी डोळा काही लागेना. मोनी म्हणत होता, आपण आणखी एक खोली बांधू. लग्नाचं घाटत असेल त्याच्या मनात. एकदा बोलायला हवं त्याच्याशी, असा विचार करत फेलानी रिनाचा चेहरा आठवू लागली. कुरळे केस, हसरा उजळ चेहरा, टप्पोरे डोळे, गुणी वाटलीच होती मुलगी.

‘मोनीची मां... मोनीची मां...’

मिनोतीची नेहमीचीच घाबऱ्याघुबऱ्या आवाजातली हाक कानावर पडली तशी फेलानी ताडकन् उठलीच.

‘मामी... मामी.’ नबीनचाही आवाज येत होता.

दार उघडलं तर नबीन-मिनोती, मुलासह दारात उभे. प्रचंड भेदरलेले होते.

घरात येताच नबीन आधी घटाघटा दोन पेले पाणी प्याला. मिनोती त्याच्या मागं भितीनं थरथरतच उभी होती.

‘काय झालंय काय, त्याची माणसं आली आहेत का?’

‘नाही.’

‘मग त्या लोकांनी काही सामान तुमच्याकडं लपवून ठेवायला दिलंय का?’

‘नाही.’

‘अरे, मग तोंड उघडून बोला ना नक्की काय झालंय?’

‘ड्रायव्हरच्या घराच्या मागच्या बाजूला दोन माणसं.’ मिनोतीला पुढं काही बोलवेनाच. भीतीनं तिची वाचाच गेल्यासारखं झालं होतं.

‘मामी, अगं, एकदम काही तरी खणल्याचा आवाज आला म्हणून आम्ही बाहेर गेलो पाहिलं, तर ड्रायव्हरच्या घरातल्या मागच्या संडासाजवळ दोन प्रेतं पडलेली दिसली. काही तरी खोदण्याचा आवाज येत होता. एक पुरुषाचं आणि एक बाईचं प्रेत होतं.’

‘कुणी आणली ती तिथं, कुणाची होती?’

‘ते नाही माहिती, त्या लोकांनी तोंडाला कापड गुंडाळलं होतं, काही दिसलं नाही फार.’

मिनोतीचं पोरगं आईच्या मांडीत झोपूनही गेलं.

‘कुठल्या भाषेत बोलत होते, काही ऐकू आलं?’ फेलानीनं विचारलं.

'बांग्ला. ड्रायव्हरची बायको बोलते ना तीच भाषा. तसंच बोलत होते.'

'आणि तो ड्रायव्हर?'

'दारू पिऊन कुठं तरी पडला असेल, तो काही दिसला नाही.'

'या बाईला एवढी पैशाची काय हाव आहे हे मला कळत नाही. वस्तीत कुणाचं नाही असं घर आहे. जी नाही ती वस्तू आहे घरात. अजून काय हवं?' फेलानी विषण्णपणे म्हणाली.

'पैसा हवा, दुसरं काय?'

'हो, पण किती? काय करेल काय एवढ्या पैशाचं?'

'आता नाही तिला फार पैसे मिळत. तारुण्य ओसरायला लागलं. जुनाट-शिळी झाली ती आता. फार लोक तिच्याकडं येत नाहीत. आता दारूचा धंदाही पूर्वीसारखा चालत नाही. गिऱ्हाईकी आटलीये तिची मोनीची मां.' मिनोतीनं चर्चेत भाग घेत सांगितलं.

बराच वेळ नबीन गप्प होता. मग एकदम म्हणाला, 'आता पुन्हा सगळं पेटणार. भडका उडणार. त्या बाईनं ती प्रेतं आपल्या अंगणात पुरायची परवानगी देण्याचा मूर्खपणा केलाय, सगळं वाट्टोळं होईल आता बघा तुम्ही.'

'का ती माणसं कोण होती? आसमिया?'

'आता पहाट होईल थोड्या वेळात, ते पकडले गेले तर?'

बराच वेळ असं जर-तर करत ते तिघं बोलत बसले. मागच्या वेळी अशाच घटनांच्या वेळेस आर्मी आणि पोलिसांनी वस्तीला घेरलं होतं. निरपराध माणसांना उचलून तुरुंगात कोंडलं, वाट्टेल तसं मारलं. उपासमारीनं पोराबाळांचे हाल झाले ते वेगळेच. आता तेच सारं परत नाही झालं म्हणजे मिळवलं, यावर सगळ्यांचं एकमत झालं.

'आम्ही निघालो ना तेव्हा ते बंगालीत म्हणत होते, प्रेतं सेप्टिक टँकमध्ये टाका. कपडे, त्या बाईचे दागिने, बांगड्या पुरून टाका एखाद्या खड्ड्यात.'-मिनोती म्हणाली.

'त्यांनी आम्हाला पाहिलंही तिथून निघताना.' नबीननं आणखी एक भीती बोलून दाखवली.

'तुम्ही ना सध्या इथंच रहा माझ्याकडं, मोनीही हल्ली घरी नसतोच रात्री फारसा.' फेलानीनं तोडगा सांगितला.

'मामी, मोनीला म्हणावं हे रात्री-बेरात्रीचे प्रवास बंद कर. लोक नाहीच घेत आता रात्रीचं भाडं आणि हा पोरगा घेतो. त्याला म्हणावं नको असा आततायीपणा करू.'

'त्याला एक खोली बांधायचीये रे, म्हणून चाललाय सारा आटापिटा.' फेलानीनं सांगून टाकलं.

थोडं झुंजूमुंजू झालं, तसं फेलानी उठली आणि किचनमध्ये चहा करायला गेली. मोनीनं आईला गॅस घेऊन दिला होता. आता पूर्वीसारखी चूल पेटवायची यातायात नव्हती. गॅसची निळीशार ज्योत उजळली तसं तिच्या डोक्यात मोनीच्या विचारांचं काहूर माजलं. त्याला सांगायला हवं, तुझं लग्न झालं, की मी काली बुरीच्या घरात रहायला जाईन. ते रिकामंच पडलंय. तुम्ही इथं रहा. पण त्या जास्तीच्या खोलीसाठी नस्ती आफत नको ओढावून घेऊ. मोनी आला, की त्याला पहिले ही ताकीद द्यायचीच, हे तिनं मनोमन ठरवून टाकलं.

चहा घेऊन नबीन-मिनोती बाळासह घरी गेले.

सकाळ होताच वस्तीत गलका सुरू झालाच. हरिदास आणि त्याची बायको राहत्या घरातून गायब झाले होते. ते वस्तीत नुकतेच राहायला आले होते. सुअलकुचीहून इकडं आल्यावर त्यांनी छोटंसं झोपडं बांधलं. त्यावर पत्रे टाकले. सिल्क आणि मुगा कपडे विकत हरिदास घरोघर फिरायचा. बायको घरीच असायची. पण अलिप्त. दार सताड उघडं असलं कायम, तरी सहसा कुणाकडं जायची नाही, की गप्पा मारत बसायची नाही. आजही त्यांचं दार तसंच सताड उघडं होतंच, जेवायची ताटं वाढलेली, त्यात भाताचा शीग तसाच पडलेला होता. जेवत्या ताटावरून ते कसे गायब झाले, याचीच वस्तीत चर्चा होती.

दुपार होता होता पोलीस आणि सैन्याचे जवान पोहचलेच. त्यांच्यासोबत प्रशिक्षित कुत्रेही होते. आसपासच्या शेजारच्या घरांतही ते कुत्रं जाऊन हुंगून आलं. शेजारचा पोल्टी फार्मवाला, मासेपालन करणारा सगळेच घाबरले होते. त्यात दोन तगडी कुत्री घरात शिरल्यावर माणसं जास्तच हबकली. एक काळं आणि दुसरं पांढरं कुत्रं. त्यांच्या गळ्यात हत्तीला बांधून घालतात तशा जाडजूड साखळ्या होत्या. धिप्पाड आर्मीवाल्यांना सुद्धा त्यांचे बंद हातात धरून त्यांना आवरणं मुश्कील होतं.

कुत्र्यांनी आधी उघडीवाघडी ताटं हुंगली. मग धुळीच्या रस्त्यावरून उड्या मारत मारत ते पहिले मिनोतीच्या जुन्या घरी पोहोचले. मग शेजारच्या नबीनच्या घरात डोकावले आणि समोरच्याच ड्रायव्हरच्या आलिशान घरात शिरले. कुंपणाच्या तारांतून कुत्रे आत शिरले. जवानांना काही जाता येईना. त्यांच्या साखळ्या तशाच सोडून ते छोट्या दारापाशी उभे राहिले.

आतून ड्रायव्हरच्या बायकोची एक भलीमोठी किंकाळी सगळ्यांनाच ऐकू आली. काही लोकांनी आत डोकावून पाहायचा प्रयत्न केला. पण पोलिसांनी त्यांना दटावून बाजूला केलं. पण थोड्या वेळात सगळ्यांना कळलं, रक्तानं माखलेले कपडे ड्रायव्हरच्या घरात सापडले.

ही बातमी गावभर व्हायच्या आतच सैन्यानं त्या घराला घेरलं. एकामागून एक व्हॅन, कार येऊन थांबू लागल्या. गर्दी वाढली. लोक आता एकदम गप्पच झाले.

थोड्याच वेळात दोन प्रेतं सेप्टिक टँकमधून बाहेर काढण्यात आली. त्यांच्या चेहऱ्यावर अर्धवट भाजल्याच्या काही खुणा होत्या.

लोकांमध्ये चर्चेला एकच उत आला.

'सगळी हाव! त्या मूर्ख बाईनं कशाला आपल्या घरात प्रेतं लपवावीत.'

'त्या दोघांचा खून केला, त्या माणसालाही पकडलं म्हणे पोलिसांनी.'

'तोही बांग्लाच आहे, ती बाईही बांग्लाच.'

'ती माणसं सिलीगुडीहून आली होती. इथल्या आसमिया माणसांचा काही संबंध नाही त्यांच्याशी.'

'अरे, पण हत्यारंही सिलीगुडीहूनच आली होती म्हणतात.'

अशी जेवढी तोंडं, तेवढ्या बातम्या. लोकांच्या चर्चेला उधाण आलं होतं. पण सगळ्यांचं मत एका गोष्टीवर ठाम होतं, आता काही खरं नाही. पुन्हा वाईट दिवसांचं तुफान घोंघावत येणार. आता पुन्हा दोन जमातींमध्ये वाद भडकणार. जास्त खुनखराबा, रक्तपात, उपासमार अटळ आहे, असं लोक एकमेकांना सांगू लागले.

पोलीस ती पाण्यात भिजलेली प्रेतं व्हॅनमध्ये टाकून घेऊन गेले. मग नेहमीचाच आक्रस्ताळा आवाज, घाणेरड्या शिव्या लोकांना ऐकू येऊ लागल्या. पण आता त्या आवाजाबरोबर मोठमोठ्यानं रडण्याचाही आवाज येत होता. पोलिसांनी ड्रायव्हरच्या बायकोला पकडलं होतं. ते तिला गाडीत कोंबत होते आणि ती रडत होती. ज्याला खुनाच्या आरोपाखाली पकडलं तो सांगत होता, प्रेतं नष्ट करण्यासाठी याच बाईला आम्ही खूप पैसे दिले. ड्रायव्हरचा काही पत्ताच नव्हता. म्हणून ती बाई त्यालाच दोष देत शिव्या घालत होती.

'नालायक साला, हरामी, कुठं जाऊन पडला? जन्मभर माझ्या पैशांवर जगला आता त्याला सोडू नका. त्यालाही पकडा. मी माझ्या मुलाच्या शिक्षणासाठी, माझ्या औषधपाण्यासाठी चार पैसे कमवायला गेले आणि ही अशी अडकले. मला सोडा, मी चुकले.'

गाड्या निघाल्या, तसा त्या बाईच्या रडण्याचा आवाजही वाढला. ती किंचाळत होती, ओरडत होती, पण कुणीच तिचं काहीच ऐकलं नाही. त्या दिवशी अख्ख्या वस्तीत चूल पेटली नाही. ती उघडीवाघडी प्रेतं पाहूनच माणसं हबकून गेली.

उपासमार त्यांना काही नवीन नव्हतीच आणि कर्फ्यूही.

पुन्हा एकदा सामसूम वस्तीत कर्फ्यू लागलाच.

माणसं घरात कोंडली गेली.

छत्तीस

कर्फ्यू होताच. तसंही बंद आणि कर्फ्यू लोकांच्या अंगवळणीच पडलेले होते. पण हा कर्फ्यू वेगळा होता. एरवी कर्फ्यू असला, तरी लोकं भाज्या, मासे विकायला जायचे. पण आज कुणीच घराबाहेर पडलं नाही. मुलंही क्रिकेट खेळायला घराबाहेर आली नाहीत. घरातही कुणी नेहमीसारखा पत्त्याचा डाव मांडला नाही. चार-दोन टाळकी कुठं तरी बोलत बसलेली दिसली, पण बाकी माणसं स्वत:ला कोंडून घेत, दारं खिडक्या लावून घरातच बसली.

संध्याकाळ उलटली, रात्र चढायला लागली. वस्तीतले सारे दिवे उजळले, पण काही ठिकाणी विजेच्या मेनलाइनमधून तात्पुरत्या वायरी जोडून मुद्दाम दिवे लावण्यात आले होते. भकभकीत प्रकाशाचे बल्ब उजळले होते. काही जरा जास्त व्होल्ट्सचे, प्रकाश थोडा मंद व्हावा म्हणून नारळाच्या करवंट्यांची झाकणं त्यावर ठेवण्यात आली. आर्मीचे ट्रक आणि गाड्या गस्त घालत होत्याच. पुलांवरून अवजड वाहनं जायची, तसा कर्कश आवाज व्हायचा. ती खडखडही कानांना सवयीची झाली. आर्मीने वस्तीत लोकांना कडक सूचना दिल्या होत्या, पहाऱ्याला जागे रहा. धोका आहेच. माणसंही आळीपाळीनं जागी राहायची म्हणत, कोणी कुठं पहारा द्यायचा, हे ठरवून कामाला लागली.

साऱ्या वस्तीवर दहशतीची काळीकुट्ट सावली पडली होती. माणसं भीतीनं अक्षरश अर्धमेली झाली होती. कधी काय होईल सांगता येत नव्हतं. अतिरेकी सूड घ्यायचा म्हणून कधीही हल्ला करतील आणि सारी वस्तीच पेटवून देतील; बायका-पोरांसह माणसांना कापून तरी काढतील, नाहीतर गोळ्या तरी घालतील अशी धास्ती होती. पण नेमकं अतिरेकी तरी कुणाला म्हणायचं? असाच खरा प्रश्न होता. पहाडांमधले बंडखोर बंगाल्यांना कापून काढायला टपले होते. सिलीगुडीतले बंगाली बंडखोर आसमिया माणसांच्या मुळावर उठले होते. चहाच्या मळ्यात काम करणाऱ्या आदिवासींनी आपल्या बाणांना विष चढवून ठेवलं होतंच, त्यांना बोडोंच्या रक्ताची तहान लागली होती.

आसमिया माणसं बिहाऱ्यांना हाकलू पाहत होती.

मुस्लिमांना हिंदूंची सावली नको होती, हिंदूनाही मुस्लिमांचा नायनाट करायचा होता.

असा जो तो एकमेकांचा नायनाटच करायचा म्हणून उभा ठाकला, तर मग जिवंत कुठली माणसं उरली असती?

खरं तर कुणीच नाही. माणूस नावाचे सगळेच प्राणी कापले जाणार होते.

आपण सगळेच कुठली ना कुठली धार्मिक-प्रांतिक ओळख घेऊन जगतोय म्हटल्यावर आपण सगळेच मारले जाणार, याची दहशत वस्तीतल्या प्रत्येक माणसाचा प्राण कंठाशी आणत होती.

आसमिया दूरदर्शनवर सातच्या बातम्या लागल्या तीच वेळ. एक जोरदार धमाका झाला. दिवाळीत आतषबाजीनं आकाश उजळतं तसा लख्खं उजेड पडला. एकामागून एक धमाके झाले. कानठळ्या बसवणारे सुतळी बॉम्ब फुटावेत तसेच आवाजही कानावर येऊ लागले. आणि मग एकदम सगळं शांत झालं. काय झालं, हे पाहायलाही माणसं जागेवरून हलली नाही. पण ड्रायव्हरच्या घराच्या दिशेनं धमाक्यांचा आवाज येतोय, याचा अंदाज सगळ्यांनाच आला होता. बराच वेळ झाला, तरी सगळंच सामसूम. पहाऱ्यावर सैन्य होतं, पोलीस होते, पण ना त्यांच्या बुटांचा आवाज आला, ना गाड्यांचा, ना पुलावरून जाणाऱ्या वाहनांची वर्दळ जाणवली. एकदम सन्नाटा. एकाएकी सगळे आर्मीवाले गायब झालेत, की काय असं वाटावं, इतकी शांतता होती. पहाऱ्यावर रहा, असं म्हणत माणसांना जागं ठेवणारे आर्मीवाले एवढे धमाके होऊनही शांत कसे? गाफील कसे? प्रश्नच होता.

भीतीनं गळपटलेली माणसं आपापल्या घरात दडून बसली होती. मोनीला मात्र घरात बसवेना. निदान काय झालंय, हे जाऊन पहायला तरी हवं म्हणत तो एकटाच घराबाहेर पडला आणि ड्रायव्हरच्या घराकडं निघाला. त्याला पाहून इतरांनाही हिंमत आली आणि माणसं त्याच्यासोबत चालू लागली. दारापाशी पोहचत नाहीत तोच घरातून कण्हण्याचा आवाज आला. रक्ताच्या थारोळ्यात ड्रायव्हर मरून पडलेला होता. त्याच्या बाजूलाच रत्नाचे वडील होते. त्यांच्यात थोडी धुगधुगी होती. ते कण्हत होते. मोनीकडं पाहत त्यांनी डोळे फक्त विस्फारले आणि मिटले ते मिटलेच. रत्नाचे वडील ड्रायव्हरच्या मुलांसाठी जेवण घेऊन आले होते. निदान पोरं तरी उपाशी राहू नयेत, म्हणून ड्रायव्हरनं रत्नाला सांगितलं होतं, काही तरी करून पाठव. तिनं तयार करून दिलेला डबा घेऊन वडील ड्रायव्हरच्या घरी गेले होते. कुठून तरी हुंदक्यांचा आवाज आला तशी मोनीनं शोधाशोध केली, तर पलंगाच्या खाली ड्रायव्हरची मुलगी लपलेली. तिच्याजवळ तिच्या छोट्या भावाचं प्रेत पडलं होतं. त्या लहान पोरालाही त्या निर्दयी माणसांनी गोळ्या घातल्या होत्या. मोनीनं

तिला पलंगाखालून बाहेर काढलं, उभं रहायचा प्रयत्न करता करताच ती पोर बेशुद्ध पडली. कुणी तरी तिला म्हाताऱ्या टेलरकडे दिलं आणि तो चटकन् तिला घरी घेऊन गेला.

घरभर रक्त, जेवणाचा उघडावाघडा डबा, त्यात सांडलेला भात, त्या भातावर उडालेलं रक्त, आणि एका लहान मुलासह पडलेली तीन प्रेतं. रक्ताची छोटी तळीच साचली होती. भीतीनं गळपटलेल्या माणसांना ते दृश्य पाहवेना. पण तरीही त्यांना एक प्रश्न छळत होताच, आर्मी आणि पोलीसवाले इथं पहाऱ्यावर असताना असा खुलेआम हल्ला झालाच कसा? पण विचारणार कुणाला? ज्यांनी हल्ला केला त्यांनी आर्मीवाल्यांची तोंड बंद केली, की त्यांना घाबरून स्वत: आर्मी आणि पोलीसवालेच कुठं तरी दडून बसले हे कळायला मार्ग नव्हता. आर्मीवाल्यांना वस्तीनं शक्य तेवढी सारी मदत केली. जे मागितलं ते दिलं आणि त्यांनी ऐनवेळी वस्तीला असं वाऱ्यावर सोडलं, हे काही माणसांना सहन होईना. भीतीनं हललेली माणसं आता संतापानं फणफणू लागली.

रात्रभर माणसं जागीच होती. ती तीन प्रेतं तशीच पडलेली. सकाळी उजाडल्यावर पोलीस आले. त्यातून एक पोलीस अधिकारी उतरला, पण स्वत:चसाठी चार सुरक्षारक्षक घेऊन आला होता.

माणसं संतापलेली होतीच; कुणीतरी त्याच्या जीपवरच एक दगड भिरकावला. तसा तो अधिकारी भडकला त्यानं बंदूक काढली आणि थेट गर्दीवरच रोखलं. तेवढ्यात कुणीतरी त्याच्या एक सणसणीत कानाखाली भडकावली. नबीननं मारलं, की मोनीनं हे काही गर्दीत कुणाला चटकन कळलं नाही, पण पोलीस अधिकाऱ्याला प्रसाद मात्र मिळाला होता. त्यानं मोनी आणि नबीनला चार लाथा घातल्या; पण गर्दी जास्तच भडकायला लागली, तसा त्यानं ड्रायव्हरला इशारा केला आणि सुसाट गाडी काढत त्यानं पोबारा केला.

आता काही खरं नाही, याचा अंदाज लोकांना होताच. त्यांनी ठायी ठायी दगडांचे ढीग करून ठेवले. थोड्याच वेळानं आर्मीवाले आले. लोकांनी सैन्याच्या गाड्यांवर जबरदस्त पथराव सुरू केला. तुफान दगडफेक केली. काहींनी तर मोठमोठ्या विटाच फेकून मारायला सुरुवात केली. लोक असे बेकाबू झाल्यावर आर्मीवाल्यांनीही काढता पाय घेतला. मात्र जरा वेळानं पोलिसांच्या गाड्या सुसाट वेगानं वस्तीत दाखल झाल्या. आर्मीवालेही धुळीचे लोळ उडवत आले. गाड्याच गाड्या. एक पोलिसवाला वॉकीटॉकी घेऊन आला होता. पोलीस आणि सैन्यानं वस्तीला बाहेरून तर घेरलंच, पण दगडफेक करणाऱ्या गर्दीलाही गराडा घातला. एकेक करून त्यांनी साऱ्या पुरुषांना व्हॅनमध्ये बसवलं. ज्यांनी का-कू केलं, त्यांना चार फटके लगावत गाड्यांमध्ये कोंबलं. बायका कालीमातेच्या मंदिरासमोर जमल्या

होत्या, जे घडतंय ते फक्त पाहत होत्या. एरवी वस्तीतल्या बायका तशा हिमतीच्या, काही तर जहांबाजच, जिथं पुरुष कच खायचे तिथंही जाऊन नडायच्या. पण आपली मुलं, नवरा असे पोलिसांच्या व्हॅनमध्ये एकाचवेळी बसताना पाहून त्या जागीच थिजल्या. कबुतराची जोडी जशी घरटं पडल्यावर सैरभैर झाली होती तशा बायका फक्त असहायपणे पाहत होत्या.

तेवढ्यात एका पोलीसवाल्यानं मोनीला लाथ मारत जमिनीवर लोळवला.

'लीडरी करता है क्या?' पोलीसवाल्यानं पुन्हा त्याला एक जोरदार गुद्दा मारत विचारलं, 'किस हरामी की नाजायज औलाद है साले तू?'

'हरामी-नाजायज' हे शब्द ऐकले आणि फेलानी भडकली. इतका वेळ ती शांत होती. मुलाला मार बसला, तरी जागची हलली नाही; पण त्याला-त्याच्या वडिलांना पोलिसानं हरामी म्हटल्यावर मात्र ती धावत सुटली.

तिच्या तोडक्यामोडक्या हिंदीत म्हणाली, 'ए हलकट, किस को हरामी बोलता है?'

मिनोती, मीराची आई, फूल, जॉनची मां सगळ्याच तिच्यामागं धावल्या.

तिच्याकडं पाहून एक पोलिसवाला दात विचकत, डोळा मारत म्हणाला,

'क्या माल है यार, इसको भी उठाते है, मिल बाटके ऐश करेंगे, बच्चे में सिर्फ आग है, मां तो शोला है शोला.'

'मां..., जा ना तू इथून. निघ. या कुत्र्यांसमोर नको येऊस मां, जा तू.' मोनी दातओठ खात जोरात म्हणाला.

'कुत्रा म्हणतोस ना आम्हाला, चल दाखवतो तुला' असं म्हणत एकानं मोनीच्या पोटात गुद्दा मारला. त्याला उचलला आणि व्हॅनमध्ये फेकला.

'मिनोती, जा तुम्ही सगळ्याजणी घरी. इथं थांबू नका. घरात बसा'-नबीननं व्हॅनमध्ये स्वत:हून बसत मिनोतीला आणि फेलानीला ओरडून सांगितलं.

व्हॅन दिसेनाशी होईपर्यंत फेलानी तिच्याकडंच पाहत राहिली. त्याच दिशेनं एक माणूस चालत येताना दिसला. जवळ आल्यावर सगळ्यांनीच ओळखलं, की हा मीराचा बाप. तब्येत पार ओसरली होती. आजारपणातून उठलेला माणूस जसा भकास दिसतो तसा त्याचा चेहरा होता. डोक्यावरचे सगळे केसही उडाले होते. म्हाताराच दिसत होता. बायकांना वाटलं पोलीस किंवा आर्मीवाल्यांना घाबरून, लपायची सोय म्हणून तो वस्तीत आला असावा. कारण आर्मी जाताच तो एकदम कुठून तरी भसकन बाहेर आला. पण त्याला पाहताच मीराची आई मात्र घरात जाऊन लपून बसली. इतर बायकांच्या ते लक्षातही आलं नाही.

मीराच्या आईनं घराच्या दाराला आतून कडी घातली. घरात ती एकटीच. मीरा बायकांबरोबर मंदिरासमोरच उभी होती. मुलाला तर पोलीसवाले गाडीत घालून घेऊन

गेले. किती तरी वर्षांनी आपला नवरा असा अचानक आल्याचं पाहून तिचा संतापही झाला होता आणि भीतीनं ती एकदम हबकलीही होती. बऱ्याच वर्षांपूर्वीची ती रात्र तिला आठवत होती. तिच्यासमोर तो परक्या बाईला मिठीत घेऊन झोपला होता. हसत-खिदळत दारू पीत होता, जेवत होता. ती बाई विचकट हसत म्हणत होती, 'झोपलीये ती बावळट, ये तू. नको काळजी करू.' आणि हा त्या बाईला आपल्यादेखत बिलगून झोपला होता. तो अपमान, ती लाजिरवाणी रात्र जशीच्या तशी तिच्या डोळ्यांसमोर उभी राहिली. तिला वाटलं धावत जावं आणि कापून काढावं त्या नालायकाला. पण ती घरातच दडून बसली.

तो दारापाशी आला. खिडकीतून आत डोकावत तिला म्हणाला, 'चंगळ दिसतेय तुझी. चांगला पैसा कमावलाय. घरबीर चांगलं बांधलंय. मस्त दिसतेय की तू अजून दणकट. बाकी, तुमचा जीव इथं धोक्यात आहे, असं कळलं म्हणून मिळेल त्या ट्रकनं आलोय मी. इथं जीवाला धोकाय हे माहिती आहे, तरी आलोय मी. येणारच ना, काहीही झालं तरी माझी बायको आहेस तू. दोन सोन्यासारखी पोरं आहेत.'

तो बोलत होता. ती मात्र संतापानं नुसती फुसफुसत होती.

'माझी अवस्था बघ जरा. त्या हडळीनं माझ्यावर काळी जादू केली होती. खाण्यातून काही तरी बाहेरचं केलं होतं. मला काबू केलं होतं. म्हणून मी अडकलो गं. आजारी पडलो मग खूप, पार चिपाड झालं माझं. नशीब एक चांगला मांत्रिक भेटला, त्यानं मला एक औषध दिलं. ते औषध घेतल्यावर मला एक सणसणीत उलटी झाली. तिनं केलेलं पोटातून बाहेर पडलं आणि मी खडखडीत बरा झालो. सुटलो तिच्या तावडीतून. नाहीतर त्या बाईनं जीवच घेतला असता माझा. म्हणून मग मागचं सारं विसरून मी परत आलोय. आपण एकत्र राहू, सुखानं राहू म्हणतोय.'

तिच्या डोळ्याला पाण्याच्या धारा होत्या, पण चेहरा आग ओकत होता. तिचा अंदाज घेत तो पुन्हा बोलू लागला.

'विटांच्या एका ट्रकनं मी निघालो. रात्र केवढी भयाण, काही उमजलं नाही थेट कलाईगावपर्यंत गेलो. तिथून इकडं यायला निघालो, तर लोकांनी मला वेड्यात काढलं. पण मी त्यांना सांगितलं, मी जाणारच! माझी बायको-पोरं अशी वाऱ्यावर कशी सोडून देऊ?'

ती हुंदके आवरत होती. तोंडात सादोरचा गोळा कोंबत कशीबशी गप्प राहत होती.

'उघड ना दार. अजूनही कशी भरल्या अंगाची दिसते तू. मी नव्हतो तरी ऐश केली वाटतं. मस्त खाल्लं-प्यालं. पोरगंही आपलं चांगलं कमावतं म्हणे, मजाय

तुमची. मीच तिथं एकटा मरमर करत होतो. आजारपण सुरू झालं, हातचं काम गेलं. कोण मला जेवायला घालणार? पार कुत्रं झालं गं आयुष्याचं, उघड ना दार.'

ती खिडकीच्या बाजूलाच उभी होती. त्यानं हात आत घातला आणि एकदम तिचा गळाच धरला. सोडेचना.

'दार उघड.' आता त्याचा मघाचा स्वर बदलून दादागिरी करू लागला.

'दार उघड हं, नाहीतर मी एकतर घर तोडून तरी टाकेन नाहीतर आग लावीन सगळ्याला.' त्यानं दारावर एक जोरात लाथ मारली.

ते ऐकून ती संतापली, 'हिंमत असेल ना तर हात लावून दाखव तू माझ्या घराला. रक्त आटवून मी ही जागा घेतली, घर बांधलं. तुझा-माझा काहीही संबंध नाही. तू चालायला लाग. जा ना, त्या बाईकडं जा, नाहीतर दुसरी एखादी बघ जा. पण जा इथून. मटण खा, दारू पी, एक नाही शंभर बायकांबरोबर पास्नी पड, मला काही घेणं नाही, तू जा फक्त इथून.'

ती दार उघडत संतापून म्हणाली. तिला पाहताच त्यानं तिचे केस धरले आणि जमिनीवर भिरकावून दिलं तिला.

'साली, छिनाल. नवरा नव्हता जवळ तरी कशी मस्त फुगली आहे. पैशाचा माज दाखवतेय का मला? हा एवढा पैसा कसा कमावला मला माहिती नाही काय, याच घरात धंदा करत होतीस ना तू?' हातातल्या बांबूनं तिच्या डोक्यात एक जोरात टोला मारत तो बडबडत राहिला.

'तू मला वेश्या म्हणतोस का रे, तुझी स्वतःची लायकी काय रे.' तिच्या भुवईतून रक्ताची चिरकांडी उडत होती.

'मग काय म्हणू दुसरं. नवरा बायको सोडून दुसऱ्या बाईला का जवळ करतो? नाही भागत त्याची गरज त्या बाईकडून. तुम्ही दोघी बहिणी तशाच आहात म्हणा. नवरा सोडून दुसऱ्या पुरुषांबरोबर झोपण्यातच तुमची अख्खी जिंदगी गेली. तुझ्या बहिणीला नवऱ्यानं काय उगीच सोडलं? तीही अशीच तुझ्यासारखी चवचाल.'

'माझ्या बहिणीचं तर नावही घेऊ नकोस. स्वतःच्या बायको-पोरांना दोनवेळचं धड जेवू घातलं नाही कधी. दुसऱ्यांना नाव ठेवतोय.' ती हातानं रक्त दाबून धरत किंचाळली.

'अगं नशीब चांगलं समज तुझं, तू इतकी बदफैली बाई, तरी मी परत येतोय तुझ्याकडं, उपकार मान माझे उपकार. अशा नवऱ्याचे पाय धुऊन पाणी प्यालीस ना तरी कमी आहे.'

'तू नवरा? नवरा म्हणजे काय माहिती तरी आहे का तुला? चालायला लाग इथून, नको असला नवरा न भवरा मला. काय वाट्टेल ते झालं, तरी मी तुला आता घरात घेणार नाही, हड. निघ इथून.'

‘कर माज कर, पोराला पोलीस घेऊन गेलेच आहेत, ते करतील त्याचं काय करायचं ते. आणि पोरगी काय बसेल तुझ्यासारखीच धंद्यावर. मग मरशील कुत्र्याच्या मौतीनं.’

‘मी कुत्र्याच्या मौतीनं मरेल नी माझी पोरं डुकराच्या मौतीनं मरतील तर मरू दे. तुझा काय संबंध? तू जा ना, जिकडून आलास तिकडं परत जा.’-ती आता किंचाळतच होती मोठमोठ्यांनी.

हे ऐकून तो जास्तच भडकला. हातातला बांबू घेऊन तिच्यामागंच धावला. तिला मारत सुटला. तशी ती पळाली आणि थेट सगळ्या बायका जिथं जमा होत्या तिथं धावत गेली. तिचा आरडाओरडा ऐकून फेलानी, जॉनची मां एकदम तिच्याकडं धावल्या. त्यांनी तिला पोटाशी धरलं.

‘मला वाचवा. या माणसापासून मला वाचवा. माझ्या डोळ्यांदेखत एका बाईसोबत झोपला मी गप्प राहिले. माझ्या छाताडावर रखेल आणून बसवली, मला आणि पोऱ्यांना वाऱ्यावर सोडलं, मी गप्पच राहिले. इतक्या वर्षांत मी मेले की जगलेय, हे कधी पाहिलं नाही. मला एक फुटकी कवडी कधी पाठवली नाही. उलट मीच याची आणि स्वत:ची अब्रू वाचवायची म्हणून हा मला पैसे पाठवतो, असं लोकांना खोटं सांगितलं. आणि आज हा परत यायचं म्हणतोय. माझ्या घरावर मालकी सांगतोय. माझ्यावर मालकी सांगतोय. मला नाही सहन होत हे.’ मीराची आई रडून रडून सांगत होती.

मीरानं पटकन आईला जवळ घेतलं. ‘शांत हो, भूवई कापली गेलीये, डोळ्यात जाईल रक्त, शांत हो.’

हातात बांबू घेऊन पिसाटलेला तो माणूस तसाच बायकांच्या पुढ्यात उभा होता.

बायकांना म्हणाला, ‘तुम्ही मध्ये पडू नका. हा आमचा नवरा-बायकोचा प्रश्न आहे. आमचं आम्ही पाहून घेऊ.

ते ऐकून बायकाही चिडल्या. एकाच वेळी कोण काय तर कोण काय म्हणू लागली.

‘बायको? इतक्या वर्षांत नाही आठवली तुला कधी बायको?’

‘त्या गुवाहाटीतल्या बाईला नवीन कुणीतरी भेटला असेल, तिनं ढुंगणावर लाथ मारून तुला घराबाहेर काढला असेल म्हणून आता तुला आठवतेय बायको.’

‘फुकटचे तुकडे मोडायला आलाय ना तू इथं.’

‘बायको आहे मालकीची तुझ्या, तुडवायची हवी तेव्हा, हवी तशी. म्हणून तर हातात बांबू घेऊन फिरतोय तू.’

बायका बोलत होत्या. बायकांचा तो अवतार पाहून बिचकलाच. गप्पच झाला.

मोनीच्या आईनं सगळ्यांना शांत करत मीराच्या आईलाच विचारलं, 'बाकी जाऊ दे, तू सांग. तुला हा माणूस नवरा म्हणून घरात घ्यायचाय का?'

'नवरा? माझा काही संबंध नाही. मला या माणसाचं तोंडही पाहायची इच्छा नाही.'

'ऐकलं, निघा आता तुम्ही. आमच्या संयमाची परीक्षा पाहू नका. आणि परत इथं यायचं नाही. आलात तर या बायका तुम्हाला दोन पायांवर उभं राहण्याच्या लायकीचं ठेवणार नाहीत.'

तो माणूस मुकाट तिथंच उभा राहिला. जागचा हलला नाही. पण पोलिसांच्या गाड्यांचे सायरन पुन्हा वाजायला लागले. तशी फेलानी म्हणाली, 'चला घरात चला. सगळ्या जणी माझ्याच घरी चला आता.'

घरात जाण्यापूर्वी सगळ्या जणी कालीमातेच्या मंदिरात गेल्या. हात जोडले. घरात जाऊन आतून दार लावून गोल करून बसल्या.

'जे काय करायचंय ते शांतपणे करू. उगीच आततायीपणा करू नका. आपल्याला काही होणार नाही, आपण करू काही तरी.' फेलानी सगळ्यांना धीर देत म्हणाली.

'हिला औषध लावायला हवं, रक्त किती वाहतंय' कुणी तरी म्हणाली.

तशी मीरानं मूठ उघडली. बाहेरून येतानाच तिनं तुळशीची पानं तोडून आणली होती. मिनोतीनं पाटा-वरवंटा पुढं ओढला आणि ती पानं रगडून तशीच मीराच्या आईच्या जखमेवर लावली. तिचा नवरा शिव्याशाप देत होताच, तो आवाज सगळ्यांना ऐकू येत होता. पण पोलीस गाड्यांचे भोंगे कर्कश झाले, तसा त्याचा आवाज त्यात हरवून गेला.

तुळशीच्या वासानं सारं घर भरलं.

'आग होतेय फार' मीराची आई एकदम म्हणाली.

'होणारच! आग झाली नाही तर रक्त थांबत नाही. रक्त थांबलं नाही तर जखमा कशा भरणार?'

तिच्या शब्दांचा वेगळाच अर्थ सगळ्यांना कळला तशा साऱ्याच बायका गालातल्या गालात हसल्या.

आता त्यांना एक मोठ्या जखमेवर उपचार शोधायचे होते.

सदतीस

त्या रात्री सगळ्या बायका फेलानीच्याच घरी राहिल्या. कुणाला काही खायची इच्छा नव्हतीच. पण लेकरंबाळं उपाशी आहेत, त्यांना काही तरी करून घालायला हवं म्हणून फुल उठली. अतिरेक्यांच्या हल्ल्यातून वाचलेली ड्रायव्हरची मुलगी तिच्याचकडं होती. आईच्या मायेनं फूल तिची काळजी घेत होती. निदान तिच्यासाठी आणि बाकीच्या कच्च्याबच्च्यांसाठी तरी खिचडी करू, म्हणत फुल कामाला लागली. फेलानीच्या घरात पुरेसे डाळ-तांदूळ सुदैवानं होते. पण आपापल्या घरी जाऊन बायकांनी डाळ-तांदूळ आणलेच. सगळ्यांसाठी एकत्रच खिचडी शिजली.

रात्री एक वाजल्यानंतर अनेकींचा डोळा लागला. पण पहाटे जॉनची मां सगळ्यात आधी उठली. तशीही वस्तीत सगळ्याच माणसांना भल्या पहाटे उठायची सवय होतीच. त्यात बायका तर पहाटे चार वाजल्यापासून उठलेल्या असत. जॉनच्या मांच्या पाठोपाठ बाकीच्याही बायका उठल्या. मीरा आणि रत्नानं रात्रीची भांडी घासायला सुरुवात केली. जॉनची मां आणि मीनोतीनं झाडू हातात घेत घर-मंदिर झाडून काढलं. फूल पाणी भरायला गेली. मीराच्या आईनं अंथरुणांच्या घड्या घालून ठेवल्या.

आंघोळी आटोपून लाल चहा प्यायला बायका परत घोळका करून बसल्या. तेवढ्यात दार वाजलं. फेलानीनं दार उघडलं, तर दारात मोनीचा मित्र मिण्टू आणि त्याची बहीण रिना. फेलानीला पाहताच रिना जोरजोरात रडू लागली. मोनीच्या आईनं तिला जवळ घेत धीर दिला, पण तिलाही रडू फुटलंच. एकुलत्या एका मुलाला पोलीस पकडून घेऊन गेले तरी न रडता तिनं कालपासून बायकांचा मोर्चा सांभाळला होता. पण रिनाला रडताना पाहून तिचाही बांध फुटलाच.

त्या दोघींना रडताना पाहून बाकीच्या बायकाही रडायला लागल्या. कुणाच्या नवऱ्याला, कुणाच्या मुलाला पोलीस उचलून घेऊन गेले होते. फूलचा म्हातारा-आजारी नवरा, मीराचा भाऊ, जॉन, मोनी, नबीन सगळेच पोलिसांच्या ताब्यात होते. जॉनच्या आईचं तर घरच जॉन चालवत होता. शेतातून साळीची पोती मिलमध्ये

न्यायची आणि तांदूळ हॉटेलांमध्ये पोहचवायचे असं कष्टाचं काम तो रोज करायचा. तेच मोनीचंही. एवढुसं पोर 'तरुण' होत सारं घर सांभाळू लागलं होतं.

म्हणता म्हणता फेलानीचं अख्खं घर रडण्याच्या आवाजांनी भरलं. बाया छात्या पिटत, गळे काढत रडू लागल्या. काही जणी तर रडता रडता बडबडही करत होत्या. एकच गलका झाला. आणि अचानक फेलानीला एकदम काली बुरीच आठवली. तशी ती पटकन् भानावर आली. काली बुरी नेहमी म्हणायची, 'रडा-रडा, रडून प्रश्न सुटत नसतात. त्यापेक्षा डोळे पुसा. स्वत:साठी उभं राहायची हिंमत तरी करा.' आणि इथं तर आपण काहीच करू शकत नाही म्हणत सगळ्या बायका नुसत्या टीपं गाळत बसल्या होत्या. असं रडत बसलं, तर आपल्या माणसांना जेलमधून बाहेर कोण काढणार, असा विचार मनात आला आणि फेलानीनं स्वत:चे डोळे पुसले. तेवढ्यात बाहेरून पोलिसांच्या गाड्यांचे आवाज कानावर पडायला लागलेच. या बायकांना त्यांनी असं रडताना पाहिलं असतं, तर काही जणांना तरी नक्की वाटलं असतं, बिचाऱ्या, लाचार बायका बऱ्या आयत्या तावडीत सापडल्या. वस्तीत पुरुष माणसं नाहीत. बायकांचं काय करतील हे पोलीसवाले सांगता येत नाही, असं वाटून फेलानी एकदम चमकली.

'तुम्ही आधी हे रडणं बंद करा'- तिनं एकदम मोठ्या आवाजात सगळ्यांनाच ताकीद दिली. 'कशाला रडताय? कुणी मेलंय का आपलं? आणि रडून काय होणार? कोण येणार आहे मदतीला? आहे काही उपयोग रडून?' फेलानी करड्या ठाम आवाजात म्हणाली.

'तुला झालं काय मोनीची मां, पोटचा गोळा घेऊन गेले ते. वय तरी काय आहे लेकराचं माझ्या. कुठं असेल पोर काय माहीत!' असं म्हणत तिनं पुन्हा मोठ्ठा गळा काढला.

'मग रडून काय होईल? आपली माणसं परत यावीत असं वाटतंय ना! का बळी द्यायचाय त्यांचा? रडताहेत नुसत्या!' फेलानी पुन्हा करवादली.

'मला नुकतंच कळलंय, की वस्तीतल्या सगळ्या माणसांना ते कुठंतरी दुसऱ्या जागी आजच हलवणार आहेत' रीनाचा भाऊ म्हणाला. ते ऐकून बायकांचा बांध आणखीनच फुटला. सगळ्या जणी पुन्हा छाती पिटायला लागल्या. आवाज एवढा वाढला, की घराबाहेर बंदोबस्ताला असलेल्या पोलिसांनीही कान टवकारले.

'क्या हुल्ला करता है, कर्फ्यू लगा हुआ है मालूम है ना?' एक पोलीस बाहेरूनच ओरडला. तेवढ्यात दुसरा म्हणाला, 'चूप नही रेहनेसे देखो फिर क्या होएगा.'

'काय कराल रे कुत्र्यांनो?' फेलानी जोरात म्हणाली. पण जीभ चावत तिनं स्वत:ला सावरलं. बायकांचा आवाज जरा कमी झाला, तसा दारात येऊन उभे

राहिलेले आर्मीवालेही निघून गेले.

'दादा, तू जा इथून' रिनानं भावाला विनवलं. आर्मीवाले आत येऊन डोकावून गेले. त्यांना दिसू नये म्हणून तो पटकन लपला होता.

'पण तू?'

'राहू दे तिला इथंच, मी आहे. तू जा नको काळजी करूस.' फेलानी म्हणाली.

'आपलं काय होईल गं आता?' मीरानं घाबऱ्याघुबऱ्या आवाजात विचारलं.

'काय होईल? काहीही होणार नाही. आपल्या केसाला हात लावायची हिंमत नाहीत त्यांची' फेलानी ठामपणे म्हणाली. तसा बाकीच्या बायकांनाही हुरूप आला.

'मोनीची मां, आपण बायाबाया काय करणार गं, आपली माणसं गेली गं.' कुणी तरी म्हणाली.

'खरंच काय करणार आपण? ते सगळ्या पुरुषांना कुठं तरी हलवणार आहे म्हणतात. काय करतील, कुठं नेतील, त्यांना देव जाणे! काय होईल त्यांचं?' दुसऱ्या कुणी तरी विचारलं.

'काय होईल, मारून टाकतील सगळ्यांना दुसरं काय होणार वाईट?' आपल्याला कशाचंच काही पडलेलं नाही, अशा स्वरात फेलानीनं ताडकन् उत्तर दिलं.

'काय बोलतेस काय?'

'तुझं डोकं तर नाही सटकलं?'

'आई ना गं तू, असं कसं बोलू शकतेस?'

'काही दयामाया आहे की नाही तुला?'

बायकांनी काहीबाही बोलत पुन्हा गलका केला.

'तुम्ही अशाच रडत बसल्या, इथं घरातच बसल्या, तर ते आपल्या माणसांना मारून टाकतील हे उघड आहे.' फेलानीनं सगळ्यांना ठणकावलं.

'मग करायचं काय?' रिनानं चटकन विचारलं. मग बाकीच्यांनीही प्रश्नांची सरबत्ती सुरू केली.

'आपल्याकडं कुठं हत्यारं आहेत?'

'आपण बाया काय करणार?'

'त्यांना विरोध केला, तर ते आपल्यालाही गोळ्याच घालतील.'

'हाकलून देतील आपल्याला.'

फेलानीला हसूच आलं हे सारे तर्क ऐकून. ती हसतच म्हणाली, 'तुम्हाला सगळ्यांना मरायची भीती वाटतेय हे सांगा ना!'

'कोण घाबरतंय मरणाला, मर मर करत रोज मरतोय अजून वेगळं काय मरायचंय?' जॉनची आई तिला उडवून लावत म्हणाली.

'खरंय. आज तरी कुठं जगतोय आपण. चालती-बोलती प्रेतंच आहोत. जॉनची

मां तर मरता मरता वाचलीये.' मिनोती म्हणाली.

'मग काय, मेलो काय नी जगलो काय सारखंच!' मीराच्या आईनंही सुजलेल्या भुवईवरून हात फिरवत शेरा मारलाच.

'आणि काही तर कधीच मरून गेले. जग्गू, त्याची बायको, सुमला, बुलेन, हरी भंगुराचा मुलगा, रत्नाची आई, काली बुरी, मिनोतीचा हीरो, ड्रायव्हर, त्याचा मुलगा, रत्नाचे वडील... यादी संपत नाहीच. ते आधी मेले आपण आता मरू, एवढंच!' फेलानी म्हणाली.

'मी तर कधीच मेलेय.' रत्ना गळ्यातला आवंढा गिळत म्हणाली.

'थोडक्यात काय, आपण मेलो तरी फार काही फिकीर नाही, असंच ना?' फेलानीनं विचारलं. आणि मग म्हणाली, 'मी तरी काय माझ्या पोरासाठी जगतेय आणि आता त्याच्याचसाठी मी इथून बाहेर पडणार आहे. तुम्ही येणार का माझ्याबरोबर तेवढं सांगा.'

'कुठं?'

'इथं, मिल्ट्री कॅम्पमध्येच असतील अजून आपली माणसं. जाऊ आपण तिकडं सगळ्या जणी.'

फेलानीनं कपडे झटकले आणि निघाली. बाकीच्या बायकाही तिच्या मागोमाग निघाल्या.

बायका शांतपणे आर्मी कॅम्पच्या दिशेनं चालू लागल्या. वस्ती मागं पडली. हमरस्त्यानं त्या तरातरा निघाल्या. कधी काळी जंगल होतं, पण आता सपाट मैदान झालं होतं. ते ओलांडून त्या आर्मी कॅम्पपर्यंत येऊन पोहचल्या. समोर कॅम्प होता आणि बाजूलाच शिसमाच्या झाडाच्या बुंधा होता. याच झाडाखाली सुमला मरून पडलेली सापडली होती. ते झाडही आता नव्हतं. अवतीभोवती काही बुंधे फक्त कापून काढलेल्या झाडांच्या खुणा सांगत उभी होती.

एवढ्या बायका एकदम कॅम्पमध्ये येताना दिसल्या, तसे दोन बंदूकधारी सैनिक चालतच आले. त्यांनी या बायकांना अडवलं. 'निघा इथून' म्हणून हटकलं. पण फेलानी गेटसमोर ठाम उभी राहिली. बाकीच्या बायकाही तिच्यासोबत उभ्याच होत्या.

'क्या चाहिए, जाओ यहाँ से?'

'हमॉर ऑदमी'- फेलानी बंगाली वळणाच्या हिंदीत म्हणाली.

'आमदेर लोक'-दुसरी एकजण पटकन् म्हणाली.

'हमार मरद.'

'हमारा बेटा'

बायकांनी क्या चाहिए या प्रश्नाचं असं स्पष्टच उत्तर दिलं. बायकांनी मग आर्मी

कॅम्पच्या मुख्य कार्यालयाच्या बाहेरच बैठक मारली. ऊन्हं कलली. दिवस मावळला. रात्र झाली. पण बायका हलल्या नाहीत. काही आर्मीवाल्यांनी त्यांच्यासाठी ब्रेड आणून दिला. पण कुणी तो खाल्ला नाही. काही जणी फक्त पाणी प्यायल्या.

रात्र तशीच गेली. दुसऱ्या दिवशी पोलीस आले. त्यांनी बायकांना विनवलं, धमकावलं, दटावलं, समजूत घातली; पण एकही बाई घरी परत जायला तयार नव्हती.

कर्फ्यू उठला. वस्तीतच नाही, तर शहरातही या बायकांच्या धरणे आंदोलनाची बातमी पसरली. लोक गर्दी करायला लागले. काही उच्चस्तरीय सैन्याधिकारी आणि पोलीस अधिकारीही आले. गाड्यांची गर्दी वाढायला लागली. मात्र बायका काही हटायला तयार नव्हत्या. कुणी काहीही विचारलं तरी त्यांचं म्हणणं एकच, आमच्या माणसांना सोडा.

अजून एक दिवस सरला. रात्रही उलटली. बायका हलायला तयारच नव्हत्या. त्या दिवशी सकाळी रत्ना भोवळ येऊन बेशुद्ध पडली. कुणीतरी डॉक्टरला आणलं. सगळ्याच बायका तीन दिवस, दोन रात्रीपासून उपाशी बसलेल्या होत्या. अशक्त झाल्या होत्या. मीडियावाल्यांची गर्दी व्हायला लागली. ते फोटो काढू लागले. प्रश्न विचारू लागले. बायकांचं म्हणणं एकच– आमच्या माणसांना कारण नसताना कोंडलंय, त्यांना सोडा.'

आपण असे किती दिवस बसणार, जगणार की मरणार, याची काहीच काळजी त्या बायकांना नव्हती. त्या नुसत्या बसून होत्या.

रात्र झाली. काळोख डोक्यावर होता. त्या अंधारात फेलानीला एकदम हाक ऐकू आली.

'मां..'

मग बऱ्याच हाका कानी पडायला लागल्या.

'मिनोती'

'फूल'

'मीरा'

'मां'

अंगात एकदम लख्खं वीज चमकावी, तशा अर्धमेल्या झालेल्या बायका उठल्या. त्यांची माणसं त्यांच्यासमोर उभी होती. कुणी काहीच बोलत नव्हतं. माणसं फक्त एकमेकांसोबत वस्तीकडं चालू लागली. कापला गेलेला जंगल परिसर सरला. मुख्य रस्ता ओलांडला, वस्ती जवळ आली. तरी कुणी कुणाशी एक शब्द बोललं नाही.

आकाशात चंद्र लख्ख उजळला होता. पिठूर चांदणं होणं. त्यात फेलानीला

मोनीचा चेहरा दिसला. तो रिनाकडं पाहून गोड हसत होता. रिनाही त्याच्याकडं पाहून लाजत हसत होती. त्या दोघांचं ते आनंदानं उजळलेले चेहरे पाहून फेलानी भरून पावली.

सारा शीणच उतरला तिचा.

अडतीस

मध्यरात्र उलटून नुकतीच पहाट होत होती. बाहेर गुडुप अंधार होता. कशाची हालचाल नाही, झाडावरची पानं-फुलंही अजून उठली नव्हती. फेलानीला मात्र लवकर जाग आली. आदल्या दिवशी रात्रीही करण्यासारखं काही नाही म्हणत ती लवकरच झोपली होती. घरात एकटीच. मोनी लग्नाच्या वऱ्हाडासोबत भाडं घेऊन गेला होता. दोन दिवसांनी परत येणार होता. दिवस-रात्रीची पर्वा न करता मोनी राबत होता. मिळालं भाडं, की घेऊन जायचा. आता घराची सारी जबाबदारी त्यानंच उचलली होती. डोक्यावर सरदारजीकडून घेतलेल्या कर्जाचा डोंगर होता. दर महिन्याला त्याचा हप्ता मोजावा लागायचा. भाडं घेऊन जायचं नसलं त्या दिवशीही मोनी सरदारजीच्या गॅरेजमध्ये जाऊन काम करायचा. आता लोकांनाही माहिती झालं होतं, की मोनी चांगला मेकॅनिक आहे. बिघडलेल्या दुचाक्या-चारचाक्या घेऊन कामासाठी लोक आता मोनीच्या घरीही येत. फेलानीच्या अंगणात गाड्यांची वर्दळही वाढली होती. कुणी घरीच काम करायला 'ये' म्हणालं तर मोनी घरीही जाऊन गाड्या दुरुस्त करून द्यायचा. मोनीला कधी कुणी शांत बसलेलं पाहिलं नाही, की त्याच्या वयाची मुलं करतात तसा टवाळपणा त्यानं कधी केला नाही.

त्याचे काळवटलेले, राठ हात पाहून फेलानीला कसंसंच वाटायचं. इतके नाजूक, मऊ हात होते; पण आज तेच हात चटके बसून, काळे-निळे तर पडले होतेच, पण रखरखीत झाले होते. त्याचेच कशाला तिचे स्वत:चेही नाजूक सुंदर हात कधीच बदलले. काळाच्या थपडांनी जे जे दिव्य करायला लावलं ते दिव्य या हातांनीच निभावून नेलं, पण त्या प्रवासात हातांनी मात्र त्यांचा स्वभावच बदलला. चेहऱ्याचा रंग तर कधीच बदलला होता. गोरी पान तुकतुकीत त्वचा कायमची काळवंडली होती. फेलानीला वाटलं, आपला हा असा अवतार, असे रापलेले हात पाहून मोनीचे बाबा काय म्हणाले असते?

अंगाभोवती एक गरम शाल गुंडाळून ती बाहेर आली. थंडीचा कडाका वाढायला लागला होता. पहाडातून येणारं वारं दिवसेंदिवस जास्तच बोचरं व्हायला

लागलं होतं. आज किती वर्षांनी तिनं पहाटेचं असं चांदणं ओलं आकाश पाहिलं. मग हळूच चांदण्या लपल्या आणि उजेडाची तिरीप डोकावू लागली. निळ्या आकाशात पहाडांच्या मधोमध पांढऱ्या ढगांचा एक मोठा पुंजका डोकं वर काढत कुठं तरी निघाला होता.

झाडू उचलत ती भराभर अंगण झाडू लागली. अंगणाचीही जमीन घ्यायला पाहिजे होती. सगळीकडं नुसते खड्डे. बरेच दिवसांत फेलानीला या अंगणाकडं पाहायलाही वेळ मिळालेला नव्हता. कुठं कुठं खड्ड्यात गवत उगवलं होतं. कुठं जमिनीला गच्च धरून रानटी झाडं मोठी व्हायला लागली होती. जे गवत हातानं उपटणं शक्य होतं ते तिनं उपटलं. छोटं गवत उपटत, नखानं खरवडायचा प्रयत्न केला. पण नखात माती गेली आणि एकदम ठणकच लागला. विळा-खुरपीशिवाय हे काही निघायचं नाही म्हणत तिनं फक्त अंगण झाडून घेतलं. डोक्यात विचारांचं चक्र सुरूच होतं. जे झालं ते भयानकच होतं, पण आता गेले काही दिवस तरी शांतता आहे.

अर्थात असे शांततेचे पन्हाळे येतात-जातात. मग पुन्हा भडका. आताही सारं संपलंय थोडंच! आत्ता शांत आहे एवढंच. पुढं काय होणार, कसं होणार कुणाला माहिती आहे? सगळं राज्यच आगीत जळून खाक होतंय, त्यात आपली काय पत्रास? आणि हे सारं आजचं थोडंच आहे, गेली कित्येक वर्षं हे सारं चाललंय. आपलं राहतं घर डोळ्यांदेखत जळताना पाहत, नवऱ्याचं मरण कसं झालं हे ऐकताना, एकटीनं सारं आयुष्य जगताना आणि मोनीसोबत एकेक रात्र अक्षरश: आपण जिवंत आहोत हेच फार, असं म्हणताना तरी कुठं माहिती होतं की पुढं काय घडणार आहे? पण जे घडायचं ते घडलंच आणि आजही घडत होतंच. आधी रेल्वे बंद पाडल्या, मग आणखी काही अडवून धरण्यात आल्या, मग बसमध्ये स्फोट झाले. नंतर तर काय स्फोटामागून स्फोट होतच राहिले. किती निरपराध माणसं मेली आणि किती जणांच्या आयुष्याची राखरांगोळी झाली याला काही मोजमापच नाही. मात्र गेल्या काही महिन्यांपासून मात्र बरीच शांतता होती. जरा सुखाचा श्वास माणसं घेत होती. नबीन म्हणत होता, सरकारनं बुलेनच्या पार्टीला, बोडो संघटनांना चर्चेसाठी बोलावलंय, शांतीवार्ता सुरळीत पार पडली, तर वातावरण बरंच सुधारेल. पण या जर-तर ला काही अर्थ नाही, जे होईल ते पाहायचं फक्त. त्यात आता ऑक्टोबर उजाडला होता. दुर्गापूजा अगदी जवळ येऊन ठेपली होती.

पारिजातकाच्या फुलांचा सडा साऱ्या अंगणात पडला होता. त्या फुलांचा मंद सुगंध पहाटवाऱ्याबरोबर नाचत-फिरत होता. कालीमातेच्या मंदिरासमोर काली बुरीनं हे पारिजातकाचं झाड लावलं होतं. तिचा या झाडावर फार जीव होता. पण ती गेली, त्याच काळात साऱ्या वस्तीवर दहशतीची काळी सावली पडली. जगण्याचे हाल...

या मंदिराकडं, तिच्या घराकडं, अंगणातल्या पारिजातकाकडं पाहायलाही फुरसत नाही झाली. सगळं नुसतं भकास झालं, काली बुरीचं रिकामं पडलेलं घर तर मोडकळीलाच आलं होतं. त्यात छप्पर फुटलंच होतं. किती ठिकाणी भगदाडं. तिच्याही घरात स्वयंपाकखोलीच्या बाजूला छतातून आकाश असंच आरपार दिसायला लागलं होतं. मैना आणि चिमण्यांनी मस्त घरटी बांधली होती. कुठून कुठून त्या काडाकुड्या आणायच्या आणि त्या चोचीतून पडलेल्या काड्या सगळीकडं पडायच्या. वाऱ्याबरोबर घरभर उडायच्या. अंगणातही पानं-कचरा पडलेलाच. पण मोनीला तरी कसं सांगणार हे दुरुस्त कर म्हणून? एक खोली बांधायची ठरवलीये तर तो रात्रंदिवस राबतोय. तरी पुरेसा पैसा जमत नाही. त्यात आर्मीवाल्यांनी मारल्यापासून त्याचा खांदा दुखावलाय. त्याला रात्री खूप ठणक लागते. जास्त ड्रायव्हिंग केल्यावर तर हात फारच दुखतो. रोज रात्री तव्यावर वीटेचा तुकडा गरम करत खांदा शेकावा लागतो. तेव्हा कुठं त्याला झोप लागते. आताही वऱ्हाड घेऊन गेलाय, तर दोन रात्री त्याला गाडीतच झोपावं लागणार आहे. आता त्याचंही लग्न करायला पाहिजे.

फेलानीच्या डोक्यात विचारांचा भोवरा फिरतच होता. अंगण झाडून कचरा एका कोपऱ्यात तिनं जमा केला. वाकली तशी तिच्या पाठीत एकदम कळ उठली. अलीकडं तिचीही पाठ फार दुखायला लागली होती. पण त्या दुखऱ्या पाठीबरोबर आणखी एक कळ डोक्यात उठली, काली बुरीच्या घराच्या छताचं काम करायला पाहिजे. घर शाकारून वर्षं उलटली. आता काम नाही केलं, तर हिवाळी वादळं पेलणार नाही ते घर. पण काम करायचं तर पैसे पाहिजेत. पत्रे आणले पाहिजेत. तिच्याही स्वयंपाकघरावर पत्रे टाकायला हवेच होते. पण पैसा ही मुख्य अडचण होतीच. किती पैसे लागतील, याची आकडेमोड करत ती मनातल्या मनात जुळवाजुळव करू लागली.

'काय मोनीची मां, आज काय साफसफाई मोहीम की काय?' जॉनच्या आईनं लांबूनच हाक मारत विचारलं. हातात विळा-कोयता घेऊन ती फेलानीकडंच येत होती. त्या मोठ्या आजारपणानंतर तिची तब्येत पार उतरली, पण दोन पोरांचं पोट भरायचं म्हणून आजही पूर्वीसारख्याच वेगानं काम करायची. वस्तीत एकाही बाईकडं तिच्यासारखा कामाचा झपाटा नव्हताच.

'एवढ्या सकाळी हातात विळा, कुणाला कापायला निघालीस बायो?'

'कुणाला नाही कापायचा विचार, मी गवत कापायला जाणार आहे आज. रामबाण गवत माहितीये ना, उंचच उंच असतं, एकदम वेळूसारखं कडक, ते कापून तोडून आणायचंय. घराचं छत शाकारायला पाहिजे, नाहीतर यंदाचा पाऊस काही जगू द्यायचा नाही. घरभर डबडेडुबडे ठेवावे लागतात. सगळं घर गळतंय माझं.'

'ते कुठं मिळेल तुला?'

'अगं इथंच शनीपाराजवळ.'

'लांब आहे?'

'लांब तर आहेच, पण रेल्वे ट्रॅक ओलांडून जायचं मधल्या रस्त्यानं.'

'एकटीच जाणारेस?'

'एकटी कशाला? मिनोती, मीराची आई, रत्ना, फूल सगळं टोळकंच्या टोळकं जायचोय. येतीलच सगळ्याजणी एवढ्यात.'

फेलानीला या योगायोगाची फार गंमत वाटली. आत्ता आपल्या मनात घर शाकारायचा विचार येतच होता, तेवढ्यात कशी आली ही हातात विळा घेऊन. नेमकं आजच हिलाही कसं वाटलं, की आपण घराचं छत दुरुस्त करावं. या सगळ्या बायकांना नेमकं एकाच वेळी कसं सुचतं असं काहीबाही. आजचंच नाही, नेहमीच असं होतं. एकदा मनात आलं होतं, की थंडीसाठी ब्लँकेट घ्यावं. त्याच दिवशी एकीनं सांगितलं, बाजारात ब्लँकेट स्वस्तात मिळताहेत, तमक्या दुकानात जा. एकदा फेलानी म्हणाली, 'कपड्यांच्या पार चिंध्या झाल्याहेत, एखादी तरी नवी सादोर घ्यायला हवी.' की दुसरी लगेच म्हणायलाच पाहिजे, 'माझंही तेच झालंय गं, मागच्या वेळेस आपण एकत्र घेतले होते ना कपडे. चल ना, साधना बालयात जरा स्नोच साड्या मिळताहेत, स्वस्तात. स्नोच कळत सुद्धा नाही, जाऊ आपण.'

एकदा हिवाळ्यात घरात लाकडं नव्हती, होती ती ओलसर. त्याच वेळी एकीनं तिला भाताच्या भुशाची शेगडी करायला शिकवलं. दुसरीनं शेण कुठं मिळतं हे सांगितलं. मग सगळ्याजणी एकत्रच जायच्या शेण गोळा करायला. आल्या, की गोवऱ्या थापायच्या. एकदा बरेच दिवस पायात चप्पल नव्हती. मग कुणीतरी आवर्जून येऊन सांगितलं, की अग्रवाल स्टोअरमध्ये चपलांचा सेल लागलाय. आजही तसंच झालं, मनात नुसता विचार आला, तर जॉनची मां घर फुकटात शाकारायची युक्तीच घेऊन हजर झाली. याला काय म्हणायचं, टेलिपथी?

खरं तर टेलिपथीपेक्षा सारखं होतं या साऱ्यांचं दुःख, त्यांच्या वेदना; म्हणून मग एकीला उत्तर सापडलं, की सगळ्यांनाच सापडायचं.

'मी पण येते पटकन् थांब.' असं म्हणत फेलानी घरात काम आवरायला पळाली.

ज्या जमल्या होत्या, त्यांना म्हणाली, या चहा प्यायला. सगळ्यांना लाल चहा आणि मुरमुरे देत तिनं बसवलं. रात्री उरलेल्या शिळ्याच भातात कांदा-मिरची-तेल घालून खाल्लं. दिवसभर जायचं तिकडं तर पोटात काही तरी हवं म्हणून खाऊन घेते, म्हणाली तर बाकीच्याही घरून असाच शिळा भात खाऊन आल्याचं कळलं.

सगळ्या जणी निघाल्या. मुख्य रस्त्याला लागल्या. तर स्वच्छ निरभ्र आकाश, लांब पहाडांवरून डोकावणारे ढगांचे मोठ्ठे पांढरे पुंजके दिसत होते. मस्त ऊन पडलं

होतं. बॉईज मिशन हायस्कूल ओलांडून त्या पुढं गेल्या. या शाळेजवळ त्या येता-जाताना अनेकदा बसायच्या. शाळेची इमारत अप्रतिम सुंदर होती. मागच्या वर्षी याच काळात शाळेच्या फाटकाजवळ लावलेली शेवंती आता सुंदर फुलली होती. सगळीकडं शेवंतीचाच सुगंध दरवळत होता. फुलांचे ताटवे लांब कुंपणापर्यंत दिसत होते. शाळेच्या बागेत खरं तर सगळीकडं फुलांची नुसती रंगपंचमी सुरू होते. काही शे फुलं! किती रंग, किती छटा, नुसतं पाहत राहावं असं दृश्य. 'काय अप्रतिम देखावा आहे, निसर्ग किती वेड्यासारखा उधळतो स्वत:ला' फेलानी मोठ्यानं, पण स्वत:शीच म्हणाली.

त्या पुढं गेल्या. वाटेत खारुताईंच्या टोळक्याची नुस्ती सैरावैरा पळापळ. या झाडावरून त्या झाडावर नुसत्या टणाटण उड्या. एक खारुताई अशीच टुणकन् उडी मारून एका झाडावर चढली, तर समोरच्या महालासारख्या बंगल्यात एकदम चहलपहल दिसली. कुंपणा भोवतीच्या दाट नारळाच्या झाडांमुळे फारसं काही दिसत नव्हतं. हा बंगला शहरातल्या एका बड्या श्रीमंत व्यावसायिकाचा आहे, हे तर सगळ्यांनाच माहिती होतं. त्याची एक गॅस एजन्सी होती, एक बुटाचं दुकान, एक मेडिकल स्टोअर असा व्यवसाय. वर्षभरापूर्वी मात्र हे राहतं घर सोडून ते कुटुंब कुठं तरी निघून गेलं. अतिरेक्यांनी घरातल्या कर्त्या मुलाला गोळी घातली, तो बुटाचं दुकान सांभाळायचा. त्यांच्याकडं खंडणी मागितली होती, पण त्यांनी ती दिली तर नाहीच, उलट आर्मीवाल्यांना खबर दिली. त्या वेळी झालेल्या चकमकीत अतिरेक्यांनी त्या माणसालाच गोळी घातली. तरीही ती माणसं धीरानं इथंच राहत होती. पण नंतर त्या व्यावसायिकालाही अतिरेक्यांनी गोळी घातली. तो माणूस सुदैवानं वाचला, मात्र सगळं कुटुंब इथून निघून गेलं. त्या मारवाड्याच्या दुकानावर हल्ला झाला त्याच काळातली ही घटना.

इतके दिवस त्या घराला टाळंच होतं. सगळ्या बागेत कचरा पडलेला होता. खारुताई पळत सारं उकरून ठेवत होत्या. पण आज मात्र त्या घराची दारं-खिडक्या उघडलेल्या दिसत होत्या. नारळाच्या झाडावरून माणसं शहाळी उतरवत होती. ती शहाळी पडताहेत, आपला खाऊ भलताच कुणीतरी खातोय म्हणून त्या खारुताईच्या टोळक्यांनं उच्छाद मांडला होता.

खारुताईंची ती पळापळ पाहून हसूच आलं बायकांना. मग गप्पा सुरू झाल्या.

'परत आलेली दिसताहेत माणसं'

'पण गेले कुठं होते इतके दिवस?'

'गेले असतील त्यांच्या मूळ गावी. इथं मरण्यापेक्षा गेलेलं बरं असंच वाटलं असेल त्यांना.'

'पण निदान त्यांना जायला अशी जागा तरी होती, आपण कुठं जाणार?'

‘बायका पोरांसह परत आलेले दिसतात पण आता.’

‘तुला कसं कळलं?’

‘दोरीवर बायकांचे कपडे वाळताना दिसले ना.’

‘फार तिखट नजर आहे तुझी, एकदम जहाल.’

सगळ्या जणी चालता चालता असं बोलत होत्या. हसत होत्या. माणसं परत येताहेत, या भावनेचा खरं तर तर तो आनंद होता.

‘चला, माणसं परतायला लागली, चांगलं लक्षण आहे हे.’

‘परतली आहेत, पण राहतील का इथं?’

‘घर आवरण्यापुरती गडीमाणसं आली असतील फक्त.’

बोलता बोलता बायका पुन्हा जरा गंभीर झाल्या. रेल्वे ट्रॅकपर्यंत येऊन पोहचल्या होत्या. कडेकडेनं खडीवरून चालत निघाल्या. तेवढ्यात एक मालगाडी सुसाट येताना दिसली. तशा सगळ्या जणी बाजूला झाल्या. गाडी गेली, आला आवाज, गेला आवाज. सूर्य डोक्यावर यायला लागला होता. पण गार वारं सुटलं होतं म्हणून ऊन जाणवत नव्हतं.

रेल्वे ट्रॅक काळजीपूर्वक ओलांडत सगळ्याजणी पलीकडं गेल्या. पुलाखाली नदीचं निळंशार नितळ पाणी झुळुझुळु वाहत होतं. पांढरे शुभ्र गोटे उन्हाबरोबर चकचकत होते. डोळ्यांना त्या चकचकाटाचा त्रास व्हावा, इतका प्रखर प्रकाश परावर्तित होऊन येत होता. काही मुलं पुलावर चढून, तिथून नदीपात्रात उड्या टाकत होते. पोहत होते. मस्त डुंबत होते. त्यांनी एक जोरदार उडी मारली, की पाणी उसळी मारायचं, चकाकत्या नदीपात्रात एक पाण्याचं झाडच फुलायचं. ते सुंदर दृश्य पाहत बायका तिथंच गोठल्या. मग एकदम पुढं निघाल्या. काही नागडी पोरं ओल्या अंगानं ओरडत होती. या बायका त्यांना पाहून हसल्या, तशी नाचू लागली. मज्जाच वाटली सगळ्यांना.

एक उतार उतरून मग बायका खोल दलदलीत उतरल्या. दूरदूरपर्यंत रामबाण गवताचं बन. नजर जाईल तिथपर्यंत गवतच गवत. माणूसभर उंचीचं, पांढरंशुभ्र गवत. त्यावर मखमली उंच जांभळे तुरे. वाऱ्याची झुळूक आली, की सगळ्या जणी थांबायच्या. ते नाचरं गवत, नाचरी मखमली तुरे बघायच्या. हे सारं पाहतच राहावं असं म्हणत बायका थबकल्या खऱ्या; पण ते पाहून उपयोग नव्हता. विळा चालवणं भागच होतं.

फेलानीनं आजवर कधी हे गवत कापलं नव्हतं. इतकी वर्षं काली बुरीच सारं पाहायचा. तिच्याच काय फेलानीच्या घरावरचं छप्परही तीच दुरुस्त करून द्यायची. ते रामबाण गवतानं शाकारलंय, की भाताच्या पेंढ्यांनी हे कधी फेलानीनं समजूनही घेतलं नाही. कधी वेळच आली नाही. जॉनची आई मात्र सराईतासारखी हात चालवत

होती. दर वर्षी ती या बनात येऊन गवत घेऊन जायची. ते स्वत:च शाकारायची. जे उरलं ते विकून टाकायची. ज्यांना पत्रे परवडत नसत, अगदी गवताच्या गंजीही परवडत नसत, ती लोकं असं या फुकटच्या रामबाण गवतानं आपलं घर शाकारायची. एका हंगामापुरतं तग धरायचं हे छत. काही लोक या गवतानं आणि मातीनं भिंती लिंपायचे. त्या कुडाच्या भिंती पावसातही भक्कम उभ्या राहायच्या. या बायकांप्रमाणे बरीच लोकं तिथं गवत कापून न्यायला आले होते.

बायका झरझर कामाला लागल्या. फेलानी मात्र उभीच. वाऱ्यानी झुलणाऱ्या गवताच्या पांढऱ्या लाटा, नितळ निळा नदीचा प्रवाह, त्यातले चकाकते गोटे, नाचरी उघडी-ओली पोरं, त्यांचं ते निरागस हसू, फेलानी हरवून गेली ते सारं पाहण्यात. किती वर्षांत असा निखळ आनंद, इतकी रम्य शांतता तिनं अनुभवली नव्हती.

'काय झालं बाई, तुमचा हात का थांबलाय?' जॉनच्या आईनं विचारलं. तशी फेलानीची तंद्री तुटली. तशी जॉनची मां तिला चिडवत म्हणाली, 'म्हण ना, किती सुंदर बन आहे, नजर हटत नाही बायो माझी. खूप सुंदर आहे.' तशा सगळ्या ज़णी हसल्या.

'खरंच गं, खूप सुंदर आहे.' असं म्हणत तिनंही गवत कापायला सुरुवात केली. त्याचे भारे बांधले. म्हणायला गवत पण बांबूसारखं टणक होती त्याची तुसं. कितीही भरभर हात चालवला, तरी बाकीच्या बायकांसारखं काही तिला कापता येईना. गवतातली पाखरं माणसांच्या चाहुलीनं उडायची. किलबिलाट करायची. फडफडायची. काही किडेही कानात-नाकात जायचा प्रयत्न करत त्यांच्याभोवती घिरट्या घालत होते.

'माणसांनी हे रामबाण गवत असं सगळं कापून नेलं, तर ही पाखरं कुठं जातील गं?' फेलानीनं विचारलं. तशा बाकीच्या साऱ्या बायका हसल्या.

'अगं बाई कितीही कापलं, तरी हे गवताचं बन सरणार आहे का? जोवर या दोन नद्यांचा इथं संगम होतोय, दलदल आहे तोवर तरी हे गवत सरणार नाही. पण काही पक्षी रुसलेत, त्यांनी येणं कमी केलंय हे नक्की.' जॉनची मां म्हणाली तशा सगळ्या बायका चमकल्याच. किती वर्षे ती या दलदलीत गवत कापायला येतेय, तिला पक्कं माहिती होतं कोणते पक्षी कधी येतात, किती येतात.

'मुनिया पक्षी, म्हणजे छोटी मिनोली ज्याला म्हणतात ते पक्षी आता नाही येत पूर्वीसारखे.'

'मुनिया? म्हणजे कोणते पक्षी?'

'छोट्या चिमण्याच असतात त्या, ठिपक्या ठिपक्यांच्या. तो बघा तो मुनियांचा थवा.'

'का पण?'

‘जवळपासच्या खेड्यातली माणसं संध्याकाळनंतर गवत कापायला यायची. हातात बॅटऱ्या, त्यांचा तो भकभकीत उजेड. कुणी मोठं जनावर जंगलातून येऊन आपल्यावर हल्ला करू नये म्हणून काहीजण पितळी ताटं जोरजोरात वाजवायची. काही जण शिट्ट्या वाजवायची. त्या आवाजानं ही पाखरं घाबरली असावीत. मग फडफडणारी पाखरं ती माणसं पकडायची आणि घरी नेऊन भाजून खायची. आता या पक्ष्यांची संख्या फार कमी झालीये.’

ते ऐकून बायका सून्नच झाल्या. त्यांनी हाताला वेग दिला आणि गवत कापू लागल्या. वाकून वाकून फेलानीची पाठ भरून आली. ऊन खूप तापलं. नदीच्या पाण्याकडे पाहवेना इतकं ते तळपत होतं.

‘हे गवत लांबून पाहिलं, तर हे गवतही वाहतंय असंच वाटत ना.’ फेलानी म्हणाली.

‘काहीही’- जॉनची मां सांगू लागली, ‘खोटं वाटेल पण आत्ता जिथं तुला नदीचा भास होतोय ना तिथं एकेकाळी नदीच होती’.

‘आणि नदीत पाणी होतं?’

‘पाणी नाही तर दुसरं काय असतं नदीत, बाई गं?’

‘मग कुठं गेलं पाणी?’

‘तुम्ही कुणीच नव्हत्या तेव्हा आलेल्या इकडं, लग्नही नसेल झालेलं तुझं फेलानी, मी आले पहिल्यांदा इथं तेव्हा एक छोटी नदीच होती या भागात.’

‘मग?’

‘मग काय! वरती दोन नद्यांच्या संगमावर धरण बांधलंय. इथं एक छोटी गावनदी होती, एकदा त्या धरणाची कवाडं कुणीतरी नालायकानं उघडून दिली, पाण्याचा जोर इतका होता, इतकं धबधबा वाहिलं पाणी, की ही तिसरी नदी त्या बाकीच्या प्रवाहात हरवून गेली. पूल पडले, नदीपात्रं विस्तारून भलंमोठं झालं.’

‘मग?’

‘सगळं वाहून गेलं. नुसता चिखल, फक्त दलदल. आम्ही कंबरभर पाण्यात कसे तगलो आमचं आम्हाला माहीत. आठ दिवस पाणी उतरलं नाही. पाणी उतरलं तर नदीकाठी फक्त वाळूच वाळू. पण तेव्हापासून या राधिका-कृष्णा नद्यांचा संगम इथवर आला तो आलाच. जुनी गावनदी गुडूप झाली त्यांच्या पोटात.’

‘इथं भातशेती व्हायची नंतरच्या काळात, माहितीये.’

‘म्हणजे.’

‘अगं त्या गाळातून आली, की वाऱ्याबरोबर आली की कुठून आली माहिती नाही पण लालसर भाताची काही बिजं या भागात आली. वाऱ्याचे पंख घेऊन त्या बिया आल्या खऱ्या आणि मग इथं भातशेती तयार झाली. बरेच वर्षं दर वर्षी पुरानंतर

लोक हा आयता भात कापून न्यायचे. पण आता तेही सारं गेलं.'

बोलता बोलता सगळ्यांचं गवत कापून झालं. पोटात कावळे कोकलायला लागले होते. एरवी बाजारात अशी भूक लागली, की चहा पिता यायचा. इथं पाण्यापलीकडं दुसरं काही मिळालं नसतं.

'चला.' मीराची आई शेवटचा भारा बांधत म्हणाली, 'जास्त हावरटपणा करू नका, भारे घेऊन चालवलं तर पाहिजे.'

सगळ्यांनी भारे डोक्यावर ठेवले आणि निघाल्या. तेवढ्यात भुरभुर पाऊस सुरू झाला. डोक्यावरचं गवत जास्तच जड व्हायला लागलं. रेल्वे ट्रॅकपर्यंत आल्या. मगाची पाण्यात डुंबणारी पोरंही घरी पळाली होती. आता तिथं चिटपाखरू नव्हतं. ट्रॅक ओलांडून रस्त्याला लागल्या. गवत ओलं होतंय म्हणून फेलानी वैतागली.

'अगं हे ओलं झालं तर काय उपयोग?'

'वाळत घालायचं, दुसरं काय?' जॉनची मां हसलीच तिला.

'आणि सूर्यच उगवला नाही, ऊनच पडलं नाही तर.'

'काही तरीच, अगं हिवाळा आहे सध्या. थोडं तरी ऊन पडतंच. त्यात ऑक्टोबर. ऊन न पडायला काय झालंय. आणि फार तर काय, परत येऊन पुन्हा कापून नेऊ, तू नको काळजी करूस.'

'पाण्यातून वाहत येतील नाहीतर वाऱ्याबरोबर येतील, पण या गवताच्या बियाही येतील आणि आपल्या डोक्यावर छप्पर शाबूत राहील. कशाला काळजी करतेस?' जॉनची मां म्हणाली.

'खडकावर टाकलं तरी फुटतील आणि दलदलीत पडलं तरी फुटतीलच नवे कोंब' जॉनची आई बोलतच होती. गवताचे भलेमोठे भारे डोक्यावर असल्यानं त्यांना एकमेकींचे चेहरे दिसत नव्हते. त्या भरभर चालत होत्या. घरात रोजची कामं वाट पाहत होती. हे गवत सुकायला ठेवायचं होतं, घर शाकारायचं होतं, पडक्या भिंती सावरायच्या होत्या. भरभर चालत जायलाच हवं होतं.

फेलानी मात्र मनाशी एकच वाक्य घोळवत होती..

'खडकावर टाकलं तरी फुटतील आणि दलदलीत पडलं तरी फुटतीलच नवे कोंब...'

तिला वाटलं– आपलं आयुष्य तरी दुसरं काय आहे!

उमेदीचं बी येतंच पुन: पुन्हा आशेचे पंख लावून आणि फुटतोच आपण पुन: पुन्हा... नवा कोंब होऊन...

चालत मात्र राहायलाच हवं...

◆